மதுரைவீரன்

வழிபாட்டு மரபும் வழக்காறுகளும்

முனைவர் **த.கருப்பையா**
பேராசிரியர்,
வெ.ப.சு.தமிழியல் ஆய்வு மையம்,
ம.தி.தா. இந்துக்கல்லூரி,
திருநெல்வேலி - 627 010.

MALAR BOOKS
மலர் புக்ஸ்

மதுரைவீரன்
வழிபாட்டு மரபும் வழக்காறுகளும்

ஆசிரியர் : முனைவர் த.கண்ணா கருப்பையா
முதல் பதிப்பு : ஜூலை 2004
இரண்டாம் பதிப்பு : நவம்பர் 2023
வெளியீடு : மலர் புக்ஸ்
விற்பனை உரிமை : பரிசல் புத்தக நிலையம்
235, P-பிளாக், MMDA காலனி
அரும்பாக்கம், சென்னை – 600 106
பேச: 9382853646, 8825767500
மின்னஞ்சல் : parisalbooks@gmail.com
பக்க வடிவமைப்பு: யு.நிலா
அச்சாக்கம் : காம்யூ பிரிண்டர்ஸ், சென்னை
பக்கம்: 312
விலை: ரூ 350

Maduraiveeran
Vazhipaattu Marapum Vazhakkarukalum

Author : **Dr T.Karuppiah**
First Edition : November 2023
Second Edition : July 2004
Published by : Malar Books
Office : Parisal Putthaga Nilayam
No.235, P-Block, MMDA Colony
Arumbakkam, Chennai - 600 106
Mobile: 93828 53646
E-mail: parisalbooks@gmail.com
Designed by: Y.Nila
Printed at : Comu Printers, Chennai
ISBN : 978-93-91947-59-0
Pages: 312
Price: Rs.350

படையல்

நான் படித்துப் 'பெரியாளாக' வேண்டுமென கனவு கண்டு தெய்வமாகிவிட்ட பாசமிகு

தாத்தா எஸ்.ஏ.நாகலிங்கம் பிள்ளை

அப்பத்தா என்.நாகரெத்தினம்மாள்

மாமா எம்.குருசுவாமி பிள்ளை

ஆகியோர் நினைவுக்கு...

சுருக்கக் குறியீட்டு விளக்கம்

அகம்.	அகநானூறு
ஐங்	ஐங்குறுநூறு
கலி.	கலித்தொகை
குறுந்.	குறுந்தொகை
சிலம்பு.	சிலப்பதிகாரம்
திரு. முருகு.	திருமுருகாற்றுப்படை
தொ.	தொகுதி
தொ.ஆ.	தொகுப்பு ஆசிரியர்
தொல். அகத்.	தொல்காப்பியம் அகத்திணையியல்
தொல். புறத்.	தொல்காப்பியம் புறத்திணையியல்
தொல். பொருள்.	தொல்காப்பியம் பொருளதிகாரம்
நற்	நற்றிணை
நெடு. நல்	நெடுநல்வாடை
ப.	பக்கம்
பக்.	பக்கங்கள்
பதி. ஆ.	பதிப்பு ஆசிரியர்
பதிற்.	பதிற்றுப்பத்து
பட்டின.	பட்டினப்பாலை

பரி.	பரிபாடல்
புறம்.	புறநானூறு
பெரு.	பெரும்பாணாற்றுப்படை
மது. காஞ்.	மதுரைக்காஞ்சி
மலைபடு.	மலைபடுகடாம்
ம.வீ.சு.அ.	மதுரைவீரசுவாமி அம்மானை
ம.வீ.சு.க. (பெ.எ.)	மதுரைவீரசுவாமி கதை (பெரிய எழுத்து)
ம.வீ.சு.கா.	மதுரைவீரசுவாமி காவடிச்சிந்து
மு.க.நூ.	முன்னர்க் கண்ட நூல்
மு.க.நூ.இ.	முன்னர்க் கண்ட நூலும் இடமும்
மேலது	மேற்கண்ட நூல்படி
மொ.பெ.	மொழிபெயர்ப்பு
Ed.	Editor
p	page
pp.	pages
vol.	volume

அணிந்துரை

முனைவர் **அ.பிச்சை**
தமிழ்ப் பேராசிரியர்
காந்திகிராம கிராமியப் பல்கலைக்கழகம்

தமிழியல் ஆய்வின் ஒரு பகுதியாக நாட்டார் வழக்காற்றியல் நிலைபேறு அடைந்துவிட்டது. சமூக மரபு சார்ந்த துறைகளில் ஒன்றாக - பல்துறைப் படிப்பாக அல்லது இருதுறைக் கல்வியாக இடம் பெற்றுள்ளது. நாட்டார் வழக்காற்றியலின் பண்பாட்டுக் கூறுகளில் ஒன்றாக நாட்டார் வழிபாடு ஆராயப்பட்டு வருகின்றது. முதுகலைப்படிப்பு முதல் முதிர்நிலை முனைவர் பட்டம் வரை, நாட்டார் வழிபாடு ஆய்வுப் பொருளாகி வருகின்றது. ஆய்வுச் சிக்கல்களுள் வற்றாத அமுதசுரபியாக ஆய்வாளர்களுக்கு இடம் தந்து கொண்டிருக்கிறது. அத்தகைய ஆய்வுப் பொருள்களில் ஒன்றுதான் மதுரைவீரன் வழிபாடு.

முனைவர் த.கருப்பையாவின் மதுரைவீரன் வழிபாட்டு மரபும் வழக்காறுகளும் என்னும் இந்நூல், காந்திகிராம கிராமியப் பல்கலைக்கழகத்தில் ஆய்வாளராக இருந்து (1992-96) முறையான, முழுநேர ஆராய்ச்சியை மேற்கொண்டு டிசம்பர் 1996 இல் சமர்ப்பித்த முனைவர் பட்ட ஆய்வேட்டை அடிப்படையாகக் கொண்டது. சமூக அறிவியலில் பின்பற்றப்படும் ஆராய்ச்சி நெறிமுறையை அக்சரம் பிறழாமல் அப்படியே கையாண்டு உருவாக்கப்பட்ட ஆய்வேடு உயர் தகுதியை (Highly Commended) உடையது என்று தேர்வாளர்களால் மதிப்பீடு செய்யப்பட்டது. 'மதுரைவீரன் ஓர் இடைநிலைத் தெய்வம்' என ஒரு கருதுகோளை முன்வைத்து, தரவுகளைத் தேர்ந்தெடுக்கப்பட்ட கிராமங்களிலிருந்து திரட்டி நிரூபித்து, தமது ஆய்வை நிறைவு

செய்துள்ளார். தரவுகளிலிருந்து பொதுக் கருத்துருவாக்கத்தையும் அந்தந்த இயல்களில் செம்மையாகச் செய்துள்ளார்.

இந்த ஆய்வு நூலின் நூலின் முதுகெலும்பாக அமைவது களப்பணியாகும். களப்பணி செய்ய வேண்டுமென்றால் முழு ஈடுபாடும், விடாமுயற்சியும், சோர்வின்மையும் இருக்க வேண்டும். ஒரு களப்பணியாளருக்குரிய எல்லா நற்பண்புகளையும் கொண்டு தரவுகளை திரட்டித் தமிழ் கூறும் நல்லுலகத்திற்கு, அழிந்து கொண்டிருக்கும் நாட்டார் வழக்காற்றில், வளர்ந்து கொண்டிருக்கும் வழிபாட்டைத் திறம்படச் செய்தார். களப்பணி வீரன் பட்டம் அல்லது விருது ஒன்று வழங்க வேண்டுமென்றால் அவருக்கு வழங்கலாம். அந்த அளவிற்குத் தென்னக மாவட்டங்களில் தேர்ந்தெடுக்கப்பட்ட ஊர்களில் "கொங்கு தேர் வாழ்க்கை அஞ்சிறைத் தும்பியாக" தரவுகளைத் திரட்டி ஒழுங்குபடுத்தி ஆய்வினை மேற்கொண்டுள்ளார். தொல்காப்பியம் குறிப்பிடும் "வினையின் நீங்கி விளங்கிய அறிவின் முனைவன் கண்டது முதல் நூலாகும்" என்னும் இலக்கணத்திற்கு ஓர் இலக்கியமாக இந்த ஆய்வேடு திகழ்கின்றது. இந்த ஆய்வேட்டைப் படிப்பவர் முந்து நூல் கண்டு முறைப்பட எண்ணி ஆய்வினைச் செய்ய வேண்டும் என்ற வரையறைக்கு ஏற்ப அமைந்துள்ளதைக் கண்டுணர முடியும். இந்த ஆய்வு நூலைத் தமிழ்கூறும் நல்லுலகம் வாங்கிப் படித்துப் பயனடைய வேண்டும். இதுவே நூலாசிரியருக்கு நாம் வாழ்த்துரைக்கும் நல்ல வழி முறையாகும்.

காந்திகிராமம்

11-04-2004

அ. பிச்சை

மதிப்புரை

பேரா. **தொ.பரமசிவன்**
தமிழ்த்துறைத் தலைவர்
மனோன்மணீயம் சுந்தரனார் பல்கலைக்கழகம்
திருநெல்வேலி

இருபதாம் நூற்றாண்டில் தமிழ் ஆராய்ச்சி உலகம் இரண்டு வகையாகப் பிறந்து வளர்ந்தது. கனகசபைப்பிள்ளை, மயிலை சீனி. வேங்கடசாமி, நா.வானமாமலை, அ.இராகவன் போன்ற நிறுவனம் சாராத ஆய்வாளர்களே தமிழ்நாட்டில் நிறைவு தருகின்ற ஆய்வு முயற்சிகளைத் தொடங்கி வைத்தனர். எஞ்சிய பெரும்பாலான ஆய்வாளர்கள் நிறுவனம் சார்ந்தவர்கள். நிறுவனம் சார்ந்த ஆய்வாளர்களில் 'செந்தமிழ்' இதழாசிரியர் மு.இராகவையங்கார், பேராசிரியர் மா.இராசமாணிக்கனார் ஆகிய இருவரும் தனித்த சில பார்வைகளைக் கொண்டிருந்தனர். கடந்த முப்பது ஆண்டுகளுக்கு முன்வரை, நிறுவனம் சார்ந்த ஆய்வுகள் பெரும்பாலானவை தோல்வியைச் சந்தித்தவைதாம். ஏனென்றால் அவற்றில் பல புத்தக வாசிப்பில் மட்டுமே பிறந்தவை. மு.இராகவையங்கார் தொடங்கி பேராசிரியர் நா.வானமாமலை வரையிலான ஆய்வாளர்கள், நூலகங்களுக்கு வெளியிலேயும் நூல்கள் காட்டிய உண்மைகளைத் தேடி நின்றனர். வேறு சொற்களில் கூறுவதானால் புத்தக வாசிப்போடு களப்பணியும் நிறைந்ததாக அவர்களது ஆய்வு முயற்சிகள் அமைந்துள்ளன. அவர்களால்தான் தமிழியல் ஆய்வுக்கான முறையியலும் ஒரு வடிவம் பெற்றது எனலாம்

கடந்த முப்பது ஆண்டுகளாகப் பல்கலைக்கழக ஆய்வாளர்கள் புத்தகங்கள் காட்டும் மெய்ம்மைகளைக் களப்பணி கொண்டு

சரிபார்க்கின்றனர் அல்லது திருத்திக் கொள்கின்றனர். களஆய்வுகள் மூலமாகத் தமிழியல் ஆய்வுக்குப் புறம்பானவையாகக் கருதப்பட்ட பல களங்கள் இன்று ஆய்வுக்கு உட்படுத்தப்படுகின்றன. தமிழக வரலாறு, பண்பாடு ஆகியவை குறித்த ஆய்வாளர்களின் பார்வைகள் பெருமளவு மாறி வருகின்றன. வரலாறும் பண்பாடும் மக்களின் நோக்கில் இருந்து பேசப்பட வேண்டியவை என்ற ஓர்மை உருவாகி வருகின்றது. இந்த நூலாசிரியர் பேராசிரியர் கருப்பையா (என் மாணவர்) இந்த ஓர்மையினைப் பெற்றிருக்கிறார்.

'நாட்டார் தெய்வங்கள்' எனத் தமிழகத்தில் நூற்றுக்கணக் கானவை பிறந்துள்ளன. என்றாலும் மிகப் பெரிய வழிபாட்டுத் தளத்தினைக் கொண்டவையாக இசக்கிஅம்மன். கருப்பசாமி, அண்ணன்மார், காத்தவராயன், மதுரைவீரன் ஆகிய சில தெய்வங்களே காட்சியளிக்கின்றன. கால வெள்ளத்தில் இவை மட்டுமே நிலை பெற்றதற்கான காரணங்கள், சமூகத் தளத்திலும் பண்பாட்டுத் தளத்திலும் விரிவாக ஆராயப்பட வேண்டும். மதுரைவீரன் வழிபாட்டை இந்நூல் அவ்வகையான ஆய்வுத் தளத்திற்கு எடுத்துச் சென்றுள்ளது. 'தென்தமிழகம்' என்று ஆய்வில் தலைப்பிட்டாலும், மதுரைவீரன் வழிபாட்டுக் களம் தமிழ்நாட்டின் நடு (மத்திய)ப் பகுதியாகும். சோழப் பேரரசு தோன்றி நிலை கொண்ட கிழக்கு வடகிழக்குத் தமிழகத்தில் இவ்வகையான 'நாட்டார்பெருந்தெய்வங்கள்' தோன்றவில்லை என்பது ஆய்வாளர்களின் கவனத்திற்கு உரியது.

மதுரைவீரன், அரசு அதிகாரத்தால் வன்கொலை செய்யப்பட்டஒரு பெருவீரன். அந்த அரசு அதிகாரம் நிலைதடுமாறிக் கால வெள்ளத்தில் கரைந்து போயிற்று. ஆனால் அடித்தள மக்களின் பண்பாடோ 'வெளிப்படுத்த முடியாத' எதிர்ப்புணர்வோடு, மதுரைவீரனைத் தெய்வமாக்கி நிலை நிறுத்தியது. காலனிய ஆட்சியின் தொடக்க காலம்வரை அடித்தள மக்களின் வழிபாட்டு முறைகள் அரசு அதிகாரத்தால் வரையறுக்கப்பட்டிருந்தன. இந்த வரையறை 'சாதி' என்னும் சமூக அதிகாரக் கட்டமைப்போடு ஒத்திசைந்ததாக இருந்தது. அடித்தளத்து மக்களின் தெய்வங்களில் பல, உருவ மரியாதை தரத்

தகுதியற்றவை என்று ஒதுக்கப்பட்டன. எனவே மண்ணாலாகிய பீடங்களே (பூடங்களே) அத்தெய்வங்களின் உருவங்கள் ஆயின. பீடங்கள் மட்டுமே அமைந்த நாட்டார் தெய்வக் கோயில்கள் தமிழ்நாட்டில் ஏராளமாகக் காணக் கிடக்கின்றன. மதுரைவீரன் உருவங்களைக் களஆய்வில் பலவகைப்பட்ட வடிவங்களிலும் இந்த நூலாசிரியர் கண்டிருக்கிறார். அரசியல், சமூக அதிகாரங்கள் கட்டுவிடும் பொழுதெல்லாம். நாட்டார் மக்கள், தங்கள் தெய்வங்களுக்கு உயர்ந்த இடத்தைப் பெற்றுத் தரப் போராடி இருக்கின்றனர் என்பதே இவரது கள ஆய்வில் நமக்குக் கிடைக்கின்ற செய்தியாகும்.

"சமூகத்தில் சிறுநெறிக்கு உட்பட்ட தெய்வ வழிபாடு பற்றிய மலினப்படுத்தப்பட்ட கருத்துகளும், நோக்குகளும், உயர் சாதியினரால் உருக்கொண்டு வலுப்பெற்றிருக்கின்றன" (ப.56)

என்ற நூலாசிரியரின் கருத்து மிகச்சரியான மதிப்பீடாகும். இம்மதிப்பீடு சமூக அசைவியக்கம் குறித்த அவரது புரிதல் கூர்மையாக அமைந்திருக்கின்றது என்பதற்கான சான்றாகும்.

இந்த நூலாசிரியர் களஆய்வில் கண்டு வெளிப்படுத்திய மற்றுமொரு செய்தி, நம்மை நீளவே சிந்திக்கத் தூண்டுகிறது. ஒடுக்கப்பட்டச் சாதிமக்களான அருந்ததியரின் குலதெய்வம் மதுரைவீரன் ஆவார். அருந்ததியரும், அவரை ஒடுக்கிய மதுரை நாயக்க அரசதிகாரமும் தெலுங்கு மொழி பேசுகின்றவர்களே ஆவர். இருந்தபோதும் மதுரை வீரனைத் தமிழ்மொழி பேசும் 'மேற்சாதியார்' ஆன வேளாளரும் பிற பிற்படுத்தப்பட்ட சாதியரும் வழிபடுகின்றனர். இந்தச் சாதி சார்ந்த பண்பாட்டுச் சமரசம் (Cultural Compromise) வட்டாரம் சார்ந்த காரணங்களால் ஆனது. நாயக்க அரசதிகாரத்திற்கு எதிராக வேளாளர்கள் இருந்தார்களா அல்லது தங்களது 'பழிபாவப் பங்களிப்புக்கு' அஞ்சி மதுரைவீரனை வழிபடத் தொடங்கினார்களா? என்பது இந்த நூல் நமக்கு முன்னே வைக்கின்ற கேள்வியாகும்.

'தம்மின் தம்மக்கள்' என்பது அறிவுலக நாகரிகம். இந்நூலாசிரியர் மதுரைவீரன் காலம் குறித்த என்னுடைய கருத்தை மறுக்க முயன்றிருக்கிறார் (ப.51) இம் முயற்சி பாராட்டுக்குரியது. ஆனாலும் நான்

என் கருத்தில் உறுதியாக நிற்கின்றேன். திருமலைநாயக்கர் (1624-1659) மதுரையை அடுத்த மேலூர் கள்ளரோடு (நாட்டுக் கள்ளரோடு) அரசியல் சமரசம் செய்து கொண்டவர். எனவே மதுரைவீரன் கதை, மீண்டும் திருச்சிக்குத் தலைநகரை மாற்றிய விசயரெங்கச் சொக்கநாதன் காலத்தில்தான் நடைபெற்றிருக்க வேண்டும். இது குறித்த நுட்பமான தீர்ப்பினை வருங்கால வரலாற்று ஆய்வாளர்கள்தான் வழங்க வேண்டும்.

இந்த நூல் எல்லா வகையிலும் மகிழ்ச்சிக்கும் வரவேற்பிற்கும் உரியது. கள ஆய்வுகளில் இருந்து புதிய உண்மைகளைக் கற்றுக் கொள்ள வேண்டும். இந்த நூல் வாசகர்களுக்கு அந்த உணர்வை ஊட்டக்கூடியது. நூலாசிரியர் பேராசிரியர் கருப்பையாவின் உழைப்பும் பாராட்டுக்குரியது. அவரது முயற்சி தொடரவேண்டும். மகிழ்ச்சியோடும் உரிமையோடும் அவரைப் பாராட்டுகின்றேன்.

திருநெல்வேலி

24-04-2004 தொ.பரமசிவன்.

முதல் பதிப்பின் என்னுரை

இந்த நூல் என் நீண்டதொரு கல்விப்பயணத்தின் அடையாளம். எனக்கும் நூலாக்கம் சாத்தியப்பட்டிருக்கிறது. இத்தருணத்தில் ஆய்வு பற்றிய புரிதலில் தொடங்கி, முனைவர் பட்ட ஆய்வேடு நூலாக்கம் பெற்றது வரையிலான வழிநெடுகிலும் உற்ற துணையாய் நின்றவர்களைக் குறிப்பிட்டுச் சொல்லியாக வேண்டும்.

எங்களூர் மண்வாசனையும், முத்துமாரியம்மன் விழாக் கொண்டாட்டங்களும், ஊர் மக்களும், என் சிறுவயது முதலான மனமகிழ்ப் பதிவுகள். திருவிழாவில் இணைந்து 'கரையாது' வெறும் பார்வையாளராகத் 'தூரத்தில்' நின்றிருந்த அடித்தள மக்கள் எனக்கு உறுத்தலான 'சமாச்சாரம்'. விழாவில் 'ஒண்டமுடியாத' அம்மக்களின் நாட்டார் வழிபாட்டைத் தெரிந்து கொள்ளக் கரிசனப்பட்டேன்.

எனக்கு மதுரை அமெரிக்கன் கல்லூரித் தமிழ்த்துறைப் பேராசிரியர்கள் நாட்டார் வழக்காற்றியலையும் திறனாய்வு நெறிகளையும் அறிமுகப்படுத்தி, நாட்டார் வழிபாட்டைப் புரிந்து கொள்ள வழிவகுத்துக் கொடுத்தனர். தமிழ் இளங்கலைப் பட்ட ஆய்வுத்திட்டம் (1981-1984) நாட்டார் வழிபாடு பற்றியக் களப்பணிக்குத் (நிலக்கோட்டை வட்டாரச் சிறு தெய்வ வழிபாடு) தளமும் அமைத்துக் கொடுத்தது. அமெரிக்கன் கல்லூரித் தமிழ்த்துறை முதுகலைக் கல்வியில் (1986-1988) பேராசிரியர் செ.போத்திரெட்டி அவர்கள் நாட்டார் கதைப்பாடலில் எனக்கு ஈர்ப்பை ஏற்படுத்தினார்கள்.

மதுரை தியாகராசர் கல்லூரியில் ஆய்வியல் நிறைஞருக்குரியப் பட்டத்துக்குப் பயின்ற போது (1988-1989) அங்கு பணிபுரிந்து கொண்டிருந்த என் ஆசான் பேராசிரியர் தொ.பரமசிவன் அவர்கள்

எனக்குப் புத்தக வாசிப்பைப் பழக்கினார். புதியகோணத்தில் ஆய்வுக் களங்களை அறிமுகப்படுத்தினார். அதில் புதுப்புது வெளிச்சங்களைச் சுட்டிக் காட்டினார். களப்பணியுடன் கூடிய பொன்னர் சங்கர் கதைப்பாடல்கள் பற்றிய எம்.ஃபில் ஆய்வேடு உருவாக வழி வகையும் செய்தார். இந்த நூலுக்கு மதிப்புரையும் வழங்கி உள்ளார்.

முனைவர் பட்டத்திற்கான ஆய்வுக் களத்தைத் தேர்ந்தெடுக்கப் பேராசிரியர் தொ.ப. அவர்களும், மதுரை பல்கலைக்கழக நாட்டார் வழக்காற்றியல் துறைத் தலைவர் பேராசிரியர் இ.முத்தையா அவர்களும் உதவினார்கள். காந்திகிராமப் பல்கலைக்கழகத்தில் என் முனைவர் பட்ட ஆய்வேட்டிற்கு (தென் தமிழகத்தில் மதுரைவீரன் வழிபாடும் கதைப்பாடலும். 1992-1996) 'முன்மாதிரிக் குருகுல' ஆசிரியராகத் திகழும் பேராசிரியர் அ.பிச்சை அவர்கள் வழிகாட்டினார். என்னை ஆய்வுக் கட்டுரைகளையும் எழுத வைத்தார். இந்த நூலுக்கு அணிந்துரையும் வழங்கியுள்ளார். அணிந்துரையும், மதிப்புரையும் எனக்குக் கிடைத்தப் பெரும்பேறு.

தோழர்கள் தோளொடு துணை நிற்க, களப்பணித் தரவுத் தேடலில் மதுரைவீரன் வழிபாடு பற்றியச் செய்தியை வழிபடும் மக்கள் எடுத்துரைத்தார்கள். களப்பணிக் காலத்தில் இடையூறுகள் பல ஏற்பட்டு நான் மனச்சோர்வடைந்த நேரங்களில் எனக்கு, என் மனைவி ரூப்மாலா எம்.எஸ்.சி., பி.எட்., மகள் சிந்துரத்னா, மகன் நாகரதன் ஆகியோர் உற்சாகமும், ஊக்கமும் அளித்தனர்.

எனக்குள் நூலாக்க முயற்சியை முடுக்கி விட்டு, உந்துசக்தியாக விளங்கியவர்கள் பிறதுறை சார்ந்த அன்பிற்கினிய பேராசிரியர்கள்.

நூற்று இருபத்தைந்தாவது ஆண்டில் (1878-79 - 2003-04) அடியெடுத்து வைத்து வரலாற்றுச் சாதனை படைத்துள்ள, பாரம்பரியம் மிக்க மதுரை திரவியம் தாயுமானவர் இந்துக்கல்லூரியின் வழிவழி உறுப்பினர், ஆட்சிக்குழு உறுப்பினர்கள், நியமன உறுப்பினர்கள், முதல்வர், பேராசிரியர்கள், அலுவலர்கள், மாணவ-மாணவிகள் ஆகியோர் நூலாக்கத்தில் எனக்கு முகவரி ஏற்படுத்திக் கொடுத்தவர்கள்.

நூலாக்கத்திற்கு முழுவடிவம் கொடுத்துப் பக்க பலமாய் நின்றார் காந்திகிராம கிராமியப் பல்கலைக்கழகப் பேராசிரியர் பா.ஆனந்தகுமார் அவர்கள்.

இந்நூலிற்கான ஒளியச்சு அமைப்பு செய்து கொடுத்தார் மதுரை சிவசக்தி கம்ப்யூட்டர், திரு.நீ.சு.பாலாஜி. இவர்களுக்கு என் அன்பைத் தவிர வேறென்ன கைம்மாறாகச் செய்யமுடியும்?.

அம்மையநாயக்கனூர்

ஏப்ரல் 2004   த.கண்ணா கருப்பையா

என்னுரை

'மதுரைவீரன் வழிபாடும் வழக்காறுகளும்' என்னும் என் ஆய்வு நூல் இரண்டாம் பதிப்பாக வெளிவருவதென்பது உழைப்பின் அங்கீகாரமாகவே கருதுகிறேன். பெருமகிழ்வடைகிறேன். மட்டுமல்லாமல் குறித்த ஒற்றைப் பெருஞ்சமய ஆதிக்கமானது தன் அதிகார அசுரத்தனத்தோடு பண்பாட்டுக் கட்டமைப்பை மேலோங்கி உருவாக்கி வருகின்ற சூழலில் தமிழகத்தின் தனித்ததொரு அடையாளங்களான பன்முக நாட்டார் தெய்வ வழிபாடுகளை முன்னிறுத்தும் காலத்தேவையும் அவசியமானது, எனவே, இச் சூழலைக் கவனங் கொண்டும் சமூகப் பண்பாட்டுத் தேவை கருதியும் இரண்டாம் பதிப்பாக மதுரைவீரன் வழிபாட்டை வெளியிடுவது தமிழாய்வுலகின் ஆகச் சிறந்த சமூகக் கடமையாகவும் எண்ணுகிறேன்.

இரண்டாம் பதிப்பின் 'என்னுரை' எழுதும் மகிழ்வானதொரு தருணத்தில் முதல் பதிப்பிற்கான உருவாக்க முயற்சிகள், 145 ஆண்டுகளுக்கும் மேலான நெடியதொரு வரலாற்றுப் பின்புலமுடைய மதுரை திரவியம் தாயுமானவர் இந்துக் கல்லூரி, திருநெல்வேலியில் என் பேராசிரியப் பணியில் நிகழ்வுற்ற முதல் பதிப்பின் வெளியீட்டுச் (14.9.2004) சம்பவங்கள், நூலை வெளியிட்ட என் பேராசான் காலஞ்சென்ற தொ.பரமசிவன், முதல் பிரதியைப் பெற்றுக் கொண்ட எங்கள் மூட்டா பேரியக்கத்தின் தலைவர் பேரா வீ.பொன்னுராஜ், சிறந்த ஆய்வு நூலுக்கான 'ஏலாதி' விருது (15.8.2006) எனத் தடையற்ற மனவோட்டங்கள் எனக்குள் காட்சியாய் விரிந்தது. எனவே இரண்டாம் பதிப்பிற்கான நல் வாய்ப்பை வழங்கியுள்ள பரிசல் பதிப்பகத்தாருக்கு என் நன்றியும் பேரன்பும்.

அம்மைய நாயக்கனூர்,
திண்டுக்கல் மாவட்டம்,
டிசம்பர்,2023.

த. கண்ணா கருப்பையா

அ
பயணத்தைத் தொடங்கும் முன்...

தமிழாய்வு உலகில் நாட்டார் வழக்காற்றியல் ஆய்வுகள் அதிக வீச்சில் நடைபெற்று வருகின்றன. குறிப்பாக, நாட்டார் வழிபாட்டைப் பதிவுகளாக்கும் சமூகப் பண்பாட்டாய்வின் எல்லைகள் துரிதமாகவே விரிவடைந்துள்ளன. நாட்டார் தெய்வமான மதுரைவீரன் வழிபாடு பற்றிய இந்த நூலும் தமிழகப் பண்பாட்டு அடையாளத்தைப் புலப்படுத்தும் விதமாகவே அமைகிறது.

நாட்டார் தெய்வங்களில் மதுரைவீரன் வழிபாடு, தமிழகத்தின் தென் பகுதிகளில் அடர்த்தியாகவும் உட்பகுதியில் அருகியும் நிகழ்ந்து வருகிறது. மதுரைவீரன் வரலாறுகளும் கதைகளும், நிறுவனம் சார்ந்தும் சாராமலும் ஆய்வு செய்யப்பட்டுள்ளன. ஆனால் முழுமையான களப்பணியின் மூலமாக மதுரைவீரன் வழிபாடு பற்றிய ஆய்வுகள் நடைபெறவில்லை. எனவே முழுமையான களஆய்வு முறையில் மதுரைவீரன் வழிபாட்டையும், கதைபொதி வடிவங்களையும் இந்த நூல் ஆராய்கிறது.

மதுரைவீரன் : இடைநிலைத் தெய்வம்

மதுரைவீரன் வழிபாடானது மக்களிடையே இரு வேறான இயங்கு தளங்களில் நடைபெறுகிறது. மேல்சாதியரிடத்தில் கோயிலாகிய 'வெளியில்' கட்டமைக்கப்பட்ட அதிகார மையத்திலிருந்து விலக்கப்பட்டு, வெளிப்புறமாக விளிம்பு நிலையில் நிறுத்தி மதுரைவீரன் வழிபடப் படுகிறான். ஆனால் அடித்தள மக்களின் வழிபாட்டில் மதுரைவீரன் மையப்படுத்தப்படுவதைக் காணமுடிகிறது. அதிகாரமையம், விளிம்பு நிலை இவற்றினூடாக சாதிய எதிர்ப்பு, சமூகமதிப்பு, பொருளாதார

மேன்மை போன்ற மறைமுகக் காரணிகளால் 'மேல் நோக்கிய' வளர்ச்சியடைந்து, பெருநெறி மரபில் இணைவதும் இயல்பாகவே நிகழ்ந்து வருகிறது. அதாவது சாதியப் படிவ நிலையைப் பிரதிபலித்திருந்த மதுரைவீரன் வழிபாடு 'மேல்நோக்கிய' படிநிலை வளர்ச்சியால் மாறுதலடைந்து வருகிறது. ஆனால் மதுரைவீரன் வழிபாட்டில் நிகழ்ந்து வரும் இப்பரிணாம வளர்ச்சி, பெருநெறி வழிபாட்டு மரபில் இணைந்து முழுமை அடையாத நிலையிலேயே விளங்குகிறது. எனவே நாட்டார் மக்களிடம் மதுரைவீரன் 'இடைநிலை' தெய்வ நிலையில் வழிபடப் படுகிறான் என்பதை விளக்குவதாய் இந்த நூல் அமைகிறது.

நாட்டார் வழிபாட்டு ஆய்வுகள்

நாட்டார் தெய்வ வழிபாடு குறித்த ஆய்வு 19ஆம் நூற்றாண்டின் இறுதியில் **ஓயிட் ஹெட், அல்ப்ஹில்டபைல்டல்** போன்ற வெளிநாட்டினரால் முன்னெடுத்துச் செல்லப்பட்டது. இந்த நூற்றாண்டில் நாட்டார் தெய்வ ஆய்வில் பேராசிரியர் நா.வானமாமலை முன்னோடியாகத் திகழ்ந்தார். கருப்பணசாமி, சுடலைமாடன், கூத்தாண்டவர், இடும்பன், அய்யனார், ஒண்டிவீரன், கருப்பராயன், கசம்காத்த சாமி, தம்பிரான், பெரியாண்டவர், வயிரவர் ஆகிய நாட்டார் ஆண் தெய்வ வழிபாடுகள் ஆய்வுக்கு உட்படுத்தப்பட்டுள்ளன. திரௌபதியம்மன், கன்னி, காத்தாயி, சீலக்காரியம்மன், சீதாளம்மன், பச்சைவாழியம்மன், பெரியாச்சி, பெரியாண்டிச்சியம்மன். மலையேறியம்மன், மாசாணியம்மன், மாரியம்மன், மைலார் அம்மன் போன்ற நாட்டார் பெண் தெய்வ வழிபாடுகளும் ஆய்வு செய்யப்பட்டுள்ளன (அ.பிச்சை, தமிழ்நாட்டுப் புறவியல் ஆய்வின் வரலாறு, 2003 : 106-141). நாட்டார் தெய்வங்கள் ஊர்த்தெய்வம், இனத்தெய்வம், குலதெய்வம், மாலைத் தெய்வம், சமாதித் தெய்வம், பிடிமண் தெய்வம், மடத்துத் தெய்வம் என்பதான வகைப்பாட்டுகளுக்குள் அடக்கப்பட்டு. நிறுவனம் சார்ந்தும் சாராமலும் ஆராயப்பட்டுள்ளன. இந்த வழிபாட்டு ஆய்வுகள் பெரும்பாலும் நாட்டார் தெய்வங்களைச் சிறுநெறி மரபிலேயே அணுக முற்பட்டுள்ளன எனலாம். இந்த நூலானது மதுரைவீரன் வழிபாட்டை இடைநிலையில் பொருத்திப் பார்த்துப் புதுவகையான வழிபாட்டு நிலையை முன்வைக்கிறது.

மதுரைவீரன் வழிபாட்டு மரபையும் கதைப்பாடல்களையும் குறுகிய ஆய்வெல்லைக்குள் பொத்தம் பொதுவாகவும், கோட்பாட்டு அடிப்படையிலும் ஆய்வு செய்துள்ளனர் குறிப்பாகச் சில முன்னுதாரணங்களைச் சொல்லலாம். நாட்டார் கதைப்பாடல்களைப் பற்றித் தாங்கள் எழுதிய கட்டுரைகளில் நா. வானமாமலை (தமிழ்நாட்டுக் கதைப்பாடல்களில் சோகமுடிவு' நாட்டார் வழக்காற்றியல் ஆய்வுகள், தொ:1, 1981: 83-118). கோ.கேசவன் (கதைப்பாடல்களும் சமூகமும், 1985: 81-87), தே.லூர்து (நாட்டார் வழக்காறுகள், 1988: 76-130) ஆகியோர் மதுரைவீரன் தொடர்பான செய்திகளைக் குறிப்பிடுகின்றனர். தி.சு.நடராசன் ('அமைப்பியல்' திறனாய்வுக் கொள்கைகள், 1990: 17-39), சரசுவதி வேணு வேணுகோபால் ('கதைப்பாடல்களின் தலைவர்கள்' நாட்டுப்புறவியல் கோட்பாட்டு ஆய்வுகள், 1991: 12-20) ஆகியோர் மதுரைவீரன் கதைகளை 'அமைப்பியல்' ஆய்வுக்கு உட்படுத்திக் கட்டுரைகள் எழுதியுள்ளனர்.

பா.ஆனந்தகுமார் தாமரையிலும் ('மதுரைவீரன் கதைப்பாடல்: ஒரு கண்ணோட்டம்', 1990: 45-48), எம்ஃபில் ஆய்வேட்டிலும் (தமிழ்-மலையாள நாட்டுப்புறக் கதைப்பாடல் தலைவர்கள்: ஓர் ஒப்பீடு, 1985) மதுரைவீரன் குறித்த செய்திகளைக் கூறுகிறார். அழகர்கோயில் பற்றிய பிஎச்.டி. பட்ட ஆய்வை மேற்கொண்ட தொ.பரமசிவன், தன் ஆய்வில் மதுரை வீரன் பற்றிய சில முக்கியச் செய்திகளைக் குறிப்பிட்டுள்ளார் (அழகர்கோயில், மதுரை காமராசர் பல்கலைக்கழகம், 1979) மதுரைவீரன் கதைகளை வே.சா.திருமாவளவன், எம்ஃபில் ஆய்வாகவும் (மதுரைவீரன் கதைகள் ஓர் ஆய்வு, புதுவை, 1991) செய்துள்ளார். ந.நீலமோகன், மதுரைவீரன் கதைகளை பிஎச்.டி. ஆய்வாக (மதுரைவீரன் கதைகள் ஓர் ஆய்வு, கேரளப்பல்கலைக் கழகம், காரியா வட்டம், 1995) நிகழ்த்தியுள்ளார். இந்த ஆய்வுகள் யாவும் கதைப்பாடல் பனுவலை மையமாகக் கொண்டு நிகழ்த்தப் பட்டவை; முழுமையான களப்பணி அடிப்படையில் அமையவில்லை.

ஆய்வுக் களங்கள்

தென்தமிழகத்தில் மதுரைவீரன் வழிபாடு அதிகமாக நிகழும் மதுரை, திண்டுக்கல் அண்ணா, திருச்சி, கோயம்புத்தூர், பெரியார்,

பசும்பொன்தேவர், இராமநாதபுரம், தொண்டைமான் புதுக்கோட்டை ஆகிய எட்டு மாவட்டங்கள் ஆய்வுக்குரிய களப்பணிப் பகுதிகளாகும்.

தரவுகள் சேகரிப்பு

இடம், சமூகம், வயது என்னும் அடிப்படையில் தகவலாளிகள் தேர்தெடுக்கப்பட்டனர். பரவலாக நூறு பேரைப் பொறுக்கி எடுத்துப் பொறுக்குதல் வழி (Random Samling) செய்திகள் பெறப்பட்டன. மேலும் களப்பணியின்போது ஆய்வுக்கு உட்பட்ட மாவட்டமும் அதற்குள் அடங்கிய ஊர்களும் எந்தப் பெயரில் அழைக்கப்பட்டதோ, அதே பெயரிலேயே இந்த நூலிலும் எடுத்துச் சொல்லப்படுகின்றன.

களப்பணியில் மதுரைவீரனை வழிபடும் நூற்றுக்கும் மேற்பட்ட தகவலாளிகளிடம் நேரடிப் பேட்டி எடுத்தும் வினாநிரல்கள் மூலம் சேகரித்த தரவுகளும் ஆய்வின் மூலங்களாகக் கொள்ளப்படுகின்றன. இவற்றோடு பதிப்பிக்கப்பட்ட மற்றும் களப்பணியில் சேகரித்த மதுரைவீரன் கதைப்பாடல்களும், நாடகங்களும், திரைப்படங்களும் துணைச் சான்றாதாரங்களாக எடுத்துக் கொள்ளப்படுகின்றன. மதுரைவீரன் தொடர்பான பிற ஆய்வாளர்களின் நூல்களும் கருத்துரைகளும் துணை நிலையிலேயே அமைகின்றன.

ஆய்வுப் பார்வைகள்

களப்பணியில் திரட்டிய தரவுகள் இந்த நூலில் பொதுவாக விளக்கவியல் அணுகுமுறையில் ஆய்வு செய்யப்பட்டுள்ளன. இருப்பினும் 'மதுரைவீரன் வழிபாட்டு முறைகள்' என்ற இயலில் பண்பாட்டு மானிடவியல் என்ற அணுகுமுறையும். 'கலை வடிவங்களில் மதுரைவீரன்' என்ற இயலில் ஒப்பியல் அணுகுமுறையும் பின்பற்றப்பட்டுள்ளன.

இந்தச் செய்திகளைக் கவனத்தில் எடுத்துக்கொண்டு நாட்டார் மக்களின் மதுரைவீரன் வழிபாடு பற்றிய ஆய்வுப் பயணத்தை இனி நாம் மேற்கொள்ளலாம்.

பொருளடக்கம்

1. தமிழகத்தில் நாட்டார் வழிபாடு — 21

2. மதுரைவீரனை வழிபடும் சமூகத்தாரும் வழிபாட்டு நிலைகளும் — 64

3. மதுரைவீரன் வழிபாட்டிடங்களும் வழிபடு உருவங்களும் — 104

4. மதுரைவீரன் வழிபாட்டு முறைகள் — 150

5. கலை வடிவங்களில் மதுரைவீரன் — 201

6. ஆய்வுப் பயணமும் பாதைகளும் — 246

துணைநூற் பட்டியல் — 263

பின்னிணைப்பு — 276

1. தமிழகத்தில் நாட்டார் வழிபாடு

தமிழ்ச் சமுதாயம் தனித்த பண்பாட்டினையும், நாகரிகத்தையும் கொண்டுள்ளது. இதற்கு இலக்கியங்களும் வரலாறும் ஆதாரம் தெரிவிக்கின்றன. பண்பாட்டின் முழுமையான தொகுதிக்குள் பல கூறுகள் இணைந்து காணப்படுகின்றன. இத்தகைய பண்பாட்டுக் கூறுகளில் ஒன்று வழிபாடு ஆகும். எனவே, இவ்வியல் தொல் வழிபடு வடிவங்களைக் கூறி, அவற்றை உள்வாங்கியிருக்கும் நாட்டார் வழிபாடானது, காலந்தோறும் ஏற்ற மாற்றங்களோடு பரிணாம வளர்ச்சி பெறும் வளர்நிலையை எடுத்துக்காட்டும் நோக்கில் அமைகிறது.

1.1. வழிபாடு - வரையறை

'வழிபடு' என்ற வேர்ச்சொல்லில் இருந்து பிறந்த 'வழிபாடு' என்னும் சொல் 'வழியிற் செல்லுகை' (proceeding on the way). 'பின்பற்றுகை' (following), 'வணக்கம்' (Reverence adoration), 'பூசனை' (Ritual worship) என்ற பொருளினைத் தருகின்றது[1]. 'பூசனை' என்ற பொருளினைத் தருகிறது பிங்கல நிகண்டு[2]. 'வணக்கம்' என்ற பொருளினைக் கூறுகிறது செந்தமிழ் அகராதி[3] 'வணக்கம்' 'கோட்பாடு' என்ற இரு பொருள்களைத் தருகின்றது தற்காலத் தமிழ்ச்சொல்லகராதி[4] வணக்கம், வழியிற் செல்லுகை, பின்பற்றுகை, பூசனை, வழக்கம், சமயக் கோட்பாடு என்ற பொருள்களைக் கூறுகின்றது கழகத் தமிழ் அகராதி[5]. சமயத்தில் 'வழிபாடு' என்ற சொல் கௌரவம், கண்ணியம், வணக்கம், மதிப்பு என்ற பொருட்களைப் பெற்று விளங்குகின்றது. கடவுளையோ, கடவுளர்களையோ, உயிர் உள்ளவற்றையோ, உயிர் இல்லாதவற்றையோ, வழிபாட்டுச் சொற்களைக் கொண்டு வழிபடுவதை 'வழிபாடு' எனலாம்[6].

தொல்காப்பியப் பொருளதிகாரத்தில் வழிபடுமறுத்தல் (1057/3), வழிபடு தெய்வம் (1106/3), வழிபடு கிழமை (1361/1) என்ற சொற்றொடர்கள் பயின்று வருகின்றன. 'வழிபடல் சூழ்ந்திசின் அவருடைய நாட்டே' (11:8) என வரும் குறுந்தொகைப் பாட்டில், வழிபடல் என்பதற்குச் 'செல்லுதல்' எனப் பொருள் கொள்கிறார் உ.வே. சாமிநாத அய்யர் என்பர்[7]. 'வழிபடுவோரை வல்லறிதீயே' (10:1) என வரும் புறநானூற்றுப் பாடலில், வழிபடுதல் என்பது 'வணங்குதல்' என்ற பொருள் தரும். சிலப்பதிகாரத்தில் 'வந்தனை செய்து வழிபடுதலைக் கோல்' (3:120), 'கோட்டம் வழிபாடு கொண்டிருப்பாள்' (9:40) என்று வருகிறது. 'வழிபடுதல் வல்லுதல்லால்' (309:2) என்ற நாலடியார் பாடலில், வழிபாடு என்பதற்குப் 'பின்பற்றுதல்' எனப் பொருள் கொள்ளப்படுகிறது. 'அமரர் கோன் வழிபட்டால்' (பா.29) எனத் திருவாய்மொழி நூற்றந்தாதியில் இச்சொல் 'நேர் செல்லுதல்' எனப் பொருள் தருகிறது. காஞ்சிப்புராணத்தில் இரு மொழியும் வழிப்படுத்தார்' (பா.249) என வரும் இடத்தில், வழிப்படுத்தல் என்பதற்குச் 'சீர்திருத்தம்' எனப் பொருள் கொள்ளலாம்.

மேற்கூறியவற்றிலிருந்து வழிபாடு என்னும் சொல் வணங்குதல், பின்பற்றுதல், செல்லுதல், சீர்திருத்தல், கோட்பாடு என்ற பொருளினைப் பெற்று விளங்குகிறது என்பதை அறிந்து கொள்ளலாம்.

1.2 வழிபாட்டின் தொன்மை

உணவுப் பொருட்களை மட்டுமே தேடி வாழ்ந்த பழங்கால மனிதனுக்கு, மனம் என்று விழிப்புணர்வு கொண்டதோ அன்று முதல் அவனுக்கு இறை நாட்டம் தொடங்கிவிட்டது எனலாம்[8] மனிதன் இயற்கையோடு வாழ்ந்தான். அவற்றில் இருந்து தன் தேவைகளைப் பூர்த்தி செய்து கொண்டான். காலப்போக்கில் மனிதன் தான் பெற்ற விழிப்புணர்வினால் இயற்கையை ஆழ்ந்து கவனித்தான். அதன் செயல்கள் அவனுக்கு வியப்பையும் - மகிழ்வையும் ஏற்படச் செய்தன. எனவே, இயற்கையை வாழ்த்தினான்.

மனிதனுக்கு வாழ்வளித்த இயற்கை பொய்த்தது. அவனது வாழ்க்கை பாதிப்புக்கு உள்ளானது. தொல் மனிதன் கலக்கமுற,

இறப்பின் பயம் அவனை ஆட்கொண்டது. எனவே, மனிதன் இயற்கையுடன் போராடத் தொடங்கினான். இயற்கை, மனிதனை வீழ்ச்சியுறச் செய்தது. ஆகவே, தனக்கு மீறிய அதீத ஆற்றல் உண்டு என்ற உணர்வு அவனுக்கு ஏற்பட, அதனிடமே அமைதி வேண்டிச் சரணடைந்தான். இந்நிலைதான் மனிதன் நிகழ்த்தியத் 'தொல் வழிபாடு' எனலாம் இக்கருத்துக்கேற்ப **கோசாம்பியின்**, 'தெய்வ வழிபாடு தோன்றுவதற்கு எதிரிகளைப் பற்றிய அச்ச உணர்வே காரணம்'[9] என்ற கருத்தும், **ஃபிராய்டின்** "மனிதமனத்தில் தோன்றிய அச்சம், குற்ற உணர்வு போன்ற மனவியல் பண்புகளின் பரிணாம வளர்ச்சியே வழிபாட்டு நெறிக்கு வித்திட்டது"[10] என்ற கருத்தும், **காப்ஸின்,** "காடுகளில் வாழ்ந்த கொடிய விலங்குகளும், இயற்கையின் தீய சக்திகளும் மனித வாழ்வில் எதிர்பாராத பல மரணங்களைத் தோற்றுவித்தன. இந்த எதிர்பாராத மரணங்கள் மனித மனத்தில் தோற்றுவித்தப் பயமும், பயம் விளைவித்த அமைதியின்மையும் நன்னெறிப்பட்ட தெய்வ வாழ்விற்கு அவனை அழைத்துச் சென்றன"[11] என்ற கருத்தும் துணைபுரிகின்றன.

இயற்கை, மனிதனுக்கு எதிரானதால் அச்சம், போராட்டம் ஆகிய அவனுடைய உணர்வுகள் தெய்வச் சிந்தனையை ஏற்படுத்தியது. இதைப் போன்றே தனது வாழ்வு நிலைபெற உதவிய காய், கனிகள், மரங்கள், விலங்குகள் உட்பட்ட இயற்கைச் செல்வங்களிடம் நன்றியுணர்வு ஏற்பட்டு, அவற்றை வாழ்த்திய நிலையே, பின்னர் வழிபாடாகப் பரிணமித்தது. இந்நிலை காலச் சுழற்சியில் மனித வாழ்வின் பக்குவத்தன்மை எனலாம்.

புராதன மக்களின் வாழ்வியல் தேவை அல்லது நலனுக்காக, அதீத ஆற்றல் என்ற நம்பிக்கையின் அடிப்படையில் எழுந்த வழிபாட்டுணர்வு, சமயத்தின் தொடக்கமாய் 'மந்திரம்' என்ற பாவனை நிலையில் இருந்து வெளிப்பட்டு ஆவி வழிபாடு, உயிர்ப்பொருள் வழிபாடு, இயற்கை வழிபாடு, குலக்குறி வழிபாடு, போலிப் பொருள் வழிபாடு, மூதாதையர் வழிபாடு, நடுகல் வழிபாடு இவை யாவும் உள்ளிட்டச் சிறுதெய்வ வழிபாடு என்று பன்முகத் தன்மையோடு விளங்குகிறது.

1.3. வழிபாட்டு வடிவங்கள்

மனிதன் பழங்காலத்தில் பல்வேறு வழிபாடுகளை மேற்கொண்டு இருந்தான். அவனது ஒவ்வொரு வழிபாடும் ஒவ்வொரு வடிவத்தில் வெளிப்படுவதை அறியலாம்.

மந்திரம் (Magic)

புராதன மனிதன் பொருளாதார நலன்களைப் பெற, பாவனைச் செயல்களால் உருவாக்கிக் கொண்ட, அன்றைய அவனது அறிவியலே மந்திரம் ஆகும். ஜர்ஜ் தாம்சன், "புராதன மந்திரமானது கற்பனை ஒன்றினை உருவாக்குவதன் மூலம் யதார்த்தத்தைக் கட்டுப்படுத்தலாம் என்ற கருத்தோட்டத்தை அடிப்படையாகக் கொண்டுள்ளது. இது உண்மையான தொழில் நுட்பத்தின் பற்றாக்குறையினை ஈடுகட்டு வதற்காகத் தோன்றிய கற்பனையான தொழில் நுட்பமாகும்"[12] என்று குறிப்பிடுவதாகக் கூறுவர். இம் மந்திரத்தை அடிப்படையாகக் கொண்டே சமயமும் உருக்கொண்டது என்பார் ஜேம்ஸ் ஃபிரேசர்[13] "ஒரு விருப்பத்தை நிறைவேற்ற வேண்டுதலையும், வழிபாட்டையும் அடிப்படையாகக் கொண்டது சமயம் என்றும், பாவனைச் செயல்களையும் (Mimatic acts), கட்டளையிடுதலையும் அடிப்படையாகக் கொண்டது மந்திரம்"[14] என்றும் சுருக்கமாகக் கூறுவர்.

புராதன மனிதன் தன் வாழ்வியல் தேவைக்கானப் பொருட்களைப் பாவனைச் செயலான மந்திரத்தின் மூலம் பெற முயற்சிக்கும்பொழுது தடைகள் ஏற்பட்டன. தம் மந்திரத்தைக் கட்டுப்படுத்துவது மீவியற்கை ஆற்றல் (Super Natural power) எனக் கருதினர். எனவே, கட்டுப்படுத்திய மீவியற்கை ஆற்றலை வழிபட்டு, அவற்றிற்குச் சடங்குகளையும் பலியிடுதலையும் செய்தனர். இம் மீவியற்கை ஆற்றலே பின்னர் கடவுள் நிலைக்கு வித்திட்டுச் சமயத்தை உருவாக்கியது. சமயத்தின் உட்கூறுகளில் மந்திரமும் உள்ளடங்கியது.

இயற்கை வழிபாடு

ஆதி மனிதன் இயற்கை அளித்த உணவுப் பொருட்களால் உயிர் வாழ்ந்தான். உதவிய இயற்கையானது மழை, காற்று, தீ ஆகியவற்றால்

இன்னல்களையும் கொடுத்தது. இயற்கையின் இயக்கத்தைப் புரியாது, அவற்றை மந்திரத்தால் (போலச் செய்தல்) தனது கட்டுக்குள் கொண்டு வர முயன்றான். தோல்வி அடைந்தான். எனவே, இயற்கைப் பொருட்களுக்குள் ஓர் அதீத ஆற்றல் இருக்கும் எனத் தீர்மானித்தான். அதனைக் கடவுள் என வழிபடத் தொடங்கினான். இயற்கையின் உள்ளார்ந்த அச்சந் தரும் அதீத ஆற்றலை 'மனா' (mana) என்றழைத்தனர்.

'மனா' என்ற அதீத ஆற்றலை வழிபடும் நிலையைச் சொன்னவர் மேலைநாட்டு மானிடவியல் அறிஞர் **'மாரெட்'** (R.R.Marett). இவர் ஆவி வழிபாட்டுக்கு (Animism) முந்தைய வழிபாடாக 'மனா'வைக் குறிப்பிடுகிறார்[15].

குலக்குறி வழிபாடு (Totemism)

பழங்குடி மக்கள், வாழ்க்கைக்குப் பாதுகாப்பாகவோ உணவாகவோ பயன்பட்ட விலங்குகள், தாவரங்கள் ஆகியவற்றைத் தங்கள் மூதாதையர்களாகக் கருதிக் கொண்டனர். இப்பொருள்களைத் தங்கள் குலத்தின் சின்னமாகவும், அதன் வழிவந்த குலத்தைச் சேர்ந்தவர்கள் தாங்கள் என்றும் கூறிக் கொண்டனர். வாழ்வியல் நலனுக்குப் பயன்பட்ட சின்னங்களை, குறிகளைக் காலப்போக்கில் வழிபட்டு, குலக்குறியாக்கிக் கொண்டனர்.

ஒரே அடையாளக் குறியைக் கொண்ட குழுக்கள் தங்களுக்குள் திருமண உறவு வைத்துக் கொள்வதில்லை. இது புறமணக் கொள்கை (Ex- ogamy) எனப்படும்.

விலக்கு (Taboo)

இது அதீத ஆற்றல் மற்றும் ஆவித் தொடர்பு கொண்டுள்ள பொருட்கள் யாவும் விலக்கப்பட்டது என்ற அடிப்படையில் அமைந்து, சமயம், பண்பாடு ஆகியவற்றோடுத் தொடர்பு கொண்டுள்ளது. புனித நிலையிலும் புனிதமற்ற நிலையிலும் விலக்குச் சுட்டப்படும்.

எடுத்துக்காட்டாக, இறைவனுடன் தொடர்பு கொண்டுள்ள பூசாரிகள் புனிதத்தன்மை உடையவர்கள். எனவே, அவரை யாரும்

தொடக் கூடாது என்பது விலக்கு. பூப்படைந்த மற்றும் அதன் தொடர்புடைய நிலையில் உள்ள பெண்கள் புனிதம் இல்லாத தீண்டத்தகாதவர்கள். எனவே, இவர்களை யாரும் தொடுதல் கூடாது என்பது விலக்கு. இரு நிலைகளில் புனித நிலைப்பட்ட விலக்குகள் வழிபாட்டுக்கு உள்ளாகும் தன்மை உடையன.

போலி உருவ வழிபாடு (Fetishism)

போலி உருவ வழிபாட்டைப் புனிதப் பொருள் வழிபாடு என்றும் கூறுவர். மனிதனுக்குப் புறத்தே உள்ள சில பொருட்களில், அவனுக்கு நலம் விளையவும் விருப்பம் நிறைவேறவும் செய்யக்கூடிய அதீத அல்லது மந்திர ஆற்றல் உள்ளீடாக உள்ளது. இந்த நம்பிக்கையின் அடிப்படையில் மனித உணர்வோடு இணைக்கப்பட்ட அப்பொருட்களை வழிபடுவதே புனிதப்பொருள் வழிபாடாகும்.

போலி உருவ வழிபாடே சமயத்திற்கான மூல ஆதாரம்[16] என்றும், குலக்குறி வழிபாட்டின் தொடக்கம்[17] என்றும் கூறுவர். நாட்டார் சமயத்தின் வழிபாட்டுக்கு உட்பட்ட பொருள்களான அரிவாள், வேல், ஈட்டி, மரம், தெய்வங்களுக்கான ஆடைகள், அணிகலன்கள் யாவும் புனிதப் பொருள்களாக இன்றுவரையிலும் வழிபடப்பட்டு வருவதும் குறிப்பிடத்தக்கது. இப்பொருள்களில் மனிதன் கொண்ட நம்பிக்கையே இவ்வழிபாட்டின் அடிப்படை. இவ்வழிபாட்டை ஆவி மாற்று அல்லது தொடர்ச்சியாகக் கொள்ளலாம். குலக்குறி வழிபாடு, விலக்கு, போலி உருவ வழிபாடு ஆகிய மூன்றும் ஒன்றோடொன்று தொடர்புடையன.

ஆவி வழிபாடு (Animism)

இறந்து போன மனிதர்களின் ஆவிகளைத் தெய்வமாக எண்ணி வழிபடுவது ஆவி வழிபாடாகும். சமயத்தின் தொடக்கம் ஆவி வழிபாடு என்பர்[18] ஆவி வழிபாட்டை அடித்தளமாகக் கொண்டமைந்தவை நாட்டார் சமயம் எனலாம். ஆவியுலகக் கோட்பாட்டை விரிவுபடுத்தியே 'மனா' எனும் அதீத ஆற்றல் வழிபாட்டைக் கண்டறிந்தனர் எனக் கூறுவர்[19].

உயிர்ப்பொருள் வழிபாடு (Animatism)

உயிர்ப்பொருள் வழிபாடு, ஆவி வழிபாட்டிலிருந்து சிறிது மாறுபாடான கோட்பாடுடையது. தொல் மனிதனின் அனைத்து இயற்கைப் பொருட்களுக்கும் உயிருண்டு என்ற நம்பிக்கையில் வெளிப்பட்டதே உயிர்ப்பொருள் வழிபாடு. "வாழும் உயிரினங்கள் நீங்கலாக உள்ள எந்த ஒரு ஜடப்பொருளிலும் மனிதாதீதமான சக்தி (Impersonal power) குடிகொண்டிருக்கிறது என்னும் நம்பிக்கையே அனிமேட்டிசம்"[20] என்பர்.

முன்னோர் வழிபாடு (Ancestor worship)

இது தொல் மக்களின் மிக முக்கிய வழிபாடு. புராதன மக்கள் தங்கள் குடும்ப முன்னோரிடம் கொண்ட அச்சமே இதற்கு அடிப்படைக் காரணம். முன்னோர்களின் இறப்பிற்குப் பின் அவர்களை வழி படாவிட்டால் தீமைகள் செய்வர் என்ற எண்ணத்தின் வெளிப்பாடே இது இவ்வழிபாட்டுக்கு உரியவர்களாக இறந்துபட்ட குடும்ப மதிப்பிற்கு உள்ளானவர்களும், போரில் வீழ்ந்துபட்ட முன்னோர்களும் அடங்குவர்.

இறந்தவர்களை அமைதியடைய நிகழ்த்தப்பட்ட சடங்குகள், அவற்றினடிப்படையிலான நம்பிக்கைகள் ஆகியவைகளே முன்னோர் வழிபாட்டை முகிழ்க்கச் செய்தன. இன்றைய நாட்டார் தெய்வங்கள் பெரும்பான்மையும் முன்னோர் வழிபாட்டோடு தொடர்புடையதாகும்.

நடுகல் வழிபாடு

வழிபாட்டுப் படிநிலை வளர்ச்சியில் சிறப்பான இடம் வகிப்பது நடுகல் வழிபாடாகும். நடுகல் என்றால் 'நடப்பட்ட கல்' எனப் பொருள்படும் இதனை அகநானூறு 'நட்ட போலும் நடா நெடுங்கல்' (2697, 289 3) எனக் குறிக்கும். போரில் வீரங்காட்டி மடிந்த மறவனின் வீரத்தின் குறியீடாகப் புகழை வெளிக்காட்டும் நினைவுச் சின்னமாக நடுகல் நடப்படும்.

நடுகல்லை வழிபடும் நிலை உலகளாவிய நிலையில் மனித வரலாற்றுக்கு முற்பட்டும் நிகழ்ந்து வந்திருக்கிறது. தென்கிழக்காசிய நாடுகளிலும், மத்தியக் கிழக்கு நாடுகளின் பல பகுதிகளிலும், ஐரோப்பா

முழுவதிலும் முன் வரலாற்றுக் கால மக்கள் இறந்தவர்களைப் புதைத்த இடங்களில் நினைவிற்காகப் பெருங்கற்களை நட்டு வைத்தனர்[21].

இறந்தவர்களின் நினைவுச் சின்னங்களாகக் கிரேக்க நாட்டின் ஏதென்சு நகரில் நெடுங்கற்கள் எழுப்பப்பட்டன. "ஒயின் வண்ணக் கடற்பரப்பில் கப்பல் வரும்போது, வழியில் தென்படும் கரையோரங்களில் மறவர் நினைவுக் கற்கள் (Memorials of warriors) நிறுத்தப் பட்டிருக்கும். இவையெல்லாம் போரில் மடிந்த வீரர்களின் நினைவாக எழுப்பப்பட்டவை. இவர்கள் எல்லாம் தம் புகழ் நிறுத்தித் தாம் மாய்ந்தவர் ஆவார். இவ்வாறு 'இலியட்' என்ற இதிகாசம் கூறும்"[22] இந்நடுகற்களை வழிபடுவது என்பது வீர வணக்கத்தை முதன்மைப் படுத்துவதாகும். "பொதுவாக இறந்த மூதாதையரைப் போற்றி, அவருக்கு ஆவன செய்யும் முறையிலிருந்தே சிறிது பிற்பட்ட காலத்தில், போரிலே வீழ்ந்துபட்ட வீரனை வழிபடும் முறை தோன்றியது"[23] என்பார் கைலாசபதி.

நடுகல்லின் அமைப்பும் நடும் இடமும்

மடிந்த வீரர்களுக்கு நடப்பட்ட நடுகல்லில் அவருடைய பெயரும், புகழுக்குரிய செயலும் பொறிக்கப்பட்டிருக்கும். இதற்கான சான்றை, 'மறவர் பெயரும் பீடும் எழுதி' (அகம். 67:8-9), 'ஆடவர் பெயரும் பீடும் எழுதி' (அகம்.131:9-10), 'மறவர் செல்லா நல்லிசை பெயரொடு நட்ட கல்' (மலைபடு.387-389), 'ஆடவர் நன்னிலை பொறித்த கன்னிலை' (அகம்.179:7-8), 'உ பரிசை வெறுப்பத் தோன்றி பெயரே கன்மிசையதுவே' (புறம். 260:25-28), என்ற வரிகளில் அறிந்து கொள்ளலாம். பெயர் பொறித்தப் பின்புதான் நடுகல்லை நடுவர் என்பதைப் 'பெயர் பொறித்த இனி நட்டனரே கல்லும்' (புறம். 264:3-4) என்ற பாடல் வரி குறிக்கும். நடுகல்லைச் சுற்றி வீரர்கள் பயன்படுத்தியக் கேடயங்களும் ஈட்டிகளும் வைக்கப்பட்டன (பட்டின.78-79). நடுகல்லானது ஓரளவு நெடிதுயர்ந்து, சற்று அகலமான அமைப்புடன் காணப்படுவதை 'நட்டபோலும் நடா நெடுங்கல் அகலிடம்' (அகம்.269:7-8) என்று அகநானூறு குறிக்கிறது.

நடுகல் நடும் இடம் பற்றிப் பல்வேறான கருத்துக்கள் நிலவுகின்றன. "வீரர்கள் போரில் வீழ்ந்த இடத்தில் நடுகற்கள் நாட்டப்பட்டன"[24] "இறந்த

இடங்களிலாதல், வேறிடங்களிலாதல் நடுகற்கள் எழுப்பட்டிருக்க வேண்டும்''[25]. ''பெரும்பாலும் வீரர்களைப் புதைத்த இடத்தில் நடுகற்கள் எடுக்கப்பட்டன''[26] ''தாழிகளைப் புதைத்த இடத்தின் மேல் நடுகற்கள் நடப்பட்டன''[27] ஆகிய கருத்துகள் அறிஞர்களிடையே நிலவுகின்றன. ஆனால் சங்க இலக்கியங்கள், வீரர்களின் உடலைப் புதைத்த இடத்தில் உள்ள கற்குவியலாகிய பதுக்கைகளின் மேல் நடுகற்கள் நாட்டப்பட்டன என்று கூறும் (அகம். 35, 67, 364, 289)

வழிபடும் முறை

சங்க இலக்கியங்கள் (அகம். 35:7-8) 'கடவுள்' என்ற பெயரால் நடுகல் வீரர்களைச் சுட்டுகின்றன. இறைவனைப் பாடி மகிழ்வது பண்டைய மரபு (அகம்.38, 2-5). இதைப் போன்று நடுகல் வீரரையும் பாடி வழிபட்டனர் (மலைபடு. 386-391). முல்லைநில மறக்குடி மக்கள், நெல்லைச் சொரிந்து நடுகல்லை வழிபாடு செய்வது மட்டுமே தங்கள் வழக்கம் பிற மக்களைப் போல் கடவுளை வழிபடும் வழக்கம் தங்கள் மரபில் உள்ளோரிடம் இல்லை என்பதாகப் புறப்பாடல் (புறம். 335:9-12) வழி அறிய முடிகிறது.

நடுகல்லிற்கு, விடியலில் பூசைப் பொருள்கள் கொண்டு வழிபாடு செய்வதை அகநானூறும் (289:2-3) புறநானூறும் (329:2) கூறும். நடுகல்லிற்கு நன்னீராட்டி, நெய் தடவி, தூபம் காட்டுவர். அதன் புகை தெருக்களில் கமழ்வதை,

> **''இல்லடு கள்ளின் தெருக்களில் கமழ்வதை**
> **புடைநடு கல்லின் நாட் பலியூட்டி**
> **நன்னீராட்டி நெய்ந்நறைக் கொளீஇய**
> **மாங்குன் மாப்புகை மதுகுடன் டேழும்**
> **அருமுனை இருக்கை''   (புறம்.329)**

என்று சங்கச் செய்யுள் விளக்கும்

நடுகல் வழிபாட்டின் போது. கல்லில் மயில்தோகை கட்டப்படும். துடியை முழக்கி, நெல்லால் ஆக்கியக் கள்ளோடு செம்மறிக் குட்டி பலியாகக் கொடுக்கப்படுவதும் வழிபடு முறைகளாக இருந்தன.

இதை,

"நடுகற் பீலி சூட்டிற் துடிப்படுத்துத்
தோப்பிக் கள்ளொடு துரூஉப்பலி கொடுக்கும்" (அகம்.35)

என்ற வரிகளில் அறியலாம்.

வழிபடு பயன்

சங்க இலக்கியப் புறப்பாடலில் பறையறையும் தொழிலையுடைய இரவலன் ஒருவன், நீ செல்லும் வழியில் நடுகல்லை வணங்காமல் போக வேண்டாமெனவும், வணங்கிச் செல்வாயானால் நீ செல்லும் வழி மழை பெய்து குளிர்ச்சியாகி, உன் செலவிற்கு இன்பம் தரும் என்பதை,

"பல்லாத் திரள் நிரைபெயர் தரப்பெயர் தந்து
கல்லா இளையர் நீங்க நீங்கான்
வில்லுமிழ் கருங்கணை மூழ்கக்
கொல்புனல் சிறையின் விளங்கியோன் இல்லை" (புறம்.263)

என்றமையும் இப்பாடல் மூலம் நடுகல்லின் வழிபடு பயனை அறியலாம். இப்பாடலைப் பற்றி மொ.அ.துரை அரங்கசாமி, "புறங்கொடாமல் பொருது வீழ்ந்தமையால், தேவருலகம் சென்ற தேவனானவன் பொருட்டு நட்ட கல்லைத் தெய்வமாகத் தொழ, நன்மையுண்டாகும் என்ற நம்பிக்கை முதன்முதலில் வெளிப்படுவது ஈண்டேயாகும்"[28] என்கிறார்.

தழைத்த மெல்லிய கூந்தலையும் ஒளி பொருந்திய நெற்றியையும் உடைய அரிவையொருத்தி, நாளும் தவறாமல் நடுகல்லைக் கைகூப்பித் தொழுது, தனது கணவன் போரில் வெற்றி பெறவேண்டும் என்று வேண்டினாள் (புறம்.36:3-7) என்பதை அள்ளூர் நன்முல்லையார் என்னும் பெண்பாற் புலவர் பாடியுள்ளார். நாட்டில் மழை பொழிய நடுகல்லை வழிபட்ட செய்தியைப் புறநானூறு (263) பாடல் ஒன்று காட்டும்.

நடுகல் வழிபாடும் முன்னோர் வழிபாடும்

நடுகல் வழிபாட்டையும் முன்னோர் வழிபாட்டையும் ஒன்றாகவே கருதுவர்[29] இலக்கியங்களில் குறிக்கப்படும் தென்புலத்தார்

எனப்படும் முன்னோர்களுக்கு, அவர்களின் சந்ததியினர் நடுகல் எடுக்கும் வழக்கத்தைக் கொண்டிருக்கவில்லை என்பதை இலக்கியங்கள் சுட்டுகின்றன. இறந்தவர்களுக்கு நன்றிக்கடன் செலுத்த கல்நாட்டி வழிபடுவது 'வீரக்கல்' எனப்படுகிறது[30]

முன்னோர் வழிபாட்டில் அவரது நினைவாக ஆவிக்குச் செய்யும் சடங்கும், நடுகல் வழிபாட்டில் வீரம் போற்றப்பட்டு அதன் ஆவி பற்றிய நம்பிக்கையில் எழுந்த வழக்கமும் வேறானவையே. இரு வழிபாட்டிலும் உள்ள பொதுத்தன்மை, வழிபட்டோர்க்கு உதவுதல் என்ற நம்பிக்கையே. மேலும், நடுகல் வழிபாடு என்பது வழிபடுவோர்க்கு உதவுதல் என்ற நம்பிக்கையும், முன்னோர் வழிபாடு, என்பது உறவினர்களுக்கு உதவுதல் என்ற நம்பிக்கையும் கொண்டதாகும்.

நடுகல் வழிபாடும் சிறு தெய்வ வழிபாடும்

பல்வேறு நூற்றாண்டைச் சேர்ந்த நடுகற்கள் கண்டுபிடிக்கப் பட்டதெனவும், அது சிறுதெய்வமாக வழிபடப்படுவதாகவும் தொல்பொருள் ஆய்வின் மூலம் அறிய முடிகிறது. சான்றாக, பல்லவர் கால நடுகற்கள் பல (1971/59, 1971/54) இன்றும் மக்களால் வழிபடப்படுகின்றன[31] வேடியப்பன் கோயில், பட்டான் கோயில், ஐயனாரப்பன் கோயில், மீனாரப்பன் கோயில் என்றவாறான பல பெயர்களைக் கொண்டும் விளங்குகின்றன[32] 'ஆஞ்சநேயர் கல்லு' என்று நடுகற்கள் வழிபடுவதாகக் கூறப்படுகின்றன.[33] ஆஞ்சநேயர் வீரத்தோடு தொடர்புடையவர் என்பதால், வீரத்தின் சின்னமான நடுகற்களோடு இணைத்துக் கூறப்பட்டிருக்கலாம்.

நடுகற்கள் சிறுதெய்வமாக வழிபடப்படுவதைப் போல, நாட்டுக் கதைப்பாடல் தலைவர்களும் தெய்வங்களாக்கப்பட்டு, இன்று சிறுதெய்வமாக வழிபடப்படுகிறார்கள். கதைப்பாடல் தலைவர்கள் வீரச்செயல் புரிந்து அகால மரணமடைந்தவர்கள். இவர்கள் சாதாரண வீரர்கள் மற்றும் படைத்தளபதிகள், அதிகாரிகள் ஆகியோர். கதைப்பாடல் தலைவர்களைச் சிறு தெய்வமாக வழிபடுவது நடுகல் வழிபாட்டின் தொடர்ச்சியான மரபே. ''பழந்தமிழரின் வீர வழிபாட்டு அடிப்படையில் நடுகல் தெய்வங்கள் தோன்றின. பிற்காலச் சிறுதெய்வ வழிபாடு

தோன்றுவதற்கு நடுகல் வழிபாடே காரணமாயிற்று"[34] என்பார் கைலாசபதி. "மலரும், மதுவும், ஊனும், சோறும் நடுகற்களுக்குப் படைக்கப்பட்டதை நோக்குமிடத்துப் பிற்காலத்திலே தாழ்ந்த சாதியினர் எனக் கருதப்படுவோர் வேள்வி நடாத்தி மடை கொடுத்துச் சிறு தெய்வங்களை வழிபடுவது எமது நினைவிற்கு வரும். இவை ஐயனார், மதுரைவீரன், இருளன், கருப்பன், நொண்டி முதலியன நடுகற் தெய்வங்களை ஒத்தனவாயுள்ளன"[35] என்று சு.வித்தியானந்தன் கூறுவதும் இங்கு ஒப்பு நோக்கத்தக்கது

1.4. இரு வகைச் சமயநெறிகள்

தமிழ்ச் சமுதாயத்தில் இருவகைச் சமயங்கள் காணப்படுகின்றன. 1. உயர் (பெருஞ்) சமயம் அல்லது பெருந்தெய்வ நெறி, 2. நாட்டார் சமயம் அல்லது சிறுதெய்வ நெறி என்பதாகும். "சமூக மேலாதிக்கச் சிந்தனையின் அடிப்படையில் இரு சமயப்பிரிவுகளின் சொற்கள் உருவாகி உள்ளன"[36] என்பார் ஆ.சிவசுப்பிரமணியன்.

நாட்டார் சமயம்

பெரும்பாலான மக்களால் பின்பற்றப்படும் வழிபாட்டு நெறி நாட்டார் சமயம் எனப்படும். இது நிறுவன சமயத்திற்குள் அடங்காது. நாட்டார் சமய வழிபாட்டிற்கு உள்ளாவதே சிறு தெய்வங்கள் அல்லது நாட்டார் தெய்வங்கள் எனப்படும். "நாட்டுப்புறத் தெய்வங்களின் தொடக்கம் வேட்டையாடிய மக்கள் விவசாயக் குழுக்களாக மாறி ஓரிடத்தில் தங்கி வாழத் தொடங்கிய காலம் பழைய மக்கள், உலகம் நல்லதும் கெட்டதுமான ஆவிகளால் நிரம்பியது என்றும், இயற்கைக்கு மாறுபாடான சம்பவங்களுக்கும், நோய், பெருந்துன்பம் இவைகளுக்கும் காரணம் இந்த ஆவிகளே என்றும் நம்பினர்"[37] என்பார் ஒயிட்ஹெட் சிறு தெய்வங்களை வணங்கும் வழிபாட்டு மரபு மிகப் பரவலாக உள்ளமையால் 'பெரு வழக்காண்மைச் சமயம்' என்றும் கூறுவர்.[38]

இரு நெறிகளில் வரலாற்றுக் கால மக்களிடம் முகிழ்த்துக் காலச் சூழலுக்கு ஏற்ப, புதிய உள்ளார்ந்த, தத்துவ ரீதியான சிந்தனை உணர்வோடு பரிணமித்திருப்பது உயர் அல்லது பெருஞ்சமயம்.

இச்சமயத்தில் நாட்டார் சமயக் கூறுகளையும் பண்பாட்டுக் கலப்பையும் அவதானிக்கலாம். நாட்டார் வரலாற்றுக்கு முற்பட்ட புராதன மக்களின் வழிபாட்டு வடிவங்களையும், உணர்வுகளையும், நிகழ்வுகளையும் உள்வாங்கிக் கொண்டு, அதன் அதிகமான சாயலை, தொல் எச்சத்தைப் பிரதிபலித்துக்கொண்டு சமூகப் பொருளாதாரக் காரணங்களால் காலப் போக்கில் ஏற்ற மாற்றம் பெற்று, உயர் அல்லது பெருஞ்சமயத்தில் இணைந்துவிடுகிறது. இக்கருத்திற்கு ஏற்ப, "இன்று தமிழகத்தில் வழக்கிலுள்ள பல்வேறு சமயங்களும் அச்சமயக் கடவுளர்களும் திடீரென்று உருவாகி விடவில்லை. இவற்றிற்கும் ஒரு பரிணாம வளர்ச்சி நிலையுண்டு. இப்பரிணாம வளர்ச்சியின் உச்ச நிலையில்தான், இன்று நாம் காணும் நிறுவன ரீதியான சமயங்களும், அச்சமயங்களில் இடம்பெறும் எல்லாம் வல்ல தெய்வங்களும் தோன்றியுள்ளன. அதே நேரத்தில் இப்பரிணாம வளர்ச்சிப் போக்கின் பல்வேறு கட்டங்களில் உருவான சமய நம்பிக்கைகளும், கடவுளர்களும் நம் வாழ்வில் இன்றும் இடம்பெற்றுள்ளமை கண்கூடான உண்மை ஆகும். இவையே நாட்டார் (நாட்டுப்புற) சமயமாகக் காட்சியளிக்கின்றன"[39] என்னும் ஆ. சிவசுப்பிரமணியத்தின் கருத்து அரணாக விளங்குகிறது. இதைப் போன்று "சமய வளர்ச்சியில் சிறுதெய்வ வழிபாடு ஒரு படிநிலையாகும். இதன் வளர்ச்சிகள் காலப்போக்கில் பெருந்தெய்வ மரபுடன் இணைந்து வருவதை நடைமுறைச் சமுதாயத்தில் காணலாம். நாட்டுப்புறச் சமுதாயத்தைப் புரிந்துகொள்வதற்குச் சிறுதெய்வ மரபு பற்றிய கல்வி நன்கு பயன்படும்"[40] என்னும் இரா. பாலசுப்பிரமணியத்தின் கருத்தும் ஒப்புநோக்கத்தக்கது.

உயர் அல்லது பெருஞ்சமயம்

வரலாற்றுக்கு முற்பட்ட மக்கள் வெளிக்காட்டிய அதீத ஆற்றல் பற்றிய எண்ணங்களும், அந்நம்பிக்கையில் வெளிப்பட்ட வழிபாடும் தொடர்புடைய புற நிகழ்வுகளும் தொல் சமயமாக இருந்தது. பின்னர் வரலாற்றுக் காலத்தில், குறிப்பாக நிலஉடைமைச் சமுதாயத்தில் 'சமயம்' என்ற முழுமை பெற்ற நிலை உருவாகியது. எனவே, மனிதனது சமூக வாழ்வில் இடம்பெறும் சமூக நிறுவனங்களில் சமயமும் ஒன்றாகியது.

மக்கள் வழக்கில் இருந்த வேத, சைவ, வைணவ ஆகிய மூன்று வழிபாட்டு நெறிகளும் அரசியல், பொருளாதாரச் சூழல்களினால் இணைக்கப்பட்டன. மூன்று வழிபாட்டு நெறிகளும் ஒரே சமயம் என்றாகி, இந்து சமயமாக நிறுவனமானது. இச்சமயத் தெய்வங்களைப் பெருந்தெய்வங்கள் என்பர்.

1.5. காலந்தோறும் தெய்வ வழிபாடு

பெருநெறி மரபுக்கு உட்பட்டத் தெய்வங்களோடு பழந் தெய்வங்கள் இணைந்த அல்லது இணைக்கப்பட்ட நிலையினை மூவேந்தர் காலம் (சங்க காலம்), களப்பிரர் காலம் (சங்கம் மருவிய காலம்), பல்லவர் காலம், சோழர் காலம், பாண்டியர் காலம், நாயக்கர் காலம் என்ற பகுப்பின்படி இங்கு விளக்கப்படுகிறது.

மூவேந்தர் கால வழிபாட்டுச் சூழல்

மூவேந்தர் காலம் என்று சொல்லப்படுவது சங்க காலத்தைக் குறிக்கும். தமிழக வரலாற்றுச் சூழலில் ஆதாரப் பூர்வமான வழிபாட்டின் தொடக்கத்தைச் சங்க இலக்கியங்களில் இருந்தே அறிய முடியும். சங்க இலக்கியம் என்பது கி.மு 180 முதல் கி.பி.290 வரையுள்ள[41] காலப்பகுதியைச் சேர்ந்த படைப்புகள் ஆகும். பத்துப்பாட்டும், எட்டுத் தொகையும் சங்க இலக்கிய நூல்கள். பத்துப்பாட்டில் திருமுருகாற்றுப் படையும், எட்டுத் தொகையில் கலித்தொகையும், பரிபாடலும் சங்க நூல்களுக்குப் பிந்தியதாகச் சில தமிழறிஞர்கள் கூறுவதுண்டு. ஆனால், மேற்சொன்ன நூல்கள் தமிழ் இலக்கிய வரலாற்றுப் பகுப்பில் சங்க இலக்கிய வகைப்பாட்டில் தொடர்ந்து இருப்பதாலும், ஒட்டு மொத்தமான பழந்தமிழ் வழிபாட்டு நிலையினைத் எடுத்துரைக்கும் வசதி கருதியும் திருமுருகாற்றுப்படை, கலித்தொகை, பரிபாடல் ஆகிய இலக்கியங்கள் சங்க காலத்திற்குள் அடக்கப்பட்டே அவற்றிலிருக்கும் செய்திகள் இங்குத் தொகுக்கப்படுகின்றன.

சங்க இலக்கியக் காலமானது இனக்குழு வாழ்க்கை அழிந்து, நிலவுடைமையாக மலரும் காலக்கட்டத்தைக் குறிக்கின்றது[42] எனவே, அதில் வரலாற்றுக் காலத்திற்கு முற்பட்ட வழிபாட்டின் எச்சங்களையும், முடியாட்சிக் கால (அரசு தோன்றுதல்) வழிபடு நிலைகளையும் அறியலாம்.

சங்க இலக்கியங்களில் புராதன வழிபாட்டு முறை. பழந்தமிழருக்கான நிலத் தெய்வ வழிபாட்டு முறை ஆகியவற்றோடு ஆரியர்களின் வழிபாட்டு முறைகளும் கலந்து காணப்படுகின்றன. "மக்களின் அன்றாட வாழ்க்கையில் ஆரிய வழிபாடு இடம் பெறவில்லை. நகர வாழ்க்கையில் அவற்றின் செல்வாக்கு சிறிது சிறிதாகப் பெருகிக் கொண்டே வந்தது. பொதுமக்கள் தங்கள் மூதாதையரின் வழிபாட்டு முறைகளையே பின்பற்றினர்"[43] என்று சு.வித்தியானந்தன் விளக்குவார்.

"அமரர்ப் பேணியு மாவுதி யருத்தியு
நல்லா னொடு பகடோம்பியு
நான் மறையோர் புகழ் பரப்பியும்" (பட்டின. 200-202)

என்ற வரிகள், புகார் நகரத்தில் உள்ள வணிகர், தெய்வங்களுக்கு வேள்வித் தீயில் உணவு கொடுத்தும் (அவி), வானோரைப் (அமரர்) போற்றியும், எருதை (பகடு) வளர்த்தும் ஈடுபடுவதைத் தெரிவிக்கின்றன. எனவே, பெரும்பான்மை மக்கள் வழிபட்டு வந்தனர் என்றாலும், பிற்காலச் சங்கவாழ்வில் ஆரியச் செல்வாக்கு மேம்பட்ட, வழிபாட்டு நிலையைக் காணலாம்.

இயற்கை வழிபாட்டின் தொடர்ச்சியாக நிலங்களுக்கு உரிய தெய்வ வழிபாடு, சங்க கால மக்கள் வழக்கில் வலம் வந்தன. அவற்றைத் தொல்காப்பியர் (தொல். அகத்.5) எடுத்துக் கூறுவார். இவர் கூறும் மாயோன், சேயோன், வேந்தன், வருணன் ஆகிய நிலத் தெய்வங்களைத் தவிர, பாலை நிலத்துக்குரிய கொற்றவை (தொல்.புறத். 4), சிவன்(மலைபடு 82-83) சிவன்(மலைபடு 82-83) ஆகிய வழிபடு தெய்வங்களைக் காணமுடிகிறது. தெய்வத்தை முதன்மையாகக் கொண்டு, கருப்பொருட்களைத் தொல்காப்பியர் வரிசைப்படுத்தி (தொல்.அகத்.20) இருப்பதும் குறிப்பிடத்தக்கது. இத்தெய்வங்களை வழிபடும் நிலையில் நிகழும் மாற்றங்களை இனிக் காணலாம்.

முருகன் வழிபாடு

பழந்தமிழர், இயற்கையில் இருந்து ஏற்றுக்கொண்ட திராவிடத் தெய்வம் முருகன். சங்க காலத்தில் முருகன் குறிஞ்சி நில தெய்வமாகச்

'சேயோன்' என்ற பண்புப் பெயரோடு வழிபடப்பட்டான். 'முருகு' என்ற சொல் சங்க இலக்கியங்களில் பல இடங்களில் (ஐங்.245), (மது காஞ் 181) பயன்படுத்தப்பட்டுள்ளது. "முருகு என்பது 'தெய்வத்தன்மை' என்றும், முருகக் கடவுளுக்கு ஆகுபெயராக அமைந்தது"[44] என்றும் நச்சினார்க்கினியர் கருதுவார்.

'அணங்குடை முருகன் கோட்டம்' (புறம் 299) என்று சங்க இலக்கியங்கள் முருகனை அணங்காக வழிபட்டதை அறியலாம். முருகனின் வலிமையும் வீரத்தையும் 'வெல்போர்ச் சேஎய்' (மலை,493) என்றும், 'செருமிகு சேஎய்' (புறம் 14:19) என்றும் சங்க இலக்கிய வரிகள் எடுத்தியம்பும். இதன் மூலம் முருகன் போர்த் தெய்வமாகவும் வெற்றித் தெய்வமாகவும் வழிபடப்படும் தன்மையைக் காண முடியும். முருகன் கோயில்கள் சங்க காலத்தில் இருந்தது பற்றி, 'வெண்டலைப் புணரி யழைக்குஞ் செந்தில் நெடுவேல்' (புறம்.55) என்று சங்க இலக்கியங்களில் குறிப்புகள் காணப்படுகின்றன.

முருகனுடைய வழிபாட்டைச் சங்க இலக்கியங்கள் கூறும் பொழுது, 'வெறியாட்டு' என்ற சடங்கு முறையும் எடுத்துரைக்கப்படுகிறது.

வெறியாட்டு

சங்க காலத்தில் பெருவழக்காயிருந்த இச்சடங்கைத் தொல்காப்பியர்,

"வெறியயற் சிறப்பின் செவ்வாய் வேலன்
வெறியாட் டயர்ந்த காந்தளும்" (பொருள்.60:1-2)

என்று குறிப்பிடுகிறார். இலக்கியங்கள் 'வெறியயர்தல்' என்று சுட்டும். இவ்வழிபாட்டுச் சடங்கு, காதல் வயப்பட்டு உடல் அழகு குன்றிய இளம் மகளிர் நலம் பெற 'வேலன்' என்ற பூசாரியால் நிகழ்வுறும். பொலிவற்றிருக்கும் தலைமகளின் நிலைக்குக் காரணம் முருகன் எனக் கருதி, வேலன் அவனை வேண்டிக் காரணம் அறிவதை,

"கறிவளர் சிலம்பிற் கடவுட் பேணி
யறியா வேலன் வெறியெனக் கூறும்" (ஐங் 243:1-2)

என்ற பாடல் (வெறிப்பத்து) வெளிப்படுத்துகிறது.

வேலன் வெறியாடும் பொழுது, ‘வெள்ளிய பனந்தோட்டினைக் கடப்ப மலரோடு சூடி, இனிய நீர் அழகினதாக அமைந்தத் தாளத்தோடு பொருத்தி, முருகக் கடவுளின் பெரும் புகழினைத் துதிப்பான் (அகம். 98:16-19) என்பதை அறிய முடிகிறது இவ்வெறியாட்டில் ஆட்டின் கழுத்தை அறுத்துக் குருதி கலந்த தினையை உடையப் பிரம்பை வைத்து வழிபடுவர் (குறுந் 263-1) என்பதையும் அறியலாம் இவ்வழிபாட்டு முறையை இன்றைய நாட்டார் வழிபாட்டில் அருள் வந்து சாமியாடுதலோடு இணைத்துப் பார்க்க வேண்டியதாகும்.

பண்பாட்டுக் கலப்பில் முருகன்

சங்க கால வழிபாட்டில் முருக வழிபாடும். வேலன் வெறியாடலும் மக்களிடம் பெருவழக்காய் இருந்தன. இதைத் தொடர்ந்து தமிழக முருகவழிபாட்டுக் கருத்தும். ஆரிய கார்த்திகேய மற்றும் சுப்பிரமணியன் வழிபாட்டுக் கருத்தும் கலப்புற்ற வழிபடு நிலையைக் காணமுடிகிறது. இந்தப்பண்பாட்டுக் கலப்பைத் திருமுருகாற்றுப்படையிலும், பரிபாடலிலும் அறியலாம்.

காலத்தால் பிந்தியதான திருமுருகாற்றுப்படையில் ஆரியக் கலப்போடு, பல இடங்களில் திராவிட முருகனின் இயல்புகளும் கூறப்படுகின்றன. மேலும், முருகனின் பல பெயர்கள் இடம் பெறுகின்றன. அவற்றில் சில ஆரியப் பெயர்களும், திராவிடப் பெயர்களும் இடம்பெற்றுள்ளன. ‘மறுவில் கற்பின் வாணுதல் கணவன்’ (அடி.6), ‘வானோற் தானைத் தலைவன்’ (அடி.260), ’குறிஞ்சிக் கிழவன்’ (அடி. 267) ஆகியன அப்பெயர்களாகும்.

திருமுருகாற்றுப்படையில் ‘திருச்சீரலைவாய்’ என்ற பகுதியில், ஆறுமுகங்களும், பன்னிரண்டு கைகளும் உடைய முருகனின் திருவுருவம் கூறப்படுகின்றது. இவனே “சிவனின் மகனும் போர்க் கடவுளான ஆரியக் கற்பனையிலெழுந்த கார்த்திகேயன்”[45] என்பார் **சு.வித்தியானந்தன்.** மேலும், திருமுருகாற்றுப்படையில் கூறப்படும் ஆறுமுகத்தின் வினைகளும் (91-102), பன்னிரு கைகள் வினைகளும் (107-118) பண்பாட்டுக் கலப்பினை எடுத்துக் காட்டும்.

ஆரியக் கடவுளான சுப்பிரமணியனோடு முருகன் இணைத்துக் கூறப்படுவதைத் திருமுருகாற்றுப்படையின் இறுதிப் பகுதி, 'அந்தணர் தவறுக்கை' (அடி.263), 'மங்கையர் கணவன்' (அடி.264), 'மதவலி' என்ற பெயரை உடையவன் (அடி.275), 'மயில்கொடி உடையவன்' (அடி. 122), என்ற வரிகளில் வெளிப்படுத்தும்.

பரிபாடலில், ஆரியக் கலப்புடைய முருகனைப் பாண்டிய மன்னன் திருப்பரங்குன்றத்தில் போய் வழிபட்டதை எடுத்துக்காட்டும் நா வானமாமலை, "இனக்குழுக்களில் பொதுக் கூட்டமைப்புகள் அரசாக இணைகிற பொழுது, வடநாட்டுப் புராணக் கதைகளும் தமிழ் நாட்டுக் குழு நம்பிக்கையின் எச்சங்களும் கலந்து முருகன் என்ற கலப்புருவக் கடவுளைத் தமிழ் மக்கள் தோற்றுவித்தார்கள்"[46] என்பார். "திருமுருகாற்றுப் படையிலும், பரிபாடலிலும் வணங்கப்பட்ட வைதீக முருகன், மகாபாரதத்தில் இருந்தும் இராமாயணத்தில் இருந்தும், குமாரசம்பவத்திலிருந்தும் படைக்கப்பட்ட முருகனாகும்"[47] என்பார் பி.எல்.சாமி.

அரசர் வழிபட்ட நிலையில், கோயிலானது செல்வச் செழிப்புடன் கூடிய நிறுவனமாயிற்று. முருக வழிபாடு வைதீக மேலாண்மையுடன் பெருந்தெய்வ நிலைக்கு ஆட்பட்டது. மேலும், இனக் குழு வழிபாட்டு முறையான வேலன் வெறியாடல் 'பேஎவிழவு' (பேய் விழா) என்று (பரி.5:15-18) தாழ்த்தப்பட்டது. ஆரிய, சுப்ரமண்யக் கூறுகளைக் கண்டுணர்ந்த அறிஞர்கள், முருகாற்றுப் படையும், பரிபாடலும் சங்க காலத்திற்குப் பிந்திய இலக்கியங்கள் என்றும், ஆரிய மேலாண்மையும் கருத்துகளும் அதிகச் செல்வாக்குடன் திகழ்ந்த காலம் என்றும் கூறுவர். இப் பண்பாட்டுக் கலப்பு நிகழ்ந்த காலத்தைக் கி.பி. 3 இல் இருந்து கி.பி. 7 வரை என்றும் வரையறுப்பர்.

பண்பாட்டுக் கலப்புற்ற முருகனைப் பற்றிய விரிந்த, ஆழமான ஆய்வை நா. வானமாமலை முருக - ஸ்கந்த இணைப்பு,[48] பரிபாடலில் முருக வணக்கம்[49] என்ற கட்டுரைகளில் நிகழ்த்தியுள்ளார் என்பதும் இங்கு குறிப்பிடத்தக்கது.

கொற்றவை வழிபாடு

சங்க கால மக்கள் வழிபாட்டில் கொற்றவை இடம் பெற்றிருந்தது. திராவிடரின் வெற்றித் தெய்வமாக விளங்கியது. இவள் முருகனுடைய தாய் என்பதைச் சங்க இலக்கியம் (திரு.முருகு அடி. 250) எடுத்துக் காட்டும். சிந்துவெளிப் பெண்தெய்வத்திற்கும். கொற்றவைக்கும் உள்ள தொடர்பு நெருங்கியதாக இருக்கலாம்.[50] சிந்துவெளியோடு தொடர்புறும் இக்கொற்றவையைப் பாலை நிலமக்கள் வழிபட்டனர். போருக்குப் போகும்முன் கொற்றவையை வீரர் வணங்கிப் போகின்ற செய்தியைத் தொல்காப்பியம் (புறத்.4) கூறும். "பாலை நிலத்தின் பழமையான நடுகல் வழிபாடே காலப்போக்கில் வெற்றித் தெய்வ வணக்கமாக, கொற்றவை வழிபாடாக உருவெடுத்தது"[51] என்கிறார் தனிநாயக அடிகளார்.

முருகன். கொற்றவையின் மகனாகக் 'கொற்றவை சிறுவ' (பட்டின. அடி. 250) எனப்படுவது. முருக-கொற்றவை வழிபாட்டிணைப்பைக் காட்டும். சங்க காலத்தில் வெறியாடலுடன் இணைத்து வழிபடப்பட்ட கொற்றவைக்குப் பலி கொடுத்து வாழ்த்துதலைக் 'கொற்றவை நிலை' எனத் தொல்காப்பியர் (பொருள் 56) கூறுவார். கொற்றவை வழிபாட்டில் 'கொற்றி' என (கலி.89.8) அழைத்து கையில் காப்புக் கட்டி நோன்பிருந்து வழிபட்டனர் (குறுந் 21:1-2)

சேர மன்னர்கள் அயிரை மலையில் உறைந்துள்ள கொற்றவையை வழிபட்டனர் (பதிற் 90:19). போருக்குச் சென்ற தலைவன் வெற்றி பெற்றுத் திரும்ப வேண்டும் என்பதால் தலைவியின் தோழி, அவனின் வெற்றிக்குக் கொற்றவையை வழிபட்ட (நெடுநல். அடி. 168) செய்தியை அறியலாம். இக்கொற்றவை வழிபாடானது, பழங்குடி மக்களின் தாய்த் தெய்வம், தமிழரின் தாய்த் தெய்வமான கொற்றவை, ஆரியத்தெய்வம் ஆகிய மூன்றும் இணைக்கப்பட்டு வழிபடப்பட்டதைச் சங்க, பிற்கால இலக்கியங்கள் காட்டுகின்றன. திருமுருகாற்றுப்படையில்,

"மலைமகள் மகனே மாற்றோர் கூற்றே
வெற்றி வெல்போர்க் கொற்றவை சிறுவ
கழையணி சிறப்பின் பழையோள் குழவி" (257-259)

என்ற வரிகளில் முருகனின் தாயாக மலைமகளும், கொற்றவையும், பழையோளும் கூறப்பட்டுள்ளதைக் காணலாம். இதில் வரலாற்றின் அடிப்படையில் பழையோள் பழங்குடிகளின் தாய்த் தெய்வம், கொற்றவை தமிழரின் தாய்த் தெய்வம், மலைமகளான பார்வதி இந்திய ஆரியக்கலப்பால் தோன்றியவள். திருமுருகாற்றுப்படை காலத்தில் ஆரியக் கலப்பு நிகழ்ந்து விட்டதால், மலைமகளுக்கு முதன்மை கொடுத்து உள்ளார்கள் எனலாம். இம்மூன்று தெய்வங்களும் இணைக்கப்பட்டே சங்க பிற்காலத்தில் வழிபட்டு உள்ளார்கள் என்பதை இதன் மூலம் அறியலாம். பழந்தெய்வமான பழையோளையே பராசக்தி என்றும், சக்தி தெய்வங்களுக் கெல்லாம் மூலகாரணமான ஆதிசக்தித் தெய்வமென்றும் இந்து மதத்தில் இணைத்தனர்.[52]

சிவன் வழிபாடு

சிவ வழிபாடு மிகத் தொன்மையானது. சிவனைப் பற்றிச் சிந்து வெளி அகழ்வுச் சான்றுகள் மூலம் **சேர் ஜோன் மார்ஷல்** கூறும்போது, "யோகிகளுக்கெல்லாம் தலையாய யோகி சிவன். அதனாலேயே அவருக்கு மஹாதபஹ், மஹாயோகி என்றும் சைவத்தைப் போலவே யோகமும் பெயர்கள் அமைந்தன. ஆரியருக்கு முற்பட்ட மக்களிடையே தோன்றியதாகும். சிவன் தலையாய யோகி மட்டுமல்ல. விலங்குகளுக் கெல்லாம் தலைவர் (பசுபதி) சிவனின் இந்தப் பண்பினையே சிவனைச் சுற்றி நான்கு மிருகங்கள் நிற்பது காட்டுகின்றது. யானை, புலி, காண்டாமிருகம், எருது சிவனைச் சுற்றி நிற்கின்றன. சிந்துவெளிக் கடவுளின் தலையில் அமைந்துள்ள கொம்புகள், பிற்காலத்தில் சிவனின் விஷேட முகூர்த்தமொன்றைக் குறிக்கும் திரிசூலமாக மாறியது. இவற்றையெல்லாம் நோக்கும்பொழுது, பிற்காலத்திலே சிவனுக் கமைந்த பல அம்சங்கள் தோற்ற நிலையிலே சிந்துவெளி முத்திரைகளில் காணப்படுகின்றன என்று நாம் கருதலாம்"[53] என்பார். சிந்துவெளி அகழ்வில் சிறு தெய்வக் கூறுகளுடன் காணப்படும் சிவ வழிபாடானது, ரிக்வேத ஆரியரால் அஞ்சத் தக்கத் தெய்வமாகக் கருதப் பெற்ற ருத்திரனுடன் கலப்புற்றது. இக்கலாச்சாரக் கலப்பில்

பெருந்தெய்வமாவதற்குரியக் கூறுகளுடன் உருவான சிவனின் பண்பு நலன்களையே சங்க இலக்கியங்கள் எடுத்துக் காட்டுகின்றன. “வேத வழக்கிலே சிவன் முதலிலே உருத்திரனோடு ஒன்றாகப் பேசப்படுவதைக் காணலாம். நந்தி, நாகம் முதலியவற்றோடு (இவை ஆரியருக்கு முற்பட்ட குலங்களின் சின்னங்கள்) தொடர்புப்படுத்தப்பட்டுச் சிவன் தோன்றும்போது பௌராணிக வழக்கு வலுத்து விடுகிறது. இந்தக் காலப் பகுதிக்குரியச் சிவனையே பழைய தமிழ் இலக்கியங்களிலே நாம் காண்கிறோம்”[54] என்பார் கைலாசபதி.

‘சிவன்’ என்ற சொல் மங்கலவழக்கில் ருத்திரனுக்கு வழங்கப்பட்டது. பின்னர், சைவ சமயம் தழைத்தோங்கிய நிலையில் தலைமைப் பெயராயிற்று.

ஆரியக் கலாச்சாரக் கருத்துகளுடைய, கலப்பு நிலைப்பட்ட சிவனைப் பற்றி மதுரைக்காஞ்சி (453-455), மலைபடுகடாம் (82-83), திருமுருகாற்றுப் படை (151-154, 256) ஆகிய இலக்கியங்கள் எடுத்துக் கூறும். இச்சங்க கால இலக்கியங்களில் சிவன் பற்றியச் செய்திகள் மிகச் சில இடங்களில்தான் வெளிப்படுகின்றன. ‘சிவன்’ என்ற பெயரையே செய்திகள் கூறவில்லை. தொல்காப்பியர் கூறும் திணைத் தெய்வங்களிலும் (தொல். அகத். 5), கருப்பொருள் வரிசையிலும், ‘சிவன்’ இடம்பெறாமல் (தொல். அகத்.20) இருப்பதும், சங்ககால வழிபாட்டில் அவன் வழிபாடு மேலோங்கி இருக்கவில்லை என்ற முடிவுக்கு வர வழி வகை செய்கிறது.

‘முக்கட் செல்வன் நகர்’ என சிவன் கோயிலையும் (புறம் 6:18), சிவனுடைய நெற்றிக் கண்ணைப் ‘பிறைநுதல் விளங்குமொரு கண்’ (புறம். 55:5) என்றும் சங்க இலக்கியம் குறிப்பிடுகிறது. ஔவையார் கூற்றாக ‘பால்வரை பிறைநுதல் பொலிந்த சென்னி, நீலமணி மிடற்று ஒருவன்’ (புறம் 91) என்று சங்க இலக்கியம் எடுத்துரைக்கும். ஆவூர் மூலங்கிழார், ‘நன்றாய்ந்த நீள்நிமிர் சடைமுது முதல்வன்’ (புறம்.166) என்றும் சிவனைக் கூறுவார். எடுத்துக்காட்டிய சான்றுகள் யாவும் ‘சிவன்’ என்னும் பெயரால் குறிக்காமல், அவனது வேறு பெயர்களால் சுட்டப்படுவது நோக்கத்தக்கது.

மாயோன் வழிபாடு

பழந்தமிழரிடையே மாயோன் வழிபாடும் நிகழ்ந்திருக்கிறது. முல்லை நிலத் தெய்வம் மாயோன். இவன் ஆரிய விஷ்ணுவுடனும், கிருஷ்ணனுடனும் கலந்து பெருமரபுக்குள் உட்பட்ட நிலையைச் சங்க இலக்கியங்களில் அறியலாம். மாயோன், கிருஷ்ணன் என்ற பெயர்களின் பொருள் அடிப்படையில் 'கருமை நிறத்தவன்' எனக் கொண்டும், நிறத்தோடும் திராவிட இனத்தவரின் ஒப்புமைப்படுத்தியும், "ஆரியர், திராவிடரிடமிருந்தே கண்ணன் வழிபாட்டைப் பெற்றிருத்தல் வேண்டும்"[55] என்பார் **சு. வித்தியானந்தன்**. இதைப்போன்று, "ஆரியரல்லாத கூட்டத்தைச் சேர்ந்த கிருஷ்ண (கருப்பு)னும், சுமேரியத் தெய்வங்களோடு ஒப்பிடக் கூடிய நாராயண, வேதக்கடவுள், விஷ்ணு ஆகிய மூன்று வேறுபட்ட தெய்வங்களும், மகாபாரதத்திலே ஒரு தெய்வமாக இணைக்கப்பட்டு ஒன்று சேர்க்கப்படுகின்றன. அன்றைய இந்தியாவிற்கு இத்தகைய முயற்சிகள் கலாச்சார ஒருமைப்பாட்டை அளித்தன"[56] என்று கோசாம்பி விளக்குவார். மேலும், கலாச்சாரக் கலப்பு ஏற்பட்ட சூழலை விளக்கும் கோசாம்பி, "தேக்கமுற்றிருந்த சிந்து வெளிச் சமுதாயம் ஆரியர் வருகையால் அழிந்தபோது, காடுகளை எரித்துக் கழனியாக்கி, விரிவடையும் (எருது பூட்டிய) கலப்பை உழவுப் பொருளாதாரத்தின் அடிப்படையில் எழுந்த கலப்புச் சமுதாயத்தில் சிந்துவெளிப் புரோகிதர்கள் சிறப்பான பங்கு வகித்தனர். அந்தப் புதிய அமைப்பே கிருஷ்ண- விஷ்ணு ஒருமைப் பாட்டைச் சாத்தியமாக்கியது"[57] என்கிறார்.

சங்க இலக்கியங்கள் முல்லை நிலத் தெய்வமான மாயோனை, 'நீல் நிற உருவின் நெடியோன் கொப்பூழ்' (பெரு.பாண். அடி 402) என்று கூறுகின்றன. முல்லைப் பாட்டானது 'மால்' (அடி 3) என்றும், மதுரைக்காஞ்சியானது 'மாயோன்' (அடி 591) என்றும் குறிப்பிடும் பண்புகளைக் கொண்டும் திருமால், மாயோன் என்று அறிந்து கொள்ளலாம். பதிற்றுப்பத்தும் (31:7-9) மதுரைக்காஞ்சியும் (461- 463), (590- 591) திருமால் வழிபாட்டு நிகழ்வுகளை எடுத்துரைக்கிறது.

இந்திர வழிபாடு

ரிக் வேத காலத்தில், தலைமையில் வீற்றிருந்த இந்திரன் பின்னாளில் மருத நிலத்திற்குரிய தெய்வமாகப் பெருமை குன்றிய நிலையில் தெய்வம் ஆக்கப்பட்டான். தொல்காப்பியம் இந்திரனை, வேந்தன் (தொல். அகத்.5) எனக் கூறும் பத்துப்பாட்டு எட்டுத்தொகை நூல்கள் ஒரு சில இடங்களில்தான் இந்திரனைப் பற்றியக் குறிப்புகளைக் காட்டுகின்றன. இது இந்திர வழிபாட்டின் சிறப்புறா நிலையைத் தெளிவாக்கும்.

'வச்சிரத் தடக்கை நெடியோன் கோயிலுள்' (புறம். 241:2-3) என்பதில் இந்திரனுக்குக் கோயில் இருந்தமை புலப்படும். 'இந்திர விழவிற் பூவின் அன்ன' (ஐங். 62:1) என்று விழா எடுத்தமை தெரிவிக்கின்றது.

இந்திரனைப் பற்றிய அதிகப்படியான செய்திகள் காலத்தால் பிந்திய திருமுருகாற்றுப்படையில்தான் வெளிப்படுகிறது. "அவன் ஆயிரம் கண்கள் உடையவன்; பல்வேறு யாகங்கள் செய்தவன்; வெற்றிவீரன்; யானையை வாகனமாகக் கொண்டவன்" என்று (திருமுருகு.155-159) நக்கீரர் புகழ்வார்.

வருணன் வழிபாடு

தொல்காப்பியர், நெய்தல் நிலத் தெய்வம் வருணன் (தொல். அகத்.5) என்கிறார். சங்க நூல்களில் வருணன் வழிபாடு பற்றியச் செய்திகள் காணப்படவில்லை. ஆனால் சினைச் சுறாவின் முள் (கோடு) நட்டு வழிபாடு (பட்டின. 86-90) நிகழ்ந்திருக்கிறது. சினைச் சுறாவின் முள் நட்டு வழிபாடு செய்வது வருண வழிபாட்டோடு தொடர்புடையது அல்ல. நெய்தல் நிலக் கடல் தெய்வத்தோடு (அணங்கு) இணைந்தது. தேவநேயப் பாவணர் 'வருணன்' என்பதை 'வாரணன்' (கடல்) எனக் கொண்டு, 'கடல் தெய்வம்'[58] எனப் பொருள் கூறுவதும் இங்கு நோக்கத்தக்கது.

பண்டைக் காலத்தில், மீனவர்களின் கடல்தெய்வம் (அணங்கு), கடலோடு தொடர்புடைய சினைச் சுறாவின் முள்ளில் குடி கொள்ளும்

என்ற நம்பிக்கை இருந்தது. இதன் விளைவே சினைச் சுறாவின் முள்ளை வழிபடுவது ஆகும். "சினைச்சுறாவின் கோடு. வருணன் அல்ல. திராவிடரின் கடல்தெய்வம்"[59] என்பார். சு.வித்தியானந்தன். ஆகவே, பழந்தமிழரின் நெய்தல் நிலக் கடல் தெய்வத்தோடு இணைந்த சினைச்சுறாவின் முள்ளை வழிபடுவது தொடர்பில்லை. என்பதற்கும், ஆரியரின் மழைத்தெய்வமான வருணனுக்கும் இதற்கு அரணாக, "நெய்தல் நில மக்களின் பொதுவான வழிபடு தெய்வமாக வருணன் சொல்லப்பட்டாலும், பட்டினப்பாலை காட்டும் மீனவரின் 'அணங்கு வழிபாடு', நச்சினார்க்கினியர் கூறுவது போல் வருண வழிபாடு அன்று 'வருணன் நெய்தல் நிலத்து மக்களின் தெய்வம்' என்றும், தொல்காப்பியரின் இலக்கண வழக்கை அப்படியே நம்பியதன் காரணமாகவே, நச்சினார்க்கினியர் அணங்கு வழிபாட்டில் வருண வழிபாட்டை வலிந்து திணித்து விட்டிருக்கிறார் என்றும் தனஞ்செயனின் கருத்து விளக்குகிறது

நெய்தல் நிலத்து நிகழும் சினைச்சுறாவின் முள்ளை நட்டு வழிபடுவது என்பது, நாட்டார் சமயக் கூறுகளை உள்ளடக்கிய இனக்குழு வழிபாட்டுச் சடங்கு. அதாவது. இச்சடங்கானது குலக்குறி, மந்திரச்சடங்கு, வளமை வழிபாடு, போலி உருவ வழிபாடு ஆகியவற்றின் தன்மைகளை அடக்கிய உயிர்ப்பொருள் (Animatisim) வழிபாட்டைச் சேர்ந்ததாகும். ஆரியக் கலப்பினால் வருண வழிபாடாக இணைத்துச் சொல்லப்பட்டிருக்க வேண்டும்.

களப்பிரர் காலம்

களப்பிரர் காலம் என்பது இங்கு சங்கம் மருவிய காலத்தைக் குறிக்கும்.

முருகன் வழிபாடு

முருக வழிபாட்டின் மிக வளர்ச்சி அடைந்த நிலையைச் சிலப்பதிகாரத்தில் காணமுடியாது. ஆனால், சங்க காலத்திலும் வளர்ச்சி அடைந்த பெரு நெறி மரபுகளோடு அவனைக் காணலாம்.

'நெடுவேள்' என்று சங்கம் மருவிய கால இலக்கியங்களில் முருகனை அழைப்பதை (சிலம்பு.23:190) அறியலாம். மேலும், 'ஆலமர் செல்வன் புதல்வன்', 'மலைமகள் மகன்', 'கயிலைநின் மலையிறை மகன்' ஆகிய பெயர்களாலும் (24:13;15;16;17) அழைக்கப்படுகிறான். முருகனது வடிவம் பற்றிக் குறிப்பிடுகையில், "முருகன் கடம்ப மலர் மாலையைச் சூடி, கையில் வேலை ஏந்திக் காட்சியளிக்கின்றான்; மயிலை ஊர்தியாகவும், சேவலைக் கொடியாகவும் கொண்டுள்ளான்; ஆறுமுகங் கொண்டு ஆறுமுகன் என்ற பெயரையும் பெறுகிறான். குறத்தி வள்ளி அவன் மனைவி. பன்னிரண்டு கைகள் அவனுக்குண்டு" (சிலம்பு.24:20) என்று எடுத்துக் காட்டுகிறது.

முருகனின் வீரச் செயலை எடுத்துக் கூறும்பொழுது, மலைவாழ் மகளிர் முருகனை வழிபட்ட நிலையில், முன்பு ஒரு காலத்தில் அப்பெருமான் கடல் நடுவில் புகுந்து சூரனாகிய மாமரத்தை வேலால் பிளவுபடுத்திய செய்தியையும் (சிலம்பு. 24:18;7:8), பிணிமுகம் என்ற யானையின் மீதேறி, தாமரை மலராகிய பள்ளியிடத்தே கார்த்திகைப் பெண்கள் அனைவராலும் வளர்க்கப்பட்ட ஆறுமுகப் பெருமானின் கையில் ஏந்திய வேலே, குருகு (திரவுஞ்சம்) என்னும் பெயரை உடைய மலையைக் காவலாகக் கொண்டு அதனைச் சூழ்ந்து, அவுணனது மார்பகத்தையும், அம்மலையையும் பிளந்தது (சிலம்பு.24:9,10) என்ற செய்தியையும் அறிய முடிகிறது.

முருகன் நீங்காமல் கோயில் கொண்டிருக்கும் இடங்களாகத் திருச்செந்தூர், திருச்செங்கோடு, வெண்குன்று என்று சொல்லப்படும் சுவாமிமலை, திருவேரகம் ஆகிய நான்கு கோயில்களைக் கூறுகிறார் இளங்கோவடிகள் (சிலம்பு. 24:8) இது, "முருகன் உறையும் இடங்களைக் கூறுவது படைவீடு என்னும் எண்ணம் வளர்ந்து வந்த காலத்தைக் குறிப்பதாகக் கருதுவர்"[61]

கொற்றவை வழிபாடு

சிலப்பதிகாரத்தில் 'கொற்றவை வழிபாடு' பழைய சடங்கின் எச்சமாக அமைந்துள்ளது. அதோடு காலப்போக்கில் ஏற்பட்ட சமய வளர்ச்சியின் பாதிப்புகளும் கலந்த ஒன்றாகக் காணப்படுகிறது. இவ்வேறுபாட்டை இனங்கண்டு கொள்ளலாம்.

வேட்டுவ வரியில் கொற்றவையைப் பாலைநிலத் தெய்வமாக இளங்கோவடிகள் கூறுகிறார். கொற்றவைக்கும் பல்வேறு பெயர்கள் சிலம்பில் இடம்பெறுகின்றன. குமரி, கவுரி, சூலி, நீலி, சங்கரி, கலையமர் செல்வி, காளி ஆகிய பெயர்களை இளங்கோவடிகள் கூறுகிறார் (சிலம்பு. 65-67). டி.சி.சர்க்கார், "இந்திய மரபு, தாய்த் தெய்வத்திற்கு மிகுதியான பெயர்களை வழங்குகிறது. ஆனால், இவை ஒரே தெய்வத்தின் பெயர்களல்ல. நாட்டின் பல்வேறு பகுதிகளில், பல்வேறு மக்கள் குழுக்களால் வழிபடப்பட்ட, பல்வேறு தெய்வங்களின் பெயர்கள். பிற்காலத்தில் இப்பெயர்கள் தாய்த் தெய்வத்தின் பெயர்களாக்கப்பட்டன"[62] என்கிறார்.

காடுகாள், காடுகிழாள், காடுகிழவோள், காடுகெழு செல்வி, காடமர் செல்வி முதலிய பெயர்களையும் சிலப்பதிகாரம் (12:67-68, 12:69-71, 11:214, 12. 16, 23: 125, 29:39-40) கூறும். கொற்றவையானவள் உயிர்ப்பலியை விலையாகப் பெற்றுக்கொண்டு வெற்றியைத் தருவாள் (சிலம்பு.12:16-17) என்று குறிப்பிட்டு, மயிடன் என்ற எருமைத்தலை அரக்கனின் தலையையே பீடமாகக் கொண்டு ஏறி, அவனை மடியச் செய்யும் மகிசாசுரமர்த்தனியின் கோபத்தையும் இளங்கோவடிகள் (சிலம்பு, 20:39) குறிப்பிடுவார். ஆரியக் கலப்பால் ஏற்பட்டதே மகிசாசுரமர்த்தனி என்னும் தோற்றம்.

கொற்றவையின் உருவம் பற்றிய செய்திகளும் சிலம்பில் இடம் பெறுகின்றன. சிவனின் உருவ அமைப்பையும் (12:22-32), (12:54-62), திருமாலின் உருவ அமைப்பையும் (12:10, 12:23) கொற்றவையிடம் காண்பதாக இளங்கோவடிகள் விளக்குவார். மேலும், ஒரு காலில் சிலம்பும் மற்றொரு காலில் கழலும் அணிந்து காட்சியளிக்கும் மாதொரு பாகனையும் பார்க்கலாம் (சிலம்பு.12:63). மதுராபுரித் தெய்வத்தின் வடிவத்தைக் கூறும்போதும், அவனை உமையொரு பாகன் தோற்றத்திலேயே (சிலம்பு - 23:5-10) அடிகள் கூறுவார். இச்செய்தி மாதொருபாகன் வழிபாட்டைச் சங்கம் மருவிய காலம் வெளிக்காட்டும். அவுணர்கள் வஞ்சத்தால் செய்யும் தொழிலைத் தாங்க மாட்டாமல், அவரை அழிக்கத் துர்க்கையானவள் மரக்கால் கொண்டு ஆடிய

மரக்காற் கூத்தையும் (6:58-59) எடுத்துக் காட்டி துர்க்கையைக் கொற்றவையோடு இணைப்பதையும் அறியலாம்.

சங்க இலக்கியங்களில் கொற்றவையைப் பற்றியக் குறிப்புகள் இடம்பெற்றிருந்தாலும் குறைந்த அளவே இடம்பெற்றுள்ளன. மேலும், கொற்றவையின் பண்புகள் தெளிவாகவும் சித்தரிக்கப்படவில்லை ஆனால், இளங்கோவடிகள் வெளிப்படுத்தும் கொற்றவையின் இயல்புகள் விரிவாகப் பேசப்படுகின்றன. இது சிலப்பதிகாரக் காலத்தில் கொற்றவை, பெருமரபுக் கூறுகளோடு இணைகின்ற வளர்ச்சியைக் காட்டும்.

சிவன் வழிபாடு

சங்க காலத்தில் சிறப்புறாத சிவன் வழிபாடு, சங்க மருவிய காலத்தில் பெருமரபுக் கூறுகளோடு வளர்ந்த நிலையைக் காணலாம். சிவன் வழிபாடு சிலப்பதிகாரத்தில் புகழ்பெற்று விளங்கியது என்பதை அதன் தொடர் நிலைச் செய்யுளில் வரும் குறிப்புகள் மூலம் அறியலாம்.

'பிறவா யாக்கைப் பெரியோன்' எனவும், 'அருந்தெற் கடவுள்' எனவும், 'நுதல் விழி நாட்டத் திறையோன்' எனவும், சிவபெருமான் ஒருவனையே அடிகள் முதலில் வைத்துப் போற்றுதலை நோக்குங்கால், அவர் காலத்தில் தமிழ்நாட்டிலே பெரும்பான்மையான மக்களால் மேற்கொள்ளப்பட்ட வழிபாடு சிவ வழிபாடு என்பது நன்கு துணியப்படும்''[63] என்பார் க.வெள்ளைவாரணன். ஆனால், 'பெரியோன்', 'உயர்ந்தோன்' என்ற சொற்களால் இளங்கோ, சிவபெருமானை மட்டுமன்றித் திருமால், அருகன், போன்ற பிற சமயக் கடவுள்களையும் அழைப்பதும் (சிலம்பு. 17:36, 11:105, 10:183) கவனிக்கத்தக்கது. எனவே, எல்லாக் கடவுள்களையும் அழைக்க வழங்கும் பொதுச்சொற்களாகத்தான் இவற்றைப் பயன்படுத்தினார் எனலாம்.

சிவன் திருக்கோலத்தைச் சங்க இலக்கியங்களில் கூறப்படுவதைப் போலவே, சங்கம் மருவிய காலத்திலான சிலம்பிலும் 'சிவன் கங்கையைத் தலையில் அணிந்திருத்தல்' (12:10), 'பிறைச்சந்திரனைத் தலையில் அணிந்திருத்தல்' (2:38-39, 11:72, 25:136, 26:54), 'நெற்றிக் கண்ணைக் கொண்டிருத்தல்'. (14:7, 12:55), 'புலித்தோலை

ஆடையாக உடுத்தியிருத்தல்' (12:8) என்று குறிப்பிடப்படுகிறது. மேலும், சிவனின் ஊர்தியாக 'ஆண் எருது' (ஆனேறு) (30:141) இங்குக் குறிக்கப் படுவதும் அறியத்தக்கது.

சிவன் ஆடிய 'கொடுகொட்டி' 'கொட்டிச்சேதம்' என்ற இரு ஆட்டங்கள் குறிக்கப்படுகின்றன (சிலம்பு.6:43. 28.75). 'கொடு கொட்டி' என்பது உமையாள் தாளம் போட சிவன் ஆடும் நடனமாகும். "சங்க நாளையத் தமிழர்கள் அறியாத திருக்கோலம் ஆடல் வல்லானாக இளங்கோவடிகள் காட்டுவது"[64] என்பார் ப.அருணாசலம்.

சிலப்பதிகாரத்தில் ஆரியக் கலப்புற்றிருந்த சிவனது கோயில் களைப் பற்றிப் 'பிறவா யாக்கைப் பெரியோன் கோயில்' (5:169) 'நுதல்விழி நாட்டத்து இறையோன் கோயில்' (14:7), "அருந்தேறல் கடவுள் அகன் பெருங்கோயில்' (13:137) என்று மதுரை, புகார் ஆகிய இடங்களில் இருந்தன என்றும் இளங்கோவடிகள் குறிப்பிடுகிறார்.

திருமால் வழிபாடு

விஷ்ணுவோடு தொடர்புடைய பெயர்களைச் சிலப்பதிகாரம் மாயவன், மாயோன், கரியவன், கடல்வண்ணன், மணிவண்ணன் (17:36;27;16:19; 21 6:35, 17:26 32; 35; 36 16:50 10:10) என்றும், விண்ணவன், நெடியோன், நெடுமுடி அண்ணல் முதலிய பெயர்களாலும் (17:36; 11:51; 5:172; 11:148) குறிக்கப்படுகின்றான். கோபாலன், நாராயணன் என்றும் (15:94; 17:37) அழைப்பர். மணிவண்ணன் கோயிலைக் கோவலனும் கண்ணகியும் வலம் வந்ததையும் (10:10) அறிய முடிகிறது.

திருமாலின் தோற்றம் பல இடங்களில் கூறப்படும். அவை திருமால் நீல நிறத்தை உடையவன்; அவனுடைய நீலநிறத்திற்கு மேகமும், கடலும், நீலமணியும், மயிலின் புறக்கழுத்தும் உவமித்துச் சிலம்பில் (11:46; 16:50; 10:10,17,26,27,32) காட்டப்படுகின்றன. தன்னுடைய ஒரு கையில் பகையை வருத்தும் ஆழிப்படையையும், மற்றொரு கையில் கங்கையையும் தாங்கி (17:26; 11:47) இருக்கிறான் என்றும், துழாய் மாலையை மார்பில் அணிந்துள்ளான் (17:16,33)

என்றும், கருடனே அவனது கொடியும் வாகனமும் (17:28: 14:7; 11:136) என்றும், ஆயிரம் தலைகளை உடையப் பாம்புப் படுக்கையில் துயில் கொள்கிறான் (10:9 - 10,11:37-38, 30:134) என்றும் சிலம்பு கூறுகிறது.

திருமாலின் கிடந்த வண்ணமும் நின்ற வண்ணமும் காடுகாண் காதையில் (11:37-40, 41-51) கூறப்படுகின்றன. இருந்த வண்ணத்தை 'வையைக் கரையிலிருந்த நெடுமால்' (18:4) என்று கூறுவார் இளங்கோவடிகள்.

திருமால் கோயில் கொண்டுள்ள இடங்களாகத் திருவரங்கம், திருவேங்கடம், திருமாலிருஞ்சோலை (அழகர்மலை), மதுரை, காவிரிப் பூம்பட்டினம், ஆடகமாடம் என்பவற்றைச் சிலம்பு (11:37- 40; 11:41-51; 11:91; 5:172; 10:10; 14:8; 18:4: 26:62) எடுத்துக்காட்டும். திருமாலின் அவதாரங்களுள் ஏழினை ஆய்ச்சியர் குரவையில் (17) அறியலாம்.

ஆய்ச்சியர் குரவையில், மாயவன் தன் தமையன் பலராமனுடனும் நப்பின்னையுடனும் ஆடிய வால சரிதைப் பற்றி, "ஆயர்பாடியில் எருமன்றத்து மாயவனுடன் தம் முன் ஆடிய வாலசரிதை நாடகங்களில் வேல் நெடுங்கண் பிஞ்ஞையோடு ஆடிய குரவை" (17:5) என்று இளங்கோவடிகள் குறிப்பார். இப்பகுதிகள் திருமாலின் வட புராணங்களில் இல்லாத செய்திகள் என்றும், தமிழர்களால் உருவாக்கப்பட்டவை என்றும் தமிழறிஞர்கள் கூறுவர். "வால சரிதை நாடகம், குருந்தொசித்தமை, குடக்கூத்து ஆகிய ஆடல் மரபுகள், நப்பின்னைப் பிராட்டியின் வரலாறு, இவையெல்லாம் தமிழர்கள் வாழ்க்கை பிணைப்புண்டவை"[65] என்கிறார் **மு.இராகவையங்கார்.**

ஆய்ச்சியர் குரவையில் திருமால் செய்ததாகக் கூறப்படும் வீரச் செயல்கள், நப்பின்னை, பலராமன் ஆகியவர்களுடன் கொண்ட உறவு குறித்து வழங்கும் செய்திகள் (17:16; 26; 28). மாங்காட்டு மறையோன் ஓதும் வைணவ மந்திரம் (11:128-129) ஆகியவை எல்லாம், திருமால் வழிபாடு, சங்கம் மருவிய காலத்தில் செழிப்புற்றிருந்ததோடு, பெருமரபுக் கூறுகளோடு திகழ்வதையும் காட்டுவதாக அமைகிறது.

இந்திர வழிபாடு

சங்க காலத்தில் மக்களிடையே செல்வாக்குப் பெறாத இந்திர வழிபாடு, சங்கம் மருவிய காலத்தில் சிறப்புற்றது. இந்நிலையைச் சிலப்பதிகாரத் தொடர்நிலைச் செய்யுள் எழுந்த காலக்கட்டத்தில் அறியலாம்.

'விண்ணவர் தலைவன்', 'விண்ணவர் கோமான்', 'தேவர்கோன்' 'அமரர் தலைவன்' (5:168: 5:204; 11:99, 2:47 17:29,6:27) என்று இந்திரனைச் சிலம்பில் உயர்த்தி இளங்கோ பேசுவார். 'வானவன்',' 'ஆயிரங்கண்ணோன்' (6:73; 17:38; 25:11; 6:20; 14:68) எனச் சிலம்பில் அழைக்கப்படும் இந்திரன், பல வானமகளிருடன் கூடி இன்புற்றிருக்கும் நிலைமையைக் (25:10- 11) காட்டும். சங்க இலக்கியங்களில் பெருமை குன்றிய நிலையில் நிலத் தெய்வமாக இருந்தவன், சிலம்பு எழுந்த சங்கம் மருவிய காலத்தில், அவனுக்கு என்று விழா எடுக்கும் நிலைமைக்கு வளர்ந்தான். சிலப்பதிகாரத்தில் 'இந்திர விழவு ஊர் எடுத்த காதை' (5) என்று தனிப்பகுதியாக அமையும் அளவுக்கு அவன் புகழ் உயர்ந்தது.

இந்திரனுடைய வஜ்ஜிராயுதமும், ஊர்தியான ஐராவதம் என்ற வெள்ளை யானையும் தனித்தனியாக அமைக்கப்பட்டுக் கோயிலில் வழிபடப் பட்டதை (5:141; 9:12; 5:143; 9:9) சிலப்பதிகாரம் காட்டுகிறது.. ஆனால், "சங்க இலக்கியங்களில் இந்திரனைப் பற்றியக் குறிப்பு இருப்பினும் இக்கோட்டங்களைப் பற்றியக் குறிப்பெதுவும் நமக்குக் கிடைக்கவில்லை"[66] என்பார் **ப.அருணாசலம்.**

'மாலை வெண்குடை மன்னவன் கோயில்' (5:173) என்று சிலம்பில் இந்திரன் கோயிலும் குறிப்பிடப்படுகின்றது. மேலும், இந்திரனுடைய படைக்கருவிகள் இடி, வஜ்ஜிரம் (17:38; 14:94), அவனுடைய மனைவி 'அயிராணி' (6:63) ஆகிய குறிப்புகளோடு இந்திரன், வேந்தன் எனும் இரு சொற்களும், ஒருவனையே குறிக்கப் பயன்படுத்தப்படுவதையும் பார்க்கலாம்.

சங்கம் மருவிய காலத்தில் புகழ்பெற்ற இந்திரன் வழிபாடு சிலப்பதிகாரம், மணிமேகலைக்குப் பிறகு மறைந்து போகும் நிலைக்கு உள்ளாகிறது.

வருணன் வழிபாடு

சங்க இலக்கியங்களில் சிறப்புற்றிருந்த கடல்தெய்வ வழிபாடு, சிலப்பதிகாரத்தில் செல்வாக்கிழந்த நிலையை அடைகிறது. சிலப்பதிகாரம் கடல் தெய்வ வழிபாட்டை மூன்று இடங்களில் மட்டுமே (7:5; 24;51) குறிக்கிறது. ஆனால், இவ்விடங்களில் வருணன் என்ற பெயரில் குறிக்கப் பெறவில்லை என்பது கவனிக்கத் தக்கதாகும். இவ்வழிபாடும் சிலப்பதிகாரம், மணிமேகலைக்குப் பிறகு மறைந்து போகும் நிலைக்கு உள்ளாகிறது.

பல்லவர் காலம்

பல்வேறு சமயப் பிரிவினர்களுக்கு இடையே மோதல் ஏற்பட்ட காலம் இது. பல்லவர் காலத் தொடக்கத்தில் பௌத்தம் வீழ்ச்சியுற்ற நிலையில், சமண மதமானது வணிக வர்க்கம் மற்றும் அரசின் ஆதரவோடு செழிப்புற்றுத் திகழ்ந்தது. பொருளாதார நெருக்கடியினால் வணிகருக்கும் நில உடைமையாளருக்கும் முரண்பாடு ஏற்பட்டது. எனவே, வணிக வர்க்க ஆதரவில் இருந்த சமணத்தை எதிர்க்க, சங்க காலத் தமிழர் மற்றும் ஆரியர் பெருமரபு வழிபாட்டுக் கூறுகளோடு, மக்களிடம் மங்கிய நிலையில் இருந்த சிவ வழிபாட்டிற்கும் - விஷ்ணு வழிபாட்டிற்கும் புத்துயிர் கொடுக்கப்பட்ட காலம் இது. இக்காலத்தில்தான் முருக வழிபாடு, கொற்றவை (சக்தி) வழிபாடு, சிவன் வழிபாடு, விஷ்ணு வழிபாடு ஆகியன தனித்த வளர்ச்சி பெற்ற நிலையில் இருந்து, ஒரே மதத்திற்குள் அடக்கப்பட்ட மரபு உருவானது.

முருகன் வழிபாடு

சிவ, விஷ்ணு வழிபாடுகள் பல்லவர் காலத்தில் பெரும் புகழ் எய்திய நிலையில், முருக வழிபாடு வளர்ச்சி குன்றியது. ஆனாலும், முருக வழிபாடு பெரும் புகழோடு இல்லாமல் நிகழ்ந்திருக்கிறது. சங்க நூல்கள் முருகனைச் சிவபெருமானின் மகனாகக் கூறவுமில்லை. ஆனால், பல்லவர்கள் காலத்தில் முருகனைச் சிவனின் மகனாக்கிய நிலையைக் காணமுடிகிறது.

> "செல்வியைப் பாகங் கொண்டார்
> சேந்தனை மகனாகக் கொண்டார்
> மண்ணினை உண்ட மாயன்
> தன்னையோர் பாகங் கொண்டார்"

என்று அப்பர் கச்சிமேல் தனி (8) பதிகத்தில் கூறுவார். செல்வியைத் (காடுகிழாள்) தன் பாகத்தில் சிவபெருமான் சேர்த்துக் கொண்டார். அவனுடைய மகனாகிய சேந்தனை, அதாவது சேயோனை மகனாக ஆக்கிக் கொண்டார். மாயவனையும் பாகங் கொண்டார். சங்க காலத்தில் சிவனோடு தொடர்பேயில்லாத செல்வியும் சேந்தனும், பல்லவர்கள் காலத்தில் சிவனுடன் உறவு படுத்தப்பட்டனர். இவற்றிலிருந்து குறிஞ்சி நிலத் தெய்வமான முருகன், இந்து சமயத்திற்குள் உட்பட்ட நிலையை அடைந்திருப்பதை விளங்கிக் கொள்ளலாம்.

முருக வழிபாடு, சிவ வழிபாட்டோடு இணைக்கப்பட்டாலும் பல்லவர் காலத் தொடக்கத்திலிருந்து கந்தபுராணம் எழுந்த காலமாகக் கூறப்படும் சோழ மன்னர் காலத்தின் இறுதிவரை, முருகன் பற்றிய வழிபாட்டுச் செய்திகள் குறைந்தே காணப்படுகிறது.

சக்தி வழிபாடு

பல்லவர் காலத்தில் கொற்றவை வழிபாடு பெருமரபுத் தெய்வங்களோடு ஒன்றாக்கப்பட்ட நிலையினைக் காணலாம். குறிப்பாக கொற்றவை, சக்தியின் ஒரு கூறாகக் கூறப்படுவதோடு துர்க்கையோடு இணைக்கப்பட்டு இருப்பதையும் அறிய முடிகிறது. பழந்தமிழர், கொற்றவையின் வாகனமாகக் கலைமானைக் கற்பித்துக் கொண்டனர். இதன் சாயலைப் பெற்றுப் பல்லவர் காலச் சிற்பத்தில் துர்க்கையின் ஊர்தியாகக் கலைமானைக் காட்டியிருப்பது [67] ஒப்புநோக்கத் தக்கதாகும். மேலும், "எளிய மக்கள் தொன்றுதொட்டு வணங்கி வந்த பெண் தெய்வ வழிபாட்டிற்குச் சிறப்பளிக்கும் வகையில், அத்தெய்வங்களைத் தங்கள் சமயத்துப் பெருங்கடவுளரது துணை, தெய்வங்களாகவும், மனைவியராகவும், காவல் தெய்வங்களாகவும் ஏற்றுக்கொண்டு, அதற்கென்று சிறப்பிடமளித்து வழிபடத் தொடங்கினர்"[68] என்பதையும் அறியலாம்.

சிவன் வழிபாடு

சங்க இலக்கியங்களில் சிறு குறிப்புகளாகப் பேசப்பட்ட சிவவழிபாடு பின்னர் ஆரியப் பண்பாட்டால் மாற்றமடைந்து சங்கம் மருவிய காலத்தில் வளர்ந்தது. இதனைத் தொடர்ந்து பல்லவர் காலத்தில் தேவார, திருவாசக இலக்கியங்கள் சிவபெருமானுடைய தோற்றப் பொலிவு, அருஞ்செயல்கள் முதலிய குறிப்புகளால் சுட்டப்படுகின்றன. எனவே, சிவன் தோற்றம் பற்றிய வருணனைகள், குறிப்புகள் ஆகியன புராணக் கதைகளை அடிப்படையாகக் கொண்டு பெருமரபு நிலைக்கு ஆட்பட்டுவிட்ட தன்மையைப் பல்லவர் காலத்தில் அறியலாம். சைவம் சிவனை, அர்த்தநாரி, கங்காதரன், ஜடாவரன், நீலகண்டன், நடராசன், சோமாஸ்கந்தன், சுந்தரேஸ்வரன் என்ற பெயர்களில் வணங்கியது. பல்லவர் காலத்தில் சைவம் மறுமலர்ச்சி அடைந்து, நாயன்மார்களால் சிவவழிபாடு செழித்தது.

விஷ்ணு வழிபாடு

சைவத்திற்கு இணையாக வைணவமும் மலர்ச்சி அடைந்து ஆழ்வார்களால் விஷ்ணு வழிபாடு செழித்தது. சிவ வழிபாட்டில் இல்லாத அவதாரக் கோட்பாட்டை திருமாலுக்குரியதாக எடுத்துரைத்து வழிபாடு செய்தனர். தாமோதரன், கோவிந்தன், கேசவன், மாயோன், மாதவன், மணிவண்ணன், நந்தகோபாலன், நாராயணன், நெடுமால், பத்மநாபன், வைகுந்தன், திருமால் என்றெல்லாம் திருப்பாவையில் விஷ்ணு பெருமரபுக்குரியப் பெயர்களோடு குறிப்பிடப்பட்டு வழிபடப்பட்டான்.

சோழர் காலம்

சோழர்காலத்தில் கோயில்கள் அபரிமிதமான வளர்ச்சியடைந்தன. இவ்வளர்ச்சி தெய்வ வழிபாட்டில் உயர் நிலையைப், புகழை வெளிக்காட்டும். பல்லவர்கள் காலத்தில் நிகழ்ந்த சைவ, வைணவங்களின் மறுமலர்ச்சி, சோழர் காலத்தில் சிவ, விஷ்ணு வழிபாடுகளை உன்னத நிலைக்குக் கொண்டு சென்றது. இக்காலத்தில் மும்மூர்த்திகள் தத்துவம் ஏற்றுக் கொள்ளப்பட்டாலும், சிவவழிபாடே முதன்மை பெற்றது. சைவ, வைணவ மதங்களிடையே பூசலும்

நிகழ்ந்தவண்ணம் இருந்தது. வைதீக வழிபாடு சரிந்து விழாதிருக்க, இரு வகைச் சமயங்களும் பொதுத் தன்மையுள்ள கோட்பாட்டை அடித்தளமாகப் பாவியது.

சோழர் காலத்தில் சைவத் திருமுறைகளை நம்பியாண்டார் நம்பியும், வைணவ ஆழ்வார்களின் பாடல்களை ஆச்சாரியார் நாதமுனிகள் நாலாயிரத்திவ்வியப் பிரபந்தமாகவும் தொகுத்துச் செப்பனிட்டார்கள். நடராசர் தத்துவம் பல்லவர் காலச் சைவ சமயத்தில் பாடல்களில் வளர்ந்திருந்தாலும், பக்திப் பாடல்களில் உட்பொதிந்துள்ள மெய்ப்பொருளைத் திரட்டி, சிலைகளில் வடித்து, வழிபாட்டைப் பெருமையுறச் செய்தது சோழர் காலத்திலேயே நிகழ்ந்தது. சைவ சித்தாந்தமும், இராமானுசரின் விசிட்டத்துவைதமும் கோட்பாட்டு அடிப்படையில் நிறுவப் பெற்றன. இது தத்துவமயமாக்கப்பட்ட வழிபாட்டை உணர்த்தி நிற்கும்.

சிவபெருமான் என்ற தத்துவம் இருபத்தைந்து மூர்த்திகளாக விரிவடைந்தது. திருமாலை இராமனாகவும் கண்ணனாகவும் மக்கள் வழிபட்டனர். வராகமூர்த்தி (சிதம்பரத்தை அடுத்துள்ள ஸ்ரீமுஷ்ணம்), நரசிங்கமூர்த்தி ஆகிய அவதாரங்கள் வழிபடப்பட்டன. சிவ, விஷ்ணு வழிபாடுகளில் பகை இருந்தாலும், சோழர் காலத்தில் சிவன் கோயில்களில் வைணவப் படிமங்களும், வைணவக் கோயில்களில் சைவப் படிமங்களும் வழிபாட்டுக்கு உரியனவாக இருந்தன.

காளாமுகர், பாசுபதர், காபாலிகர் ஆகியோரைப் போல சாக்தர், விஷ்ணு மார்க்கம் என்னும் அதிதீவிர வழிபாட்டுடையோரும் இருந்தனர்.

பாண்டியர் காலம்

சைவ மதத்திலும், வைணவ மதத்திலும் வழிபாட்டில் பாகுபாடு அதிகம் இல்லை. பாண்டியர் குகைக் கோயில்களில் சுப்பிரமணியர், கொற்றவை, சிவன், விஷ்ணு ஆகியோரின் சிற்பங்கள் அமைந் திருப்பது, அக்காலக் கட்டத்து வழிபடு தெய்வங்களை வெளிக்காட்டி நிற்கும். செப்பேடுகளின் தொடக்கத்தில் திருமாலையும், முடிவில் சிவனையும் புகழ்ந்து பாடும் பாடல்களைக் கொண்டு அமைந்துள்ள

தன்மையைக் காண முடிகிறது. சிவ வழிபாடு சிறப்புற்றிருந்தமைக்கு, முதல் சடையவர்மன் சுந்தரபாண்டியன், சிதம்பர நடராசனுக்குப் பொன் வேய்ந்ததின் மூலம் தெரிந்து கொள்ளலாம்[69].

சிவனடியார்களின் உருவங்களை (குரு வழிபாடு) வழிபட்ட செய்தியும் அறியலாம். "முதல் மாறவர்மன் காலத்தில் தென் திருப்பேரூர்ச் சிவன் கோயிலில் சுந்தரமூர்த்தி நாயனாருக்கும், பரவை நாச்சியாருக்கும் விக்கிரகங்கள் நிறுவப்பட்டதைக் கல்வெட்டு ஒன்று காட்டுகிறது"[70]. மீண்டும் "முருகன் வழிபாடு சிறப்புற்றிருந்த நிலைக்கு வரகுணபாண்டியன் அளித்த தானம் பற்றிய கல்வெட்டுச் செய்தி ஆதாரமாக விளங்குகிறது"

நாயக்கர் காலம்

சிவன், திருமால் வழிபாடுகள் உன்னத நிலையில் வளர்ந்திருந்தன. சைவ, வைணவ வழிபாட்டினரிடையே பூசல்களும் இடையிடையே நிகழ்ந்து வந்தன. வடகலை தென்கலைப் பிரிவுகளும் ஏற்பட்டு மோதல்கள் நிகழ்ந்தன. சக்தி வழிபாட்டின் தொடர்ச்சியாக நவராத்திரி விழா, கலைமகள் விழாவாக நடைபெற்றது. "மதுரை நாயக்கர்கள் காலத்திலேதான் சக்தி வழிபாடு இயக்கம் தோன்றி யிருக்கலாம் என்றும், 'சக்தியாய்ச் சிவமாய்த் தனிப்பரமுக்தியாய்' என்று பரஞ்சோதி முனிவர் பாடிய பாட்டில், முதலில் சக்தியை வைத்தது இவ்வியக்கத்தின் செல்வாக்காகும்"[72] என்கிறார் அ.கி. பரந்தாமனார். கள்ளழகர் வழிபாடும், மீனாட்சி வழிபாடும் ஒன்றிணைக்கப்பட்டுச் சித்திரைத் திருவிழாவாக மாற்றங் கண்டது. இது சைவ, வைணவ வழிபாட்டு இணைப்பைக் காட்டும்.

1.6. மதுரைவீரன் வழிபாட்டு வரலாறு

காசியை ஆட்சிபுரிந்த மன்னனுக்குக் குழந்தை இல்லை. காசி மன்னன் அறம் செய்து இறைவனிடம் வரம் பெறுகிறான். மன்னனுக்கு மகன் பிறக்கிறான். ஆனால், இக்குழந்தை கழுத்தில் மாலையோடு பிறக்கிறது. பிறந்த குழந்தையின் சாதகப் பலன்படி, மன்னனுக்கு வேண்டாத மகனாகிக் காட்டிலே விடப்படுகிறான். குழந்தையை

'மாதிகச்சி' எடுத்து வருகிறாள். சின்னானும் அவன் மனைவி மாதிகச்சி செல்லியும் 'வீரன்' எனப் பெயரிட்டு குழந்தையை வளர்க்கிறார்கள். காசி மன்னனுக்குப் பயந்தும், பிழைப்புக் கருதியும் தொட்டியம்பாளைய அதிபதி பொம்மண நாயக்கன் சீமைக்கு வருகிறார்கள்.

பொம்மண மன்னன் மகள் பொம்மி பருவமடைகிறாள். வீரன், தன் குல வழக்கப்படி பொம்மிக்குக் காவலிருக்கும் சூழ்நிலை ஏற்படுகிறது. காவலன், காமுகனாகிக் காவல் பொருளையே சூறையாடுகிறான். பின்பு, வீரன் அவளைச் சிறையெடுத்து திருச்சி காவேரிக் கரைக்கு வருகிறான். வீரனுக்கும், மகளை மீட்க வந்த பொம்மணனுக்கும் காவிரிக் கரையில் சண்டை நடக்கிறது. போரிலே பொம்மணன் மடிகிறான். திருச்சி மன்னன் விசயரெங்கச் சொக்கன், வீரனின் போர்த்திறம் கண்டு தன் படைக்குத் தளபதியாகப் பதவி அளிக்கிறான். அங்கே, கோட்டைக் குறிகாரன் மகளுடன் தகாத உறவு கொள்கிறான். அவளும் விரும்பியே வீரனிடம் சோரம் போகிறாள்.

மன்னர் திருமலை நாயக்கரின் (கி.பி. 1623-1669) அழைப்பை ஏற்று, மதுரையில் தொல்லை கொடுக்கும் கள்ளர்களைக் கருவறுக்க வீரன் தன் மனைவியுடன் வருகிறான். கள்ளர்களையும் அழிக்கிறான் பின்பு தன் உள்ளம் கொள்ளை கொண்ட அரண்மனைச் சேவகப் பெண் வெள்ளையம்மாளைச் சிறையெடுக்கிறான். இதற்குத் திருமலை மன்னரால் தண்டனையாக மாறுகால் மாறுகை வாங்கப்படுகிறான். பொம்மியும், தன்னைத் தீண்டியதால் வீரனைக் கணவனாக ஏற்றுக்கொண்ட வெள்ளையம்மாளும் தீக்குளிக்கின்றனர். மதுரையில் கள்ளர்களை அழித்து, வீரம் காட்டியதால் 'மதுரைவீரன்' எனப் பெயர் பெறுகிறான். மேலும், மதுரை மீனாட்சியின் அருளால் வழிபாட்டில் முதல்பூசை பெற்றும் மக்களால் வழிபடப்படுகிறான். அ.கி.பரந்தா-மனார், மதுரை நாயக்கர் வரலாற்றை எடுத்துரைக்கும் போது, "மதுரை நாயக்கர்கள் காலத்தில் தான் மதுரைவீரன் வழிபாடு, மதுரையில் தோன்றி வளர்ந்து பரவியது. மதுரை நாட்டில் எல்லையில்லாது தொல்லை கொடுத்து வந்த கள்ளர்களைக் கருவறுத்துப் பொதுமக்களுக்கு நன்மையளித்தார் மதுரைவீரன். ஆதலால் பொதுமக்கள் இவரைத் தெய்வமாகவே வணங்கினார்கள்"[73] என்று கூறுகிறார். ஸ்ரீ கள்ளழகர்

கோயில் வரலாறு, "மதுரைவீரன் என்பவன் நாயக்க அரசர் ஒருவரது படையில் இருந்த வீரன் அந்த அரசனுடைய மகள் அவனைக் காதலித்தாள். ஆகவே, இருவரும் ஒருவருக்கும் தெரியாமல் ஓடிப் போய் விட்டார்கள் அவர்கள் இறந்துபோன பிறகு, அவர்களை சனங்கள் தெய்வமாக வைத்துக் கும்பிட்டார்கள்"[74] என்று கூறுகிறது. மேலும், தமிழ் மொழியகராதியும்[75] அபிதான சிந்தாமணியும்[76] மதுரைவீரன் வரலாற்றையும் வழிபாட்டையும் எடுத்துக் கூறுகின்றன.

மதுரைவீரன் வரலாறு பற்றிப் பல்வேறு இலக்கியங்கள், கலை வடிவங்கள் கதைப்போக்கிலும் நிகழ்விலும் மாறுபாடு கொண்டிருந்தாலும், அவனை வழிபாட்டிற்குரிய தெய்வமாகச் சித்தரிப்பதை ஒத்த தன்மையோடு வெளிக்காட்டுகின்றன. எடுத்துக்காட்டாக,

"நகரிலேயென்னாளும் நங்கையர்கள் தன்னுடயே
சத்திமிகவே விளங்கித் தாரணிக்குத் தெய்வமதாய்
வாழ்ந்திருங்க ளென்று சொல்லியே வாழ்த்தியே பண்புடனே
சகலபல தெய்வமெல்லா சாற்றியே யிப்பாலே"

(ம.வீ.சு.அ., ப.268)

என்று மதுரைவீரன் கதைப்பாடல் கூறுகிறது. இதைப் போன்று பூசாரிப் பாட்டு,

"சாதுசங்கமே நிறைந்த கோபுரம்
தங்கவாயிலின் கார்க்கும் தெய்வமே மெய்
சாரிமேல் முப்பூசை வாங்கும் அய்யனே" (ம.வீ.சு. கா., ப.45)

என்ற வீரன் வழிபாட்டைக் கூறும். மற்றொரு கதைப்பாடல்,

"வீரன் குறையொழிய வேறொன்றுந் தானுமில்லை
பட்டணமெங்கும் பல தெருவார் பூசைசெய்ய
கம்பத்தடியில் வந்து காணிக்கை தானும்வைத்து
சந்துக்குச் சந்து தன் பூசை தானுமிட்டு
இந்தப் படிக்கு இஷ்டமுடனே தொழுதால்
வீரன் குறை தீர்ந்து வெகுவாய் மனங்களிப்பாய்"

(ம.வீ.சு.க.பெ.எ., ப.68)

என்கிறது. நாட்டார் பாடலும் மதுரைவீரன் வழிபாட்டை,

> "அப்பா மதுரை
> அழகுதுரை சீமானே
> சாமி மதுரை
> சைவ குலச் சீமானே
> புரவி அலங்காரா
> பொம்மி மணவாளா
> பூசை கொலுவில் ஐயா
> புண்ணியனே நீ திரும்பு
> ஆசை கொலுவில் ஐயா
> ஆண்டவனே நீ திரும்பு"

என்று எடுத்துக்காட்டுகிறது.

மதுரைவீரன் காலம்

அழகர்கோயில் பற்றிய தம் நூலில் தொ.பரமசிவன், விசயரங்க சொக்கன் காலமே (கி.பி. 1706-1732) மதுரைவீரன் காலமாகக் குறிப்பிட்டுள்ளார். மேலும், சமயம் பரப்ப வந்த கிறித்துவப் பாதிரியார் மார்ட்டின் அடிகளார் கி.பி. 1700, கி.பி. 1709 ஆகிய வருடங்களில் எழுதியுள்ள கடிதங்களையும், மதுரைவீர சுவாமி கதைப்பாடலையும்[78] ஆதாரமாகக் காட்டுகிறார். ஆனால், இக்கருத்து ஏற்புடையதன்று.

திருமலைநாயக்கர் காலமே (கி.பி.1623-1659) மதுரைவீரன் வாழ்ந்த காலம். காரணம், மதுரையில் திருமலை நாயக்கர் காலத்தில் நாயக்கர் - கள்ளர் மோதல் தீவிரமடைந்து இருக்கிறது. இச்சூழலில் கள்ளர்களை ஒழிக்க, திருமலை மன்னரால் திருச்சியிலிருந்து மதுரைவீரன் வரவழைக்கப்படுகிறான். மதுரைக் கள்ளர்களையும் அழிக்கிறான். இச்செய்தியை மதுரைவீரன் கதையை எடுத்துரைக்கும் பல்வேறு கலைவடிவங்களும் பதிவு செய்துள்ளன. முக்கியமாக இவ்வரலாற்று உண்மைகள் கி.பி. 1640- கி.பி. 1670 காலப்பகுதியில் மதுரையிலிருந்த சேசு சபையைச் சேர்ந்த 'பால்தாசர் டாகாஸ்டா' (Balthazar Da Costa) என்ற பாதிரியின் ஆவணங்களில் குறிக்கப் பட்டுள்ளன. மேலும், திருமலை நாயக்கர், இராபர்ட்-டி-நொபிலி

பாதிரியார் தவிர, தன்னை நேரில் காணப் பேர்த்துக்கீசியரான பாதிரியார் பால்தாசர் டாகாஸ்டாவிற்கும் அனுமதி அளித்துள்ளார்[80] என்பதும் குறிப்பிடத்தக்கது.

மதுரைவீரன் கதையைப் பற்றிச் சில கல்வெட்டுச் சான்றுகள் உள்ளதாகக் குறிப்பிடுகிறார் நா.வானமாமலை[81] ஆனால் ஆய்வாளர் நிகழ்த்திய களப்பணியிலும் கல்வெட்டுத் துறையினரிடமும் இச்செய்திக்கு முறையான சான்றுகள் கிடைக்கவில்லை; இருப்பதாகவும் தெரியவில்லை.

1.7. முடிவுரை

தமிழ்ப் பண்பாட்டில் வழிபாடு என்பது ஒரு கூறு. வழிபாடு வணங்குதல், பின்பற்றுதல் என்ற பொருளில் என்பது சுட்டப்படுகின்றது. தொல் மனிதனின் வாழ்வியல் தேவை பற்றிய அச்ச உணர்வே வழிபாட்டிற்குக் காரணமாகி, இனக்குழுக்களிடம் வழிபாடு பல வடிவங்களில் வெளிப்படுகிறது. இவற்றின் எச்சத்தை நாட்டார் வழிபாடு மற்றும் பெருஞ்சமயம் ஆகிய இருவகை நெறிகளிலும் காண முடிகிறது.

இனக்குழு வழிபாட்டு முறைகளை உள்வாங்கிக் கொண்டு, சங்க கால நிலத் தெய்வங்கள் உருவாகின. இப்போக்கு பெருமரபு நோக்கிய வழிபாட்டு நிலையைக் காட்டும். குறிஞ்சி நிலத் தெய்வமான முருகன், சங்க பிற்காலத்திலும் சங்கம் மருவிய காலத்திலும் ஆரிய வழிபாட்டு முறைகளோடு கலந்து, பின்னர் பல்லவர் காலத்தில் சைவ மதத்தோடு இணைக்கப்பட்டு தமிழகம் முழுவதும் வணங்கப்படும் வைதீகப் பெருந்தெய்வமாகப் பரிணமிக்கின்றான். இதைப் போன்று கொற்றவை, மலைமகள், துர்க்கை போன்ற தாய்த் தெய்வங்களோடும், சிவன் எனப்படும் தட்சிணாமூர்த்தி உருத்திரனோடும், மாயோன் எனப்படும் திருமால் விஷ்ணுவோடும் இணைந்து பெருமரபுக்குரிய கடவுளர்களாக உயர்நிலையைப் பெற்றதை அறியலாம். 'மனிதனும் தெய்வமாகலாம்' என்னும் இந்தப் பொது விதிக்கு ஏற்ப, குடும்பத் தெய்வமாகவும், குல தெய்வமாகவும் இருந்த மதுரைவீரன், கதைப்பாடல் தோன்றிய பின்பு, சாதி எல்லைகளைக் கடந்தும் திரைப்பட ஆக்கத்திற்குப் பின்னர், நில எல்லைகளைத் தாண்டியும் உயர்நிலைப் பெருந்தெய்வமாகப் பரிமாணம் பெற்று வருகின்றான்.

குறிப்புகள்

1. Tamil Lexicon, தொகுதி:6, ப.3545
2. பிங்கல முனிவர், பிங்கல நிகண்டு
3. ந.சி.கந்தையா பிள்ளை (தொ.ஆ.). செந்தமிழ் அகராதி, ப.669.
4. ச.பவானந்தம் பிள்ளை, தமிழ்ச் சொல்லகராதி, ப.348.
5. கழகப் புலவர் குழுவினர், கழகத் தமிழ் அகராதி, ப.754.,
6. Encyclopadia Britannica, vol No.23, p.809.
7. மேற்கோள்: இரா.சீனிவாசன், சக்தி வழிபாடு, ப.2.
8. க.கைலாசபதி, சமூக இயலும் இலக்கியமும், ப.21.
9. D.D.Kosambi, The Culture and Civilization of Ancient India, p.31.
10. கலைக்களஞ்சியம், தொ.6, ப.451
11. M.G.Gupta, History of Political Thoughts, p.15.
12. ஆ. சிவசுப்பிரமணியன், மந்திரம் - சடங்குகள், ப.12
13. தே.ஞானசேகரன், நாட்டார் சமயம்: தோற்றமும் வளர்ச்சியும், ப.7.
14. ஆ. சிவசுப்பிரமணியன், மு.க.நூ.. ப.14.
15. தே.ஞானசேகரன், மு.க.நூ., ப.12
16. மேலது, ப.110.
17. மேலது, ப.111.
18. மேலது, ப.117.
19. மேலது, ப.121.
20. ஆ தனஞ்செயன், மானிடவியல் நோக்கில் சுறாமுள் வழிபாடு. ப.33.
21. பக்தவச்சல பாரதி, பண்பாட்டு மானிடவியல், பக். 500-501.

22. க.ப.அறவாணன், அற்றைநாள் காதலும் வீரமும், பக். 263-264.
23. கைலாசபதி, பண்டைத் தமிழர் வாழ்வும் வழிபாடும், ப.43
24. மு.இராகவையங்கார், தொல்காப்பியப் பொருளதிகார ஆராய்ச்சி, பக். 149-151.
25. தி.வை. சதாசிவ பண்டாரத்தார், கல்வெட்டுகளால் அறியப்பெறும் உண்மைகள், ப.10.
26. Tamil Lexicon, vol.IV, Part.II, p.2142.
27. க.த. திருநாவுக்கரசு, தமிழர் நாகரிக வரலாறு, ப.99.
28. மொ.அ.துரை. அரங்கசாமி, பேராசிரியர் ரா.பி. சேதுப்பிள்ளை வெள்ளிவிழா மலர், ப.274.
29. நா.வானமாமலை, நடுகற்களும் நம்பிக்கைகளும், பக். 15-16.
30. க.காந்தி, தமிழர் பழக்க வழக்கங்களும் நம்பிக்கைகளும், ப.250.
31. கேசவராஜ். நடுகல் வழிபாடு, ப.95.
32. கேசவராஜ். நடுகல் வழிபாடு - சிறுதெய்வ வழிபாடு, ப.117.
33. ச.சிவகாமி, அனுமன் ஆய்வும் வழிபாடும். ப.143.
34. க.கைலாசபதி, பண்டைத் தமிழர் வாழ்வும் வழிபாடும், ப.51
35. சு.வித்தியானந்தன், தமிழர் சால்பு, ப. 112.
36. ஆ.சிவசுப்பிரமணியன்,நாட்டார் சமய ஆய்வு, ப.202.
37. Henry white head. The Village God of South India, p.17
38. ஆ.சிவசுப்பிரமணியன், நட்டார் சமய ஆய்வு, ப.206
39. ஆ.சிவசுப்பிரமணியன், பூச்சியம்மன் வில்லுப்பாட்டு, ப. 12
40. இரா.பாலசுப்பிரமணியன், நாட்டுப்புற வாழ்வியல், ப.42.
41. மேற்கோள் : கேசவராஜ். நடுகல் வழிபாடு, ப.7.

42. மேற்கோள் : கா.சுப்பிரமணியன். சங்க காலச் சமுதாயம். ப.69

43. சு.வித்தியானந்தன், மு.க.நூ., ப.166.

44. பத்துப்பாட்டு, மதுரைக்காஞ்சி : 181, நச்சினார்க்கினியர் உரை. 45.

45. சு.வித்தியானந்தன்,மு.க.நூ. ப.135

46. நா.வானமாமலை, தமிழர்பண்பாடும் தத்துவமும், ப.52.

47. பி.எல். சாமி, சங்க நூல்களில் முருகன், ப.48

48. நா.வானமாமலை, தமிழர்பண்பாடும் தத்துவமும், ப.1-26

49. மேலது, பக்.30-54.

50. க.ககைலாசபதி, பண்டைத் தமிழர் வாழ்வும் வழிபாடும். ப.9

51. Thaninayaka Adikalar, Nature in Ancient Tamil Poetry, pp. 75-76

52. பி.எல். சாமி, தமிழ் இலக்கியத்தில் தாய்த்தெய்வ வழிபாடு. ப.91.

53. மேற்கோள்: க.கைலாசபதி, பண்டைத் தமிழர் வாழ்வும் வழிபாடும், ப.2.

54. மேலது, ப.17.

55. க.வித்தியானந்தன், மு.க.நூ. ப.143.

56. மேற்கோள்: க.கைலாசபதி, பண்டைத் தமிழர் வாழ்வும் வழிபாடும், ப.19.

57. மேற்கோள்: எஸ்.இராமகிருஷ்ணன், சமய வாழ்வில் வடக்கும் தெற்கும். ப.26

58. தேவநேயப் பாவாணர். தமிழர் நாகரிகமும் பண்பாடும். ப.9

59. சு.வித்தியானந்தன், மு.க.நூ., ப.148.

60. ஆ. தனஞ்செயன், மு.க.நூ.. ப.26.

61. ப.அருணாசலம், சிலப்பதிகாரச் சிந்தனை, ப.103.

62. D.C.Sircar, Studies in the Religious Life of Ancient and Medieval India, p.103.
63. க.வெள்ளைவாரணன், இளங்கோவடிகள் காலத்துச் சமயநிலை, ப. 132.
64. ப.அருணாசலம், மு.க.நூ., ப.97.
65. மு.இராகவையங்கார், ஆராய்ச்சித் தொகுதி, பக். 240-244.
66. ப.அருணாசலம், மு.க.நூ., ப.124.
67. பி.எல்.சாமி, தமிழ் இலக்கியத்தில் தாய்த் தெய்வ வழிபாடு. ப.67.
68. வெ.வேதாசலம், இயக்கி வழிபாடு, ப.84.
69. கே.வி.இராமன், பாண்டியர் வரலாறு, ப.247.
70. மேலது, ப.246.
71. மேலது, பக். 246-247.
72. அ.கி. பரந்தாமனார், மதுரை நாயக்கர்கள் வரலாறு, ப.425.
73. மேலது, ப.425.
74. நிர்வாக அதிகாரி, ஸ்ரீ கள்ளழகர் கோயில் வரலாறு, ப.47.
75. ந.கதிரைவேற்பிள்ளை, தமிழ் மொழியகராதி, ப.1116.
76. ஆ.சிங்காரவேலு முதலியார், அபிதான சிந்தாமணி, ப.1255.
77. சு.சண்முகசுந்தரம், தமிழக நாட்டுப்புறப் பாடல்கள், ப.304.
78. தொ.பரமசிவன். அழகர்கோயில், ப.84.
79. பா. ஆனந்தகுமார். மதுரைவீரன் கதைப்பாடல் ஒரு கண்ணோட்டம், ப.45.
80. செ.போசு.வெ. வேதாசலம், திருமலை மன்னர் கையேடு. ப.35.
81. நா.வானமாமலை, தமிழ் நாட்டுக் கதைப்பாடல்களில் சோக முடிவு, ப.92.

2. மதுரைவீரனை வழிபடும் சமூகத்தாரும் வழிபாட்டு நிலைகளும்

தென்தமிழகத்தின் நாட்டார் தெய்வ வழிபாடுகளில் மதுரைவீரன் வழிபாடு பல்வேறு தன்மைகளில் பரவலும் உள்ளார்ந்த வளர்ச்சியும் பெற்றுப் புதுப் பரிமாணத்தோடு திகழ்கிறது. இது முன்னோர் வழிபாட்டோடும் வீரவணக்கத்தோடும் தொடர்புடையது. நாட்டார் வழிபடும் ஆண் தெய்வங்களில், ஊரோடு இணைத்து மக்கள் மத்தியில் வழிபடப்படுவோன் மதுரைவீரன் மட்டுமே என்பதும் இங்குக் குறிப்பிடத்தக்கது. இவ்வியல் இன்றையச் சூழலில் மதுரைவீரனை வழிபடும் சமூகத்தாரைப் பற்றியும் அவர்களிடையே அவன் பெற்றிருக்கும் வழிபாட்டு நிலைகள் பற்றியும் ஆய்வு செய்கிறது.

2.1. சமூகமும் வழிபாடும்

மக்கள் கூட்டமே 'சமூகம்' எனலாம். சமூகம் என்பதற்கு. "அனைத்துச் சமூக உறவுமுறைகளையும் தன்னகத்தே கொண்ட ஒரு பின்னல்" என்னும் பொருள் கையாளப்படுகிறது. பொதுவாகச் சமூகம் (Society) என்பது சமூக உறவுகளின் தொகுப்பு என்ற பொருளைத் தந்தாலும், நடைமுறையில் சமூகவியல் அறிஞர்கள் இப்பொருளில் இச்சொல்லைப் பயன்படுத்துவதில்லை. ஒரு நிலப்பகுதியில் நிலையாகக் கூடி வாழும் பெருந்திரளான மக்கள் என்ற பொருளில் சமூகத்தைக் குறிப்பிடுகிறார்கள். அதாவது, தம்மைப் பேணிக்காத்துக் கொள்வதற்கும், அழியாமல் நிலைநிறுத்திக் கொள்வதற்கும், ஒன்றாக இணைந்துள்ள ஒரு மானிடக்குழு சமூகம் எனப்படுகிறது. இம்மானிடக்குழுவினர் தமக்கே உரிய நிறுவனங்களைக் கொண்டும், ஒரு பண்பாட்டில் இணைந்தும் பங்கு பெறுகின்றனர். மேலும், பெருமளவிலான

சிக்கலான சமூக உறவுகளையும் கொண்டுள்ளனர்"[1] என்று வாழ்வியற் களஞ்சியம் விளக்கம் அளிக்கிறது. சமயம், பண்பாடு, அறிவியல் அரசியல், நாட்டுப்பற்று முதலியவற்றின் அடிப்படையில் சேர்ந்து செயல்படும் வாழும் மக்கள் கூட்டத்தினையே சமுதாயம் என அறிஞர் பொதுவாகக் கூறுவர். நெடுங்காலம் ஒன்றாகக் கூடி வாழ்ந்தும், தொழில் புரிந்தும் வரும் மக்கள் கூட்டத்தைச் சமுதாயம் என மானிடவியலார் சுட்டுவர்.[2] எனவே, சமூகம் என்பது பல்வேறு பிரிவுகளின் கூட்டமைப்பும், அதன் வாழ்க்கை முறையுமாகும். மக்கள் கூட்டமாகிய இச்சமூகத்தாரிடம் வழிபாடானது, தாங்கள் சார்ந்திருக்கும் சமயத்தின் அங்கமாகத் திகழ்கிறது. மேலும், சமூக உறவை வலுப்படுத்தும் காரணிகளில் ஒன்றாகவும் விளங்குகிறது.

இச்சமூகத்தில் சிறுநெறிக்கு உட்பட்ட தெய்வ வழிபாடு பற்றிய மலினப்படுத்தப்பட்ட கருத்துகளும், நோக்குகளும், உயர் சாதியினரால் உருக்கொண்டு வலுப்பெற்றிருக்கின்றன. இதற்குச் சிறுதெய்வங்கள் தோற்றம் குறித்த வரலாறுகளே முக்கியக் காரணமாகும். நாட்டார் சமயத்தில் உள்ள தெய்வங்கள் குறிப்பிட்ட அளவு வீர வழிபாட்டினால் உருவானவை. இத்தெய்வங்கள் ஆதிக்கச் சக்திகளை எதிர்த்து வாழ்ந்து மடிந்தவர்கள். மேலும், அரசு உருவாக்கிய விதிமுறைகளை மீறியதால் கொடூரமான தண்டனைக்கு ஆளாகி வன்கொலையுண்டவர்கள். இவர்களில் பெரும்பாலோர், அடித்தள மக்களிடமிருந்து முகிழ்த்த சாமான்ய மனிதர்கள் என்பதும் இங்குக் குறிப்பிடத்தக்கது. எனவே, ஆதிக்கம் செலுத்தி வந்த உயர்சாதியினர், நிலவுடைமைச் சமூக மரபு மீறலைச் செய்த, அடித்தள மக்களைச் சார்ந்த, சாமான்யனைச் சிறுமைப்படுத்தவும், வரலாற்றில் மறைக்கவும் செய்தனர். ஆனால், மக்கள் தங்களிடம் இருந்து முகிழ்த்தவனை - சாதாரண மனிதனை, ஆதிக்கச் சக்திகளை மீறியவனைத் தங்கள் சார்புடையவனாக தலைவனாக - தெய்வமாக வழிபட்டனர்.

இத்தகையச் சமூக நிலைப்பாடுடைய, சிறு நெறி வழிபாட்டு மரபுக்கு உட்பட்டதே மதுரைவீரன் வழிபாடு. **சு.சண்முகசுந்தரம்,** "சட்ட திட்டத்தை மீறுகிறவர்கள் பொதுமக்களின் கவனத்தை எளிதில்

ஈர்த்துக் கொள்கிறார்கள். சட்டதிட்டங்கள் எல்லாம் உயர்வகுப்புக்காரர்களின் பாதுகாப்புக்கென உருவாக்கப்பட்டவை என்ற எண்ணம் பொது மக்களிடம் பரவலாக உள்ளது. எனவே, இவற்றை உடைத்து விடுபவன் அவர்களின் பார்வையில் வீரத்தலைவனாக விளங்குகிறான். இதனால் பல வேளைகளில் சட்டத்துக்குப் புறம்பானவர்களும், போக்கிரிகளும், கயவர்களும், ஒழுக்கமில்லாதவர்களும் கூட, அவர்களிடையே நாயகனாகி விடுகிறார்கள்.

சாதாரண மனிதர்கள். சட்டத்தை மீறுகிற தைரியம் இல்லாதவர்களாக இருந்தாலும், சட்டத்தை மீறுகிறவர்களைப் பாராட்டிப் போற்றுகிறவர்களாக இருக்கின்றனர். நாகரிகமுள்ள எந்தச் சமுதாயமும் வெறுத்து ஒதுக்குகிற, குடி போன்ற தீய பழக்க வழக்கங்களில் இந்நாயகர்கள் மூழ்கித் திளைப்பர். இதனால் பொதுமக்கள் தங்களுக்கு எவ்விதப் பாதிப்பும் இல்லை என்றே நம்பினர். அவனுக்கென்று எவ்விதத் தண்டனைகளையும் கொடாமல் இருப்பதோடு அவனையும், அவனது வன்முறைச் செயல்பாடுகளையும் போற்றுவர்"[3] என்று கூறுவது எண்ணத்தக்கது.

தெய்வங்களின் பிறப்பையும் - இறப்பையும் அடிப்படையாகக் கொண்டு, தமிழகத்தின் தெற்குக் கரையோரப் பகுதிகளில் உள்ள தெய்வங்களை தெய்வாம்சம் (Divine descent), வெட்டுப்பட்ட வாதை (a cut up made violent spirit) என இரண்டாகப் பிரித்து, அவற்றில் மானுடராகப் பிறந்து காதல், கலகம் போன்ற பூமியில் காரணங்களால் இறந்து கைலாசம் போய், வரம் வாங்கித் தம் ஆசையை நிறைவேற்றிக் கொள்ள பூமியில் தேவதையாக நிற்கும் கொலைத் தெய்வங்களை இரண்டாம் பகுப்பில் கூறுவர்[4]. மதுரைவீரனும் வெட்டுப்பட்ட வாதையில் அடங்குவான்.

சக்கிலியரின் வாழ்வியலைப் பதிவு செய்த தர்ஸ்டன், "மதுரைவீரன், மாரியம்மன், முனீசுவரன், திரௌபதி, அங்கம்மா ஆகியோரை இவர்களின் வழிபடு தெய்வங்கள்"[5] என்பார். "மதுரை வீரனைத் தாழ்ந்த சாதியினர் குலத்தெய்வமாகவும், உயர்சாதியினர் காவல் தெய்வமாகவும் வழிபடுகின்றனர்"[6] என்று குறிப்பிடுகிறார்

ந.நீலமோகன். இக்கருத்து மக்கள் வழக்கிலும் பரவலாக இருந்தது. மேலும், வர்ணப்பாகுபாட்டை எதிர்த்த ஈ.வெ.ரா.பெரியார், "ராமன், கிருஷ்ணன், லட்சுமி, சரசுவதி, பார்வதி என்கிற பெயர்கள் மேல்சாதிக்காரர்கள் பெயராகவும், கருப்பன், மூக்கன், வீரன், காட்டேரி, பாவாயி, கருப்பாயி என்பன போன்ற பெயர்கள் கீழ்ச்சாதி மக்கள் வைத்துக் கொள்ள வேண்டிய பெயர்கள் என்பவைகளாகவும் இருந்து வந்திருக்கின்றன"[7] என்கிறார். அதாவது, மதுரைவீரன் வழிபாடு அடித்தள மக்களுக்கே உரித்தானது என்ற சிறுமைப்படுத்தப்பட்ட நிலை இருந்தது. ஆனால், இன்றைய சமூகச் சூழலில், மதுரைவீரன் வழிபாடும் அவை பற்றிய மலினப்படுத்தப்பட்ட கருத்துகளும், நோக்குகளும் மாற்றங்கண்டு வருகின்றன.

2.2. மதுரைவீரன் வழிபாட்டு வகைமை

தென்தமிழகத்தில் மதுரைவீரனைப் பல்வேறு சாதிகள் வணங்கி வருகின்றன. வழிபடும் சாதிகள் யாவும் வெவ்வேறான வழிபாட்டு நிலைகள் அளித்து வழிபாடு செய்கின்றன. இங்கு வழிபாட்டு நிலை என்பது, வணங்குவோரின் மரபுவழி மற்றும் பிரதேச, சமூக (சாதிய) உணர்வுகளால் முன்னிறுத்தப்படும் வழிபாட்டு நிகழ்வுகளின் தன்மையைக் குறிக்கும், மதுரைவீரன் வழிபாட்டை 1.தலைமை (முதன்மைத் தெய்வ)வழிபாட்டு நிலை, 2.துணைமை (காவல் தெய்வ) வழிபாட்டு நிலை என்று பகுக்கலாம் (காண்க: வரைபடம் 1). தலைமை நிலை என்பது வழிபாட்டில் மதுரைவீரனை மையப்படுத்தி, அதற்கு முதன்மை அங்கீகார மதிப்பும், சிறப்பும் கொடுத்துச் சடங்குகளை நிகழ்த்துவதாகும். மேலும், ஏனைய தெய்வங்களுக்கு வழிபாட்டு நிகழ்வுகளில் சிறப்புக் குறைந்து, வழிபடுவோரின் அக உணர்வுகளுக்குத் தகுந்தாற்போல் மதிப்பும், அங்கீகாரமும் கிடைக்கும். துணைமை நிலை என்பது மதுரைவீரன் தவிர்த்த பிற தெய்வங்களில் ஒன்றை (மாரியம்மன், காமாட்சி அம்மன், கருப்பண சுவாமி, அங்காள ஈசுவரி) மையப்படுத்தி, அதற்கு முதன்மை அங்கீகார மதிப்பும், சிறப்பும் செய்து வணங்கிச் சடங்குகளை நிகழ்த்தும் போது, மதுரைவீரனைப் பக்கத் துணையாகவோ, காவலாகவோ வைத்து வழிபடுவதாகும்.

தலைமை வழிபாட்டு நிலை

தலைமை வழிபாட்டை,

1. பங்காளிகள் வழிபாட்டில் தலைமை நிலை (குலதெய்வ நிலை)
2. ஓரின (ஒரே சாதியாக மட்டும் உள்ளவர்கள்) வழிபாட்டில் தலைமை நிலை
3. பொதுத் தெய்வ வழிபாட்டில் (அனைத்துச் சாதிகளும் வழிபடுதல்) தலைமை நிலை

என்று மூன்றாகப் பிரிக்கலாம்.

பங்காளிகள் வழிபாட்டில் தலைமை நிலை

பங்காளிகள் எனப்படுவோர், "ஒரு மூதாதையரிடமிருந்து வந்தவர்கள். ஒரு 'கால்வழிக் குழுவினர்' என்றழைக்கப்படுவர். மூதாதையரிடமிருந்து தொடரும் உறவுக் குழுவானது, 'குலம்' (clan) என்று குறிக்கப்படுகிறது"[8] "குலம் என்னுஞ்சொல் 'கோத்திரம்' என்ற வடமொழிச் சொல்லால் வழங்கப்படுகிறது"[9]

"Clan என்பதற்கு மரபுக்குழு, பங்காளிக் கிளை, குலமரபு என்று பொருள் கூறப்படுகிறது"[10] "கூட்டம் என்றும், சில வகுப்பார் குலத்தைக் குறிக்கின்றனர்."[11]

"ஒரு குடும்பம் பல குடும்பங்களாகப் பிரிந்து போய், அக்குடும்பங்கள் எல்லாம் ஒரே உறவுமுறையாகும்போது குலம் ஆகிறது. அதாவது, பல பங்காளிகள் உறவுமுறையைக் குலம் என்று அழைத்து வருகின்றனர். இதை, ஒரு பொது மூதாதையின் மரபுவழியில் தோன்றியதன் மூலம் ஒருவருக்கொருவர் உறவு கொண்டுள்ள குழுவே குலம் ஆகும்"[12] என்றும் வரைவிலக்கணம் கூறுவர். "முன்னோர் ஒருவரின் மரபுவழியில் வந்த உறவினர்களால் அமைந்த அமைப்பே குலமாகிறது. எனவே, ஒரு வழி மரபினைக் கொண்டதே குலமாகும், ஒரு குலத்தின் தெய்வம் குலதெய்வமாகும். ஒரு வீட்டிற்குத் தெய்வமாக இருந்தது. பல வீடுகளாக உறவுமுறை பிரியும் போது தெய்வமாக மாறுகிறது. பங்காளி முறையினரால் வணங்கப்படும் தெய்வம் குலதெய்வம் என்றும்

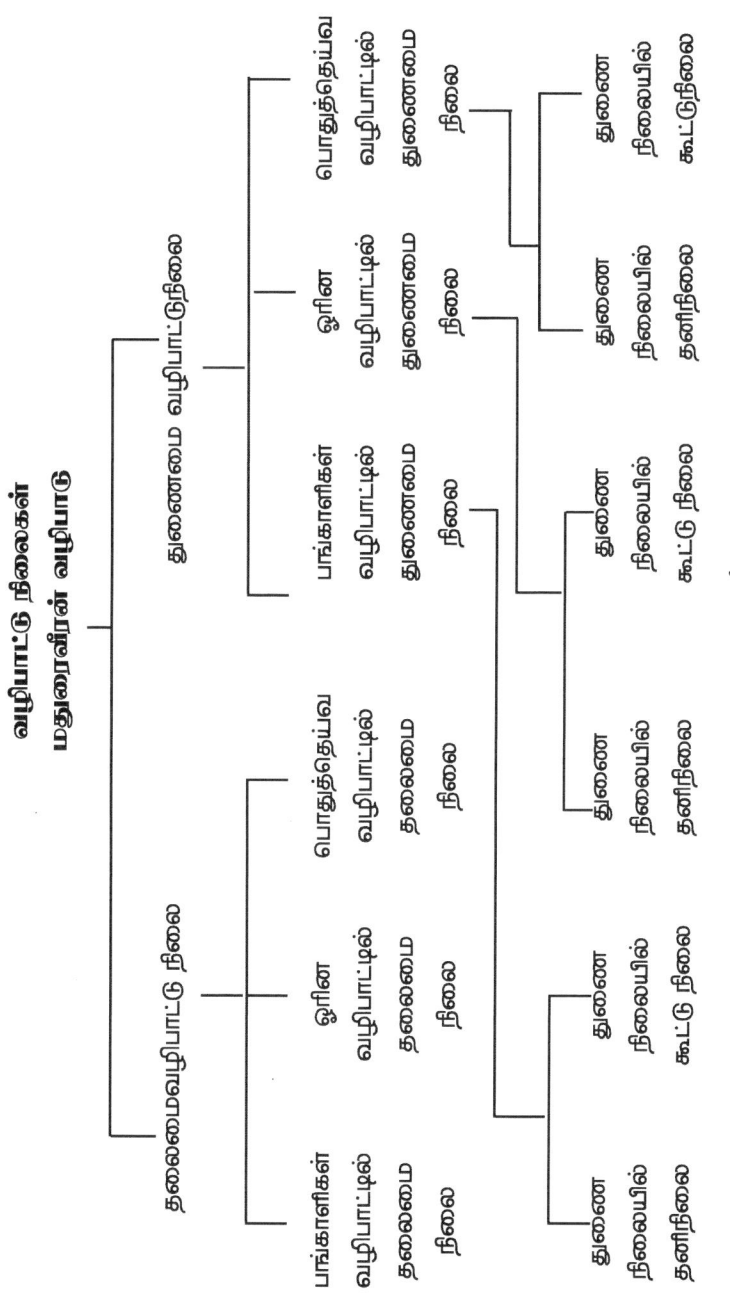

வழிபாட்டு நிலைகள்
மதுரைவீரன் வழிபாடு

வரைபடம் –1

கூறலாம். ஒரு கோயிலை வணங்கும் முறையால் குலம் இனங் காணப்படுகிறது. ஒரு குறிப்பிட்ட கோயிலைக் கும்பிடுபவர்கள் எல்லாம் பங்காளிகளாக இருப்பர். அக்கோயிலைக் கும்பிடுபவர்களுக்குள் மண உறவுமுறை செய்யக்கூடாது. வேறு கோயிலை வணங்குபவர்களோடு தான் திருமணம் உறவு கொள்ள வேண்டும்"[13].

பொதுவாக, "மக்களோடு இருந்து வாழ்ந்தவர்கள் தெய்வ நிலைக்கு உயர்ந்து குலதெய்வங்களாகிறார்கள். இதுதான் திராவிட இனத்தின் பொதுவான குலதெய்வ முறை"[14] என்றும் கூறுவர். குலதெய்வ வழிபாட்டில் பல கடவுளர்கள், குறிப்பாகச் சிறுதெய்வங்கள் (ஆண், பெண் இருபிரிவும்) அடங்கும். இவற்றில் குலதெய்வத்திற்கே தலைமை நிலையில் வைத்து, சிறப்பான வழிபாடு நிகழ்த்தப்படும். "குருவை மறந்தாலும் குலதெய்வத்தை மறவேன்"[15] என்றும், "குலதெய்வத்தைக் கும்பிட்டுக் கும்மியடி"[16] என்றும் பாடல் வரிகள் குலதெய்வ வழிபாட்டினைச் சிறப்பித்துக் கூறுகின்றன. மேலும், நாட்டார் பெண் தெய்வங்கள் 'வீட்டுச் சாமிகள்' என்றே கூறப்படும். 'குலதெய்வம்' என்ற சொல்லாட்சியை இங்குப் பயன்படுத்துவதில்லை. மேற் கூறப்பட்ட விளக்கத்தின் அடிப்படையில் பங்காளிகள் வழிபாட்டில் தலைமை நிலை பெற்றிருக்கும் மதுரைவீரனைப் பற்றியச் செய்திகள் ஆராயப்படுகின்றன.

மதுரை மாவட்டம்

மதுரை மாவட்டத்தில், மதுரை பந்தடி நாலாவது குறுக்குத்தெரு, வாடிப்பட்டி தாதப்பநாயக்கன்பட்டி, கருப்பட்டி, போடி- சக்கமநாயக்கன் பட்டி, நல்லகருப்பன்பட்டி நாகம்பட்டி. தேனி அல்லிநகரம், குள்ளபுரம், அலங்காநல்லூர்-மறவர்பட்டி, சோழவந்தான் -மீன்காரத்தெரு, புல்லக்காபட்டி, உப்பார்பட்டி. மதுரை புதுமாகாளிபட்டி, சின்னமனூர், வீரபாண்டி ஆகிய பதினைந்து ஊர்களில், பங்காளி வழிபாட்டுத் தலைமை நிலையில் மதுரைவீரன் வழிபடப்படுகிறான். இவ்வூர்களில் இந்துவேளாளர், வீரகுடிவேளாளர், இல்லத்துப் பிள்ளைமார், வெள்ளாளப் பிள்ளை, கவரா நாயுடு யானைக்காரப் (ஏனியல்வார்) பங்காளிகள். ஈசநாட்டுக் கள்ளர் (தென் கொண்டார். நாடாவி. சேதுராயர் பிரிவுகள்). கொண்டையங்கோட்டை மறவர், (சேர்வை), அம்பலக்காரர்,

தொட்டியச் சக்கிலியர், சௌராட்டிரர், அம்பட்டர் (மருத்துவர்), ஆய வண்ணார் ஆகிய சாதிகளைச் சேர்ந்தவர்களே வணங்குகிறார்கள்.

அகமுடையர்

இம்மாவட்டத்தில் அதிகமாக நான்கு ஊர்களில் வேளாளர் சாதியினர் வழிபடுகின்றனர். நான்கு ஊர்களிலும் வழிபடும் வேளாளர் சாதியினரின் மொத்தத் தலைக்கட்டுகள்[17] நூற்று முப்பது ஆகும். இவ்வூர்களில் கருப்பட்டியில் மட்டுமே அதிகமாக எண்பது தலைக்கட்டுகள் வழிபடுகின்றனர். மதுரை மாவட்டம் முழுவதும் அதிமான தலைக்கட்டுக்கள் கொண்டு, வீரனை வழிபடும் சாதியினர் கவரா நாயுடு ஆவர். இவர்கள் இருநூற்று இருபது தலைக்காட்டுகள் கொண்டுள்ளனர். மதுரைவீரனைப் பங்காளி வழிபாட்டுத் தலைமை நிலையில் வைத்து வணங்கும் அனைத்துச் சாதிகளின் மொத்தத் தலைக்கட்டுகள் இம்மாவட்டத்தில் ஐந்நூற்று தொண்ணூற்றாறு என்று உள்ளது. மேலும், தேனி - அல்லிநகரம் மட்டும் நூற்று இருபது கவரா நாயுடு தலைக்கட்டுக்களைக் கொண்டு, அதிக எண்ணிக்கையில் வழிபடும் ஊராக விளங்குகிறது.

மதுரை மாவட்டக் குலதெய்வ வழிபாட்டில் மதுரைவீரனுக்குத் துணையாகவோ, காவலாகவோ, கருப்பணசாமி, கோவிந்தன், குருநாதன், மகாமுனீசுவரன் ஆகிய நாட்டார் தெய்வங்களும் பேச்சி, முத்துக் குருவம்மாள், கண்ணம்மாள், முத்து நாகம்மன், பேராண்டாள், அழகம்மாள், பூவாடைக்காரி, பாப்பாத்தி, சக்கம்மா, வீரசின்னம்மாள் ஆகிய நாட்டார் பெண் தெய்வங்களும் உள்ளன. மேலும் விநாயகர், பெருமாள் சுவாமி ஆகிய ஆண் பெருந்தெய்வங்களும் காளியம்மன், காமாட்சிஅம்மன், முதலான பெண் பெருந்தெய்வங்களும் இடம் பெற்றுள்ளன. பெரும்பான்மையாகப் பெண் நாட்டார் தெய்வங்கள் மதுரைவீரனுக்குத் துணையாகவோ, காவலாகவோ உள்ளன. ஆண் நாட்டார் தெய்வங்களில் கருப்பண சுவாமியே அதிக அளவில் மதுரைவீரனோடு இணைந்து உள்ளது.

திண்டுக்கல் அண்ணா மாவட்டம்.

திண்டுக்கல் அண்ணா மாவட்டம் நிலக்கோட்டை, அம்மைய நாயக்கனூர்- இடையர்பட்டி, அம்மையநாயக்கனூர் - வெள்ளைய நாயக்கர் தெரு, அம்மையநாயக்கனூர் - மாலைய கவுண்டன்பட்டி, கொடைரோடு, அப்பணம்பட்டி, அப்பணம்பட்டி - வீச்சாம்பட்டி. அப்பணம்பட்டி - கிழக்குத் தோட்டம், குருந்தம்பட்டி, நத்தம்பட்டி (குஞ்சி) வீரன்பட்டி, கதிர்நாயக்கன் பட்டி, கொடைரோடு - செகநாதபுரம், கல்கோட்டை, இடையகோட்டை, கொடைரோடு - ராசதானிக்கோட்டை, அம்மையநாயக்கனூர் அ.புதூர், கொளிஞ்சிப் பட்டி ஆகிய பதினெட்டு ஊர்களில், பங்காளி வழிபாட்டுத் தலைமை நிலையில் மதுரைவீரன் வழிபடப்படுகிறான். இந்த ஊர்களில் கவரா நாயுடு, சிறுதாலிகட்டி இடையர் (பாலார் இடையர்), சோழிய வேளாளர், தொட்டியச் சக்கிலியர் (தெலுங்குமொழி பேசுபவர் உட்பட்ட), பறையர் (கிறித்துவர்), ஆசாரி, சிறுதாலி கட்டி மறவர், மணியார், அம்மா பள்ளர், சத்திரிய நாடார், இந்து - வடுக வண்ணார் ஆகிய சாதிகளைச் சேர்ந்தவர்களே வணங்குகிறார்கள்.

இம்மாவட்டத்தில் அதிகமாக மூன்று ஊர்களில் கவரா நாயுடு சாதியினர் வழிபடுகின்றனர். மூன்று ஊர்களிலும் வழிபடும் கவர நாயுடு சாதியினரின் மொத்தத் தலைக்கட்டுகள் பதினெட்டு ஆகும். இவ்வூர்களில் அம்மையநாயக்கனூர் - வெள்ளையநாயக்கனூர் தெருவில் மட்டும் அதிகமாக ஒன்பது தலைக்கட்டுகள் வழிபடுகின்றனர். திண்டுக்கல் அண்ணா மாவட்டம் முழுவதும் அதிகமான தலைக்கட்டுகள் கொண்டு வீரனை வழிபடும் சாதியினர், சிறுதாலிகட்டி இடையர் (பாலார் இடையர்) மற்றும் தொட்டியச் சக்கிலியர் ஆகியோர். இவர்கள் முறையே நூறு நூறு தலைக்கட்டுகள் கொண்டுள்ளனர். மதுரைவீரனைப் பங்காளி வழிபாட்டுத் தலைமை நிலையில் வைத்து வணங்கும் அனைத்துச் சாதிகளின் மொத்தத் தலைக்கட்டுகள் இம்மாவட்டத்தில் முன்னூற்று எழுபத்து மூன்று என்று அமைகிறது. மேலும், 'கல்கோட்டை' மட்டும் தொண்ணூற்றைந்து தலைக்கட்டுகள் (பறையர்) கொண்டு, அதிக எண்ணிக்கையில் வழிபடும் ஊராக விளங்குகிறது.

திண்டுக்கல் மாவட்டக்குலதெய்வ வழிபாட்டில் மதுரை வீரனுக்குத் துணையாகவோ, காவலாகவோ முனீசுவரன், கருப்பணசாமி, பட்டக்காரன், இராமக்காரன், அய்யன், திம்மநாயக்கன், வங்கிக்காளை, கரகம்புடுக்கி, பாச்சக்காளை, பட்டாணி முனி ஆகிய ஆண் நாட்டார் தெய்வங்கள் உள்ளன. பெண் நாட்டார் தெய்வங்களில் வீரசின்னு, சீலக்காரி, நாகம்மாள், கன்னிமார், எல்லம்மா பெரண்ட ஆகியவை உள்ளன. மேலும் விநாயகர், முருகன், பெருமாள்சுவாமி போன்ற ஆண் பெருந்தெய்வங்களும், அங்காளஈசுவரி என்ற பெண் பெருந்தெய்வமும் இடம் பெற்றுள்ளன.

மதுரைவீரனுக்குத் காவலாகவோ, துணையாகவோ, பெரும்பான்மையும் ஆண் நாட்டார் தெய்வங்கள் இம்மாவட்டத்தில் இடம்ற்றொலும், அவர்களுள் அதிகமாக பட்டக்காரனும், பெண் நாட்டார் தெய்வங்களில் கன்னிமாரும், ஆண் பெருந்தெய்வங்களில் பெருமாள்சுவாமியும் இடம் பெற்றுள்ளன.

திருச்சி மாவட்டம்

திருச்சி மாவட்டத்தில் கரூர்-வெங்கம்மேடு- பெரியகுளத்துப் பாளையம், கரூர்-பெரிய வரப்பாளையம், கரூர் - ஆத்தூர் பூலாம்பாளையம், கரூர்-வெள்ளியணை ஆகிய ஆறு ஊர்களில் பங்காளி வழிபாட்டுத் தலைமை நிலையில் மதுரைவீரன் வழிபடப் படுகிறான். இந்த ஊர்களில் சக்கிலியர், வேளார் (மண்ணுடையார், மண்ணாடியார், குலாளர் என்ற பெயர்களும் உண்டு), பட்டுராசா (நாயுடு) ஆகிய சாதிகளைச் சேர்ந்தவர்களே வணங்குகிறார்கள்.

இம்மாவட்டத்தில் அதிகமாக மூன்று ஊர்களில் தொட்டியச் சக்கிலியர் சாதியினர் வழிபடுகின்றனர். மூன்று ஊர்களிலும் வழிபடும் தொட்டியச் சக்கிலியர் சாதியினரின் மொத்தத் தலைக்கட்டுகள் எழுநூற்று ஐம்பது ஆகும் இவ்வூர்களில் கரூர்- வெங்கம்மேடு- பெரியகுளத்துப் பாளையத்தில் மட்டும் அதிகமாக முன்னூற்று ஐம்பது தலைக்கட்டுக்கள் வழிபடுகின்றனர். திருச்சி மாவட்டம் முழுவதும் அதிகமான தலைக்கட்டுக்கள் கொண்டு வீரனை வழிபடும் சாதியினர் சக்கிலியர் ஆவர். இவர்கள் எழுநூற்று ஐம்பது தலைக்கட்டுகள் கொண்டுள்ளனர்.

மதுரைவீரனைப் பங்காளி வழிபாட்டுத் தலைமை நிலையில் வைத்து வணங்கும் அனைத்துச் சாதிகளின் மொத்தத் தலைக்கட்டுகள், இம் மாவட்டத்தில் எழுநூற்று எழுபது என்று அமைகிறது. மேலும் கரூர் - வெங்கம்மேடு - பெரியகுளத்துப் பாளையம் மட்டும் முன்னூற்று ஐம்பது தலைக்கட்டுகள் (சக்கிலியர்) கொண்டு அதிக எண்ணிக்கையில் வழிபடும் ஊராக விளங்குகிறது.

இவ்வழிபாட்டில் மதுரைவீரனுக்குத் துணையாகவோ, காவலாகவோ நாட்டார் ஆண் தெய்வம் மகாமுனியும், பெண் தெய்வங்களாக ராசாக்காள், முச்சிலி அம்மனும், ஆண் பெருந் தெய்வத்தில் விநாயகரும் இடம் பெற்றுள்ளனர்.

பிற மாவட்டங்கள்

பெரியார் மாவட்டத்தில் ஈரோடு - பெரியார் காலனி இ பிளாக்கில் எழுபத்தைந்து தலைக்கட்டுகள் சக்கிலியச் சாதியினர் வழிபடுகின்றனர். இராமநாதபுர மாவட்டத்தில் இராமநாதபுரம் அண்ணாநகர் - குருவிக்காரத் தெருவில் குருவிக்காரச் சாதி நூறு தலைக்கட்டுகளும், பரமக்குடி-காந்தி காலனியில் எழுபது தலைக்கட்டுகள் காட்டு நாயக்கச் சாதியினரும் பங்காளி வழிபாட்டில் மதுரைவீரனைக் கொண்டுள்ளனர். கோயம்புத்தூர், பசும்பொன் தேவர், தொண்டைமான் புதுக்கோட்டை ஆகிய மாவட்டங்களில் இவ்வழிபாட்டில் உள்ளோர் ஆய்வாளருக்குக் கிடைக்கவில்லை.

பொதுக் கருத்துருவாக்கம்

ஆய்வுக்கு உட்பட்ட மாவட்டங்களில் பங்காளி வழிபாட்டுத் தலைமை நிலையில் மதுரைவீரனை வைத்து அதிகமான ஊர்களில் வழிபடும் சாதியினராகச் ‘சக்கிலியர்’ உள்ளனர். அவ்வூர்களின் எண்ணிக்கை எட்டு, எட்டு ஊர்களிலும் மதுரைவீரனை வழிபடும் சக்கிலியர்களின் மொத்தத் தலைக்கட்டுகள் ஆயிரத்து நூற்று எழுபத்தைந்து (55.4%) ஆகும் (காண்க: வரைபடம்-2). எட்டு ஊர்களிலும் திருச்சி மாவட்டம் கரூர் வெங்கம்மேடு பெரியகுளத்துப் பாளையத்தில் மட்டும் ஒரே இடத்தில் அதிகமாக முன்னூற்று ஐம்பது தலைக்கட்டுகள் வழிபாடு செய்கின்றனர்.

ஆய்வுக்கு உட்பட்ட மாவட்டங்களில் ஏழு ஊர்களில் 'கவரா நாயுடு சாதியினர் வழிபடுகின்றனர். ஏழு ஊர்களிலும் மதுரைவீரனை வழிபடும் கவரா நாயுடு சாதியினரின் மொத்தத் தலைக்கட்டுகள் இருநூற்று நாற்பத்தேழு (11.6%). ஏழு ஊர்களிலும் மதுரை மாவட்டம் தேனி- அல்லிநகரத்தில் மட்டும் அதிகமாக நூற்று இருபது தலைக்கட்டுகள் வணங்கி வருகின்றனர்.

ஆய்வுக்கு உட்பட்ட மாவட்டங்களில் ஆறு ஊர்களில் 'வேளாளர்' சாதியினர் வழிபடுகின்றனர். ஆறு ஊர்களிலும் மதுரைவீரனை வழிபடும் வேளாளர் சாதியினரின் மொத்தத் தலைக்கட்டுகள் நூற்று அறுபத்திரண்டு (7.6%). ஆறு ஊர்களிலும் மதுரை மாவட்டம் கருப்பட்டியில் மட்டும் அதிகமாக எண்பது தலைக்கட்டுகள் வழிபாடு செய்கின்றனர்.

ஆய்வுக்கு உட்பட்ட மாவட்டங்களில் மூன்று ஊர்களில் 'கோனார்' சாதியினர் வழிபடுகின்றனர். மூன்று ஊர்களிலும் மதுரைவீரனை வழிபடும் கோனார் சாதியினரின் மொத்தத் தலைக்கட்டுகள் நூறு (4.7%) ஆகும். மூன்று ஊர்களிலும் திண்டுக்கல் அண்ணாமாவட்டம் அப்பணம்பட்டியில் மட்டும் தலைக்கட்டுகள் அதிகமாக அறுபது தலைக்கட்டுகள் வணங்கி வருகின்றனர்.

களப்பணிக்கு உட்பட்ட மாவட்டங்களில் இரண்டு ஊர்களில் 'பறையர்' சாதியினர் வழிபடுகின்றனர். இரண்டு ஊர்களிலும் மதுரை வீரனை வழிபடும் பறையர் சாதியினரின் மொத்தத் தலைக்கட்டுகள் நூறு (4.7%) ஆகும். இரண்டு ஊர்களிலும் திண்டுக்கல் அண்ணா மாவட்டம் கல்கோட்டையில் மட்டும் தொண்ணூற்றைந்து தலைக்கட்டுகள் வணங்கி வருகின்றனர்.

ஆய்வுக்கு உட்பட்ட மாவட்டங்களில் ஐந்து ஊர்களில் ஐந்து 'முக்குலத்தோர்' வழிபடுகின்றனர். ஊர்களிலும் மதுரைவீரனை வழிபடும் முக்குலத்தோரின் மொத்தத் தலைக்கட்டுகள் அறுபத்தொன்பது (3.2%), ஐந்து ஊர்களிலும் மதுரை மாவட்டம் குள்ளபுரத்தில் மட்டும் அதிகமாக முப்பது தலைக்கட்டுகள் வணங்கி வருகின்றனர்.

பங்காளிகள் வழிபாட்டில் தலைமைநிலை
(குல தெய்வ வழிபாடு)

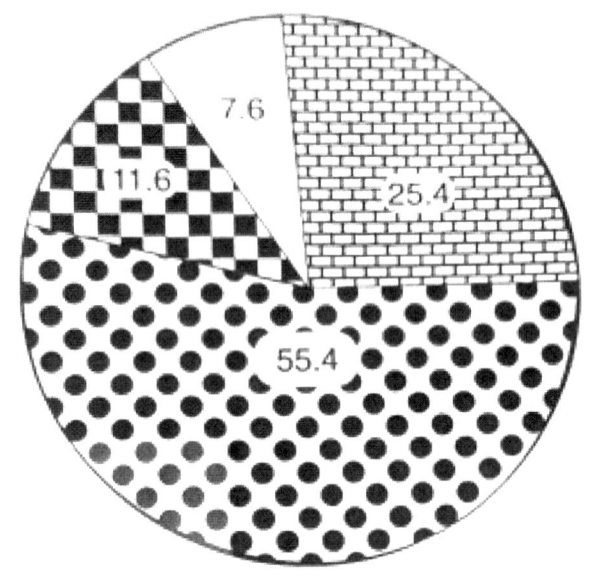

 சக்கிலியர்   வேளாளர்

 கவராநாயுடு    பிறசாதியினர்

வரைபடம் -2

ஆய்வுக்கு உட்பட்ட மாவட்டங்களில் இரண்டு ஊர்களில் 'வண்ணார்' சாதியினர் வழிபடுகின்றனர். இரண்டு ஊர்களிலும் மதுரைவீரனை வழிபடும் வண்ணார் சாதியினரின் மொத்தத் தலைக்கட்டுகள் ஐம்பத்து நான்கு (2.4%) ஆகும். இரண்டு ஊர்களிலும் மதுரை மாவட்டம் வீரபாண்டியில் தான் அதிகமாக ஐம்பது தலைக்கட்டுகள் வணங்கி வருகின்றனர்.

ஆய்வுக்கு உட்பட்ட மாவட்டங்களில் இரண்டு ஊர்களில் 'வேளார்' சாதியினர் வழிபடுகின்றனர். இரண்டு ஊர்களிலும் மதுரைவீரனை வழிபடும் 'வேளார்' சாதியினரின் மொத்தத் தலைக்கட்டுகள் பத்து (5%) ஆகும். இரண்டு ஊர்களிலும் திருச்சி மாவட்டம் கரூர் - கடம்பன் குறிச்சியில் அதிகமாக ஒன்பது தலைக்கட்டுகள் வணங்கி வருகின்றனர்.

இவை தவிர ஆய்வுக்கு உட்பட்ட மாவட்டங்களில் 'ஒரே ஊரில் மட்டும்' என்ற எண்ணிக்கை வகையில் குலதெய்வமாக வழிபடும் சாதிகள் ஏழும் ஏழு ஊர்களில் வணங்குகின்றன. இவ்வூர்களில் எல்லாம் மதுரைவீரனை வழிபடும் இச்சாதிகளின் மொத்தத் தலைக்கட்டுகள் நூற்று எட்டு (51%). இவற்றில் இராமநாதபுர மாவட்டம் இராமநாதபுரம் - அண்ணாநகர் - குருவிக்காரத் தெருவில் உள்ள குருவிக்காரச் சாதியினர் அதிகமாக நூறு தலைக்கட்டுகள் வழிபாடு செய்கின்றனர்.

ஆய்வுக்கு உட்பட்ட மாவட்டங்களில் நாற்பத்திரண்டு ஊர்களில் இரண்டாயிரத்து நூற்று இருபத்தொன்று தலைக்கட்டுகள் பங்காளி வழிபாட்டுத் தலைமை நிலையில் வைத்து மதுரைவீரனை வழிபடுகின்றனர். திண்டுக்கல் அண்ணா மாவட்டத்தில் அதிகமாகப் பதினெட்டு ஊர்களில் பங்காளி வழிபாட்டுத் தலைமை நிலை வழிபாடு நிகழ்கிறது. மேலும், ஆய்வுக்கு உட்பட்ட மாவட்டங்களில் திருச்சி மாவட்டம் கரூர் வெங்கம்மேடு பெரியகுளத்துப் பாளையத்தில் மட்டும் ஒரே இடத்தில் அதிகமாக முன்னூற்று ஐம்பது தலைக்கட்டுகள் சக்கிலியச் சாதியினர் வணங்கி வருகிறார்கள்.

ஆய்வுக்கு உட்பட்ட மாவட்டங்களில் மதுரைவீரனுக்குத் துணையாகவோ, காவலாகவோ பெண் நாட்டார் தெய்வங்களே அதிகமாக இடம் பெற்றுள்ளன. குறிப்பாகச் சீலக்காரி என்ற பெண்

தெய்வமே அதிகம். ஆண் நாட்டார் தெய்வங்களில் கருப்பணசாமி அதிகமாக இடம்பெறுகிறது. ஆண் பெருந் தெய்வங்களில் விநாயகரும், பெருமாள் சுவாமியும் அதிகமாக இடம்பெறுகின்றனர்.

ஓரின வழிபாட்டில் தலைமை நிலை

இனம் என்ற சொல் பல பொருள்பட வழங்கப்பட்டாலும், இங்கு 'சாதி' என்ற நோக்கத்திலேயே ஆய்வில் பயன்படுத்தப்படுகிறது. அதாவது, சமூகத்தில் வாழும் ஒரு பிரிவு மக்களைக் குறிக்கப் பயன்படுத்தப்படுகிறது. 'சாதி' என்ற சொல் வடமொழியில் காணும் 'ஜாதி' என்பதன் தற்சமம்.

சாதி என்பதற்குத் தற்காலத் தமிழ்ச் சொல்லகராதி 'குலம், மரபு, இனம்' என்று பொருள் தருகிறது.[18] குலம் என்பது 'சாதி, கூட்டம் இனம், குடி'[19] எனவும், இனம் என்பதற்குக் 'குலம், துணையாகச் சேரும் கூட்டம், சம்பந்தம், சுற்றம்'[20] எனவும் அகராதிகள் பொருள் கூறுகின்றன. வடசொற்றமிழ் அகரவரிசை சாதி-ஜாதி என்பதற்கு 'இனம், வகுப்பு, மரபு'[21] எனப் பொருள் தருகின்றது. வகுப்பு என்பதற்கு மதுரைப் பேரகராதி, 'பகுப்பு, இனம், சாதி,தரம்'[22] எனப் பொருள் உரைக்கின்றது. இவ்வகராதியே வருணம் என்பதற்குக் 'குலம், நிறம்'[23] எனப் பொருள் தருகின்றது. மேற்கண்டவற்றின் மூலம் சாதி, இனம், வகுப்பு, வருணம் என்பவை பல கூறுகளில் ஒன்றுபட்ட ஒரு குழுவினைக் குறிக்கும் சொற்களாக அமைகின்றன.

ஒத்த தொழில், ஒரே நிறம், வாழ்க்கை முறையில் ஒரே மாதிரியான பழக்க வழக்கங்கள் ஆகியவற்றைக் கடைப்பிடிக்கும் கூட்டத்தைச் சாதி என்று சுட்டலாம். இதன் அடிப்படையில் மதுரைவீரனைப் பங்காளி வழிபாட்டில் தலைமை நிலையில் வைத்து வழிபடுவதைப் போன்று, ஒரே சாதியாக உள்ளவர்கள் இணைந்து தலைமை நிலையில் வைத்து வழிபடுவது இங்கு எடுத்துக் காட்டப்படுகிறது. ஒரே சாதி என்பதைத் தவிர இவர்களிடையே பங்காளிகள் உறவுமுறையினைப் போன்று வரையறை கிடையாது. இச்சாதிய வழிபாட்டில் கொள்வினை, கொடுப்பினை கொண்ட அனைவரும் இருப்பர்.

மதுரை மாவட்டம்

மதுரை மாவட்டத்தில் சோழவந்தான் - வைத்தியநாதபுரம், போடி - சக்கமநாயக்கன்பட்டி (பட்டாளம்மன் கோயில் தெரு) ஆகிய இரண்டு ஊர்களில் ஓரின வழிபாட்டுத் தலைமை நிலையில் மதுரைவீரன் வழிபடப்படுகிறான். இந்த ஊர்களில் காட்டுநாயக்கர், சக்கிலியர் ஆகிய சாதிகளைச் சேர்ந்தவர்கள் ஒரே இனமாகக் கூடி மதுரைவீரனை வணங்குகிறார்கள்.

இம்மாவட்டத்தில் இரண்டு ஊர்களிலும் வீரனை வழிபடும் சாதிகளின் தலைக்கட்டுகள் நூற்று முப்பத்தேழு ஆகும். இவற்றில் போடி-சக்கமநாயக்கன் பட்டியில் சக்கிலியர் சாதி மட்டும் அதிகமாக நூறு தலைக்கட்டுகள் வழிபட்டு வருகின்றனர். இவற்றில் ஓரினவழிபாட்டுத் தலைமை நிலையில் வழிபடப்படும் மதுரைவீரனுக்குத் துணையாகவோ, காவலாகவோ வீரசின்னம்மாள் என்ற நாட்டார் பெண் தெய்வமும், ஆண் பெருந் தெய்வமாகப் பெருமாள் சுவாமியும் உள்ளனர்.

திண்டுக்கல் அண்ணா மாவட்டம்

திண்டுக்கல் மாவட்டத்தில் தாண்டிக்குடிமலை, பழனி-சவகர் நகர், நத்தம் - ஊராளிபட்டி, பழனி மஞ்சநாயக்கன்பட்டி, பழனி-கணக்கன்பட்டி - முதலாவது வார்டு, பழனி- சத்யா நகர் - ஏழாவது வார்டு, திண்டுக்கல்- ஆர்.வி.நகர் ஆகிய ஏழு ஊர்களில் ஓரினவழிபாட்டுத் தலைமை நிலையில் மதுரைவீரன் வழிபடப்படுகிறான். இந்த ஊர்களில் சக்கிலியர் அல்லது அருந்ததியர் (கன்னட மொழி பேசுபவர் உட்பட்ட), வண்ணார் ஆகிய சாதிகளைச் சேர்ந்தவர்கள் ஒரே இனமாகக் கூடி, மதுரைவீரனை வணங்குகிறார்கள்.

இம்மாவட்டத்தில் அதிகமாக ஆறு ஊர்களில் சக்கிலியச் சாதியினர் வழிபடுகின்றனர். ஆறு ஊர்களிலும் வழிபடும் சக்கிலியச் சாதியினரின் (கன்னடம் பேசுபவர் உட்பட்ட) மொத்தத் தலைக்கட்டுகள் ஆயிரத்து முந்நூற்று முப்பத்தொன்று ஆகும். இவ்வூர்களில் பழனி-சத்யா நகர் ஏழாவது வார்டில்தான் அதிகமாக ஐநூறு தலைக்கட்டுகள் வழிபடுகின்றனர். திண்டுக்கல் அண்ணா மாவட்டம் முழுவதும்

அதிகமான தலைக்கட்டுகள் கொண்டு வீரனை வழிபடும் சாதியினர் சக்கிலியரே ஆவர். இவர்கள் ஆயிரத்து முந்நூற்று முப்பத்தொன்று எனத் தலைக்கட்டுகள் கொண்டுள்ளனர். மதுரைவீரனை ஓரின வழிபாட்டுத் தலைமை நிலையில் வைத்து வணங்கும் அனைத்துச் சாதிகளின் மொத்தத் தலைக்கட்டுகள், இம்மாவட்டத்தில் ஆயிரத்து நானூற்று முப்பத்தொன்று ஆகும். மேலும், பழனி-சத்யா நகர் - ஏழாவது வார்டு மட்டும் ஐநூறு தலைக்கட்டுகள் (சக்கிலியர்) கொண்டு அதிக எண்ணிக்கையில் வழிபடும் ஊராக விளங்குகிறது.

ஓரினத்தலைமை நிலையில் வழிபடப்படும் மதுரைவீரனுக்குத் துணையாகவோ, காவலாகவோ, கருப்பணசாமி, முனியப்பன் ஆகிய நாட்டார் ஆண் தெய்வங்களும், பட்டாளம்மன், வீரம்மாள் என்ற நாட்டார் பெண் தெய்வங்களில் பட்டாளம்மனும் அதிகம் இடம் பெற்றுள்ளனர்.

திருச்சி மாவட்டம்

திருச்சி மாவட்டத்தில் திருச்சி-பொன்மலை- கணேசபுரம், திருச்சி-பாலக்கரை-செங்குளம் காலனி, திருச்சி-உறையூர் - கல்லறை மேட்டுத்தெரு, தான்தோன்றி மலை- சத்தியமூர்த்தி நகர் ஆகிய நான்கு ஊர்களில் ஓரின வழிபாட்டுத் தலைமை நிலையில் மதுரைவீரன் வழிபடப்படுகிறான். இந்த ஊர்களில் சக்கிலியர் சாதியினரே ஒரே இனமாகக் கூடி மதுரைவீரனை வணங்குகிறார்கள். இம்மாவட்டத்தில் அதிகமாக நான்கு ஊர்களில் சக்கிலியச் சாதியினர் வழிபடுகின்றனர். நான்கு ஊர்களிலும் வழிபடும் சக்கிலியச் சாதியினரின் மொத்தத் தலைக்கட்டுகள் ஆயிரத்து தொண்ணூறு ஆகும். இவ்வூர்களில் திருச்சி-உறையூர்-கல்லறை மேட்டுத் தெருவில்தான் அதிகமாக நானூறு தலைக்கட்டுகள் வழிபடுகின்றனர். திருச்சி மாவட்டம் முழுவதும் அதிகமான தலைக்கட்டுகள் கொண்டு வீரனை வழிபடும் சாதியினர் சக்கிலியரே ஆவர். இவர்கள் எண்ணூறு தலைக்கட்டுகள் கொண்டுள்ளனர். மதுரைவீரனை ஓரின வழிபாட்டுத் தலைமை நிலையில் வைத்து வணங்கும் மொத்தத் தலைக்கட்டுகள் இம்மாவட்டத்தில் எண்ணூறு ஆகும். மேலும், உடுமலைப் பேட்டை

வெங்கடாசலபுரம் மட்டும் ஐநூறு தலைக்கட்டுகள் (சக்கிலியர்) கொண்டு, அதிக எண்ணிக்கையில் வழிபடும் ஊராக விளங்குகிறது.

இம்மாவட்டத்தில் ஓரினத் தலைமை நிலையில் வழிபடப்படும் மதுரைவீரனுக்குத் துணையாகவோ, காவலாகவோ ஆண் நாட்டார் தெய்வங்களில் கருப்பணசாமியும், பெண் நாட்டார் தெய்வங்களில் பட்டாளம்மனும் பட்டத்து அரசியும் இடம்பெற்றுள்ளனர்.

பெரியார் மாவட்டம்

ஈரோடு பெரியார் நகரில் சக்கிலியச் சாதியினர் நூற்று நாற்பது தலைக்கட்டுகளும், அவல்பூந்துறையில் சக்கிலியச் சாதியினர் (தெலுங்கு பேசுவோர்) இருபது தலைக்கட்டுகளும் இனத்தெய்வ நிலையில் மதுரைவீரனை வழிபடுகின்றனர். இங்கு மாகாளி அம்மனும் பெருமாள் சாமியும் துணையாகவோ, காவலாகவோ உள்ளனர்.

பிற மாவட்டங்கள்

இராமநாதபுர மாவட்டம், பசும்பொன் தேவர் மாவட்டம், தொண்டைமான் புதுக்கோட்டை மாவட்டம், கோயம்புத்தூர் மாவட்டம் ஆகியவற்றில் ஓரின வழிபாட்டுத் தலைமை நிலையில் மதுரைவீரனை வழிபடுவோர் ஆய்வாளருக்குக் கிடைக்கவில்லை.

பொதுக் கருத்துருவாக்கம்

ஆய்வுக்கு உட்பட்ட மாவட்டங்களில், ஓரின வழிபாட்டுத் தலைமை நிலையில் மதுரைவீரனை வைத்து அதிகமான ஊர்களில் வழிபடும் சாதியினராகச் 'சக்கிலியர்கள்' உள்ளனர். அவ்வூர்களின் எண்ணிக்கை பதினாறு. பதினாறு ஊர்களிலும் மதுரைவீரனை வழிபடும் சக்கிலியர்களின் மொத்தத் தலைக்கட்டுகள் மூன்றாயிரத்து முன்னூற்று எண்பத்தொன்று (96.1%) ஆகும் (காண்க: வரைபடம் 3). பதினாறு ஊர்களிலும் திண்டுக்கல் அண்ணா மாவட்டம் பழனி - சத்யாநகர் ஏழாவது வார்ட்டில்தான் அதிகமாக ஐநூறு தலைக்கட்டுகள் வழிபாடு செய்கின்றனர்.

ஆய்வுக்கு உட்பட்ட மாவட்டங்களில் ஒரே இடத்தில் மட்டும் மதுரைவீரனை வழிபாட்டில் தலைமைநிலையில் வைத்து வழிபடும் ஊர்கள் இரண்டு ஆகும். இவ்வூர்களில் மதுரைவீரனை வழிபடும் சாதிகளின் மொத்தத் தலைக்கட்டுகள் நூற்று முப்பத்தேழு (3.8%) ஆகும் இரண்டு ஊர்களில் திண்டுக்கல் அண்ணா மாவட்டம் திண்டுக்கல் - ஆர்.வி. நகர்தான் அதிகமாக நூறு (1.1%) தலைக்கட்டுகள் (வண்ணார்) கொண்டு வழிபடும் ஊராக இருக்கிறது.

ஆய்வுக்கு உட்பட்ட மாவட்டங்களில் பதினெட்டு ஊர்களில் மூன்றாயிரத்து ஐந்நூற்று பதினெட்டு தலைக்கட்டுகள் ஓரின வழிபாட்டுத் தலைமை நிலையில் வைத்து மதுரைவீரனை மேலும். வழிபடுகின்றனர். எட்டு மாவட்டங்களிலும் சேர்த்து அதிகமான தலைக்கட்டுகள் கொண்டு வழிபடும் சாதி 'சக்கிலியர்' ஆவர். இவர்களின் தலைக்கட்டுகள் மூன்றாயிரத்து முன்னூற்று எண்பத்தொன்று ஆகும். எட்டு மாவட்டங்களிலும், திண்டுக்கல் அண்ணாமாவட்டம் பழனி - சத்யாநகர் ஏழாவது வார்டில் மட்டும் அதிகமாக ஐநூறு தலைக்கட்டுகள் சக்கிலியர் வழிபடுகின்றனர். ஆய்வுக்கு உட்பட்ட மாவட்டங்களின் திண்டுக்கல் அண்ணா மாவட்டத்தில் அதிகமாக ஏழு ஊர்களில், ஓரினவழிபாட்டுத் தலைமை நிலையில் மதுரைவீரன் வழிபடப் படுகிறான்.

ஆய்வுக்கு உட்பட்ட மாவட்டங்களில் மதுரைவீரனுக்குத் துணையாகவோ, காவலாகவோ பெண் நாட்டார் தெய்வங்கள் அதிகமாக இடம் பெற்றுள்ளன. குறிப்பாக, 'மாரியம்மன்' எனும் தெய்வமே அதிகமாக உள்ளது. ஆண் நாட்டார் தெய்வங்களில் கருப்பணசாமியும் முனியப்பனும் அதிகமாக இடம் பெற்றுள்ளன. ஆண் பெருந்தெய்வங்களில் பெருமாள் சுவாமியே அதிகமாக இடம் பெற்றுள்ளது.

பொதுத் தெய்வ வழிபாட்டு நிலையில் தலைமை நிலை

பொதுத் தெய்வ வழிபாட்டு நிலையில் தலைமைநிலை என்பது நகரில் அல்லது கிராமத்தில் உள்ள அனைத்துச் சாதி மக்களும் வந்து மதுரைவீரனை வழிபடுவர். வழிபாட்டில் மதுரைவீரன் முதன்மையில் வைத்து வழிபடப் படுவான். அதாவது, கோயிலின் நடுநாயகமான தெய்வமாக வழிபடப் படுவான். இவ்வழிபாட்டு நிலையில் மதுரைவீரன்

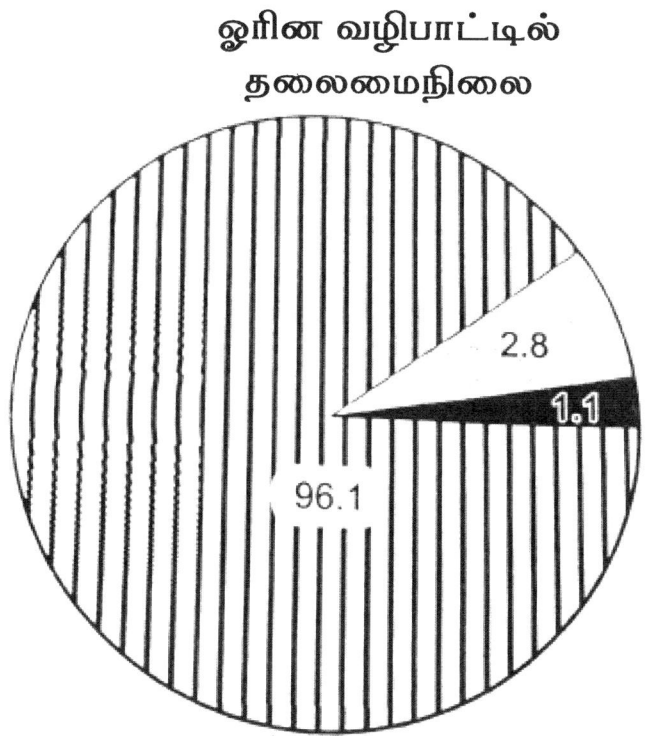

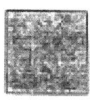

ஓரின வழிபாட்டில் தலைமைநிலை

வரைபடம் -3

கோயில் குறிப்பிட்ட சாதியினரைச் சேர்ந்த ஒரு குடும்பத்தினர்க்குச் சொந்தமாக இருந்து நாளடைவில் புகழ் அடைந்து, அவர்களின் நிர்வாகத்தாலோ அல்லது ஊர்ப் பொது நிர்வாகத்தாலோ பொதுக் கோயிலாக மாறிவிடும் சிறு தெய்வங்களின் பண்புகளுக்கு ஏற்ப வகைப்படுத்தும் பொழுது, "குலதெய்வ வழிபாடு, ஊர்த்தெய்வ வழிபாடாகவும் பிறகு பலரும் வணங்கும் சக்தியுள்ள தெய்வ வழிபாடாகவும் மரபுச் செல்வாக்கும் பெறும் நிலை"[24] என்று ஒரு கூறை எடுத்துக் காட்டுவது மேற்சொன்ன நம் விளக்கத்திற்கு அரண் செய்வது நோக்கத் தக்கது. இத்தன்மையில் உள்ள பொதுத் தெய்வ மதுரைவீரன் வழிபாடே இங்கு எடுத்துக் காட்டப்படுகிறது.

மதுரை மாவட்டம்

மதுரை மாவட்டத்தில் மதுரை - பெரிய மதுரைவீரன் கோயில் (அம்மன் சந்நிதிக்கு முன்பு, நகரா மண்டபத்திற்கு எதிரில் உள்ளது), தேனி-அல்லிநகரம் - வீரப்ப அய்யனார் கோயில் தெரு ஆகிய இரண்டு இடங்களிலும் உள்ள கோயில்களில் பொதுத்தெய்வ வழிபாட்டு நிலையில் வைத்து மதுரைவீரன் வழிபடப்படுகிறான். இவ்விரண்டு ஊர்களில் வேளாளர் சாதியினரின் நிர்வாகத்திலும், பூசாரித் தனத்திலும் மதுரைவீரன் பொதுமக்களால் வணங்கப்படுகிறான். இங்கு மதுரை வீரனை வேளாளர், நாட்டுக்கோட்டைச் செட்டியார், பிராமணர், நாயுடு, சௌராட்டிரர், சக்கிலியர், ஆசாரி, கள்ளர், மறவர், சேர்வை ஆகிய சாதிகளும், முசுலீம்களும் வழிபட்டு வருகின்றனர். செட்டியார், வேளாளர் சாதிகள் இரண்டு ஊர்களிலும் வணங்கி வருகின்றனர்.

திண்டுக்கல் அண்ணா மாவட்டம்

திண்டுக்கல் அண்ணா மாவட்டத்தில் பழனி (டான்சி நிறுவனம் முன்பு உள்ளது), சாணார்பட்டி, கொடைரோடு - செகநாதபுரம் ஆகிய மூன்று ஊர்களில் பொதுத் தெய்வ வழிபாட்டு நிலையில் தலைமை நிலையில் வைத்து மதுரைவீரன் வழிபடப்படுகிறான். இரண்டு ஊர்களில் நாயுடு மற்றும் ஆசாரி (பறையர் கிறித்துவர் உட்பட்ட) சாதியினரின் நிர்வாகத்திலும், பூசாரித்தனத்திலும், வணங்கப்படுகிறான். மதுரைவீரன் பொதுமக்களால் சாணார்பட்டியில் மட்டும் நாடார்

பூசாரித்தனத்தோடு ஊர் பொது நிர்வாகம் அமைக்கப்பட்டு மதுரைவீரன் வழிபடப்படுகிறான். மூன்று இடங்களில் வழிபாட்டுக்கு வரும் சாதிகள் கேரள நம்பூதிரி, பிராமணர், கள்ளர், நாடார், கவுண்டர் ஆகியோராவர். இவர்கள் இரண்டு தவிர முசுலீம்களும் வழிபாட்டுக்கு வருகின்றனர். ஊர்களில் கள்ளர் சாதியினரும் முசுலீம்களும் வழிபாட்டுக்கு வருகின்றனர். பொதுத்தெய்வ வழிபாட்டு நிலையில் உள்ள மதுரை வீரனுக்குத் துணையாகவோ, காவலாகவோ ஆண் நாட்டார் தெய்வங்களில் கருப்பணசாமியும், பெண் பெருந் தெய்வங்களில் அங்காள ஈசுவரியும் உடன் உள்ளனர்.

திருச்சி மாவட்டம்

திருச்சி மாவட்டத்தில் கரூர் - ரயில்வே காலனி, திருச்சி - செங்குளம் காலனி ஆகிய இரண்டு ஊர்களில் பொதுத் தெய்வ வழிபாட்டு நிலையில் தலைமை நிலையில் வைத்து மதுரைவீரன் வழிபடப்படுகிறான். கரூரில் கோனார் பூசாரித்தனமும் பொது நிர்வாகமும் இடம்பெற, திருச்சியில் ஆசாரி சாதியினர் நிர்வாகமும் பூசாரித்தனமும் கொண்டு மதுரைவீரன் பொது மக்களால் வழிபடப்படுகிறான். இரு இடங்களில் வழிபாட்டுக்கு வரும் சாதிகள் பிராமணர், கள்ளர், கோனார், கவுண்டர், பிள்ளைமார், பண்டாரம் ஆகியோர் ஆவர். இங்கு மதுரைவீரனுக்குத் துணையாகவோ, காவலாகவோ நாகம்மாள், மாரியம்மன் ஆகிய நாட்டார் பெண் தெய்வங்கள் உள்ளன.

கோயம்புத்தூர் மாவட்டம்

கோயம்புத்தூர் மாவட்டத்தில் பொள்ளாச்சி - குமரன் நகர், மேற்குப்பகுதி - அழகம்மாள் லே-அவுட், வேட்டைக்காரன் புதூர் எம்.ஜி.எம் நகர் - மேட்டுத்தெரு ஆகிய இரண்டு ஊர்களில் பொதுத் தெய்வ வழிபாட்டு நிலையில், தலைமை நிலையில் வைத்து மதுரைவீரன் வழிபடப்படுகிறான். இரண்டு ஊர்களிலும் சக்கிலியர் (தெலுங்கு பேசுபவர் உட்பட்ட) பூசாரித்தனம் மேற்கொண்டிருக்க, ஊர்ப்பொது நிர்வாகம் அமைக்கப்பட்டுப் பொதுமக்களால் மதுரைவீரன் வழிபடப்படுகிறான். இங்கு கவுண்டர், முதலியார், ஆசாரி, அகமுடையார், வாணிபச்செட்டியார் ஆகிய சாதிகள் வழிபட வருகின்றனர். மேலும்,

மதுரைவீரனுக்குத் துணையாகவோ, காவலாகவோ நாட்டார் அம்பார் அய்யனும், பெண் நாட்டார் தெய்வங்களாகப் பட்டத்தரசியும் மகாமாரியம்மனும் ஆண் பெருந்தெய்வ விநாயகரும் இடம் பெற்றுள்ளனர். இம்மாவட்டத்தில் பெண் நாட்டார் தெய்வங்களே அதிகமாக இடம் பெற்றுள்ளன.

பிற மாவட்டங்கள்

பெரியார், இராமநாதபுரம், பசும்பொன் தேவர், தொண்டைமான் புதுக்கோட்டை ஆகிய மாவட்டங்களில் இவ்வழிபாடு கொண்டோர் ஆய்வாளருக்குக் கிடைக்கவில்லை.

சந்தி வீரசுவாமி வழிபாடு

மதுரைவீர சுவாமியை 'சந்தி வீரசுவாமி' என்ற பெயரில் வழிபடும் சாதிகளும் உண்டு. இவை பெரும்பாலும் பொதுத் தெய்வ வழிபாட்டு நிலையில் தலைமைத் தெய்வமாகவே காணப்படுகிறது. சந்தி வீரசுவாமி வழிபாடு என்பது, ஒன்றுக்கு மேற்பட்ட தெருக்கள் சந்திக்கும் இடத்தில் மதுரைவீரனைக் காவல்தெய்வமாக வைத்து வழிபடுவதாகும்.

மதுரை சுவாமி சன்னதி சந்து (பழக்கடைத் தெரு) சித்திரக்காரத் தெரு இரண்டாவது சந்து சந்திக்கும் இடத்தில் வழிபடப்படுகிறான். மதுரைவீரன் 'சந்திவீரசுவாமி' என்ற பெயரில் பொதுமக்களால் வடக்காவணி மூலவீதியில் கீழப்பட்டமார் தெருவும், செம்பியன் கிணற்றுத்தெருவும் சந்திக்கும் இடத்தில் சந்திவீரப்பனாக மதுரை வீரசுவாமி பொதுமக்களால் வழிபடப்படுகிறான். கோனார் சாதியின் நிர்வாகத்தில் இருக்கும் கோயிலில் கோனார் மக்கள் மிக அதிகமாக வந்து வணங்கிப் போகிறார்கள். இக்கோயிலில் சந்தி வீரப்பனுக்குத் துணையாக ஒண்டிக் கருப்பணசாமி விளங்குகிறார். இதே தெருவில் சந்தி வீரப்பன் பொதுமக்களால் வழிபடப்படும் கோயில் உள்ளது. இக்கோயிலிலும் தலைமைநிலை வகிக்கும் மதுரைவீரனுக்குத் துணை நிலையில் முத்துமாரியம்மன், வழிபாட்டில் காணப்படுகிறாள். மதுரை மாவட்டம் சோழவந்தானிலும், கோவிந்தம்மாள் தெருவில் வேளாளர் பூசாரித்தனத்தில் நாயக்கர், முதலியார் சாதியினரால் வழிபடப்படுகிறான்.

திருச்சி நகரில் ஜபர்சா தெருவும் டைமண்ட் வீதியும் சந்திக்குமிடத்தில் உள்ள சந்தி வீரப்பன் கோயிலில், கோனார் மற்றும் செட்டியார் சாதியினர் பொதுத் தெய்வ வழிபாட்டுத் தலைமையில் வைத்து வழிபடுகிறார்கள்.

நெல்லை மாவட்டம் பாளையங்கோட்டையில் கீழத்தெருவும் கிருஷ்ணன் கோயில் வடக்குத்தெருவும் சந்திக்கும் இடத்தில் சந்திவீரசுவாமி பொதுமக்களால் வழிப்படப்படுகிறான். இக்கோயிலுக்குச் சௌராட்டிர சாதியைச் சேர்ந்தவர் பூசாரியாகப் பணியாற்றி வருகிறார்.

பொதுக் கருத்துருவாக்கம்

ஆய்வுக்கு உட்பட்ட மாவட்டங்களில் பொதுத் தெய்வ வழிபாட்டு நிலையில், தலைமை நிலையில் வைத்து மதுரைவீரன் வழிபடப்படும் ஊர்கள் மொத்தம் ஒன்பதாகும். இவ்வூர்களில் அதிகமாக இரண்டு ஊர்களில் 'வேளாளரும்' (மதுரை மாவட்டம்), ஆசாரியும் (திருச்சி மாவட்டம்), சக்கிலியரும் (தெலுங்கு பேசுபவர் உட்பட்ட) (கோயம்புத்தூர் மாவட்டம்) பூசாரித்தனம் செய்ய, வேளாளர், ஆசாரி சாதியினர் மட்டும் நிர்வாகப் பொறுப்பையும் மேற்கொண்டுள்ளனர். சக்கிலியர் பூசாரித்தனத்தில் ஊர்ப் பொது நிர்வாகம் அமைந்துள்ளது. ஒன்பது ஊர்களில் நான்கில் கவுண்டர், கள்ளர் சாதிகளும், மூன்று ஊர்களில் வேளாளர், பிராமணர், செட்டியார் சாதிகளும் இரண்டு ஊர்களில் முசுலீம்களும் வழிபாட்டுக்கு வருகின்றனர். ஆய்வுக்கு உட்பட்ட மாவட்டங்களில் பொதுத் தெய்வ வழிபாட்டு நிலையில், தலைமை நிலையில் மதுரைவீரனை வைத்து அதிகமாக வழிபடும் ஊர்கள் மூன்று கொண்டது திண்டுக்கல் அண்ணா மாவட்டமாகும்.

துணையாகவோ, காவலாகவோ, பெண் நாட்டார் தெய்வங்கள் அதிகமாக இடம் பெற்றுள்ளன. குறிப்பாக, நாட்டார் பெண் தெய்வங்கள் நாகம்மாள், மாரியம்மன், பட்டத்தரசி ஆகியவை இடம் பெற்றுள்ளன. சந்திவீரசுவாமி என்ற பெயரில் மதுரை வீரசுவாமி வழிபாடும் நிகழ்கிறது.

துணைமை வழிபாட்டு நிலை

“மக்களைக் காக்கத் தெய்வங்கள் இருக்கின்றன. அதே போல் தெய்வங்களைக் காக்க, முதன்மைத் தெய்வத்திற்கு மக்களைக் காக்கும் பணியில் உறுதுணையாக இருக்கத் துணைத் தெய்வங்கள் உதவுகின்றன. மக்கள் கொடுக்கும் நேர்த்திக் கடன்களை, தாம் பெற்று முதன்மைத் தெய்வங்களுக்குக் கொடுக்கும் வழிமுறையாகத் துணைத் தெய்வங்கள் இருக்கின்றன. இதை எல்லாச் சமயக் கடவுளரின் கோயில்களிலும் காணலாம். இயக்கி, இந்து, பௌத்த சமயக் கடவுளரின் துணைத் தெய்வமாக விளங்குவதைக் காணலாம்”[25] என்பர். இதைப் போன்று மதுரைவீரனும் துணைமை வழிபாட்டில் காணப்படுகிறான். இந்நிலையை,

1. பங்காளி வழிபாட்டில் துணைமை நிலை
2. ஓரின வழிபாட்டில் துணைமை நிலை
3. பொதுத் தெய்வ வழிபாட்டில் துணைமை நிலை

என்று மூன்றாகப் பிரிக்கலாம்.

பங்காளி வழிபாட்டில் துணைமை நிலை

பங்காளிகளாக ஒன்றிணைந்து வழிபடும் குலதெய்வ வழிபாட்டில் தலைமை நிலையில் விளங்கும் தெய்வத்திற்குத் துணையாகவோ, காவலாகவோ மதுரைவீரனை வைத்து வழிபடுவர். இத்துணைமையில் மதுரைவீரன் இருநிலைகளில் இடம்பெறுகிறான். அவை,

1. பங்காளி வழிபாட்டுத் துணைமை நிலையில் தனிநிலை
2. பங்காளி வழிபாட்டுத் துணைமை நிலையில் கூட்டு நிலை

என்ற பிரிவுகள் ஆகும். “நாட்டுப்புறத் தெய்வங்களின் துணைத் தெய்வங்களாகக் கருப்பசாமி, முனியசாமி, வைரவன் ஆகியவையே பெரும்பான்மையாக இருக்கின்றன. வைரவன், அம்மன் தெய்வத்திற்கும், ஆண் தெய்வத்திற்குக் கருப்பசாமி, முனியசாமி, மதுரைவீரன் ஆகியவைகளும் துணைத் தெய்வங்களாக இருந்த போதிலும், சில

இடங்களில் தனித் தெய்வங்களும் இருக்கின்றன"[26] என்ற கருத்து இங்கு ஒப்புநோக்கத் தக்கதாகும்.

பங்காளி வழிபாட்டுத் துணைமை நிலையில் தனிநிலை

பங்காளிகளாக இணைந்து வழிபடும் இவ்வழிபாட்டில் தலைமைத் தெய்வத்திற்கு மதுரைவீரன் துணையாகவோ, காவலாகவோ இடம்பெறுவான். அவனோடு வேறு எந்த நாட்டார். தெய்வங்களும். இடம்பெறாமல் தனித்த நிலையில் இருப்பான். அதாவது, தலைமைத் தெய்வத்திற்கு அடுத்த நிலையில், மதுரைவீரன் வழிபாடு மட்டுமே இங்கு சிறப்பு நிலை வகிக்கும்.

மதுரை மாவட்டம்

மதுரை மாவட்டத்தில் சோழவந்தான் - வைத்தியநாதபுரம் என்ற ஒரே ஊரில் மட்டும் இந்துச் சக்கிலியர் (தெலுங்கு பேசுபவர் உட்பட) பதினைந்து தலைக்கட்டுகள் பங்காளி வழிபாட்டுத் துணைமை நிலையில் தனிநிலையாக மதுரைவீரனை வழிபட்டு வருகின்றனர். இங்குத் தலைமைத் தெய்வமாக முனியாண்டி உள்ளார்.

திண்டுக்கல் அண்ணா மாவட்டம்

திண்டுக்கல் அண்ணா மாவட்டம் சிறுநாயக்கன் பட்டி (பிள்ளையார் நத்தம் கிராமம்), அம்மையநாயக்கனூர் இடையர்பட்டி, திண்டுக்கல் நகர் (வெள்ளை விநாயகர் கோயில் அருகில்), திண்டுக்கல் - இ.புதூர் (குளத்தூர் அருகே) ஆகிய நான்கு பங்காளி வழிபாட்டுத் துணைமை நிலையில் ஊர்களில், தனிநிலையில் வைத்து மதுரைவீரன் வழிபடப்படுகிறான். இந்த ஊர்களில் காராள வேளாளர், கவரா நாயுடு, முத்துராசா (சத்திரியகுல வன்னியர்), குறும்பக் கவுண்டர் ஆகிய சாதிகளைச் சேர்ந்தவர்களே வணங்குகிறார்கள். திண்டுக்கல் அண்ணா மாவட்டம் முழுவதும் அதிகமான தலைக்கட்டுகள் கொண்டு வீரனை வழிபடும் சாதியினர் குறும்பக்கவுண்டர் ஆவர். இவர்கள் எண்பது தலைக்கட்டுகள் கொண்டுள்ளனர். மதுரை வீரனைப் பங்காளி வழிபாட்டுத் துணைமை நிலையில், தனிநிலையில் வைத்து வணங்கும் அனைத்துச் சாதிகளின் மொத்தத் இம்மாவட்டத்தில் நூற்று

அறுபத்தைந்து என்று அமைகிறது. மேலும், திண்டுக்கல் -இ.புதூர் மட்டும் எண்பது தலைக்கட்டுகள் கொண்டு அதிக எண்ணிக்கையில் வழிபடும் ஊராக விளங்குகிறது.

திண்டுக்கல் அண்ணா மாவட்டத்தில் மதுரைவீரன், துணையாகவோ, காவலாகவோ, தனிநிலையில் வழிபடும்பொழுது அங்கு தலைமை நிலையில் ஆண் நாட்டார் தெய்வம் கருப்பண சாமியும், பெண் நாட்டார் தெய்வம் மந்தைகாளியம்மனும், பெண் பெருந்தெய்வங்கள் காமாட்சியம்மனும் அங்காள ஈசுவரியும் இடம் பெற்றுள்ளார்கள். பெரும்பான்மையும் பெண் தெய்வங்களே இடம் பெற்றுள்ளன. மதுரைவீரனைக் 'கருப்பசாமி' என்றும், 'பதினெட்டாம்படி கருப்பன்' என்றும் மக்கள் வழக்கில் அழைப்பதாக துளசி இராமசாமி குறிப்பிடுவார்.[27] ஆனால் வைணவ சமயத்தால், அடித்தள மக்களைத் தம்மோடு இணைக்கக் குறுநிலை ஆக்கம் (Parochialisation) செய்யப்பட்ட விஷ்ணுவின் வடிவமே கருப்பணசாமி எனலாம். இதை "திருமால் காத்தலாகிய தொழில் செய்யும் கடவுள் என்ற கருத்தும், கருப்பசாமி காவல் தெய்வமாகக் கருதப்படுவதும், வியூக வழிபாட்டில் காரி (வாசுதேவ கிருஷ்ணன்) வழிபாடே கருப்பசாமி வழிபாடாயிற்று"[28] என்று கூறுவர். எனவே, மதுரைவீரனுக்கும், கருப்பணசாமிக்கும் தொடர்பு இல்லை எனக் கூறலாம்.[29]

திருச்சி மாவட்டம்

திருச்சி மாவட்டத்தில் கரூர் - மண்மங்கலம் என்ற ஒரே ஊரில் மட்டும் குறவர் சாதியினர் நூற்று ஐம்பது தலைக்கட்டுகள் பங்காளி வழிபாட்டுத் துணைமை நிலையில் தனிநிலையாக மதுரைவீரனை வழிபட்டு வருகின்றனர். இங்குத் தலைமைத் தெய்வமாகப் பெரியகாண்டி அம்மன் உள்ளது.

பிற மாவட்டங்கள்

கோயம்புத்தூர், பெரியார், பசும்பொன் தேவர், இராமநாதபுரம், தொண்டைமான் புதுக்கோட்டை ஆகிய மாவட்டங்களில் இவ்வழி பாட்டைக் கொண்டுள்ளோர் ஆய்வாளருக்குக் கிடைக்கவில்லை.

பொதுக் கருத்துருவாக்கம்

ஆய்வுக்கு உட்பட்ட மாவட்டங்களில் பங்காளி வழிபாட்டுத் தலைமை நிலையில், தனிநிலையில் வைத்து மதுரைவீரனை எந்தச் சாதியும் அதிக ஊர்களில் வழிபடவில்லை. ஒவ்வொரு சாதியும் ஒவ்வொரு இடத்தில் என ஆறு ஊர்களில் வழிபடுகின்றனர். இவ்வூர்களில் எல்லாம் மதுரைவீரனை வழிபடும் சாதிகளின் மொத்தத் தலைக்கட்டுகள் முன்னூற்று முப்பது ஆகும். இவற்றில் திருச்சி மாவட்டம் கரூர் மண்மங்கலம் குறவர் சாதியினர் அதிகமாக நூற்று ஐம்பது தலைக்கட்டுகள் வழிபாடு செய்கின்றனர். ஆய்வுக்கு உட்பட்ட மாவட்டங்களில் மதுரை மாவட்டம் மட்டும் அதிகமாக நான்கு இடங்களில் இவ்வழிபாட்டைக் கொண்டுள்ளது. ஆய்வுக்கு உட்பட்ட மாவட்டங்களில் மதுரைவீரன், அதிகமாகப் பெண் தெய்வங்கள் தலைமை பெற்றிருக்கின்ற வழிபாட்டில்தான் துணையாகவோ, காவலாகவோ தனிநிலையில் இடம் பெற்றுள்ளான்.

பங்காளி வழிபாட்டுத் துணைமை நிலையில் கூட்டு நிலை

பங்காளிகளாக இணைந்து வழிபடும் இவ்வழிபாட்டில், தலைமைத் தெய்வத்திற்கு மதுரைவீரன் துணையாகவோ, காவலாகவோ இடம் பெறுகிறான். ஆனால், அவனோடு கூட்டாகப் பிற தெய்வங்களும் இடம்பெறும். குறிப்பாக நாட்டார் தெய்வங்கள் அதிகமாக இடம்பெறும். சில இடங்களில் இருபத்தொன்று என்ற எண்ணிக்கையில் பந்தித் தெய்வங்கள் வரிசையில் மதுரைவீரனும் இடம்பெற்று வழிபடப் படுகிறான். "சுடலைமாடனுக்கு இருபத்தொன்று துணைத்தெய்வங்கள் உண்டென்று கருத்தும் உண்டு"[30] ஆனால், சில இடங்களில் பந்தியில் இருபத்தொன்று எனச் சரியான எண்ணிக்கையில் தெய்வங்கள் இடம் பெறுவதும் இல்லை. மேற்சொன்ன தன்மைகளில் வழிபடப்படும் மதுரைவீரன் இங்கு சுட்டிக் காட்டப்படுகிறான்.

மதுரை மாவட்டம்

மதுரை மாவட்டத்தில் சோழவந்தான் - வீரண பிள்ளை சந்து, மதுரை - மஞ்சனக்காரத் தெரு - மதுரைவீரன் கோயில் சந்து,

டி.கல்லுப்பட்டி பெரியகுளம் - கோட்டைத்தெரு, பெரியகுளம் ஆகிய நான்கு ஊர்களில், பங்காளி வழிபாட்டுத் துணைமை நிலையில் கூட்டுநிலையில் மதுரைவீரன் வழிபடப் படுகிறான். இந்த ஊர்களில் கொடிக்கால் பிள்ளைமார், மஞ்சணக்கார யாதவர், ஈசநாட்டுக் கள்ளர் (தொண்டைமான் பிரிவு), இந்து வண்ணார் ஆகிய சாதிகளைச் சேர்ந்தவர்கள் வணங்குகிறார்கள். மதுரை மாவட்டம் முழுவதும் அதிகமான தலைக்கட்டுகள் கொண்டு, வீரனைக் கூட்டு நிலையில் வைத்து வழிபடுவோர் ஈசநாட்டுக் கள்ளர் (தொண்டைமான் பிரிவு) சாதியினர் ஆவர். இவர்கள் நூறு தலைக்கட்டுகள் கொண்டுள்ளனர். மதுரை வீரனைப் பங்காளி வழிபாட்டுத் துணைமை நிலையில் வைத்து வணங்கும் அனைத்துச் சாதிகளின் மொத்தத் தலைக்கட்டுகள் இம்மாவட்டத்தில் இருநூற்று ஒன்று என்று அமைகிறது. மேலும், பெரியகுளம் - கோட்டைத்தெரு மட்டும் நூறு தலைக்கட்டுகள் கொண்ட அதிக எண்ணிக்கையில் வழிபடும் ஊராக விளங்குகிறது.

மதுரை மாவட்டத்தில் மதுரைவீரன் கூட்டுநிலையில் வழிபடப் படும் பொழுது, தலைமை நிலையில் ஆண் நாட்டார் தெய்வம் கருப்பணசாமி இடம் பெற்றுள்ளது. மேலும், சீலக்காரி, பேச்சியம்மன், வீரமாகாளி, பெரியசாமி, சந்தனம், காத்தவராயன், முத்துக்கருப்பசாமி, சின்னான் சாமி, பெரிய கருப்புசாமி, சின்னக்கருப்பு, அங்காள ஈசுவரி, ஆரிய பாப்பாத்தி, முத்தம்மா, லாடசன்னாசி, சோணக்கருப்பு, சின்னு, வீரநாகு, அழகர்சாமி ஆகிய பந்தித்தெய்வங்களோடு மதுரைவீரன் இடம்பெற்று வழிபடப்படுகிறான்.

திண்டுக்கல் அண்ணா மாவட்டம்

திண்டுக்கல் அண்ணா மாவட்டத்தில் பழனி-சத்யா நகர், எழுவனம்பட்டி, முருகன் பட்டி ஆகிய மூன்று ஊர்களில் பங்காளி வழிபாட்டுத் துணைமை நிலையில் கூட்டுநிலையில் மதுரைவீரன் வழிபடப் படுகிறான். இந்த ஊர்களில் சோழிய வேளாளர், குறும்பக் கவுண்டர், பள்ளர் ஆகிய சாதிகளைச் சேர்ந்தவர்கள் வணங்குகிறார்கள். திண்டுக்கல் அண்ணா மாவட்டம் முழுவதும் அதிகமான தலைக்கட்டுகள் கொண்டு, வீரனைக் கூட்டு நிலையில் வைத்து வழிபடுவோர் குறும்பக்

கவுண்டர் சாதியினர் ஆவர். இவர்கள் அறுபது தலைக்கட்டுகள் கொண்டுள்ளனர். மதுரைவீரனைப் பங்காளி வழிபாட்டுத் துணைமை நிலையில் கூட்டுநிலையில் வைத்து வணங்கும் அனைத்துச் சாதிகளின் மொத்தத் தலைக்கட்டுகள், இம்மாவட்டத்தில் நூற்று நாற்பத்தைந்து என்று அமைகிறது. மேலும், எழுவனம்பட்டி மட்டும் நூறு தலைக்கட்டுகள் கொண்டு அதிக எண்ணிக்கையில் வழிபடும் ஊராக விளங்குகிறது.

திண்டுக்கல் அண்ணா மாவட்டத்தில் மதுரைவீரன் கூட்டு நிலையில் வழிபடப்படும் பொழுது அங்கு தலைமை நிலையில் ஆண் நாட்டார் தெய்வம் கருப்பணசாமியும், பெண் நாட்டார் தெய்வம் ஆலம்மாளும், பெண் பெருந்தெய்வம் காமாட்சி அம்மனும் இடம் பெற்றுள்ளார்கள். மேலும், பெரியசாமி, முத்தைய்யா, அய்யனார், கன்னிமார், சப்பாணி, லாடசந்நியாசி, வாழசின்னு, முன்னோடிக் கருப்பையா, ஆண்டி, ஊமைச்சாமி, வல்லடியான், ஏலத்தம்மன், ஆண்டச்சாமி, இராக்காச்சி அம்மன், அக்னிவீரன், இருளப்பசாமி, பத்ரகாளி, இருளாயி அம்மன், பத்ரகாளி, விநாயகர், சங்கிலிக் கருப்பு ஆகிய பந்தித் தெய்வங்களோடு மதுரைவீரன் இடம்பெற்று வழிபடப்படுகிறான்.

பசும்பொன் தேவர் மாவட்டம்

பசும்பொன் தேவர் மாவட்டத்தில் திருப்புவனம் திருப்பாச்சேத்தி - புதூர், சிவன் கோயில் தெரு ஆகிய இரண்டு ஊர்களில் பங்காளி வழிபாட்டுத் துணைமை நிலையில் கூட்டு நிலையில் மதுரைவீரன் வழிபடப்படுகிறான். இந்த ஊர்களில் வேளாளர் சாதி மட்டுமே வணங்குகிறார்கள். இரண்டு ஊர்களிலும் வழிபடும் வேளாளர் சாதியினரின் மொத்தத் தலைக்கட்டுகள் நூற்று இருபத்தைந்து ஆகும். இவ்வூர்களில் திருப்புவனம் புதூரில் மட்டும் அதிகமாக எழுபது தலைக்கட்டுகள் வழிபடுகின்றனர்.

பசும்பொன் மாவட்டத்தில் மதுரைவீரன் கூட்டுநிலையில் வழிபடப்படும் பொழுது அங்கு தலைமை நிலையில் பாதாள ஈசுவரி அம்மன் காணப்படுகிறது. மேலும் பிச்சாயி, நல்லமுத்து, லாடசன்னாசி,

அக்னி வீரபத்திரன் ஆகிய பந்தித்தெய்வங்களோடு மதுரைவீரன் இடம்பெற்று வழிபடப்படுகிறான்.

பிற மாவட்டங்கள்

திருச்சி, கோயம்புத்தூர், பெரியார், இராமநாதபுரம், தொண்டைமான் புதுக்கோட்டை ஆகிய மாவட்டங்களில் இவ்வழிபாட்டில் ஈடுபட்டுள்ளோரை ஆய்வாளரால் அறிய முடியவில்லை.

பொதுக் கருத்துருவாக்கம்

ஆய்வுக்கு உட்பட்ட மாவட்டங்களில் பங்காளி வழிபாட்டுத் துணைமை நிலையில் கூட்டுநிலையில் மதுரைவீரனை வைத்து அதிகமான ஊர்களில் வழிபடும் சாதியினராக 'வேளாளர்' உள்ளனர். இவ்வூர்களின் எண்ணிக்கை நான்கு. நான்கு ஊர்களிலும் மதுரைவீரனை வழிபடும் வேளாளர்களின் மொத்தத் தலைக்கட்டுகள் நூற்று தொண்ணூற்றைந்து ஆகும். நான்கு ஊர்களிலும் மதுரை மாவட்டம் திருப்புவனம் புதூரில் மட்டும் அதிகமாக எழுபது தலைக்கட்டுகள் வழிபாடு செய்கின்றனர்.

இவை தவிர, ஆய்வுக்கு உட்பட்ட மாவட்டங்களில் ஒவ்வொரு சாதியும் ஒவ்வொரு இடத்தில் ஐந்து ஊர்களில் வழிபடுகின்றனர். இவ்வூர்களில் எல்லாம் மதுரைவீரனைக் கூட்டுநிலையில் வைத்து வழிபடும் சாதிகளின் மொத்தத் தலைக்கட்டுகள் இருநூற்று எழுபத்தாறு ஆகும். ஆய்வுக்குட்பட்ட மாவட்டங்களில் பெரியகுளம் - கோட்டைத் தெரு மட்டும் நூறு தலைக்கட்டுகள் (ஈசநாட்டுக் கள்ளர் - தொண்டமான் பிரிவு) கொண்ட அதிகமாக வழிபடும் ஊராக விளங்குகிறது. ஆய்வுக்கு உட்பட்ட மாவட்டங்களில் மதுரை மாவட்டமே அதிகமாக நான்கு இடங்களில் இவ்வழிபாட்டைக் கொண்டுள்ளது. அதிகமாகத் தலைமை நிலையில் பெண் தெய்வமும், ஆண் நாட்டார் தெய்வம் கருப்பணசாமியும் இருக்கும் இடங்களில் கூட்டுத் தெய்வ வரிசையில் மதுரைவீரன் இடம்பெற்று வழிபடப் படுகிறான்.

ஆய்வுக்கு உட்பட்ட மாவட்டங்களில் மதுரை மாவட்டத்தில் இரண்டு இடங்களிலும், திண்டுக்கல் அண்ணா மாவட்டத்தில் இரண்டு

இடங்களிலும், இருபத்தொரு பந்தி வரிசை என்ற நிலையில் மதுரைவீரன் இடம் பெற்றுள்ளான்.

ஆய்வுக்கு உட்பட்ட மாவட்டங்களில் ஒன்பது ஊர்களில் நானூற்று எழுபத்தொரு தலைக்கட்டுகள் பங்காளி வழிபட்டுத் துணைமை நிலை கூட்டு நிலையில் மதுரைவீரனை வழிபட்டு வருகின்றனர்.

ஓரின வழிபாட்டில் துணைமை நிலை

ஒரே சாதியாக உள்ளவர்கள் இணைந்து தங்கள் தலைமைத் தெய்வத்தை வழிபடும்போது. அத்தெய்வத்திற்குத் துணையாகவோ, காவலாகவோ மதுரைவீரனை வைத்து வழிபடுவர். இத்துணைமையில் மதுரைவீரன் இருநிலைகளில் பின்வருமாறு இடம் பெறுகிறான்.

1. ஓரின வழிபாட்டுத் துணைமை நிலையில் தனிநிலை
2. ஓரின வழிபாட்டுத் துணைமை நிலையில் கூட்டுநிலை

ஓரின வழிபாட்டுத் துணைமை நிலையில் தனிநிலை

ஒரே சாதியாக இணைந்து வழிபடும் இவ்வழிபாட்டில் மதுரைவீரன் துணையாகவோ, காவலாகவோ இடம் பெறுவான். அவனோடு வேறு எந்த நாட்டார் தெய்வங்களும் இடம்பெறாமல் தனித்த நிலையில் இருக்கும். அதாவது, ஒரே சாதியினரால் வழிபடப்படும் தலைமைத் தெய்வத்திற்கு அடுத்த நிலையில், மதுரைவீரன் வழிபாடு சிறப்புநிலை வகிக்கும்.

ஆய்வுக்கு உட்பட்ட மாவட்டங்களில் ஓரின வழிபாட்டுத் துணைமை நிலையில் மதுரைவீரனைத் தனிநிலையில் வைத்து வழிபடும் நிலை காணப்படவில்லை.

ஓரின வழிபாட்டுத் துணைமை நிலையில் கூட்டுநிலை

ஒரே சாதியாக இணைந்து வழிபடும் இவ்வழிபாட்டில் மதுரை வீரன் துணையாகவோ, காவலாகவோ இடம் பெறுவான். ஆனால், அவனோடு கூட்டாகப் பிற நாட்டார் தெய்வங்களும் இடம்பெறும். இருபத்தொரு பந்தித் தெய்வங்கள் என்ற வழிபாட்டுமுறை

காணப்படவில்லை மேற்சொன்ன தன்மைகளில் வழிபடப்படும் மதுரைவீரன் இங்குச் சுட்டிக்காட்டப்படுகின்றது.

திருச்சி மாவட்டத்தில் கரூர் - ஆத்தூர் பூலாம்பாளையம் (மேற்கு) என்ற ஊரில் மட்டும் சுமார் எழுநூற்று ஐம்பது தலைக்கட்டுகள் சக்கிலியர் சாதியினர், தங்கள் தலைமைத் தெய்வமான கன்னிமாருக்குத் துணையாக வீரமாத்தி, கருப்பணசாமி ஆகியவற்றோடு கூட்டு நிலையில் மதுரைவீரனை இடம்பெறச் செய்து வழிபட்டு வருகிறார்கள் கன்னிமார் என்ற ஏழு பெண்களுக்குக் கூட்டு நிலையில் மதுரைவீரன் துணையாக இருப்பது போன்று, பிற மாநிலத்திலும் ஏழு தெய்வங்களைப் பற்றிய செய்தியை அறியலாம் குறிப்பாக, மதுரைவீரன் நாடகத்திலும் ஏழு சகோதரிகளைப் பற்றியக் குறிப்பு இருக்கிறது. **வொய்ட் ஹெட்** தம் நூலில் ஏழு மாரித் தெய்வங்களைக் குறிப்பிடுகிறார். ஏழு சகோதரிகளுக்குத் துணைத்தெய்வமாக 'முனிஸ்வரா' என்ற ஆண் தெய்வமும், தெலுங்கில் 'போத்திராஜ்' என்ற ஆண் துணைத்தெய்வமும் இருப்பதை அறியலாம்.[31] ஆனால் மதுரை மாவட்டம், திண்டுக்கல் அண்ணா மாவட்டம், கோயம்புத்தூர் மாவட்டம், பெரியார் மாவட்டம் இராமநாதபுர மாவட்டம், பசும்பொன் தேவர் மாவட்டம், தொண்டைமான் புதுக்கோட்டை மாவட்டம் ஆகிய மாவட்டங்களில் இவ்வகை வழிபாடு பற்றியச் செய்திகளை அறிய முடியவில்லை.

பொதுத் தெய்வ வழிபாட்டில் துணைமை நிலை

பொதுத்தெய்வ வழிபாட்டில் துணைமை நிலை என்பது, நகரில் அல்லது கிராமத்தில் ஏதாவது ஒரு தெய்வம் தலைமை நிலையில் வீற்றிருக்க அனைத்துச் சாதிமக்களும் வந்து வழிபடுவர். இந்த வழிபாட்டில் தலைமைத் தெய்வத்திற்குத் துணையாகவோ, காவலாகவோ மதுரைவீரன் இடம்பெறுவான். இத்துணைமையிலும் மதுரைவீரன் இரு நிலைகளில் இடம்பெற்று வழிபடப்படுவான்.

1. பொதுத் தெய்வ வழிபாட்டுத் துணைமை நிலையில் தனிநிலை.

2. பொதுத் தெய்வ வழிபாட்டுத் துணைமை நிலையில் கூட்டு நிலை. என்பதே இரு நிலைகளாகும்.

பொதுத் தெய்வ வழிபாட்டுத் துணைமை நிலையில் தனிநிலை

பொதுமக்களில் பல்வேறு சாதிகள் வந்து வழிபடும்போது மதுரைவீரன் தலைமைத் தெய்வத்திற்குத் துணையாகவோ, காவலாகவோ இடம் பெறுவான். மேலும், அவனோடு வேறு எந்த நாட்டார் தெய்வங்களும் இடம்பெறாமல் தனித்த நிலையில் இருப்பான். அதாவது, பொதுமக்களால் வழிபடப்படும் தலைமைத் தெய்வத்திற்கு அடுத்த நிலையில் மதுரைவீரன் வழிபாடு மட்டுமே இங்கு சிறப்புநிலை வகிக்கும். இந்நிலை வழிபாடே இங்கு சுட்டப்படுகிறது.

திண்டுக்கல் அண்ணா மாவட்டத்தில் திண்டுக்கல் - கோட்டை மாரியம்மன் கோயில், பழனி-கணக்கன்பட்டி ஆகிய இரண்டு ஊர்களில் பொதுத் தெய்வ வழிபாட்டுத் துணைமை நிலையில் தனிநிலையில் வைத்து மதுரைவீரன் வழிபடப்படுகிறான். இவ்விரண்டு ஊர்களிலும் வேளாளர், செங்குந்த முதலியார் ஆகிய சாதியினரின் பூசாரித்தனம் நடைபெறுகிறது. திண்டுக்கல் கோட்டை மாரியம்மன் கோயிலில் உள்ள மதுரைவீரன் வழிபாட்டில், வேளாளர் பூசாரித்தனத்தோடு அவர்களின் நிர்வாகத்திலேயே பொதுமக்களும் வந்து வணங்குகிறார்கள். இரண்டு ஊர்களிலும் நாயுடு. ஆசாரி, வேளாளர், சௌராட்டிரர், கோமுட்டிச் செட்டியார். சக்கிலியர், கவுண்டர், பிராமணர் ஆகிய சாதிகளில் உள்ள மக்கள் வழிபட வருகின்றார்கள். மதுரைவீரன் துணையாகவோ, காவலாகவோ தனிநிலையில் வழிபடப்படும் இவ்வூர்களில் மாரியம்மனும், உச்சினி மாகாளி அம்மனும் தலைமைத் தெய்வமாக இருக்கிறார்கள். திண்டுக்கல்-அண்ணா மாவட்டத்தில் தலைமை நிலையில் பெண் தெய்வங்களே அதிகமாக விளங்குவதும் அவற்றிற்கு மதுரைவீரன் துணையாகத் தனிநிலையில் வைத்து வழிபடப் படுவதும் குறிப்பிடத் தக்கது. மதுரை, திருச்சி, கோயம்புத்தூர், பெரியார், இராமநாதபுரம், பசும்பொன் தேவர், தொண்டைமான் புதுக்கோட்டை ஆகிய ஏழு மாவட்டங்களிலும் இவ்வகை வழிபாடு காணப்படவில்லை.

பொதுத் தெய்வ வழிபாட்டுத் துணைமை நிலையில் கூட்டு நிலை

பொதுமக்கள் வழிபடும் வழிபாட்டில் தலைமைத் தெய்வத்திற்குத் துணையாகவோ, காவலாகவோ மதுரைவீரன் இடம்பெறும் பொழுது,

அவனோடு கூட்டாகப் பிற தெய்வங்களும் இடம்பெறும். குறிப்பாக, இருபத்தொரு பந்தித் தெய்வங்கள் என்ற வரிசை முறையில் ஒன்றாக மதுரைவீரனும் இடம் பெற்று வழிபடப் படுவான். பந்தித் தெய்வங்களைப் 'பரிவாரத் தேவதைகள்' என்றும் சொல்வர். இருபத்தியொரு பந்தித் தெய்வங்கள் அல்லது பரிவாரத் தேவதைகளில் நாட்டார் தெய்வங்களும், பெருந்தெய்வங்களும் இடம்பெறும். கோயிலில் அமைந்துள்ள பரிவாரத் தேவதைகளைப் பற்றிச் "சோழர் அரசாட்சி அமைப்பு முறையில், மைய அரசின் தலைவன் தலைமைத் தெய்வத்திற்கு நிகராகவும், மற்றக் குறுநிலை அரசர்கள் தங்கள் தங்கள் வட்டாரங்களில் தலைமைத் தெய்வமாகவும், மைய அரசுத் தலைவனோடு ஒப்பிடுகையில் பரிவாரத் தெய்வங்களாகவும் மதிக்கப்பட்டார்கள். இத்தகைய அரசு அமைப்பு முறை அக்காலக் கோயில் அமைப்பு முறையிலும் தாக்கத்தை ஏற்படுத்தியதை உணர முடிகிறது"[32] என்பார் இ.முத்தையா. இதன் தொடர்ச்சியை இன்றும் காணலாம். பந்தி வரிசையில் இருபத்தொன்று எனச் சரியான எண்ணிக்கையில் தெய்வங்கள் இடம் பெறுவதில்லை. மேற்சொன்ன வழிபாடே இங்கு எடுத்துக்காட்டப்படுகிறது.

மதுரை மாவட்டம்

மதுரை மாவட்டத்தில் மதுரை- தலையாரி குருநாதன் கோயில், மதுரை-செட்டி குருநாதன் கோயில் ஆகிய இரண்டு இடங்களில், பொதுத் தெய்வத் துணைமை வழிபாட்டில் கூட்டு நிலையில் மதுரைவீரன் பொதுமக்களால் வழிபடப்படுகிறான். இந்த இடங்களில் வேளாளர் பூசாரித்தனத்தோடு நிர்வாகமும் நடைபெறுகிறது. இங்குத் தலைமைத் தெய்வமாகக் குருநாதன் இடம் பெற்றுள்ளான். பொதுமக்களில் வேளாளர், சௌராட்டிரர், கோனார் ஆகிய சாதிகள் அதிகமாக வழிபட வருகின்றனர். மேலும், இருபத்தொன்று என்ற பந்தி வரிசையில் இருளப்பசாமி, வீரபத்திரசாமி, கருப்பணசாமி, சடையாண்டி, பேச்சியம்மன், இருளாயி, மாரியம்மன், சந்நியாசி, நாகர், பைரவசாமி, ராசுவைய்யர், சோணையாசாமி, முத்தாலம்மன், இராக்காயி, வனப்பேச்சி ஆகிய தெய்வங்களோடு இணைந்து வழிபடப்படுகிறான். "முன்னடியான், மதுரைவீரன் என்ற ஊர்க்காவல் தெய்வங்கள்

பிற்காலத்துக் கோயில்களில் காணப்படும் துவாரபாலகர்களுக்கு நிகரானவை" [33] என்றும் குறிப்பிடுவர்.

திண்டுக்கல் அண்ணா மாவட்டம்

திண்டுக்கல் அண்ணா மாவட்டத்தில் திண்டுக்கல் - பென்சனர் தெரு கோபால சமுத்திரம் வடகரை காளியம்மன் கோயில், சொக்குபிள்ளைபட்டி, திண்டுக்கல் -வண்டிக்காளியம்மன் கோயில் ஆகிய மூன்று இடங்களில் பொதுத் தெய்வத் துணைமை வழிபாட்டில் கூட்டு நிலையில் மதுரைவீரன் பொதுமக்களால் வழிபடப்படுகின்றான். இந்த இடங்களில் வேளாளர், கோனார் ஆகிய சாதிகளின் நிர்வாகமும் பூசாரித்தனமும் நிகழ்கிறது. மூன்றில் இரண்டு இடங்களில் வேளாளர் நிர்வாகமும் பூசாரித்தனமும் இருப்பது குறிப்பிடத் தக்கது. இவ்விடங்களில் பெண் தெய்வங்களே தலைமை நிலையில்அதிகமாக இடம்பெறுகின்றன. அத்தெய்வங்கள் துர்க்கையம்மன், காளியம்மன் ஆகியன. காளியம்மன் இரு இடங்களில் தலைமை நிலையில் உள்ளது. இவ்வழிபாட்டில் வேளாளர், நாயக்கர், கோனார் ஆகிய சாதிகளே அதிகமாக ஈடுபட்டு உள்ளனர். இம்மாவட்டத்தில் இருபத்தொரு பந்தித் தெய்வங்கள் என்ற நிலையில் இல்லாமல் கருப்பணசாமி, பைரவன் ஆகிய தெய்வங்களோடு மதுரைவீரன் இணைந்து வழிபடப்படுகிறான்.

திருச்சி மாவட்டம்

திருச்சி மாவட்டத்தில் குளித்தலை - மீன்காரத் தெரு பெரியபாலம் அருகில், திருச்சி பெரியகடை வீதி - பூக்குளம் அங்காள பரமேசுவரி, கோயில், மணப்பாறை - மான்பூண்டி நல்லாண்டவர் கோயில், திருச்சி உறையூர் - டாக்டர் பங்களா - காமாட்சி அம்மன் கோயில், குளித்தலை - முத்து பூபால சமுத்திரம், பாண்டமங்கலம் - வெக்காளி தொட்டியம், திருச்சி உறையூர் அம்மன் கோயில் ஆகிய ஏழு இடங்களில் பொதுத் தெய்வ வழிபாட்டுத் துணைமை நிலையில் கூட்டு நிலையில் வைத்து ஏழில் இரண்டு இடங்களில் மதுரைவீரன் வழிபடப்படுகின்றான். வேளாளர் நிர்வாகமும், பூசாரித்தனமும்; இரண்டு இடங்களில் சேர்வை நிர்வாகமும், பூசாரித்தனமும்; தனித்தனி இடங்களில் கவரா நாயுடு, பண்டாரம் ஆகிய சாதிகளின் நிர்வாகமும் பூசாரித்தனமும்; ஒரு இடத்தில்

அரசாங்க நிர்வாகமும் கொண்டுள்ள பொதுத் தெய்வ வழிபாட்டு இடங்களில் மதுரைவீரன் கூட்டு நிலையில் வணங்கப்படுகிறான். ஏழு இடங்களில் அதிகமாக இரண்டில் வேளாளர், சேர்வை சாதிகளின் நிர்வாகமும் - பூசாரித்தனமும் நிகழ்கிறது.

மதுரைவீரன் கூட்டு நிலையில் வழிபடப்படும் திருச்சி மாவட்டப் பொதுத் தெய்வக் கோயில்களில் தலைமை நிலையில் பெண் தெய்வங்களே அதிகமாக உள்ளன. அத்தெய்வங்கள் காளியம்மன், துர்க்கை அம்மன், அங்காள ஈசுவரி, காமாட்சி அம்மன், மகாமாரியம்மன், மதுரகாளியம்மன், வெக்காளி அம்மன் ஆகியன. இதில் காளியம்மனும் அங்காள பரமேசுவரியும் அதிக அளவில் இடம் பெறுகின்றனர். ஆண் தலைமைத் தெய்வங்களில் பெரியாண்டவர் மட்டுமே காணப்படுகிறார். ஏழு இடங்களில் வீரபத்திரன், இருளப்பன், பேச்சியாயி, சந்தனக்கருப்பு, முத்துக் கருப்பணசாமி, அகோர வீரபத்திரன், இருளப்பசாமி, பேச்சியம்மன், லாடசன்னாசி, கன்னிமார், பேச்சியம்மன், கருப்பு, பாரிக்காரர், லாடசந்நியாசி, துர்க்கை, கருப்பணசாமி, காத்தவராய சாமி, முனீசுவரன், சின்னான், செட்டி செட்டியம்மா, சூரியராசன், மாசி பெரியண்ணசாமி ஆகிய தெய்வங்களோடு மதுரைவீரன் கூட்டாக இணைந்து உள்ளான்.

பிற மாவட்டங்கள்

தொண்டைமான் புதுக்கோட்டை மாவட்டத்தில் அங்காள பரமேசுவரி தலைமை நிலையில் வீற்றிருக்க, இருபத்தொரு பந்தி வரிசையில் மதுரைவீரன் இடம்பெற்றுப் பொதுமக்களால் வழிபடப் படுகிறான். இங்கு ரவுத்து நாயுடு, மூப்பர், நாட்டுக்கோட்டைச் செட்டியார்கள் ஆகியோர் வந்து வழிபடுகின்றனர். கோயம்புத்தூர், பெரியார், இராமநாதபுரம், பசும்பொன் தேவர் மாவட்டங்களில் இவ்வகை வழிபாடு காணப்படவில்லை.

பொதுக் கருத்துருவாக்கம்

ஆய்வுக்கு உட்பட்ட மாவட்டங்களில் பதிமூன்று இடங்களில், பொதுத் தெய்வத் துணைமை வழிபாட்டில் கூட்டு நிலையில்

வழிபடப்படுகின்றான். மதுரைவீரன் பொதுமக்களால் இவ்விடங்களில் அதிகமாக ஆறு இடங்களில் 'வேளாளர்' சாதியின் நிர்வாகமும், பூசாரித்தனமும் நிகழ்கிறது. மேலும், பதிமூன்று இடங்களில் திருச்சி மாவட்டத்தில் மட்டும் ஏழு இடங்களில் இவ்வழிபாடு நடைபெறுகிறது. இரண்டு இடங்களில் 'சேர்வை' சாதியும், ஒவ்வொரு இடத்தில் கவராநாயுடு, கோனார், பண்டாரம் ஆகிய சாதிகளின் நிர்வாகமும் பூசையும் நடைபெறுகிறது. ஆய்வுக்கு உட்பட்ட மாவட்டங்களில் நாயுடு, செட்டியார், வேளாளர் சாதிகள் அதிகமாக வழிபாட்டில் காணப்படுகின்றனர்.

மதுரைவீரன் கூட்டு நிலையில் வழிபடப்படும் பொழுது அங்கு தலைமை நிலையில் பெண் தெய்வங்களே மிக அதிகமாக இருக்கின்றன. குறிப்பாக, அங்காள ஈசுவரியும், காளியம்மனும் அதிகம். ஆய்வுக்கு உட்பட்ட மாவட்டங்களில் உள்ள பதிமூன்று இடங்களில் அதிகமாக எட்டு இடங்களில், ஒருசில தெய்வங்களுடனும், மூன்று இடங்களில் இருபத்தொரு பந்தித் தெய்வ வரிசையிலும் மதுரைவீரன் இடம் பெற்றுள்ளான்.

2.3. முடிவுரை

மதுரைவீரனைத் தாழ்ந்த சாதியினர் மட்டுமின்றி உயர் சாதியினரும் குலதெய்வமாகக் கொண்டுள்ளனர். பங்காளி வழிபாட்டுத் தலைமை நிலையிலும், ஓரின வழிபாட்டுத் தலைமை நிலையிலும் வைத்து அதிகமாகச் சக்கிலியர் சாதியினரே வழிபடுகிறார்கள். அதிகத் தலைக்கட்டுகள் கொண்டு அதிக ஊர்களிலும் வழிபட்டு வருகிறார்கள். பொதுத் தெய்வ வழிபாட்டுத் தலைமைநிலை, பங்காளி வழிபாட்டுத் துணைமை நிலையில் கூட்டுநிலை, பொதுத்தெய்வ வழிபாட்டுத் துணைமை நிலையில் கூட்டுநிலை ஆகியவற்றில் வேளாளர் சாதியினரின் நிர்வாகமும், பூசாரித்தனமும் அதிகமாக இருக்கிறது. பங்காளி வழிபாட்டுத் துணைமை நிலையில் கூட்டுநிலை, பொதுத் தெய்வ வழிபாட்டுத் துணைமை நிலையில் கூட்டுநிலை ஆகியவற்றில் இருபத்தொரு பந்தித் தெய்வங்கள் வரிசையில் மதுரைவீரன் இடம் பெற்றுள்ளான். மதுரைவீரன் வழிபாட்டில் அனைத்து வகைப்பிரிவிலும், பெண் தெய்வங்களே அதிகமாக இணைந்து காணப்படுகின்றன.

பொதுத் தெய்வ வழிபாட்டு நிலையில் தலைமை நிலையில் உள்ள மதுரைவீரனை முசுலீம்களும் வந்து வழிபடுகின்றனர் என்பது குறிப்பிடத்தக்கது.

குறிப்புகள்

1. வாழ்வியற் களஞ்சியம், தொ: 8, ப.588.
2. ஒப்பிலா. மதிவாணன், சமூகமும் சமுதாயம், ப.354.
3. சு.சண்முகசுந்தரம், சுடலைமாடன் வழிபாடு-சமூக மானிடவியல் ஆய்வு,ப.29.
4. மேலது, பக்.27-28.
5. எட்கர் தர்ஸ்டன், தென்னிந்தியக் குலங்களும், குடிகளும், தொ:2, ப.8.
6. ந.நீலமோகன், மதுரைவீரன் வழிபாட்டு உருவங்கள் வகையும் செய்முறையும், ப.51.
7. வே.ஆனைமுத்து (ப.ஆ.), பெரியார் ஈ.வெ.ரா. சிந்தனைகள், தொ:1, ப. 298.
8. வாழ்வியற் களஞ்சியம், தொ:7, ப.709.
9. மேலது, ப.710.
10. English Dictionary. Vol. I, p.190.
11. ம.வேலுச்சாமி, மதுரைமாவட்டக் கிராம சமுதாயங்கள் சிலவற்றுள் காணப்படும் நாட்டுபுறச்சமயம் - ஒப்பாய்வு, ப.140.
12. Encyclopaedia. vol.3, p.498.
13. துளசி. இராமசாமி, நெல்லை மாவட்ட நாட்டுப்புறத் தெய்வங்கள், ப.73.
14. மேலது, ப.74.
15. ஆறு. இராமநாதன், நாட்டுப்புறப் பாடல்கள் காட்டும் தமிழர் வாழ்வியல், ப.208.

16. மேலது, ப.208.
17. பெற்றோரும், திருமணம் ஆகாத பிள்ளைகளும் கொண்ட குடும்பம்.
18. ச.பவானந்தம்பிள்ளை, தற்காலத் தமிழ்ச் சொல்லகராதி, ப.166.
19. மேலது, ப.167,
20. மதுரைப் பேரகராதி, ப.244.
21. வடசொற்றமிழ் அகர வரிசை, ப.186.
22. மதுரைப் பேரகராதி, தொகுதி:2, ப.509.
23. மேலது, ப.530.
24. இரா. அழகர்சாமி, சிறுதெய்வம்-விளக்கம், ப.641.
25. துளசி. இராமசாமி, மு.க.நூ., ப.105.
26. மேலது, ப.105.
27. மேலது, ப.38,
28. தொ. பரமசிவன். அழகர்கோயில், ப.243.
29. தொ.பரமசிவன். பிஎச்.டி. ஆய்வான 'அழகர்கோயில்' என்ற நூலில் 'பதினெட்டாம்படி கருப்பணசாமி' என்னும் இயலில் விரிவாகப் பேசப்படுகிறது. (பக்.227 - 245).
30. தா.நீலகண்டபிள்ளை, சுடலைமாடன் வழிபாடு, ப.680.
31. துளசி. இராமசாமி, மு.க. நூ., பக்,44-45.
32. இ.முத்தையா, நள்ளிரவுச் சடங்குகள் - சமூகப் பண்பாட்டு மானிடவியல் பார்வை, ப.30.
33. எஸ்.ஆர். பாலசுப்பிரமணியம், முற்காலச் சோழர் கலையும் சிற்பமும், ப.2.

3. மதுரைவீரன் வழிபாட்டிடங்களும் வழிபடு உருவங்களும்

களப்பணியில் சந்தி வீரசுவாமி வழிபாடு, வீரனார் வழிபாடு, கருப்பணசாமி வழிபாடு, காக்கு வீரன் வழிபாடு, நொண்டிக் கருப்பு வழிபாடு, நொண்டிச் சமயன் வழிபாடு, ஒத்தவீரன் வழிபாடு, சப்பாணிசாமி வழிபாடு, சோணையாசாமி வழிபாடு ஆகியன மதுரைவீரன் வழிபாட்டோடு மக்களால் தொடர்புபடுத்தப்படுவதை ஆய்வாளரால் அறிய முடிந்தது. ஆனால், இங்கு 'மதுரைவீரன்' என்ற நிலையில் வழிபாடு நிகழும் இடங்களை மட்டுமே முதன்மை ஆதாரமாக்கி ஆய்வு செய்யப்படுகிறது. மதுரைவீரன் வழிபாட்டு வளர்ச்சியில் ஒரு பரிமாணம், அவனுடைய வழிபாட்டிட அமைப்புகளும் - வழிபடு உருவங்களும் ஆகும். இவற்றின் வளர்நிலைகளும், மாற்றங்களும் இவ்வியலில் வகுத்தும் தொகுத்தும் ஆய்வுக்கு உட்படுத்தப்படுகின்றன.

3.1. வழிபாட்டிடங்கள்

வணங்கும் செயலை நிகழ்த்தக் கூடிய இடம் 'வழிபாட்டிடம்' எனப்படும். வழக்கு மரபில், வணங்கும் செயலை நிகழ்த்தும் இடங்கள் அனைத்தும் 'கோயில்கள்' என்றே குறிக்கப்படுகின்றன. வழிபாட்டிடமானது தனித்த நிலையில் அறையாக, கட்டிடமாக, எழுப்பப்பட்ட நிலையில் தான் 'கோயில்' என்ற தன்மையைப் பெறும். தற்காலத் தமிழகராதியும், "பொதுவாக கடவுள் விக்கிரகத்தை மையமாகக் கொண்டு எழுப்பப்படும் வழிபாட்டு அறைக் கட்டிடமே கோயில்" என்றே விளக்குகிறது[1]. எனவே, வழிபாட்டிட வளர்ச்சியே 'கோயில்' எனலாம். இவ்வியலில் வழக்கு மரபான 'கோயில்' என்ற சொல்லே பயன்படுத்தப்படுகிறது.

மதுரைவீரன் கோயில்களை வகைப்பாட்டு வசதி கருதி அவற்றின் வெளிப்புறக் கட்டமைப்பு, கட்டுமானப் பொருட்கள் ஆகியவற்றின் அடிப்படையில் வகைப்படுத்தலாம். (காண்க: வரைபடம் 4). அவற்றை

1. வீட்டறைக் கோயில்கள்
2. மேடைக் கோயில்கள்
3. கட்டிடக் கோயில்கள்

என மூன்றாகப் பகுக்கலாம்.

வீட்டறைக் கோயில்கள் (சாமிவீடு)

மதுரைவீரனை வழிபடுவோர் தங்களின் வசதி வாய்ப்புக்கு ஏற்றவாறு, குடியிருக்கும் வீட்டினுள் ஓர் அறையையோ, வீட்டோடு இணைந்த அறையையோ வழிபாட்டிடமாக அமைத்துக் கொள்வதே 'வீட்டறைக் கோயில்' எனப்படும். இவ்வகை வீட்டறைக் கோயில்கள் 'சாமி வீடு' என்று அழைக்கப்படுவதும் உண்டு (காண்க: வரைபடம். 5).

ஆய்வுக்கு உட்பட்ட மாவட்டங்களில் வீட்டறைக் கோயில் வழிபாட்டை அதிகமான ஊர்களில் மேற்கொண்டுள்ள சாதியினராக கவரா நாயுடு உள்ளனர். அவ்வூர்களின் எண்ணிக்கை மூன்று. மூன்று ஊர்களிலும் கவரா நாயுடு சாதியினரின் மொத்தத் தலைக்கட்டுகள் நாற்பத்து மூன்று ஆகும். மூன்று ஊர்களிலும் அண்ணா மாவட்டம் அம்மையநாயக்கனூர் - இடையர்பட்டியில் மட்டும் ஒரே இடத்தில் அதிகமாக முப்பது தலைக்கட்டுகள்[2] வீட்டறைக் கோயில் வழிபாட்டில் ஈடுபட்டுள்ளனர்.

ஆய்வுக்கு உட்பட்ட மாவட்டங்களில் இரண்டு ஊர்களில் முக்குலத்தோர் சாதியினர் வீட்டறைக் கோயில் வழிபாட்டை மேற்கொண்டுள்ளனர். இரண்டு ஊர்களில் முக்குலத்தோரின் மொத்தத் தலைக்கட்டுகள் ஐந்து ஆகும். இரண்டு ஊர்களிலும் மறவர்பட்டியில் மட்டும் ஒரே இடத்தில் அதிகமாக மூன்று தலைக்கட்டுகள் வீட்டறைக் கோயில் வழிபாட்டில் ஈடுபட்டுள்ளனர்.

ஆய்வுக்கு உட்பட்ட மாவட்டங்களில் ஓர் ஊரில் மட்டும் என்ற எண்ணிக்கை வகையில் வீட்டறைக் கோயில் வழிபாடு செய்வது

நான்கு சாதிகள் ஆகும். இச்சாதிகளின் மொத்தத் தலைக்கட்டுகள் இருபத்தொன்பது ஆகும். வழிபடும் நான்கு ஊர்களிலும் பெரியகுளம் டி. கல்லுப்பட்டியில் இந்து வண்ணார் சாதியினர் மட்டும், அதிகமாக ஒரே இடத்தில் இருபத்தாறு தலைக்கட்டுகள் வீட்டறைக் கோயில் மதுரைவீரனை வழிபாடு செய்கின்றனர்.

ஆய்வுக்கு உட்பட்ட மாவட்டங்களில், ஒன்பது ஊர்களில், எழுபத்தேழு தலைக்கட்டுகள் வீட்டறைக் கோயில் வழிபாட்டில் ஈடுபட்டுள்ளனர். மேலும், இம்மாவட்டங்களில் அதிகமான தலைக் கட்டுகள் கொண்டு வழிபடும் சாதி கவரா நாயுடு ஆகும். இவர்களின் தலைக்கட்டுகள் நாற்பத்துமூன்று ஆகும். ஆய்வுக்கு உட்பட்ட மாவட்டங்களில் திண்டுக்கல் அண்ணா மாவட்டம் அம்மைய நாயக்கனூர் - இடையர்பட்டியில் மட்டும், கவரா நாயுடு சாதியினர் அதிகமாக ஒரே இடத்தில் முப்பது தலைக்கட்டுகள் வீட்டறைக் கோயில் வழிபாட்டில் ஈடுபட்டுள்ளனர். மேலும், மதுரை மாவட்டத்தில்தான் அதிகமாக ஐந்து ஊர்களில் வீட்டறைக் கோயில் வழிபாடு நடைபெறுகிறது. திண்டுக்கல் அண்ணா மாவட்டம் அதிகத் தலைக்கட்டுகள் நாற்பத்து நான்கு கொண்டு இவ்வமைப்புக் கோயில்களில் வழிபடுகின்றனர்.

ஆய்வுக்கு உட்பட்ட மாவட்டங்களில் அதிகமாக வீட்டறைக் கோயில் தெற்குத் திசை நோக்கியும், வழிபாட்டில் வழிபடு பொருள்கள் கன்னி மூலையிலேயும் அமைந்துள்ளன. குறிப்பாக, மதுரைவீரன் புகைப்படமே அதிக அளவில் அங்கு வழிபாட்டிற்குப் பயன்படுத்தப் பட்டுள்ளது. இல்லங்களில் மகளிர் வழிபடும் தெய்வங்களுள் ஒன்றான பாவையைச் சுவரில் ஓவியமாகத் தீட்டி வழிபட்ட நிலையினைப் பண்டைத் தமிழ் நூல்களில் இருந்து எடுத்துக் காட்டுகிறார் இரா.பாலசுப்பிரமணியன்.[3]

மேடைக் கோயில்கள்

'வழிபாட்டிடம்' என்பதை உணர்த்த, தரையில் இருந்து வேறுபடுத்திச்சற்று உயரமாக இவ்வகை மேடைகள் அமைக்கப் படுகின்றன. இது வழிபாட்டிட வளர்ச்சியின் தொடக்கநிலை எனக் கொள்ளலாம். தெய்வ ஈடுபாட்டை வெளிப்படுத்தும் இவ்வழிபாட்டிடங்கள்

சதுரம், செவ்வகம் ஆகிய வடிவங்களில் கட்டமைக்கப்படுகின்றன. மேடையின் நீள, அகல, உயரங்கள் வழிபடுவோரின் பொருளாதார மேன்மை, இடச்சூழல், கவன ஈர்ப்பு ஆகியவற்றை மையப்படுத்தி உருவாகின்றன. இக்கோயில்கள் பெரும்பாலும் சாத்திரங்களைப் பின்பற்றி உருவாக்கம் பெறவில்லை. இம்மேடைக் கோயில்களைக் கட்டுமானப் பொருள்களின் அடிப்படையில் மண்மேடைக் கோயில்கள், சிமிண்ட் மேடைக் கோயில்கள் என இரு பிரிவுகளாக்கலாம்.

மண்மேடைக் கோயில்கள்

இவ்வகையான அமைப்பு, மண் மற்றும் சிறுகற்களைக் கலந்து கட்டப்படுகிறது. மண்மேடைக் கோயில்களையும் மேற்கூரை இல்லாதவை, மேற்கூரை உடையவை என்ற நிலைகளில் வகைப்படுத்தலாம்.

மேற்கூரை இல்லாத மண்மேடைக் கோயில்கள்

ஆய்வுக்கு உட்பட்ட மாவட்டங்களில் ஓர் ஊரில் மட்டும் என்ற எண்ணிக்கை வகையில், மேற்கூரை இல்லாத மண்மேடைக் கோயிலை அமைத்திருப்பது ஏழு சாதிகளாகும். இச்சாதிகளின் மொத்தத் தலைக்கட்டுகள் முன்னூற்று தொண்ணூற்று ஆறு ஆகும்.

ஆய்வுக்கு உட்பட்ட மாவட்டங்களில், ஒரே இடத்தில் அதிகமான தலைக்கட்டுகள் கொண்டு மேற்கூரை இல்லாத மண்மேடைக் கோயிலானது, அண்ணா மாவட்டம் சொக்குபிள்ளைபட்டியில் வேளாளர் சாதியினரின் நூற்று இருபது தலைக்கட்டுகளுக்கு மட்டும் அமைந்துள்ளது. மேலும், திண்டுக்கல் அண்ணா மாவட்டத்தில்தான் அதிகமாக ஆறு ஊர்களில், மேற்கூரை இல்லா மண்மேடைக் கோயில்கள் இடம் பெற்றுள்ளன. ஆய்வுக்கு உட்பட்ட மாவட்டங்களில் இம்மாவட்டம்தான் அதிகமாக முன்னூற்று தொண்ணூற்று மூன்று தலைக்கட்டுகள் வழிபாட்டில் உள்ளனர். ஆய்வுக்கு உட்பட்ட மாவட்டங்களில் மேற்கூரை இல்லாத மண்மேடைக் கோயில்கள், அதிகமாக ஊருக்கு வெளியேயும் கிழக்குத் திசை நோக்கியும் அமைந்துள்ளன. மேலும், வழிபடு பொருள்களில் அதிகமாக மதுரைவீரன் புகைப்படம் இடம்பெறுவதோடு, வண்ணார் சாதியினருக்கு மட்டும்

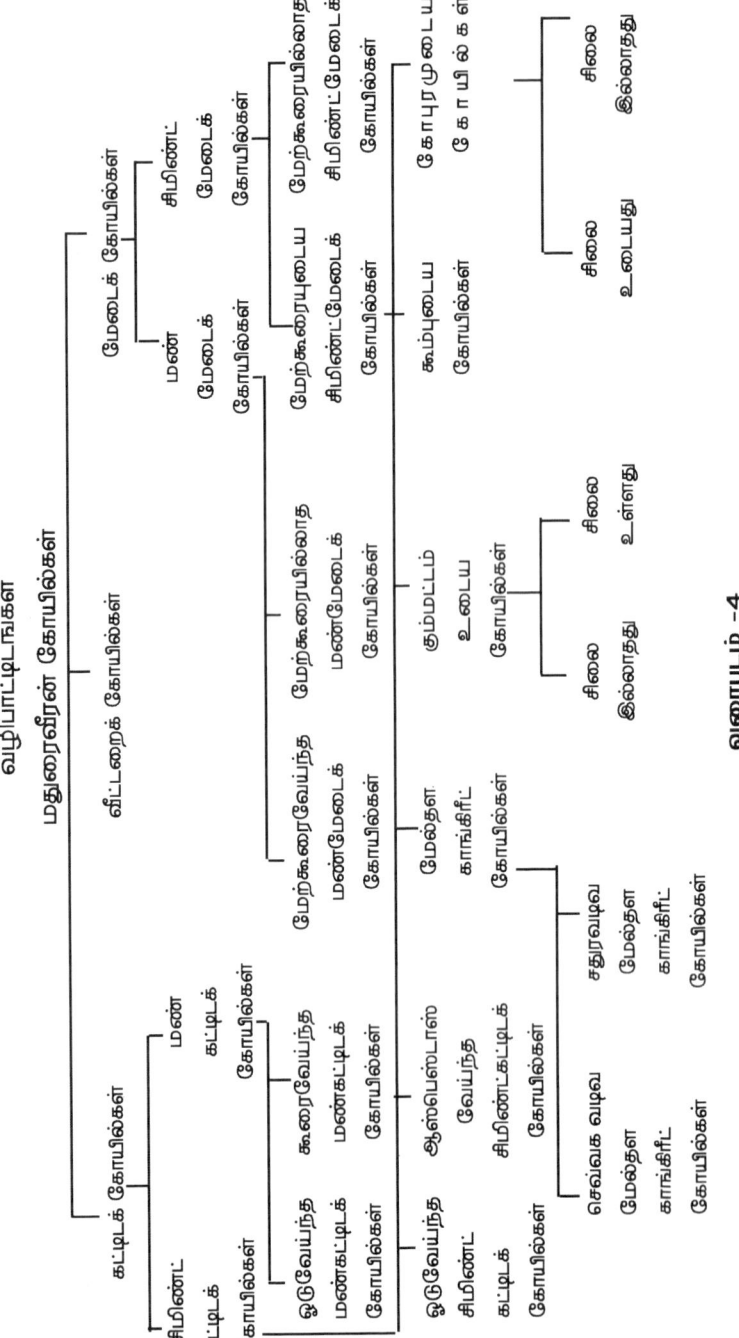

வழிபாட்டிடங்கள்
மதுரைவீரன் கோயில்கள்
கட்டிடக் கோயில்கள்
வீட்டறைக் கோயில்கள்
மேடைக் கோயில்கள்
சிமிண்ட் கட்டிடக் கோயில்கள்
மண் கட்டிடக் கோயில்கள்
மண் மேடைக் கோயில்கள்
சிமிண்ட் மேடைக் கோயில்கள்
ஓடுவேய்ந்த மண்கட்டிடக் கோயில்கள்
கூரைவேய்ந்த மண்கட்டிடக் கோயில்கள்
மேற்கூரைவேய்ந்த மண்மேடைக் கோயில்கள்
மேற்கூரையில்லாத மண்மேடைக் கோயில்கள்
மேற்கூரையுடைய சிமிண்ட்மேடைக் கோயில்கள்
மேற்கூரையில்லாத சிமிண்ட்மேடைக் கோயில்கள்
ஓடுவேய்ந்த சிமிண்ட் கட்டிடக் கோயில்கள்
ஆஸ்பெஸ்டாஸ் வேய்ந்த சிமிண்ட்கட்டிடக் கோயில்கள்
மேல்தள காங்கிரீட் கோயில்கள்
கும்மட்டம் உடைய கோயில்கள்
கூம்புடைய கோயில்கள்
கோபுரமுடைய கோயில்கள்
செவ்வக வடிவ மேல்தள காங்கிரீட் கோயில்கள்
சதுரவடிவ மேல்தள காங்கிரீட் கோயில்கள்
சிலை இல்லாதது
சிலை உள்ளது
சிலை உடையது
சிலை இல்லாதது

வரைபடம் -4

வீட்டறைக் கோயில்
(சாமி வீடு)

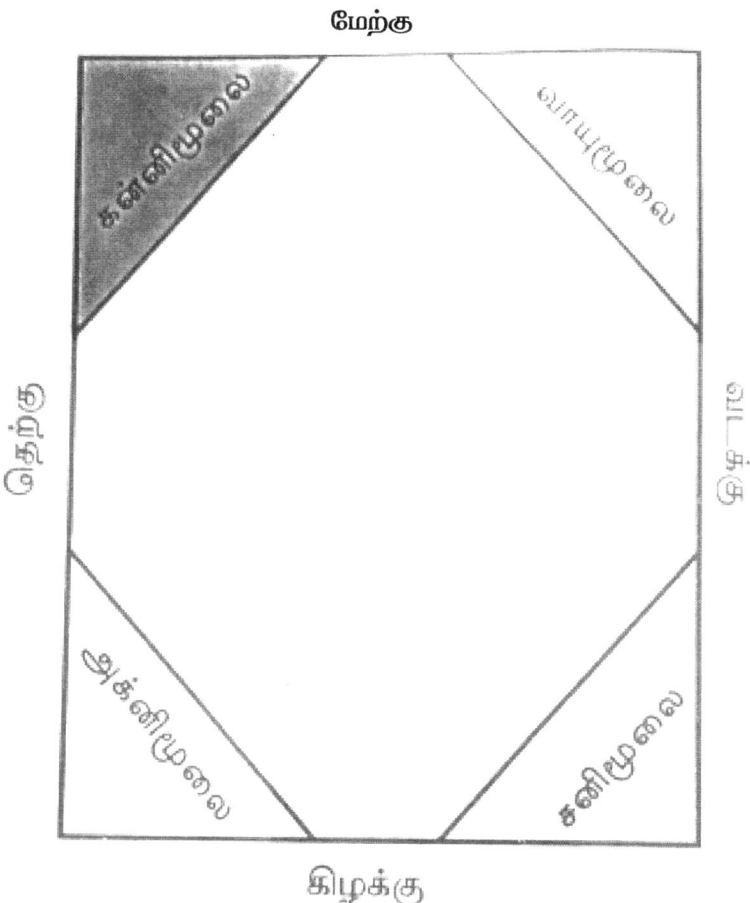

வரைபடம் -5

(மதுரை மாவட்டம், டி. கல்லுப்பட்டி) மதுரைவீரன் மனைவியரோடு உள்ள கற்சிலை இடம் பெற்றுள்ளது. திண்டுக்கல் அண்ணா மாவட்டத்தில் மட்டும் மரங்களின் அடியில் இக்கோயில் இடம் பெற்றுள்ளது.

மேற்கூரை உடைய மண்மேடைக் கோயில்கள்

ஆய்வுக்கு உட்பட்ட மாவட்டங்களில், மேற்கூரை உடைய மண்மேடைக்கோயில் அமைப்பை, அதிகமான ஊர்களில் மேற்கொண்டுள்ள சாதியினராகச் சக்கிலியர் உள்ளனர். அவ்வூர்களின் எண்ணிக்கை நான்கு. நான்கு ஊர்களிலும் சக்கிலியச் சாதியினரின் மொத்தத் தலைக்கட்டுகள் நானூற்று எழுபத்தைந்து ஆகும். நான்கு ஊர்களிலும் கோயம்புத்தூர் மாவட்டம் பொள்ளாச்சி - காந்திநகர் மட்டும் ஒரே இடத்தில அதிகமாக இருநூறு தலைக்கட்டுகள், மேற்கூரை உடைய மண்மேடைக் கோயில் வழிபாட்டில் ஈடுபட்டுள்ளனர்.

ஆய்வுக்கு உட்பட்ட மாவட்டங்களில், நான்கு ஊர்களில், நானூற்று எழுபத்தைந்து தலைக்கட்டுகள் மேற்கூரை உடைய மண்மேடைக் கோயில் வழிபாட்டில் ஈடுபட்டுள்ளனர். ஆய்வுக்கு உட்பட்ட மாவட்டங்களில், கோயம்புத்தூர் மாவட்டம் பொள்ளாச்சி. காந்திநகர் மட்டும், சக்கிலியச் சாதியினர் அதிகமாக ஒரே இடத்தில் இருநூறு தலைக்கட்டுகள் மேற்கூரை உடைய மண்மேடைக் கோயில் வழிபாட்டில் ஈடுபட்டுள்ளனர். ஆய்வுக்கு உட்பட்ட மாவட்டங்களில், கோயம்புத்தூர் மாவட்டத்தில்தான் அதிகமாக ஊர்களில் அவ்வமைப்பு உள்ளது. மேலும், இரண்டு இம்மாவட்டத்தில்தான் அதிகத் தலைக்கட்டுகள் முன்னூறு கொண்டு இவ்வமைப்பு வழிபாட்டில் ஈடுபட்டுள்ளனர்.

ஆய்வுக்கு உட்பட்ட மாவட்டங்களில் மேற்கூரை உடைய மண்மேடைக் கோயில்கள் நான்கில் மூன்று ஊர்களில் அதிகமாகக் குடியிருப்புக்கு ஊடேயும், கிழக்குத் திசை நோக்கியும் அமைந்துள்ளன. மேலும், வழிபடுபொருளில் அதிகமாக மூன்று கற்களும், மதுரைவீரன் மனைவிகளோடு இருக்கும் மண் சிலைகளும், நான்கு ஊர்களில் இரண்டில் இடம்பெற்றுள்ளன. கோயம்புத்தூர் மாவட்டம் பொள்ளாச்சி - நல்லூரில் மட்டும் மரத்தின் அடியில் இக்கோயில் அமைந்துள்ளது.

சிமிண்ட் மேடைக் கோயில்கள்

இவ்வகை அமைப்பை மண்மேடைக் கோயிலின் அடுத்த நிலையாகக் கொள்ளலாம். இம்மேடைக் கோயில்கள் சிமிண்ட், செங்கல் மற்றும் கருங்கற்களால் உருவாக்கம் பெற்றிருக்கின்றன. இது வழிபாட்டிடத்தின் நிலைத்த தன்மையையும், சில இடங்களில் மறைமுக ஆக்கிரமிப்பையும் கொண்டு அமைந்துள்ளன. சிமிண்ட் மேடைக் கோயில்களில் மேற்கூரை அமைக்க முடியாத நிலையில், வழிபடு பொருள்களின் பாதுகாப்பிற்காகவும் அழகிற்காகவும், திருவாச்சி' போன்ற அமைப்போ, வளைந்த மாடங்களோ கட்டமைக்கப்பட்டுள்ளன. திருவாச்சியை 'திருவாசி' என்றும் கூறுவர். மேலும், சுவாமிக்குப் பின்னால் இது வைக்கப்பட்டு 'ஓங்காரம்' என்றும் அழைக்கப்படும்.[4] சில மேடைக் கோயில்களில், திருவாச்சியின் மேல் கலசங்கள் அமைந்து ஆகமத்தன்மையையும் வெளிக்காட்டும், இவ்வகைக் கோயில்களையும் மேற்கூரை இல்லாத சிமிண்ட் மேடைக் கோயில்கள், மேற் கூரை உடைய சிமிண்ட் மேடைக் கோயில்கள் என இரு பிரிவாக்கலாம்.

மேற்கூரையில்லாத சிமிண்ட் மேடைக் கோயில்கள்

ஆய்வுக்கு உட்பட்ட மாவட்டங்களில் மேற்கூரை இல்லாத சிமிண்ட் மேடைக் கோயில் அமைப்பை அதிகமான ஊர்களில் மேற்கொண்டுள்ள சாதிகளாகச் சக்கிலியர், வேளாளர், கோனார் ஆகியோர் உள்ளனர். அவ்வூர்களின் எண்ணிக்கை மூன்று, மூன்று ஊர்களிலும் சக்கிலியர் நூற்று முப்பத்தைந்து தலைக்கட்டுகளும், வேளாளர் எண்பத்தேழு தலைக்கட்டுகளும் கொண்டுள்ளனர். கோனார் சாதியினர் ஓர் ஊரில் நிர்வாகமும், பூசாரித்தனமும் செய்ய, இரு ஊர்களில் நாற்பது தலைக்கட்டுகள் கொண்டுள்ளனர். மூன்று சாதிகளிலும் சக்கிலியர்தான் அதிகமாக (நூற்று முப்பத்தைந்து தலைக்கட்டுகள்) மேற்கூரை இல்லாத சிமிண்ட் மேடைக்கோயில் கொண்டுள்ளனர். மேலும், மூன்று சாதிகளில் மதுரை மாவட்டம் உப்பார்பட்டியில் தொட்டியச்சக்கிலியர் நூறு தலைக்கட்டுகளும், பசும்பொன் தேவர் மாவட்டம் திருப்பாச்சேத்தியில் காராள வேளாளர் ஐம்பத்தைந்து தலைக்கட்டுகளும், திண்டுக்கல் அண்ணா மாவட்டம் அப்பணம்பட்டியில்

சிறுதாலிகட்டி இடையர் இருபத்தைந்து தலைக்கட்டுகளும் ஒரே இடத்தில் அதிகமாகக் கொண்டு இவ்வகை அமைப்பு மதுரைவீரன் கோயிலைக் கொண்டுள்ளனர்.

ஆய்வுக்கு உட்பட்ட மாவட்டங்களில் ஓர் ஊரில் மட்டும் என்ற எண்ணிக்கை வகையில், மேற்கூரை இல்லாத சிமிண்ட் மேடைக் கோயில்களை அமைத்திருப்பது ஆறு (6) சாதிகளாகும். இச்சாதிகளின் மொத்தத் தலைக்கட்டுகள் முன்னூற்று முப்பத்தெட்டு ஆகும். ஆறு ஊர்களில், அதிகமான தலைக்கட்டுகள் இவ்வகைக் கோயிலுக்குக் கொண்டிருப்பது, திருச்சி மாவட்டம் கரூர் மண்மங்கலத்தில் உள்ள குறவர் சாதியாகும்.

ஆய்வுக்கு உட்பட்ட மாவட்டங்களில் பதினைந்து ஊர்களில், பதின்மூன்று ஊர்களில் அறுநூறு தலைக்கட்டுகள் மேற்கூரை இல்லாத சிமிண்ட் மேடைக் கோயில் அமைப்பை உடையவர்கள். இரண்டு ஊர்களில் பொதுமக்கள் வழிபாட்டில் உள்ளது. மேலும், இம்மாவட்டங்களில் ஒரே இடத்தில் அதிகமான தலைக்கட்டுகள் கொண்டு வழிபடுவது திருச்சி மாவட்டம் கரூர் மண்மங்கலத்தில் உள்ள குறவர் சாதியாகும். இச்சாதியினரின் தலைக்கட்டுகள் நூற்றைம்பது ஆகும். ஆய்வுக்கு உட்பட்ட மாவட்டங்களில் திண்டுக்கல் அண்ணா மாவட்டத்தில்தான் அதிகமாக ஒன்பது ஊர்களில் மேற்கூரை இல்லாத சிமிண்ட் மேடைக் கோயில் அமைப்பைக் கொண்டு உள்ளது. ஆய்வுக்கு உட்பட்ட மாவட்டங்களில், அதிகத் தலைக்கட்டுகள் இருநூற்று பதினைந்து இவ்வகை அமைப்பைக் கொண்டுள்ளது மதுரை மாவட்டமாகும்.

ஆய்வுக்கு உட்பட்ட மாவட்டங்களில், மேற்கூரை உடைய சிமிண்ட் மேடைக் கோயில்கள் அமைந்த பதினைந்து ஊர்களில், ஏழு ஊரில் குடியிருப்புக்கு ஊடேயும், ஏழு ஊரில் ஊருக்கு வெளியேயும் அமைந்துள்ளன. ஓர் இடத்தில் மட்டும் பெருந்தெய்வக் கோயிலின் கருவறைக்கு வெளிப்புறம் அமைந்துள்ளது. இக்கோயிலமைப்பு அதிகமாக ஒன்பது ஊர்களில் கிழக்குத் திசை நோக்கியும், மூன்று இடங்களில் தெற்குத் திசை நோக்கியும், இரண்டு இடங்களில் மேற்குத் திசை நோக்கியும், ஓர் இடத்தில் வடக்குத் திசை நோக்கியும்

அமைந்துள்ளது. மேற்கூரை உடைய சிமிண்ட் மேடைக் கோயில்கள் அமைந்த பதினைந்து ஊர்களில் வழிபடுபொருளாகச் சிமிண்ட் சிலைகள், கற்சிலைகள் இரண்டு இடங்களிலும், மண்சிலை, சுதைச்சிலை ஓர் இடத்திலும் இடம் பெறுகின்றன. மூன்று ஊர்களில் மரங்களின் கீழ் இவ்வகைக் கோயிலமைப்பு அமைந்துள்ளது.

மேற்கூரை உடைய சிமிண்ட் மேடைக் கோயில்கள்

இவ்வகை அமைப்பில் சிமிண்ட் தளத்திலிருந்து சற்று உயரமாக மேல்பகுதி அல்லது கூரை அமைக்கப்பட்டிருக்கும். மேற்கூரையானது ஓடு, ஓலை ஆகியவற்றால் சாய்வாகவோ, சிமிண்ட் தளம் சமதளமாகவோ அமைந்து பெரும்பான்மை சுற்றுப்புறத் திறவையோடு விளங்கும். "மதுரைவீரன் நான்கு திசைகளையும் நோக்கி வரும் தீமைகளைத் தடுக்க வேண்டும்"[5] என்ற நம்பிக்கையின் வெளிப்பாடே வழிபாட்டிடத் திறவைக்குக் காரணியாகக் கூறப்படுகிறது. பொதுவாக, இவ்வகை அமைப்பில் வழிபாட்டிட முழுமைக்குமான பாதுகாப்பை உணரலாம்.

ஆய்வுக்கு உட்பட்ட மாவட்டங்களில், மேற்கூரை உடைய சிமிண்ட் மேடைக் கோயில்களை அதிகமான ஊர்களில் மேற்கொண்டுள்ள சாதியினராகச் சக்கிலியர் உள்ளனர். அவ்வூர்களின் எண்ணிக்கை இரண்டு. இரண்டு ஊர்களிலும் மேற்சொன்ன வழிபாட்டு அமைப்பில் வணங்கும் சக்கிலியச் சாதியினரின் மொத்தத் தலைக்கட்டுகள் இருபத்தைந்தாகும். இரண்டு ஊர்களிலும் திண்டுக்கல் அண்ணா மாவட்டம் தாண்டிக்குடி மலையில் மட்டும், ஒரே இடத்தில் அதிகமாக இருபத்தொரு தலைக்கட்டுகள், மேற்கூரை உடைய சிமிண்ட் மேடைக் கோயில்கள் வழிபாட்டில் ஈடுபட்டுள்ளனர்.

ஆய்வுக்கு உட்பட்ட மாவட்டங்களில், ஓர் ஊரில் மட்டும் என்ற எண்ணிக்கை வகையில், மேற்கூரை உடைய சிமிண்ட் மேடைக் கோயில்களை அமைத்திருப்பது மூன்று சாதிகளாகும். இச்சாதிகளின் மொத்தத் தலைக்கட்டுகள் இருபத்தாறு ஆகும். மூன்று ஊர்களில் திண்டுக்கல்லில் (வெள்ளை விநாயகர் கோயில் அருகில்) மட்டும் முத்துராசா சாதியினர் (வன்னியர் குல சத்திரியர்) அதிகமாக ஒரே இடத்தில் இருபத்தைந்து தலைக்கட்டுகள் வழிபடுகின்றனர்.

ஆய்வுக்கு உட்பட்ட மாவட்டங்களில், ஐந்து ஊர்களில் நான்கில், ஐம்பத்தொன்று எனத் தலைக்கட்டுகள் மேற்கூரை உடைய சிமிண்ட் மேடைக் கோயில் அமைப்பை உடையவர்கள். ஓர் ஊரில் பொதுமக்கள் வழிபாட்டில் உள்ளது. ஆய்வுக்கு உட்பட்ட மாவட்டங்களில், ஒரே இடத்தில் அதிகமான தலைக்கட்டுகள் கொண்டு மேற்கூரை உடைய சிமிண்ட் மேடைக் கோயிலை அமைத்து, அண்ணா மாவட்டம் திண்டுக்கல்லில் (வெள்ளை விநாயகர் கோயில் அருகில்) முத்துராசா சாதியினர் (வன்னியர் குல சத்திரியர்) இருபத்தைந்து தலைக்கட்டுகள் வழிபட்டு வருகின்றனர். ஆய்வுக்கு உட்பட்ட மாவட்டங்களில் திண்டுக்கல் அண்ணா மாவட்டத்தில்தான் அதிகமாக நான்கு ஊர்களில் இவ்வழிபாட்டிடங்கள் அமைந்துள்ளன. மேலும், இம்மாவட்டமே அதிகமாக நாற்பத்தேழு தலைக்கட்டுகள் கொண்டு இவ்வகைப்பாட்டினைக் கொண்டுள்ளன.

ஆய்வுக்கு உட்பட்ட மாவட்டங்களில், மேற்கூரை உடைய சிமிண்ட் மேடைக் கோயில்கள், ஐந்து ஊர்களில் நான்கில் குடியிருப்புக்கு ஊடேயும் கிழக்குத் திசை நோக்கியும் அமைந்துள்ளன. மேலும், ஐந்து ஊர்களில் மூன்றில் மதுரைவீரன் மனைவியரோடு இணைந்த சிமிண்ட் சிலைகளும், ஓர் ஊரில் கற்சிலையும் - மண்சிலையும் இடம் பெற்றுள்ளன. ஓர் ஊரில் மட்டும் வழிபடு பொருளாக மூன்று கற்கள் அமைய, மரத்தின் அடியிலும் இவ்வகை அமைப்புடைய கோயில்கள் உள்ளன.

கட்டிடக் கோயில்கள்

“செங்கல், கல், சிமிண்ட் மற்றும் மண் முதலியவற்றால் எழுப்பிய சுவர்களின் மீது தளமோ அல்லது மேற்கூரையோ கட்டுவித்த அமைப்பு”[6] கட்டிடம் எனப்படும். “வழிபாட்டிற்காகக் கோயில் கட்ட வேண்டும் என்ற ஆசையே எல்லோரும் வியந்து போற்றும் கட்டிடங்கள் தோன்றுவதற்குத் தூண்டுகோலாய் அமைந்தது”[7] என்பார் பர்கூசன். மதுரைவீரன் வழிபாட்டு இடங்கள், கோயில்கள் என்ற உயர்தன்மையைப் பெற இக்கட்டிடங்களே வழிவகுக்கின்றன. நடுகல் வழிபாடு தோன்றியதைப் போன்று கோயிற் கட்டிடக்கலையும் இழவு வினைகளை ஒட்டியே

வளர்ந்திருக்கலாம் என அறிஞர் கருதுவர்.[8] மதுரைவீரன் கட்டிடக் கோயில்களைக் கட்டுமானப் பொருள் அடிப்படையிலும் வெளிப்புறக் கட்டமைப்பைக் கொண்டும், மண் கட்டிடங்கள், சிமிண்ட் கட்டிடங்கள் என்று இருவகைப்படுத்தலாம்.

மண் கட்டிடக் கோயில்கள்

இக்கோயில்களின் சுற்றுச் சுவர்கள் மண்ணால் எழுப்பப்பட்டு மேற்புறம் கூரை மற்றும் ஓடுகளினால் அமையப் பெற்றிருக்கும். இதன் அடிப்படையில் கூரை வேய்ந்த மண் கட்டிடக் கோயில்கள், ஓடு வேய்ந்த மண் கட்டிடக் கோயில்கள் என இருபிரிவாக்கலாம்.

கூரை வேய்ந்த மண் கட்டிடக் கோயில்கள்

ஆய்வுக்கு உட்பட்ட மாவட்டங்களில் கூரை வேய்ந்த மண்கட்டிடக் கோயில்களை அதிகமான ஊர்களில் மேற்கொண்டுள்ள சாதியினராக வேளாளர் உள்ளனர். அவ்வூர்களின் எண்ணிக்கை இரண்டு. இரண்டு ஊர்களில் ஓர் ஊரில் மட்டும், மேற்சொன்ன வழிபாட்டு அமைப்பில் வணங்கும் வேளாளர் சாதியினர் தலைக்கட்டுகள் எட்டாக அமைய, மற்றொரு ஊரில் அவர்களின் பூசாரித்தனம் மற்றும் நிர்வாகத்தில் பொதுமக்கள் வழிபாடாக உள்ளது.

ஆய்வுக்கு உட்பட்ட மாவட்டங்களில் ஓர் ஊரில் மட்டும் என்ற எண்ணிக்கை வகையில், கூரை வேய்ந்த மண் கட்டிடக் கோயில்களை அமைத்திருப்பது கவரா நாயுடு சாதியாகும். இச்சாதியின் மொத்தத் தலைக்கட்டுகள் நூறு ஆகும்.

ஆய்வுக்கு உட்பட்ட மாவட்டங்களில் மூன்று ஊர்களில் இரண்டில், நூற்று எட்டுத் தலைக்கட்டுகள் கூரை வேய்ந்த மண் கட்டிடக் கோயில் அமைப்பை உடையவர்கள். ஓர் ஊரில் மட்டும் பொதுமக்கள் வழிபாட்டில் உள்ளது.

ஆய்வுக்கு உட்பட்ட மாவட்டங்களில் ஒரே இடத்தில் அதிகமான தலைக்கட்டுகள் கொண்டு கூரைவேய்ந்த மண் கட்டிடக் கோயிலை அமைத்து, மதுரை மாவட்டம் நல்ல கருப்பன்பட்டியில் கவரா நாயுடு சாதியினர், நூறு தலைக்கட்டுகள் வழிபட்டு வருகின்றனர். இவ்வகைக்

கோயில்கள் ஆய்வுக்கு உட்பட்ட மாவட்டங்களில் குடியிருப்புக்கு ஊடேயும், கிழக்குத் திசை நோக்கியும், வழிபடு பொருளாக அதிக அளவில் மதுரைவீரன் புகைப்படங்களையும் கொண்டுள்ளன.

ஓடு வேய்ந்த மண் கட்டிடக் கோயில்கள்

ஆய்வுக்கு உட்பட்ட மாவட்டங்களில் அண்ணா மாவட்டத்தில் மட்டுமே, ஒரே ஊரில் இவ்வகை வழிபாட்டு அமைப்புக் காணப்படுகிறது. வழிபடும் சாதியினர் சக்கிலியர் முப்பது தலைக்கட்டுகள் மட்டுமே. இக்கோயிலும் குடியிருப்புக்கு ஊடே அமைந்து, கிழக்குத் திசை நோக்கி, மரத்தின் அடியில் மண்சிலைகளோடு காணப்படுகிறது.

சிமிண்ட் கட்டிடக் கோயில்கள்

இக்கோயில்களில் சற்றுச்சுவர்கள் செங்கல், கற்கள் மற்றும் சிமிண்ட் ஆகியவற்றால் எழுப்பப்பட்டு வெவ்வேறு கட்டமைப்புடன் மேல்தளம் அமைந்திருக்கும். அவற்றை ஓடு வேய்ந்த சிமிண்ட் கட்டிடக் கோயில்கள், சிமிண்ட் ஓடு (ஆஸ்பெஸ்டாஸ்) வேய்ந்த கட்டிடக் கோயில்கள், மேல்தளக் காங்கிரீட் கோயில்கள், கும்மட்டமுடைய கோயில்கள், கூம்பு உடைய கோயில்கள், கோபுரம் உடைய கோயில்கள் என வகைப்படுத்தலாம்.

ஓடு வேய்ந்த சிமிண்ட் கட்டிடக் கோயில்கள்

ஆய்வுக்கு உட்பட்ட மாவட்டங்களில் ஓடு வேய்ந்த சிமிண்ட் கட்டிடக் கோயில் அமைப்பை அதிகமான ஊர்களில் மேற்கொண்டுள்ள சாதியினராகச் சக்கிலியர் உள்ளனர். அவ்வூர்களின் எண்ணிக்கை இரண்டு. இரண்டு ஊர்களிலும், சக்கிலியச் சாதியினரின் மொத்தத் தலைக்கட்டுகள் ஐந்நூற்றுஎண்பதாகும். இரண்டு ஊர்களிலும், திண்டுக்கல் அண்ணா மாவட்டம் மஞ்சநாயக்கன்பட்டியில் மட்டும், ஒரே இடத்தில் அதிகமாக முன்னூறு தலைக்கட்டுகள் ஓடு வேய்ந்த சிமிண்ட் கட்டிடக் கோயில் வழிபாட்டில் ஈடுபட்டுள்ளனர்.

ஆய்வுக்கு உட்பட்ட மாவட்டங்களில் ஓர் ஊரில் மட்டும் என்ற வகையில் ஓடு வேய்ந்த சிமிண்ட் கட்டிடக் கோயில்களை அமைத்திருப்பது நான்கு சாதிகள் ஆகும். நான்கு சாதிகளில் மொத்தத் தலைக்கட்டுகள் அறுபத்தெட்டு ஆகும். மற்றொரு சாதியினரான கோனார் சாதிக்

கோயிலில் அவர்களின் நிர்வாகமும், பூசாரித்தனமும் அமைய, அது பொதுமக்கள் வழிபாட்டில் உள்ளது. நான்கு ஊர்களிலும் மதுரை மாவட்டம் சோழவந்தான் வைத்தியநாதபுரம்-காட்டு நாயக்கர் தெருவில் உள்ள, காட்டு நாயக்கரின் முப்பத்தேழு தலைக்கட்டுகள் மட்டும், ஒரே இடத்தில் ஓடு வேய்ந்த சிமிண்ட் கட்டிடக் கோயில் அமைப்பைக் கொண்டு வழிபட்டு வருகிறார்கள்.

ஆய்வுக்கு உட்பட்ட மாவட்டங்களில் ஆறு ஊர்களில் ஐந்தில் மட்டும் ஐந்நூற்று தொண்ணூற்றெட்டு தலைக்கட்டுகள் ஓடு வேய்ந்த சிமிண்ட் கட்டிடக் கோயில்களில் வழிபாடு செய்கிறார்கள். ஓர் ஊரில் மட்டும் பொதுமக்கள் வழிபாட்டில் உள்ளது.

ஆய்வுக்கு உட்பட்ட மாவட்டங்களில் அதிகத் தலைக்கட்டுகள் கொண்டும், அதிக ஊர்களில் வழிபடுவதும் திண்டுக்கல் அண்ணா மாவட்டம் ஆகும். அதிக ஊர் மூன்றும், அதிகத் தலைக்கட்டுகள் ஐந்நூற்று அறுபதும் ஆகும். ஆய்வுக்குட்பட்ட மாவட்டங்களில், ஒரே இடத்தில் அதிக தலைக்கட்டுகள் கொண்டு திண்டுக்கல் அண்ணா மாவட்டத்தில் மஞ்சநாயக்கன் பட்டியில் முதலைக்கட்டுகள் (சக்கிலியர்) இவ்வமைப்பில் வழிபடுகின்றனர். ஆறு ஊர்களில் நான்கு ஊரில் குடியிருப்புக்கு ஊடேயும், இரண்டு ஊரில் ஊருக்கு வெளியேயும் ஓடு வேய்ந்த சிமிண்ட் கட்டிடக் கோயில்கள் அமைந்துள்ளன. இவ்வமைப்புக் கோயில்கள் கிழக்குத் திசை நோக்கியே அமைந்துள்ளன.

ஆய்வுக்கு உட்பட்ட மாவட்டங்களில் ஓடு வேய்ந்த சிமிண்ட் கட்டிடக் கோயில்கள் அமைந்த ஆறு ஊர்களில் இரண்டு ஊர்களில் மண்சிலைகளும், சிமிண்ட் சிலைகளும், மூன்று கற்களும், ஓர் ஊரில் மதுரைவீரன் ஓவிய நிலையிலும், அரிவாளும் வழிபடுபொருள்களாகக் காணப்படுகின்றன.

சிமிண்ட் ஓடு வேய்ந்த சிமிண்ட் கட்டிடக் கோயில்கள்

ஆய்வுக்கு உட்பட்ட மாவட்டங்களில், இரண்டு ஊர்களில் ஓர் ஊரில் மட்டும், இருபத்தைந்து தலைக்கட்டுகள் சிமிண்ட் ஓடு வேய்ந்த (ஆஸ்பெஸ்டாஸ்) சிமிண்ட் கட்டிடக் கோயிலில் வழிபாடு செய்கின்றனர்.

மற்றொரு ஊரில் உள்ள இவ்வகைக் கோயில், பொது மக்கள் வழிபாட்டில் உள்ளது.

ஆய்வுக்கு உட்பட்ட மாவட்டங்களில் மதுரை மாவட்டத்தில்தான் இருபத்தைந்து என்ற எண்ணிக்கையில் அதிக தலைக்கட்டுகள் கொண்டும், ஒரே ஊரில் அதிகத் தலைக்கட்டுகள் கொண்டும், இவ்வகை அமைப்புடைய கோயில் அமைந்துள்ளது.

ஆய்வுக்கு உட்பட்ட மாவட்டங்களில் இவ்வகை அமைப்புடைய கோயில்கள் ஊருக்கு வெளியேயும், கிழக்குத் திசை நோக்கியும் அமைந்துள்ளன.

ஆய்வுக்கு உட்பட்ட மாவட்டங்களில் வழிபடுபொருள்களாகத் தனித்த நிலையில் மதுரைவீரன் கற்சிலையும் – கல்பீடமும் அமைந்துள்ளன. புளிய மரத்தடியிலும் இவ்வகைக் கோயில்கள் அமைகின்றன.

மேல்தள காங்கிரீட் கோயில்கள்

இவ்வகைக் கோயில்களின் கருவறையில் மேல்தளமானது காங்கிரீட் (கம்பி, சிமிண்ட், கற்கள் கலந்த கலவை) போடப்பட்டு உறுதியான நிலையில் அமைக்கப்பட்டிருக்கும். கருவறைக் கட்டிடமானது சதுரமாகவும், செவ்வகமாகவும் அமைந்திருக்கும். சதுரமாக உள்ள மேல்தள காங்கிரீட் கோயில்களில் மதுரைவீரன் மனைவிகளோடும், ஒருசில இடங்களில் தனித்தும் அல்லது அருவ நிலையிலும் (ஆயுதங்கள்) வழிபடப்படுகிறான். செவ்வகமாக உள்ள மேல்தள காங்கிரீட் கோயில்களில் மூன்று பிரிவுகள் அமைக்கப்பட்டு, ஒவ்வொரு பிரிவிலும் மதுரைவீரனைத் தவிர வேறு தெய்வங்களுக்கும் வழிபாட்டிடம் அமைக்கப்பட்டிருக்கும். மேற்காட்டிய விளக்கத்தின் அடிப்படையில் சதுர வடிவ மேல்தள காங்கிரீட் கோயில்கள் என்றும், செவ்வக வடிவ மேல்தள காங்கிரீட்கோயில்கள் என்றும் இரு வகைப்படுத்தலாம்.

சதுர வடிவ மேல்தள காங்கிரீட் கோயில்கள்

ஆய்வுக்கு உட்பட்ட மாவட்டங்களில் சதுரவடிவ மேல்தள காங்கிரீட் கோயில் அமைப்பை அதிகமான ஊர்களில் மேற்கொண்டுள்ள சாதியினராக வேளாளர் உள்ளனர். அவ்வூர்களின் எண்ணிக்கை எட்டு

ஆகும். எட்டு ஊர்களில் ஐந்தில் வேளாளரின் பூசாரித்தனமும், நான்கில் அவர்களின் நிர்வாகமும், ஓர் ஊரில் மட்டும் அரசு நிர்வாகமும் கொண்டு பொதுமக்கள் வழிபாட்டில் உள்ளது. மூன்று ஊர்களில் இருநூற்று ஐந்து தலைக்கட்டுகள் வேளாளர் இவ்வகை வழிபாட்டிட அமைப்பில் வணங்கி வருகிறார்கள். மூன்று ஊர்களில் மதுரை மாவட்டம் கருப்பட்டியில், இல்லத்துப்பிள்ளைமார் அதிகமாக எண்பது தலைக்கட்டுகளுக்கு ஒரே இடத்தில் இவ்வழிபாட்டிட அமைப்பைக் கொண்டுள்ளனர்.

ஆய்வுக்கு உட்பட்ட மாவட்டங்களில், சதுர வடிவ மேல்தள காங்கிரீட் கோயில் அமைப்பு ஐந்து ஊர்களில் சக்கிலியர் சாதி வழிபாட்டில் அமைந்துள்ளது. ஐந்து ஊர்களில் ஓர் ஊரில் சக்கிலியரின் பூசாரித்தனமும், ஊர் நிர்வாகமும் அமைந்து பொதுமக்கள் வழிபாட்டில் அமைய, நான்கு ஊர்களில் சக்கிலியர்களின் தலைக்கட்டுகள் ஆயிரத்து இருநூற்று பதினைந்து தலைக்கட்டுகளுக்கு இவ்வழிபாட்டிட அமைப்பு உள்ளது. நான்கு ஊர்களில் திருச்சி மாவட்டம் கரூர் ஆத்தூர் பூலாம்பாளையத்தில் (கன்னிமார் கோயில்) சக்கிலியர் சாதியினர் ஒரே இடத்தில் அதிகமாக எழுநூற்று ஐம்பது தலைக்கட்டுகள், சதுரவடிவ மேல்தளக் காங்கிரீட் கோயில் வழிபாட்டிட அமைப்பைக் கொண்டுள்ளனர்.

ஆய்வுக்கு உட்பட்ட மாவட்டங்களில், சதுர வடிவ மேல்தள காங்கிரீட் கோயில் அமைப்பை இரண்டு ஊர்களில் முக்குலத்தோர் வழிபாட்டில் அமைத்து உள்ளனர். முக்குலத்தோர் வழிபடும் இரண்டு ஊர்களிலும் அவர்களின் தலைக்கட்டுகள் முப்பத்தெட்டாகும். இரண்டு ஊர்களில் மதுரை மாவட்டம் குள்ளப்புரத்தில், மட்டும் ஒரே இடத்தில் அதிகமாக முப்பது தலைக்கட்டுகள் இவ்வழிபாட்டிட அமைப்பைக் கொண்டுள்ளன.

ஆய்வுக்கு உட்பட்ட மாவட்டங்களில் சதுரவடிவ மேல்தள காங்கிரீட் கோயில் அமைப்பை இரண்டு ஊர்களில் நாடார் சாதியினர் வழிபாட்டில் கொண்டுள்ளனர். நாடார் சாதியினர் வழிபடும் இரண்டு ஊர்களிலும் ஓர் ஊரில் மட்டும் அவர்களின் தலைக்கட்டுகள் பத்தாகும். மற்றொன்றில் ஊர் நிர்வாகமும் அவர்களின் பூசாரித்தனமும் அமைய, பொதுமக்கள் வழிபாட்டில் உள்ளது.

ஆய்வுக்கு உட்பட்ட மாவட்டங்களில் ஓர் ஊரில் மட்டும் என்ற எண்ணிக்கை அடிப்படையில் வழிபடும் சாதிகள் ஆறு ஆகும். ஆறில், ஐந்து ஊர்களில் சதுர வடிவ மேல்தள காங்கிரீட் கோயில்களில் வழிபடும் சாதிகளின் மொத்தத் தலைக்கட்டுகள் முன்னூற்று ஐம்பத்துநான்கு ஆகும். இவற்றில் மதுரை மாவட்டம் தேனி-அல்லிநகரம் கவரா நாயுடு சாதியினர், ஒரே இடத்தில் அதிகமாக நூற்று இருபது தலைக்கட்டுகள் சதுர வடிவ மேல்தள காங்கிரீட் கோயில் அமைப்பை உடையவர்களாக இருக்கிறார்கள்.

இரண்டு ஊர்களில் பொதுமக்கள் வழிபாட்டில் இவ்வகைக் கோயில்கள் அமைய, ஓர் ஊரில் முத்துராசா (சேர்வை) சாதியின் நிர்வாகமும் பூசாரித்தனமும் நிகழ மற்றது அரசு நிர்வாகத்திலும், பூசாரித்தனத்திலும் அமைந்துள்ளது. ஆய்வுக்கு உட்பட்ட மாவட்டங்களில் அதிகத் தலைக்கட்டுகள் கொண்டு ஒரே இடத்தில் அதிகமாகச் சதுர வடிவ மேல்தள காங்கிரீட் கோயிலமைப்பில் எழுநூற்று ஐம்பது கொண்டு வழிபடுவது, திருச்சி மாவட்டம் ஆத்தூர் பூலாம்பாளையம் (கன்னிமார் கோயில்) சக்கிலியச் சாதியினர். மேலும், அதிக எண்ணிக்கையில் ஏழு ஊர்களில் வழிபடுவது திண்டுக்கல் அண்ணா மாவட்டமும், அதிகத் தலைக்கட்டுகள் ஆயிரத்து இருநூற்று ஒன்பது கொண்டு வழிபடுவது திருச்சி மாவட்டமும் ஆகும்.

ஆய்வுக்கு உட்பட்ட மாவட்டங்களில் உள்ள இருபத்து நான்கு ஊர்களில் ஒன்பதில் பொதுமக்கள் வழிபாடு தவிர, பதினைந்து ஊர்களில் ஆயிரத்து எண்ணூற்று இருபத்திரண்டு தலைக்கட்டுகள் மேற்சொன்ன கோயிலமைப்பைக் கொண்டுள்ளனர். இருபத்து நான்கு ஊர்களில் பதினைந்தில் கிழக்குத் திசை நோக்கியும், ஐந்தில் தெற்குத் திசை நோக்கியும், நான்கில் வடக்குத் திசை நோக்கியும் இவ்வகைக் கோயில்கள் அமைந்துள்ளன.

ஆய்வுக்கு உட்பட்ட மாவட்டங்களில் இருபத்து நான்கு ஊர்களில் பத்தில் குடியிருப்புக்கு ஊடேயும், ஆறில் ஊருக்கு வெளியேயும், ஆறில் பெருந்தெய்வக் கோயிலின் கருவறைக்கு வெளியேயும், ஓர் ஊரில் ஊருக்குள் அமைந்து பெருந்தெய்வக் கோயிலின் வெளிப்புறமும், ஓர்

ஊரில் சிறுதெய்வக் கோயிலின் கருவறை உள்ளும் இவ்வகை அமைப்புகள் அமைந்துள்ளன.

ஆய்வுக்கு உட்பட்ட மாவட்டங்களில் இருபத்து நான்கு ஊர்களில் ஐந்து இடங்களில் மதுரைவீரன் மனைவிகளோடு இணைந்துள்ள கற்சிலைகளும், சிமிண்ட் சிலைகளும், சுதைச் சிலைகளும் வழிபடுபொருள்களாக உள்ளன. இவற்றில் மதுரைவீரன் தனித்த நிலையில் மதுரை மாவட்டம் கருப்பட்டி (கல் சிலை), புல்லக்காபட்டி (மண்சிலை), திருச்சி மாவட்டம் உறையூர் பாண்டமங்கலம் வெக்காளியம்மன் கோயில் (சுதைச் சிலை) ஆகிய இடங்களில் வழிபடப்படுகிறான். நான்கு இடங்களில் மூன்று கற்களும், அரிவாள், வேல், ஐந்து இடங்களிலும், மண் சிலைகள் மூன்று இடங்களிலும், புகைப்படம் ஓர் இடத்திலும், தனித்த நிலையில் ஓவியமாகவும் வழிபடுபொருளாய்க் கொண்டு காணப்படுகிறான். திருச்சி மாவட்ட மூன்று ஊர்களில் மதுரைவீரன் கதை நிகழ்வுகள் சக்கிலியர் சாதியின் மேற்சுட்டிய வழிபாட்டிட அமைப்பில் காணப்படுகின்றன.

ஆய்வுக்கு உட்பட்ட மாவட்டங்களில் எட்டு ஊர்களில் உள்ள மதுரை வீரனின் சதுரவடிவ மேல்தள காங்கிரீட் கோயில்கள் நான்கு ஊர்களில் வேளாளர் நிர்வாகத்திலும், ஐந்து ஊர்களில் பூசாரித்தனத்திலும் இருந்து பொதுமக்கள் வழிபடும் கோயிலாக மாறியுள்ளது. இக்கோயில்கள் மதுரை, திண்டுக்கல், திருச்சி ஆகிய நகரங்களிலேயே அமைந்துள்ளன.

செவ்வக வடிவ மேல்தள காங்கிரீட் கோயில்கள்

ஆய்வுக்கு உட்பட்ட மாவட்டங்களில் அதிகமாக ஐந்து இடங்களில், சக்கிலியச் சாதியினர் செவ்வக வடிவ மேல்தள காங்கிரீட் மதுரைவீரன் கோயில்களைக் கொண்டுள்ளனர். இவ்வமைப்பில் ஐந்து ஊர்களில் வழிபடும் சக்கிலியச் சாதிகளின் மொத்தத் தலைக்கட்டுகள் ஆயிரத்து நானூற்று பத்து ஆகும். ஐந்து ஊர்களிலும் திண்டுக்கல் மாவட்டம் பழனி- சத்தியாநகர் ஏழாவது வார்டில் அதிகமாக ஒரே இடத்தில் ஐநூறு தலைக்கட்டுகள் இவ்வழிபாட்டிட அமைப்பைக் கொண்டுள்ளனர்.

ஆய்வுக்கு உட்பட்ட மாவட்டங்களில் ஓர் இடத்தில் மட்டும் என்ற எண்ணிக்கையில் வழிபடும் சாதிகள் இரண்டு ஆகும். இவற்றில் ஓர் ஊரில் இருபது தலைக்கட்டுகளுக்கு இவ்வழிபாட்டிட அமைப்பு அமைய, மற்றொரு இடத்தில் அகமுடைய சேர்வை சாதியின் நிர்வாகத்திலும், பூசாரித்தனத்திலும் அமைந்து பொதுமக்கள் வழிபாட்டில் உள்ளது.

ஆய்வுக்கு உட்பட்ட மாவட்டங்களில் உள்ள ஏழில் ஓர் ஊரில் மட்டும் பொதுமக்கள் வழிபாடாக அமைய, எஞ்சிய ஊர்களின் மொத்தத் தலைக்கட்டுகள் ஆயிரத்து அறுநூற்றுப் பத்தாகும். எல்லா மாவட்டங்களிலும் திண்டுக்கல் அண்ணா மாவட்டம் பழனி- சத்தியா நகர் ஏழாவது வார்டில் மட்டும், ஒரே இடத்தில் அதிகமாக ஐநூறு தலைக்கட்டுகள் சக்கிலியருக்குச் செவ்வக வடிவ மேல்தள காங்கிரீட் மதுரைவீரன் கோயில் உள்ளது.

ஆய்வுக்கு உட்பட்ட மாவட்டங்களில் அதிகத் தலைக்கட்டுகள் ஆயிரத்து நானூற்று பத்தும் அதிக வழிபடும் ஊர்கள் ஐந்தும் கொண்டு விளங்குவது திண்டுக்கல் அண்ணா மாவட்டமாகும்.

ஆய்வுக்கு உட்பட்ட மாவட்டங்களில் ஏழு ஊர்களில் ஆறில் குடியிருப்புக்குள்ளும், ஓர் ஊரில் பெருந்தெய்வக் கோயிலின் கருவறைக்கு வெளியிலும் செவ்வக வடிவ மேல்தள காங்கிரீட் மதுரைவீரன் கோயில்கள் அமைந்துள்ளன. இக்கோயில்கள் ஏழு ஊர்களில் ஆறில் கிழக்குத் திசை நோக்கியும், ஓர் ஊரில் மேற்குத் திசை நோக்கியும் இருக்கின்றன.

ஆய்வுக்கு உட்பட்ட மாவட்டங்களில் ஏழு ஊர்களில் மூன்றில் மூன்று கற்களும் சிமிண்ட் சிலைகளும், ஓர் இடத்தில் கற்சிலைகளும், மரச்சிலைகளும், புகைப்படமும், சிறு கல்லும் வழிபடுபொருள்களாகக் காணப்படுகின்றன.

கும்மட்டம் உடைய கோயில்கள்

இதில் கருவறையாக உள்ள கட்டிடத்தின் மேற்கூரை கும்மட்டம் அல்லது கூடு வடிவம் கொண்டிருக்கும். கும்மட்டத்தில் கலசம் பொருத்தப் பட்டிருக்கும். இன்று காணப்படும் கோயில் அமைப்பு எல்லாம் இந்து

சமயத்தின் தாக்கத்தால் ஏற்பட்ட புது வடிவங்களாகும் என்பர்'. கும்மட்டத்தின் வெளிப்புற முகட்டில் சிறுசிறு சிலைகள் பொருத்தப்பட்டோ, பொருத்தப்படாமலோ இருக்கும். இதனடிப்படையில் கும்மட்டம் உடைய மதுரைவீரன் கோயில்களைச் சிலைகள் இல்லா கும்மட்டமுடைய கோயில்கள், சிலைகள் அமைந்த கும்மட்டமுடைய கோயில்கள் என்று வகைப்படுத்தலாம்.

சிலைகள் இல்லாத கும்மட்டமுடைய கோயில்கள்

ஆய்வுக்கு உட்பட்ட மாவட்டங்களில் அதிக ஊர்களில் சிலைகள் இல்லாத கும்மட்டம் உடைய மதுரைவீரன் கோயிலைக் கொண்டிருப்பது சக்கிலியச் சாதியினர். அவ்வூர்களின் எண்ணிக்கை நான்காகும். நான்கு ஊர்களில் இவ்வழிபாட்டிட அமைப்பைக் கொண்டிருக்கும் சக்கிலியச் சாதிகளின் தலைக்கட்டுகள் ஆயிரத்து நூற்று நாற்பது ஆகும். நான்கு ஊர்களிலும் கோயம்புத்தூர் மாவட்டம் உடுமலைப்பேட்டை சக்கிலியச் சாதியினர், ஒரே இடத்தில் அதிகமாக ஐநூறு தலைக்கட்டுகள் மேற்சொன்ன வழிபாட்டிட அமைப்பைக் கொண்டுள்ளன.

ஆய்வுக்கு உட்பட்ட மாவட்டங்களில் ஓர் ஊரில் மட்டும் என்ற எண்ணிக்கை அடிப்படையில் வழிபடும் சாதிகள் நான்காகும். நான்கு ஊர்களில் இரண்டில், சிலைகள் இல்லாத கும்மட்டம் உடைய கோயில்களில் வழிபடும் சாதிகளின் மொத்தத் தலைக்கட்டுகள் பன்னிரண்டு ஆகும். இரண்டு ஊர்களிலும் திருச்சி மாவட்டம் வெள்ளியணையில் நாயுடு (பட்டு ராசா) சாதியினர் அதிகமாக ஒரே இடத்தில் பத்துத் தலைக்கட்டுகள் சிலைகள் இல்லாத கும்மட்டம் உடைய மதுரைவீரன் கோயிலைக் கொண்டுள்ளனர். இரண்டு ஊர்களில் பொதுமக்கள் வழிபாட்டில் இவ்வகைக் கோயில்கள் அமைய, ஓர் ஊரில் செங்குந்த முதலியாரின் பூசாரித்தனமும் - ஊர் நிர்வாகமும் மற்றொரு ஊரில் பிள்ளைமார் நிர்வாகமும் - பூசாரித்தனமும் கொண்டுள்ளது.

ஆய்வுக்கு உட்பட்ட மாவட்டங்களில் உள்ள எட்டு ஊர்களில் இரண்டு பொதுமக்கள் வழிபாட்டில் அமைய, எஞ்சிய ஆறு ஊர்களின் மேற்சொன்ன கோயிலமைப்புக்கு மொத்தத் தலைக்கட்டுகள் ஆயிரத்து

நூற்று ஐம்பத்திரண்டு ஆகும். ஆய்வுக்கு உட்பட்ட மாவட்டங்களிலேயே கோயம்புத்தூர் மாவட்டம் உடுமலைப்பேட்டை சக்கிலியர் சாதியினருக்கு ஒரே இடத்தில் அதிகமாக ஐநூறு தலைக்கட்டுகள் மேற்சொன்ன வழிபாட்டிட அமைப்பிற்கு உள்ளன.

ஆய்வுக்கு உட்பட்ட மாவட்டங்களில் அதிகத் தலைக்கட்டுகள் அறுநூற்று ஐம்பது கொண்டும், அதிகமாக வழிபடும் ஊர்கள் ஐந்து கொண்டும் விளங்குவது திருச்சி மாவட்டமாகும்.

ஆய்வுக்கு உட்பட்ட மாவட்டங்களில் உள்ள எட்டு ஊர்களில் நான்கில் குடியிருப்புக்கு ஊடேயும், இரண்டில் ஊருக்கு வெளியேயும், இரண்டில் பெருந்தெய்வக் கோயிலின் கருவறைக்கு வெளியிலும், சிலைகள் இல்லா கும்மட்டம் உடைய மதுரைவீரன் கோயில்கள் அமைந்துள்ளன. மேலும், ஆறு ஊர்களில் கிழக்குத் திசை நோக்கியும், இரண்டில் மேற்குத் திசை நோக்கியும் உள்ளன.

ஆய்வுக்கு உட்பட்ட மாவட்டங்களில் உள்ள எட்டு ஊர்களில் ஆறில் மதுரைவீரன் கற்சிலை வழிபடுபொருளாக உள்ளது. இவற்றில் குளித்தலை மீன்காரத் தெருவில் மட்டும் தனித்த நிலையில் உள்ளது. இரண்டு இடங்களில் சிமிண்ட் சிலைகளும் ஓர் இடத்தில் சுதைச் சிலையும் நான்கு ஊர்களில் மூன்று கற்களும், மூன்று ஊர்களில் மதுரைவீரன் கதைக் காட்சி சிலைகளும் உள்ளன.

சிலைகள் அமைந்த கும்மட்டமுடைய கோயில்கள்

ஆய்வுக்கு உட்பட்ட மாவட்டங்களில் அதிகமாக இரண்டு ஊர்களில், கவரா நாயுடு சாதிகளின் வழிபாட்டில் சிலைகள் அமைந்த கும்மட்டம் உடைய மதுரைவீரன் கோயில்கள் அமைந்துள்ளன. இரண்டு ஊர்களில் மதுரைவீரனை வழிபடும் கவரா நாயுடு சாதிகளில், மதுரை மாவட்டம் நிலக்கோட்டையில் மட்டும் நான்கு தலைக்கட்டுகள் இவ்வகை அமைப்பைக் கொண்டுள்ளனர். குளித்தலை - முத்துப்பூபால சமுத்திரத்தில் கவரா நாயுடு நிர்வாகமும் - பூசாரித்தனமும் அமைந்து, கோயில் பொதுமக்கள் வழிபாட்டில் உள்ளது.

ஆய்வுக்கு உட்பட்ட மாவட்டங்களில் ஓர் இடத்தில் மட்டும் என்ற எண்ணிக்கையில் வழிபடும் சாதிகள் இரண்டு ஆகும். இரண்டில் தொட்டியம் மட்டும் பண்டாரம் சாதியின் நிர்வாகத்திலும் - பூசாரித்தனத்திலும் அமைந்து பொதுமக்கள் வழிபாட்டில் உள்ளது. மற்றது நூற்று ஐம்பது தலைக்கட்டுகள் கொண்டிருக்கும் திண்டுக்கல் மாவட்டம் பழனி - சவகர் நகர் சக்கிலியச் சாதியினருடையது.

ஆய்வுக்கு உட்பட்ட மாவட்டங்களில் உள்ள நான்கு ஊர்களில், இரண்டு பொதுமக்கள் வழிபாட்டில் அமைய, எஞ்சிய இரண்டு ஊர்களின் மேற்சொன்ன கோயிலமைப்புக்கு மொத்தத் தலைக்கட்டுகள் நூற்று ஐம்பத்து நான்காகும். ஆய்வுக்கு உட்பட்ட மாவட்டங்களிலேயே, திண்டுக்கல் அண்ணா மாவட்டம் பழனி- சவகர் நகர் சக்கிலியச் சாதியினருக்கு, ஒரே இடத்தில் அதிகமாக நூற்று ஐம்பது தலைக்கட்டுகள் சிலைகள் அமைந்த கும்மட்டம் உடைய கோயிலுக்கு உரியவர்களாக உள்ளனர்.

ஆய்வுக்கு உட்பட்ட மாவட்டங்களில் அதிகத் தலைக்கட்டுகள் நூற்று ஐம்பத்து நான்கு கொண்டு விளங்குவது திண்டுக்கல் அண்ணா மாவட்டமாகும்.

ஆய்வுக்கு உட்பட்ட மாவட்டங்களில் உள்ள நான்கு ஊர்களில், இரண்டில் பெருந்தெய்வக் கோயிலின் கருவறைக்கு வெளியிலும், ஒன்றில் ஊருக்கு வெளியிலும், ஒன்றில் குடியிருப்புக்கு ஊடேயும் சிலைகள் அமைந்த கும்மட்டம் உடைய கோயில்கள் அமைந்துள்ளன. மேலும், பெரும்பான்மை கிழக்குத் திசை நோக்கியே உள்ளன. ஆய்வுக்கு உட்பட்ட மாவட்டங்களில் மதுரைவீரன் மனைவிகளோடு இணைந்திருக்கும் மற்றும் தனித்தநிலை கற்சிலைகள்தான், மேற்சொன்ன அமைப்பில் வழிபடு பொருளாக அதிகமாகக் காணப்படுகின்றன. மேலும், இவ்வகை அமைப்புடைய தொட்டியம் மதுரைவீரன் கோயிலின் எதிர்ப்புறம், எங்கும் இடம்பெறாத, மதுரைவீரன் வளர்ப்புத் தந்தை எனப்படும் 'சின்னான்' சிலையும் வழிபாட்டில் உள்ளது.

கூம்பு உடைய கோயில்கள்

இங்கு கருவறையாக உள்ள கட்டிடத்தின் மேற்கூரையானது கூம்பு வடிவத்தில் அமைக்கப்பட்டிருக்கும். இவ்வகைக் கோயில் மதுரை மாவட்டத்தில் மட்டுமே தேனி- வீரபாண்டியில் ஆய வண்ணார் சாதியின் ஐம்பது தலைக்கட்டுகளுக்குக் குடியிருப்புக்குள்ளே கிழக்குத் திசை நோக்கி அமைந்துள்ளது. இக்கோயிலின் வழிபடுபொருளாக மதுரைவீரன் மனைவிகளோடு இணைந்த சிமிண்ட் சிலைகள் உள்ளன.

கோபுரம் உடைய கோயில்கள்

இவ்வகைப்பாட்டில் கருவறையின் மேற்கூரையில் கோபுரமானது அமையும். அடிப்பாகம் அகன்றும், மேற்பகுதி குறுகியும் பக்கங்களில் சில சமயம் சிலைவேலைப்பாடு கொண்டும். அமையும் உயர்ந்த கட்டிடப் பகுதியாகும். கோபுரங்களில் கலசங்கள் இருக்கும். இக்கலசங்கள் மூலம் 'தெய்வ சக்தி' வெளி உலகுக்குப் பரவவேண்டும் என்ற நோக்கில் அமைக்கப்படுவதாகும். இவையாவும் பெருந் தெய்வக் கோயிலின் ஆகம மரபின் தாக்கமாகும். நாட்டார் வழிபாட்டில் ஆகம மரபு இல்லையென்றாலும், அவற்றின் தன்மையைக் கோயிலின் கட்டமைப்பில் அவதானிக்கலாம். கோபுரம் உடைய கோயில்களையும் சிலைகள் இல்லாத கோபுரம் உடைய கோவில்கள், சிலைகள் அமைந்த கோபுரம் உடைய கோயில்கள் என்று வகைப்படுத்தலாம்.

சிலைகள் இல்லாத கோபுரம் உடைய கோயில்கள்

மதுரை மாவட்டத்தில் மட்டுமே இவ்வகைக் கோயில் காணப்படுகிறது. மதுரை நகரில் தலையாரி குருநாதன் கோயிலில் வேளாளர் நிர்வாகம் மற்றும் பூசாரித்தனத்தில் உள்ள பொதுமக்கள் வழிபாட்டில் சிலைகள் இல்லாத கோபுரம் உடைய மதுரைவீரன் கோயில் அமைந்துள்ளது. இவ்வகை அமைப்பானது தலையாரி குருநாதன் அமைந்துள்ள கோயிலின் வெளிப்புறம் வடக்குத் திசை நோக்கியும், மதுரைவீரன் மனைவியரோடு இணைந்த சுதைச் சிலைகள் வழிபடு பொருளாகக் கொண்டும் விளங்குகிறது.

சிலைகள் அமைந்த கோபுரம் உடைய கோயில்கள்

இவ்வகைக் கோயிலும் மதுரை மாவட்டத்தில் மட்டுமே காணப்படுகிறது. இம்மாவட்டத்தில் மதுரை - மஞ்சக்கார யாதவர் தெரு - மதுரைவீரன் கோயில் சந்து மதுரை - பந்தடி நாலாவது தெரு ஆகிய இடங்களில் சிலைகள் அமைந்த கோபுரம் உடைய மதுரைவீரன் கோயில்கள் உள்ளன. பெருந்தெய்வக் கோயில்களில் கோபுரத்தில் சிலைகள் வைக்கப்படுவதற்குக் காரணம், ஆகம சாஸ்திரத்தில் கோபுரங்களில் பலவிதச் சிலைகள் சிற்பங்கள் வைக்கச் சொல்லி இருக்கிறது. மூலஸ்தானத்தில் உள்ள தெய்வத்தின் சிற்பமும் கோபுரத்தில் இருக்கும். அது மட்டுமல்லாமல் புராண சம்பந்தமான சிற்பங்களும் இருக்கும்.[10] இதன் தாக்கத்தை மதுரைவீரனுக்கு அமைந்த சிலைகள் அமைந்த கோபுரம் உடைய கோயில்கள் அமைப்பில் காணலாம். மேற்குறிப்பிட்ட இவ்வகை அமைப்புடைய இடங்களில் மஞ்சனக்கார யாதவர். இந்து வேளாளர் ஆகிய சாதியினர் வழிபடுகின்றனர். இக்கோயில்கள் வழிபடுவோரின் குடியிருப்புக்கு ஊடேயே கிழக்கு மற்றும் தெற்குத் திசைகள் நோக்கி அமைந்துள்ளன. இங்கு வழிபடுபொருளாக மதுரைவீரன் மனைவிகளோடு இணைந்த சுதை மற்றும் கற்சிலைகள் இடம்பெற்றுள்ளன.

மதுரை மாவட்டத்தில் இரண்டு ஊர்களில் மட்டும் சிலைகள் அமைந்த கோபுரம் உடைய கோயில் அமைப்பில் வழிபடும் சாதிகளின் மொத்தத் தலைக்கட்டுகள் நூறு ஆகும். மதுரை- மஞ்சனக்காரத் தெருவில் மட்டும், யாதவர் சாதியினர் அறுபது தலைக்கட்டுகள் கொண்டு ஒரே இடத்தில் அதிக எண்ணிக்கையில் இவ்வமைப்பில் வழிபடுகின்றனர். இரண்டு இரண்டு ஊர்களிலும் குடியிருப்புக்கு ஊடேயே அமைந்துள்ள இக்கோயில்கள், சுதை மற்றும் கற்சிலைகளையே வழிபடு பொருளாகக் கொண்டுள்ளன.

3.2. உருவங்கள்

மதுரைவீரன் உருவ நிலையிலும், உருவமற்ற நிலையிலும் வழிபடப்படுகின்றான். 'உருவம்' என்பதை முழுமை பெற்ற வடிவம் அல்லது முழுமை பெற்ற அமைப்பு எனலாம். உருவங்களை சிலைகள்,

திருமேனி, சிற்பங்கள், படிமம், அர்ச்சை என்றும் கூறுவர். வடமொழியில் 'விக்கிரகம்' என்பர். 'விக்கிரகம்' என்பது (வி-விசேசம், கிரகம்-இடம்) கடவுள் விசேசமாக விளங்கும் இடம் என்று பொருள்படும்.

கடவுள் படிமங்களில் இறைத்தன்மை தோன்றி, வழிபடுவோர்க்கு நன்மைகள் நல்கும். படிமங்களில் இறைவன் வியாபித்து நிற்கிறான். அப்படிமமே இறைவன் என்றெல்லாம் விளக்கிக் கூறுவார்கள். இச்சிந்தனைகளே மதுரைவீரன் வழிபாட்டிலும், உருவ வழிபாடு மேலோங்க வகை செய்துள்ளன. உருவ நிலையில் வழிபடுவதை 'வியக்தம்'[11] என்றும், முழு உருவங்களை வழிபடுவதால் 'உத்தம பலன்'[12] இருக்கும் என்றும் சிற்பச் செந்நூல் கூறும்.

வழிபடு உருவங்கள் மண், சுதை, மரம், சிமிண்ட், கல் என்ற மூலப்பொருட்களால் உருவாக்கம் பெறும். இதைப் பிங்கல நிகண்டு,

> "கல்லும் உலோகமும் செங்கல்லும் மரமும்
> மண்ணும் சுதையும் தந்தமும் வண்ணமும்
> கண்ட சருக்கரையும் மெழுகு என்றிவை
> பத்தே சிற்பத் தொழிலுக்கு உறுப்பாகும்"[13]

என்று குறிப்பிடுகிறது. "கோயிலமைப்புக்கு அடிப்படையான உருவ வழிபாடு வேத மரபு சார்ந்ததல்ல. ஆரியரின் இந்திய வருகைக்கு முற்பட்ட தொல் மக்களுடையது. இக்கருத்து சிந்துவெளி ஆய்வில் முத்திரைகள், உருவங்கள் ஆகியவற்றின் மூலம் ஆய்வாளரால் கண்டறியப்பட்டு முடிவு செய்யப்பட்டது"[14] என்கிறார் **சுவீரா ஜெயஸ்வால்.** "புராண, இதிகாசங்கள், உபநிடதக் கருத்தான பிரம்மத்துக்குக் காட்சிப் பரிமாணம் தர, தொல் பழங்குடியினரின் உருவ வழிபாட்டுக் கூறுகளை உள்வாங்கித் தம் நோக்கை நிறைவு செய்ய முற்பட்டிருக்கலாம்"[15] என்று கூறுவார் **நா.சுப்பிரமணியன்.** ஆரிய வைதீக மதத்தால் உள்வாங்கப்பட்ட உருவ வழிபாட்டிற்குப் பக்தி இயக்கக் காலத்தில் ஆகமங்கள் பெருகின. அவற்றிற்கு உள்ளார்ந்த, தத்துவ ரீதியான விளக்கமும் அளித்து, சமூக உயர் மதிப்பும் கொடுக்கப்பட்டது. எனவே, உருவ வழிபாடு வைதீக மதத் தொடர்புடையது என்ற சூழ்நிலையும் உருவாகியது. தொல் மக்களிடமிருந்து வைதீக மதத்திற்குள் அடங்கிப்

போன உருவ வழிபாடானது, நாட்டார் தெய்வ வழிபாட்டில் ஆகம மரபு இல்லா நிலையிலும், சமூக உயர்வு கருதி நிகழ்ந்து வருகிறது. இத்தாக்கத்தை மதுரைவீரன் வழிபாட்டிலும் காணலாம்.

மதுரைவீரன் உருவ நிலையிலும், உருவமற்ற நிலையிலும் வழிபடப் படுகின்றான். மதுரைவீரன் வழிபாட்டு இடங்களில் வழிபடு பொருளாக ஆயுதம், விளக்கு, மூன்று கற்கள், மரம் ஆகியனவும், மதுரைவீரன் மண் உருவங்கள், கல் உருவங்கள், சுதை உருவங்கள், மர உருவங்கள், உலோக உருவங்கள், சிமிண்ட் உருவங்கள், வண்ண அச்சுப்படங்கள், ஓவியம் ஆகியனவும் இடம்பெற்றுள்ளன. மதுரைவீரன் வழிபாட்டு இடங்களில் வழிபடுபொருள்களாக விளங்குபவை பற்றி இவண் ஆராயப்படுகின்றது.

ஆயுதம் மற்றும் விளக்கு

இனக்குழு மக்கள் முதல், தற்கால நாகரிக மனிதர்கள் வரை தெய்வ வழிபாட்டை மேற்கொண்டு வருகின்றனர். உலகில் உள்ள எல்லாப் பொருள்களிலும் தெய்வம் உறைந்துள்ளது என்று மக்கள் நம்புகிறார்கள். இந்த நம்பிக்கையின் அடிப்படையில் எல்லாப் பொருட்களையும் வழிபடுகின்றார்கள். குறிப்பாகத் தாங்கள் விரும்பி வழிபடும் தெய்வத்தோடு தொடர்புடைய அனைத்துப் பொருள்களையும் வழிபடுகிறார்கள். எனவேதான், **மானியர் வில்லியம்ஸ்,** "சொர்க்கத்திலும், பூமியிலும் ஒரு ஹிந்துவுக்குப் புனிதமல்லாதது எதுவுமே இல்லை. அதனால்தான், அவன் சூரியனையும், சந்திரனையும், விண்மீன்களையும், குன்றுகளையும், கற்களையும், மரங்களையும், கடல்களையும், நதிகளையும், தொழிற்கருவிகளையும், விலங்குகளையும், பறவைகளையும், சொல்லப் போனால் உலகத்திலுள்ள சேதன, அசேதனப் பொருட்கள் அனைத்தையும் வழிபடுகின்றான்"[16] என்கிறார். இதைப் போன்றே **மிர்சியா இலியாட்,** "உலகில் உள்ள பொருள்கள் எல்லாம், உலகின் ஏதாவது ஒரு பகுதியில், யாரோ ஒரு பகுதி மக்களால், ஏதோ ஒரு காலக்கட்டத்தில், ஏதோ ஒரு காரணத்தால் வழிபடப்பட்டிருக்கும்"[17] என்கிறார். இந்நிலையை மதுரைவீரன் வழிபாட்டிலும் காணலாம்.

மதுரைவீரன் வழிபாட்டிடங்களில் அவனது வீரத்தை வெளிக்காட்டும் வகையிலும், வீர வழிபாட்டை உணர்த்தும் வகையிலும் அரிவாள், வேல், ஈட்டி, சூலாயுதம் போன்றவை இடம் பெற்றுள்ளன. இவ்வழிபடு பொருள்கள் மேற்கூரை இல்லாத மண்மேடைக் கோயில்கள், மேற்கூரை உடைய மண்மேடைக் கோயில்கள், மேற்கூரை இல்லாத சிமிண்ட் மேடைக் கோயில்கள், கூரை வேய்ந்த மண் கட்டிடக் கோயில்கள், ஓடு வேய்ந்த சிமிண்ட் கட்டிடக் கோயில்கள், சதுர வடிவ மேல்தளக் காங்கிரீட் கோயில்கள் ஆகியவைகளில் உள்ளன.

சதுர வடிவ மேல்தளக் காங்கிரீட்வகை மதுரைவீரன் வழிபாட்டு இடங்களில்தான், ஆயுதங்கள் வழிபடுபொருளாக அதிக அளவில் உள்ளன. இவ்வழிபாட்டைப் போலிப்பொருள் வழிபாடு (Festishism) என்றும் கூறுவர். இது இனக்குழு வழிபாட்டின் தொல் எச்சமாகும். ஒரு பொருளிடம் மனிதன் கொள்ளும் நம்பிக்கையே போலியுரு வழிபாட்டின் அடிப்படை. இதே போலியுரு வழிபாடு சங்க காலத்தில் நிலவி இருக்கிறது. அதாவது குறி சொல்லும் ஆற்றலுடைய கழங்கை 'அணங்கறி கழங்கு' என்றும், இலக்கைத் தாக்கும் அம்பை 'அணங்குடைப் பகழி'[19] என்றும் வழிபட்டனர்.

மூன்று கற்கள் மற்றும் மரங்கள்

மதுரைவீரன் வழிபாட்டிடங்களில் வழிபடுபொருள்களாக மூன்று கற்களும், புனித மரங்களும் இடம்பெற்றுள்ளன. இந்நிலையும் போலிப்பொருள் வழிபாடு (Festishism) என்பதாகும். தொல் காலத்தில் மரங்களில் ஆவி அல்லது தெய்வம் உறைந்துள்ளதாக ஆதிமனிதன் நம்பினான். நாளடைவில் மரம் பட்டுப்போன நிலையில் அதன் அடிப்பாகம் வழிபாட்டுக்கு உள்ளாகியது. காலப்போக்கில் அடிமரமும் அழிய நேரிட்டது. பின்பு அழிந்த மொட்டை மரத்தை நினைவூட்டும் விதமாக மொழுகைக்கல் நாட்டப்பட்டு ஆதிமனிதனால் வழிபடப்பட்டது. இன்றையக் கோயில்களும், வழிபாட்டு உருவங்களும் உருவாக மேற்சுட்டிய மரங்களும், மொழுக்கைக் கற்களுமே அடிப்படைக் காரணங்களாகும். இப்போலிப் பொருள் வழிபாட்டின் தொல் எச்சமே மதுரைவீரன் வழிபாட்டில் காணப்படும் மூன்று கற்களும் மரங்களும் எனலாம்.

தொல்காப்பியத்தில் கொடிநிலை, கந்தழி, வள்ளி என்ற மூன்றும் தொல்காப்பியரால் கடவுள் நிலைகளாகச் சுட்டப்படும். இவற்றில் மதுரைவீரன் வழிபாட்டில் உள்ள வழிபடு பொருள்களான மூன்று கற்கள் என்பது 'கந்தழி' என்ற நிலையைச் சுட்டுவதாகும். இது இனக்குழு மனிதனின் தொல் எச்சமாகும். குறிப்பாக இம்மூன்று கற்களையும் வைத்து வழிபடப்படும் சாதியினர் சக்கிலியர் என்பதும் இங்குக் குறிப்பிடத்தக்கதாகும்.

நீலகிரி மாவட்டத்தில் கோத்தகிரியில் வாழும் கோத்தர்கள் மூன்று பாறைக்கற்களை நட்டு, அவற்றைத் தெய்வங்களாக வழிபடுகிறார்கள்.[21] சக்கிலியர்கள் அதிகமாக வாழும் பகுதிகளான கரூர், திருச்சி, கோயம்புத்தூர், ஈரோடு ஆகிய நகரங்களைச் சுற்றிய கிராமங்களில் தான், மூன்று கற்கள் மதுரைவீரன் வழிபாட்டில் பெரும்பான்மை இடம்பெற்றுள்ளது.

'கந்தழி' என்ற நிலையின் எச்சமே இன்று மதுரைவீரன் வழிபாட்டில் மதுரைவீரன், பொம்மி, வெள்ளையம்மாள் ஆகிய மூவரின் ஆவி, மரங்களில் உறைவதாக எண்ணி, அதன் பதிலியாக மூன்று கற்கள் வழிபாட்டில் பயன்படுத்தப்பட்டிருக்கலாம். ஒரிசா பூரி சகந்நாதர், அவரது தங்கை சுபத்ரா, தம்பி பலராமன் ஆகிய மூவரின் உருவங்கள் வேப்ப மரத்தினால் பன்னிரண்டு ஆண்டுகளுக்கு ஒரு முறை செதுக்கப்பட்டு, வழிபாட்டு உருவங்களாகப் பயன்படுத்தப் படுகின்றன என்பது ஒப்பிடத்தக்கது.[22] மேலும், வட இந்தியாவில் மர தேவதை வணக்கத்தில் அம்மர அப்சரசுகள் விருட்சகா என அழைக்கப் பெறுவர்.[23] ஆய்வுக்கு உட்பட்ட மாவட்டங்களில் வேப்ப மரமும், புளியமரமும், மதுரைவீரன் வழிபாட்டிடங்களில் அமைந்திருப்பதும் நோக்கத்தக்கது. இம்மரங்கள் ஆவி, பேய், குடிகொண்டுள்ள இடங்களாகச் சொல்லப்படுவது இன்றும் மக்கள் வழக்கு மரபில் உள்ளது. எனவே, மதுரைவீரன் வழிபாட்டிலும் இவை தொடர்புப் படுத்தப்பட்டிருக்கலாம்.

திருச்சி மாவட்டத்தில் மிகக் குறைவாக வேளார் சாதியினரின் மதுரைவீரன் வழிபாட்டிலும் மூன்று கற்கள் காணப்படுகின்றன. இவர்கள், சக்கிலியச் சாதியினரின் மதுரைவீரன் வழிபாட்டில்

அதிகமாகத் தொடர்புக் கொண்டவர்கள். அதாவது, மதுரைவீரன் மண்ணுருவங்களைச் சக்கிலியர்களுக்கு உருவாக்கிக் கொடுத்து வருபவர்கள். எனவே, தங்களின் குலதெய்வம் வேறாக இருந்தாலும், தமது தொழிலில் மேம்பாடு ஏற்பட மதுரைவீரன் சிலைகள் அதிகம் பயன்பாட்டுக்கு உள்ளாவதால் வேளாளர் சாதியினரும், மதுரைவீரன் வழிபாட்டை நிகழ்த்துவதும், அதில் மூன்று கற்களையும் பயன் படுத்துவதும் காணப்படுகிறது. கரூர்- கடம்பன்குறிச்சியில் மட்டும் வேளார்சாதியினர் மூன்று கற்களில் மதுரைவீரனைச் சுட்ட வெண்மையான கல்லைப் பயன்படுத்தியுள்ளனர்.

மேற்கூரை இல்லாத மண்மேடைக் கோயில்கள், மேற்கூரை உடைய மண்மேடைக் கோயில்கள், மேற்கூரை இல்லாத சிமிண்ட் மேடைக் கோயில்கள், மேற்கூரை உடைய சிமிண்ட் மேடைக் கோயில்கள், ஓடு வேய்ந்த மண் கட்டிடக் கோயில்கள், ஓடு வேய்ந்த சிமிண்ட் கட்டிடக் கோயில்கள், சிமிண்ட் ஓடு (ஆஸ்பெஸ்டாஸ்) வேய்ந்த சிமிண்ட் கட்டிடக் கோயில்கள், சதுர வடிவ மேல்தள காங்கிரீட் கோயில்கள், செவ்வக வடிவ மேல்தள காங்கிரீட் கோயில்கள், சிலைகள் இல்லா கும்மட்டம் உடைய கோயில்கள் ஆகிய மதுரைவீரன் வழிபாட்டிடங்களில் மூன்று கற்களும் மரங்களும் இடம்பெற்றுள்ளன.

மண் உருவங்கள்

நாட்டார் தெய்வ வழிபாட்டில் பிரதான இடம் வகித்து வருபவை இம் மண்ணுருவங்களே. மண்ணுருவங்களை உருவாக்குவது 'வேளார்' என்னும் சாதியினர். 'வேள்' என்றால் மண் என்பதாகும். மண்ணை நம்பித் தொழில் செய்பவர்கள் 'வேளார்' எனப்பட்டனர். இவர்களுக்கு உடையார், செட்டியார், குலாளர், மண்ணுடையார் (மண்ணாடியார்) போன்ற பெயர்களும் உண்டு. மண்ணால் செய்யப்படும் உருவங்கள் 'மண்ணீடு' என்றும் அவற்றைச் செய்பவர்கள் 'மண்ணீட்டாளர்' என்றும் அழைக்கப்படுவர்.

மதுரைவீரன்

மதுரைவீரன் வழிபாட்டிடங்களில், மண்ணுருவங்கள் இடம் பெறுகின்றன. திருவிழாக் காலங்களில் வளமை நோக்கத்தை

முன்வைத்துப் பழைய உருவங்கள் ஆற்றில் கரைக்கப்பட்டு, புதிய மண்ணுருவங்கள் வழிபாட்டில் இடம் பெறும். இவ்வகை உருவங்கள் தேவகணம், பூதகணம் என இரண்டு வகையாகக் காணப்படுகின்றன. தேவகணம் என்பது சரியான உடலமைப்புடன் வடிவம் அமைக்கப்பட்டு அழகாகக் காணப்படுவது. பூதகணம் என்பது பெரிய கண்கள், உப்பிய முகம், உருண்டையான கை கால்கள் என்று அச்சுறுத்தும்படியான தோற்றத்துடன் காணப்படுவதாகும். மதுரைவீரன் மண்ணுருவங்கள் பூதகணத்தைச் சேர்ந்தவை. தென்னகத்தில் பூத வழிபாடு நிகழ்ந்தது பற்றிச் சிலப்பதிகாரம் கூறும் ஐம்பெரும் பூதங்களில் இருந்து அறியலாம்.[24] மேலும், கேரளம் தென்கன்னடப்பகுதியில் பூத வழிபாடு, கதகளியிலும் யட்சக்கானத்திலும் தாக்கம் செலுத்தியிருப்பது நினைக்கத்தக்கது

சக்கிலியச் சாதியினரின் மதுரைவீரன் வழிபாட்டிடங்களில்தான் பெரும்பான்மையான மண்ணுருவங்களே இடம் பெற்றுள்ளன. இம்மண்ணுருவங்கள் மதுரைவீரன் வழிபாட்டிடங்களில் மேற்கூரை உடைய மண்மேடைக் கோயில்கள், மேற்கூரை இல்லாத சிமிண்ட் மேடைக் கோயில்கள், மேற்கூரை உடைய சிமிண்ட் மேடைக் கோயில்கள், ஓடு வேய்ந்த மண் கட்டிடக் கோயில்கள், ஓடு வேய்ந்த சிமிண்ட் கட்டிடக் கோயில்கள், சதுர வடிவ மேல்தள காங்கிரீட் கோயில்கள் ஆகிய வகைப்பாட்டில் காணப்படுகின்றன. மதுரை மாவட்டம் புல்லக்காபட்டியில் சக்கிலியருக்கான வழிபாட்டில் தனித்த நிலை மண்ணுருவ மதுரைவீரனைக் காணலாம்.

கல் உருவங்கள்

பொதுவாகக் கல்லுருவங்களை வழிபடக் காரணமாக, அவற்றின் வலிமையும் வாழ்நாளும் மட்டும் காரணங்கள் அல்ல. சைன, பௌத்த மதங்கள் வட இந்தியாவில் செல்வாக்குப் பெற்றிருந்த காலத்தில், உயிர்வதை கூடாது என்ற கருத்துப் பரப்பப்பட்டது. அசோகரின் ஆணைகளில், மரங்களின் மீதும் தன் அன்புகாட்ட வேண்டும் என்ற வாசகம் பொறிக்கப்பட்டிருக்கும். ஆணைக்குத் தக, அசோகனே மரக் கோயில்களுக்குப் பதிலாக, கற்கோவில்களை, கல் தூண்களை

ஆங்காங்கே எழுப்பினான். எனவே, கல்லுருவ வழிபாடு ஏற்படக் காரணங்களுள் ஒன்று சைன, பௌத்த மதப்பிரச்சாரமும் ஆகும் என்பர்.[25]

உயர்சாதியினரின் மதுரைவீரன் பெருந்தெய்வக் கோயில்களிலும், கோயில்களில் உள்ள மதுரைவீரன் கோயில்களிலும், வழிபடு பொருளாக அதிக அளவில் இருப்பது இப்படிம வகையே. சுவாமி. விபுலானந்தர், "இடைக்காலத்திலே கருங்கல்லினால் உருவங்களை அமைத்துக் கொள்ளும் வழக்கம் ஏற்பட்டது:"[26] என்பார்.

மதுரைவீரன் கல்லுருவங்கள் உயர்சாதியினரின் வழிபாட்டில்தான் அதிகமாக இடம் பெற்றுள்ளன. ஆய்வுக்கு உட்பட்ட மாவட்டங்களில் திண்டுக்கல்லில்தான் அதிகமாக மதுரைவீரன் கல்லுருவங்கள் வழிபாட்டில் காணப்படுகின்றன.

மேற்கூரை இல்லா மண்மேடைக் கோயில்கள், மேற்கூரை இல்லாத சிமிண்ட் மேடைக் கோயில்கள், சிமிண்ட் ஓடு (ஆஸ்பெஸ்டாஸ்) வேய்ந்த சிமிண்ட் கட்டிடக் கோயில்கள், சதுர வடிவ மேல்தள காங்கிரீட் கோயில்கள், செவ்வக வடிவ மேல்தள காங்கிரீட் கோயில்கள், கும்மட்டம் உடைய கோயில்கள், சிலைகள் அமைந்த கும்மட்டம் உடைய கோயில்கள், சிலைகள் அமைந்த கோபுரம் உடைய கோயில்கள் ஆகிய மதுரைவீரன் வழிபாட்டிடங்களில் கல்லுருவங்கள் உண்டு. குறிப்பாக, கும்மட்டம் கோயில்களில்தான் அதிகமாக வழிபாட்டில் பயன்படுகிறது. மதுரைவீரன் கல்லுருவங்கள் தனித்த நிலையில் பழனி - டான்சி நிறுவனம், கருப்பட்டி, நிலக்கோட்டை, குளித்தலை ஆகிய இடங்களில் காணப்படுகின்றன. திண்டுக்கல் மாவட்டத்தில் கல்பாறைகள் நிறையக் கிடைப்பதே கல்லுருவங்கள் வழிபடுவதற்குக் காரணமாகக் கொள்ளலாம்.

சுதை உருவங்கள்

மதுரைவீரன் வழிபாட்டிடங்களில் சுதையுருவங்களும் உள்ளன. சுண்ணாம்பு, கரும்புச்சாறு, வெல்லச்சாறு, நெல்லிக்கனியின் சாறு இவற்றை ஒன்றாக்கி அரைத்து, வச்சிரம் போலாக்கிச் சுதையுருவங்கள் செய்யப்படுகின்றன.

மதுரைவீரன் சுதையுருவங்கள் மேற்கூரை இல்லாத சிமிண்ட் மேடைக் கோயில்கள், சதுர வடிவ மேல்தள காங்கிரீட் கோயில்கள், சிலைகள் இல்லாத கும்மட்டம் உடைய கோயில்கள், சிலைகள் இல்லாத கோபுரமுடைய கோயில்கள், சிலைகள் அமைந்த கோபுரம் உடைய கோயில்கள் ஆகிய வகைப்பாட்டில் வழிபடுபொருளாகக் காணப்படுகின்றன. மேலும், சுதைச் சிலைகள் யாவும், சமுதாயப்படிநிலையில் உயர் சாதிகளாகக் கருதப்படுபவர்களின் மதுரைவீரன் வழிபாட்டில் மட்டுமே காணப்படுகிறது. எனவே, மதுரைவீரன் சுதையுருவங்கள் பொருளாதார மேன்மை பெற்றுள்ள இடங்களில் வழிபடுபொருளாக உள்ளது எனலாம்.

தஞ்சாவூரில் கீழவெளி வீதி கொத்தன் சந்து, காத்தாயி அம்மன் கோயில்[27], குந்தவை நாச்சியார் பெண்கள் கல்லூரி சமீபம், காட்டில் செங்கமல நாச்சியம்மன் கோயில்[28] ஆகியவற்றிலும் மதுரைவீரன் சுதையுருவங்கள் வழிபாட்டில் உள்ளன என்பர்.

மர உருவங்கள்

மதுரைவீரன் வழிபாட்டிடங்களில் மிகக் குறைந்த அளவே மர உருவ வழிபாடு உள்ளது. திருச்சி - செங்குளம் காலனி - பாலக்கரையில் மட்டும் கருவறையில் மூலவராகச் சக்கிலியச் சாதியினருக்கு மரத்தில் உருவாக்கப்பட்ட மதுரைவீரன் உருவச்சிலை காணப்படுகிறது. திருச்சி மாவட்டத்தில் குள்ளம்பாடி. தஞ்சை தெற்குவீதி அங்காளபரமேசுவரி அம்மன் கோயில், தஞ்சை மாளோசியப்பா வீதி திரௌபதியம்மன் கோயில்[31] ஆகிய இடங்களிலும் மதுரைவீரன் மர உருவங்கள் உண்டு. "திருச்சி குள்ளம்பாடியில் இருந்த மதுரைவீரன் மர உருவம் தற்போது சென்னை அரசுப் பொருட்காட்சி அரங்கத்தில் வைக்கப்பட்டுள்ளது"[32]. ஸ்ரீகுமார், "சந்தன மரம், தேவதாரு (செம்புளிச் செம்மரம்). வன்னிமரம், அரசமரம், இருள்வீடு மரம் அல்லது அகில் மரம், கருங்காலி, வேங்கை, மாலூரம் (வில்வமரம்), இலுப்பை, மகிழமரம், பத்மகம், கோங்குமரம் போன்றவற்றில் மர உருவம் செய்யப்படுகிறது"[33] என்கிறார்.

உலோக உருவங்கள்

ஆய்வுக்கு உட்பட்ட மாவட்டங்களில், மதுரைவீரன் உலோக உருவங்கள் வழிபாட்டில் பயன்படுத்துவதைக் காண முடியவில்லை. ஆனால், சேலம் மாவட்டத்தில் செல்லன்பட்டிக் கிராமத்தில் மீனாட்சி மதுரைவீரன் கோயிலில், உற்சவமூர்த்தியாகப் பஞ்சலோகச் சிலை மதுரைவீரன் வழிபாட்டில் பயன்படுத்தப்படுகிறான். மேலும், அக்கோயிலின் திருவிழாவின்போது மதுரைவீரன் ஐம்பொன் சிலை ஊர்வலமாக எடுத்துச் செல்லப்படுவதையும் அறியமுடிகிறது.[34]

சிமிண்ட் உருவங்கள்

ஆகம வகைப்பாட்டில் அடங்காத இப்படிம வகை நகரியமாதலின் விளைவினால் ஏற்பட்டதாகும். கல்லுருவங்களின் பதிலியான இது சேதாரம், பணச்செலவு ஆகியவற்றைக் குறைப்பதோடு நீண்ட உறுதிக்காகவும் செய்யப்படுகிறது. ஆய்வுக்கு உட்பட்ட மாவட்டங்களில் திருச்சி மாவட்டத்தில்தான் அதிகமாக மேலும், திருச்சி, கரூர் வழிபாட்டில் மதுரைவீரன் சிமிண்ட் உருவங்கள் காணப்படுகின்றன. கரூர் ஆகிய நகரங்களைச் சுற்றியுள்ள கிராமங்களில், மதுரைவீரன் கதையின் நிகழ்வுகளும், பாத்திரங்களும் சிமிண்ட்டால் செய்யப்பட்டு வழிபாட்டில் இடம் பெற்றுள்ளன. கரூர், திருச்சி ஆகிய இரண்டும் தொழிற்சாலைப் பெருக்கத்தினால் (Industrialisation) நகரியமாக்கப்பட்ட ஊர்கள் என்பது குறிப்பிடத்தக்கது.

மதுரைவீரன் கதை நிகழ்வுகளிலும், பாத்திரங்களிலும் உள்ளதான மதுரைவீரன் குழந்தையாய்க் காட்டில் கிடப்பது, **அவனை** நாகம் பாதுகாப்பது, காசிராசன், அவன் மனைவி, சின்னான், செல்லி போன்ற உருவங்களே வழிபாட்டில் இடம் பெற்றுள்ளன. மேலும், காவல்துறை அதிகாரிகளும், காவலர்களும் பாதுகாப்பிற்காக மதுரைவீரன் கோயிலுக்குள் இருப்பதைப் போல சிமிண்ட் சிலையாக உருவாக்கப்பட்டு அமைந்துள்ளன. மேற்சொன்ன சிமிண்ட் உருவங்கள் அனைத்தும் சக்கிலியரின் மதுரைவீரன் வழிபாட்டில் மட்டுமே இடம் பெறுவது அவர்களது ஈடுபாட்டை வெளிக் காட்டுகிறது. மேலும், 'தமிழ்நாடு அருந்ததியர்

இளைஞர் முன்னணி' (DAYE) அம்பேத்கார் பிறந்த நாளுக்காக ஏப்ரல் 14, 1995-இல் மதுரையில் நடைபெற்ற தங்கள் இனப் பேரணி சார்பாக, மதுரை மாவட்டத்தை 'மதுரைவீரன் மாவட்டமாக' அறிவிக்க ஒரு கோரிக்கையை வெளிப்படுத்தி இருந்ததும் கவனிக்கத்தக்கது.[35]

மதுரைவீரன் சிமிண்ட் உருவங்கள் மேற்கூரை இல்லாத சிமிண்ட் மேடைக் கோயில்கள், மேற்கூரை உடைய சிமிண்ட் மேடைக் கோயில்கள், ஓடு வேய்ந்த சிமிண்ட் கட்டிடக் கோயில்கள், சதுர வடிவ மேல்தள காங்கிரீட் கோயில்கள், செவ்வக வடிவ மேல்தள காங்கிரீட் கோயில்கள், சிலைகள் இல்லா கும்மட்டம் உடைய கோயில்கள், கூம்புடைய கோயில்கள் ஆகியன மதுரைவீரன் வழிபாட்டிடங்களில் காணப்படுகின்றன.

அச்சு வண்ணப் படங்கள் மற்றும் ஓவியங்கள்

மதுரைவீரன் வழிபாட்டு இடங்களில் வழிபடுபொருளாக மதுரைவீரன் அச்சுப்படமும், புகைப்படமும், ஓவியமும் காணப்படுகின்றன. குறிப்பாக அதிக அளவில் அச்சுப்படமே காணப்படுகிறது. நாட்டார் தெய்வங்களில் மதுரைவீரனுக்கே அதிக அளவில் அச்சுப்படம் விற்பனையாகிறதெனலாம். குறிப்பாக, மதுரைவீரன் அச்சுப்படம், மதுரை மீனாட்சி அம்மன் கோயிலில் விற்பனை செய்வது மிகவும் சிறப்பான ஒன்று. அச்சுப்படங்கள் பல்வேறு அளவுகளில் விற்பனையில் உள்ளன.

வீட்டில் உள்ளவர்கள் வீட்டிலேயே வழிபட, அதிக விலை கொடுத்துச் சிலைகளை வாங்கமுடியாது. சிலைகளை வைத்து வழிபடும் இடத்திற்கானப் புனிதமும் காப்பாற்றப்பட வேண்டும். இதைச் செய்ய முடியாத நிலையில் வீடுகளில், மதுரைவீரன் திருவுருவம் அச்சிடப்பட்டக் காகிதங்களைக் கண்ணாடிப் போட்டு வைத்து அதற்கு மலர்கள், மாலைகள் சாற்றித் தூப தீபங்கள் காட்டி வழிபடுகின்றனர்.

அம்மையநாயக்கனூர்-இடையர்பட்டி (நாயுடு), சோழவந்தான்-வைத்தியநாதபுரம் (காட்டுநாயக்கர்), திண்டுக்கல் கோபாலசமுத்திரம்-வடகரைக் காளியம்மன் கோயில் (வேளாளர்) ஆகிய இடங்களில் ஓவிய

நிலையில் மதுரைவீரன் வழிபடப்பட்டு வருகின்றான். இம்மூன்று இடங்களிலும் மதுரைவீரன் தனித்த நிலையிலேயே ஓவியமாக்கப் பட்டுள்ளான். அச்சுப்படம் அனைத்தும் மதுரைவீரன், பொம்மி, வெள்ளையம்மாளுடன் இணைந்தே காணப்படுகின்றன. ஒரே மாதிரியான அச்சுப்படமே வழிபாட்டிடங்களில் காணப்படுகின்றது.

அச்சுப்படத்தில் பொம்மியையும், வெள்ளையம்மாளையும் வேறுபடுத்திக் காட்ட சிவப்பு வண்ணமும், பச்சை வண்ணமும் பயன்படுத்தப்பட்டுள்ளன. மேலும், மதுரைவீரனுக்கு வலதுபுறம் பொம்மியம்மாள் தனது இடதுகையில் மலர்ந்த தாமரையைப் பிடித்தபடியும், இடதுபுறம் வெள்ளையம்மாள் வலதுகையில் குவிந்த தாமரையைப் பிடித்தபடியும் வேறுபடுத்திக் காட்டப்பட்டுள்ளனர். வெள்ளையம்மாள் மதுரையைச் சேர்ந்தவள் என்பதைச் சுட்ட, மதுரை மீனாட்சியின் வண்ணமான பச்சை நிறம் அவளுக்குப் பூசப்பட்டுள்ளது.

மதுரைவீரன் அச்சுப்படங்கள் வீட்டறைக் கோயில்கள், மேற்கூரை இல்லா மண்மேடைக் கோயில்கள், மேற்கூரை உடைய மண்மேடைக் கோயில்கள், மேற்கூரை இல்லாத சிமிண்ட் மேடைக் கோயில்கள், கூரை வேய்ந்த மண் கட்டிடக் கோயில்கள், ஓடு வேய்ந்த சிமிண்ட் கட்டிடக் கோயில்கள், சதுர வடிவ மேல்தள காங்கிரீட் கோயில்கள் ஆகிய மதுரைவீரன் வழிபாட்டு இடங்களில் இடம் பெறுகின்றன. மதுரைவீரன் அச்சுப்படங்கள் வழிபாடு மதுரை, திண்டுக்கல் மாவட்டங்களில் மட்டுமே காணப்படுகிறது.

கருத்து விளக்கம்

மதுரைவீரன் வழிபாட்டிடங்களில் வழிபடு பொருளாக மண் உருவங்கள், கல் உருவங்கள், சுதை உருவங்கள், மர உருவங்கள், உலோக உருவங்கள், சிமிண்ட் உருவங்கள் ஆகியவை உள்ளன. மதுரைவீரன் திருவிழாக்களில் மட்டும் பெரும்பாலும் உற்சவ மூர்த்தியாக திருச்சி, பெரியார், கோயம்புத்தூர் மாவட்டங்களில் மண்ணுருவங்களும், மிகச்சில இடங்களில் மர உருவங்களும் பயன்படுத்தப்படுகின்றன.

மதுரைவீரன் உருவங்கள் வெவ்வேறான மூலப்பொருட்களால் உருவாக்கப் பட்டிருந்தாலும் அவற்றின் உருவ இயல்புகளில் பொதுக் கூறுகளே அதிகமாகக் காணப்படுகின்றன. வழிபடு உருவத்திற்கு வடிவழகும், அது வெளிப்படுத்தும் கருத்தழகும் இன்றியமையாதன. சிற்பி தன்னுள்ளம் தோற்றுவித்த வடிவத்தோடு கருத்தைப் புலப்படுத்த அவ்வடிவத்தில் ஆடைகள், அணிகலன்கள், ஆயுதங்கள், தலைக் கோலங்கள் எனத் தக்கப் பின்னணிகளோடு அமைக்கிறான். தக்க பின்னணிகளோடு வழிபடு உருவம் தோற்றுவித்தலைச் சிற்பச் செந்நூல் 'ஆகார்யாபி நயம்'[36] எனக் கூறும்.

பல்வேறு மூலப்பொருள்களால் அநேகப் பொதுக் கூறுகளுடன் மதுரைவீரன் உருவங்கள் உருவாக்கப்பட்டாலும், கலைஞர்களின் விருப்பத்திற்கு ஏற்ப சில இடங்களில் கருத்தைப் புலப்படுத்த மாற்றங்களுடன் அமைந்துள்ளன. மதுரைவீரன் உருவங்கள் சிற்ப, சாத்திர நெறிகளைப் பின்பற்றியும் உருவாக்கப்படவில்லை. மேலும், நாட்டார் தெய்வங்களுக்குச் சிற்ப, சாத்திர நெறியும் கிடையாது. ஆனால், அதன் தாக்கத்தை வழிபடு உருவங்களின் மூலப் பொருட்களிலும், தோற்றப் பொலிவிலும் காணலாம்.

மதுரைவீரன் உருவ அமைப்பு

மதுரைவீரன் சிலை உருவம் அதிகமாக ஐந்தடி உயரமும், இரண்டரை அடி அகலமும் கொண்டு அமைந்துள்ளது. அனைத்து வகையான மதுரைவீரன் உருவங்களும் திரண்ட தோள்கள், உருண்டையான கை, கால்களுடன் உடல் வலிமையோடு பெரும்பான்மை வழிபாட்டிடங்களில் நின்ற கோலத்திலேயே காணப்படுகின்றன. நின்ற கோலத்தை 'ஸ்தானகம்' என்று சிற்பச் செந்நூல் கூறும்.[37] நின்ற கோலமாக இருந்தாலும் 'காலமைதி' (பாத அபிநயம்) அல்லது காலின் செயற்பாடு அவ்வுருவங்களில் வேறுபடுகின்றன. கால்களைச் சேர்த்து நேராக நிற்பது, சற்று விரித்து நிற்பது, வலதுகாலை மட்டும் முன்வைத்திருப்பது, இடதுகாலை மட்டும் முன் வைத்திருப்பது போன்ற நிலைகளில் மதுரைவீரன் உருவங்கள் காணப்படுகின்றன.

ஆனால், இடதுகாலை முன்வைத்திருக்கும் மதுரைவீரன் உருவங்களே ஆய்வுக்கு உட்பட்ட மாவட்டங்களில் அதிகமாகக் காணப்படுகின்றன.

பொதுவாக, "மங்கலச் செயலுக்கு வலதுகாலை முன் எடுத்து வைப்பது மரபு. மரணமே சிறப்பு என்று புறப்படும் போர்வீரர்கள் இடக்காலையே முன்வைத்துப் புறப்பட வேண்டும் என்பது பொதுவிதி"[38] ஆகும். மேலும், மதுரை சிற்பி கண்ணன்(71), "இடதுகாலை முன்வைத்து, வலது தோளை இடதுபுறமாகச் சிறிது திருப்பி, இடதுகால் பெருவிரலும் நெற்றி மையமும் நேராக ஒரு நேர்கோட்டில் இருக்குமாறு சுத்த வீரனுடைய சிலையை அமைக்க வேண்டும்"[39] என்றும், இடது காலை முன் வைத்திருப்பதால் சிலை வேகமாகத் தெரியும்"[40] என்று சிற்பி நாட்ராயனும் (50) கூறுகிறார்கள். நடுகல் வீரர், "வலக்கால் பின்புறமிருக்க இடக்காலை முன்வைத்து ஊன்றிய நிலையில் நின்ற கோலமாகத் தோற்றமளிக்கின்றனர்"[41] என்ற செய்தியும் இங்கு ஒப்பு நோக்கத்தக்கது. எனவே, மதுரைவீரன் உருவங்கள் இடது காலை முன் வைத்து வீரநிலையை வெளிப்படுத்தியிருக்கின்றன எனக் கூறலாம்.

திருச்சி, பெரியார் மாவட்டங்களில் கரூர் - கடம்பன்குறிச்சி (மண் உருவம்), கரூர் - ஆத்தூர் பூலாம்பாளையம் (சிமிண்ட் உருவம்). திருச்சி பாலக்கரை செங்குளம் காலனி (மர உருவம்), ஈரோடு - பெரியார் நகர் (சிமிண்ட் உருவம்) ஆகிய இடங்களில் மதுரைவீரன் சிலைகளை இடதுகாலையோ, வலது காலையோ மண்டியிட்ட அல்லது மடக்கிய பாவனையில் காணலாம். இந்நிலை வழிபடுவோரின் வழக்குமரபில் மதுரைவீரன் மாறுகால், மாறுகை வாங்கப்பட்ட நிகழ்வோடு தொடர்புபடுத்திச் சொல்லப்படுகிறது. ஆனால், மண்டியிட்ட மதுரைவீரன் உருவத்தின் கையில் அம்பும், வில்லும், ஈட்டியும் வைத்திருப்பதால், கால்களின் பாவனையானது வேடன் அல்லது போர்வீரனின் அம்பு எய்திடும் பிரயோக நிலையை வெளிக் காட்டுவதாக எண்ண முடிகிறது. மேலும், மதுரைவீரன் 'வேட்டைக்குச் செல்பவன்'[42] என்று கதைப்பாடலும் குறிக்கும். கரூரில் மதுரைவீரன் மண்டியிட்ட பாவனையை 'வீரமண்டி'[43] என்றும், ஈரோட்டின் முன்னணி மதுரைவீரன் நாடக நடிகரான 'செண்டான்' (40), 'இதுவீர நிலையை வெளிப்படுத்தும் தோரணை'[44] என்று கூறுவதும் குறிப்பிடத்தக்கதாகும்.

எனவே, மண்டியிட்ட பாவனையானது வீரத்தையும், வீரத்தின் வேகத்தையும் குறிப்புணர்த்திக் காட்டுவதாகவே சிலைகளில் அமைக்கப் பட்டிருக்கிறது எனலாம். சிற்பச் செந்நூல், வில்லோனின் பிரயோக நிலையில் இருக்கும் காலமைதியினை 'ஆலிடம் 'பிரத்யாலீடம்' என்று குறிப்பிடுகிறது.[45] தொண்டைமான் புதுக்கோட்டை - கீழக்குறிச்சியில் மட்டும் மதுரைவீரன் சுதை உருவமானது மாறுகால், மாறுகை வாங்கப்பட்ட குறைபாடுடைய உருவமாகக் காணப்படுகிறது. மதுரை மாவட்டம் கம்பம் சாமுண்டி அம்மன் கோயிலில், அசுரனால் கால் வெட்டப்பட்ட சாமுண்டியின் சிலை, கால் சிதைந்த நிலையிலே வைத்து வணங்கப்படுவது இவண் ஒப்பிடத்தக்கது.

ஆய்வுக்கு உட்பட்ட மாவட்டங்களில் மதுரைவீரன் உருவங்கள் வலது அல்லது இடது கைகளில் ஆயுதங்களோடு காட்சியளிக்கின்றன. அவனது கைகளில் அரிவாள், உடைவாள் (கட்கம்). ஈட்டி, வேல், கம்பு, குத்துவாள், கதை, வில், சூரிக்கத்தி, வங்கியம் (ஐம்புதார்), கேடயம், தற்காப்பிற்காக வீரர்கள் பயன்படுத்தும் சிறுகத்தி அல்லது சூரிகை, இடுப்புக் கத்தி, தோளின் பின்புறம் அம்பரா, ஊதுகொம்பு ஆகியவற்றோடு ஆயுதபாணியாக அமைத்து இருப்பது வீரத்தின் அடையாளத்தை வெளிக்காட்டும். மேலும், ஆயுதங்கள் அணியாக இல்லாமல், ஆயத்த நிலையில் வைத்திருப்பது எதிரிகளைத் தாக்கக் கூடிய தயாரான நிலையை உணர்த்துவதாகும்.

தெய்வத் திருவுருவங்கள் சாத்விகம், இராசசம், தாமசம் என்ற மூன்று வகையில் அமையும்.[46] மண், சுதை, சிமிண்ட் ஆகியவற்றால் உருவாக்கப்பட்ட மதுரைவீரன் உருவங்களின் முக பாவனை அச்ச உணர்வைத் தோற்றுவித்துத் 'தாமச' (தமஸ் இருட்டு, பயம்) நிலையைக் காட்டுகின்றன. "எத்திரு உருவம், அம்பு, வாள் ஆகிய படைகளால் கொடியவர்களைக் கொல்வதாகவும், எப்பொழுதும் அச்சுறுத்தும் தோற்றத்தை உடையதாகவும், போர்த் தொழிலில் மகிழ்ச்சியுள்ள தாகவும் விளங்குகின்றதோ அதுவே தாமசத் திருவுருவம்"[47] என்று சிற்பச் செந்நூல் கூறும். மதுரை வீரனின் சுதை, சிமிண்ட் ஆகிய சிலைகள் மட்டுமே கலைநுணுக்கத்தோடு மிக நேர்த்தியாய்

தேவகணத்தைப் போன்று அமைந்து அச்ச உணர்வை வெளிப்படுத்து கின்றன. மதுரைவீரன் மண்ணுருவங்கள் பூதகணம் என்ற நிலையில் பெரிய கண்கள், உப்பிய முகம், தடித்தக் கன்னக் கதுப்புகள் உருண்டையான கை, கால்கள் என்று அச்சுறுத்தும்படியான தோற்றத்துடன் காணப்படுகின்றன. மதுரைவீரன் உருவங்களில் முறைத்த விழிகளும், முறுக்கிய மீசையும், தடித்தக் கன்னக் கதுப்புகளும், கோபத்தையும் - வீரத்தையும் வெளிக்காட்டுவன. "ஆண் தெய்வங்கள் கோபத் தெய்வங்களாகக் காட்சியளிப்போர், வீரர்களாக வாழ்ந்திருக்க வேண்டும்"[48] என்பார் **கவியரசு கண்ணதாசன்.**

இரா.பாலசுப்ரமணியன், "கிராமியத் தெய்வங்களுக்கு மனிதனைப் போன்ற கோபங்கள், எண்ணங்கள், ஆசைகள் இருக்கக் கூடுமென்று நம்புவது மண்ணியல்பு சார்புக் கொள்கையின் ஒரு படி நிலையாகும்"[49] என்கிறார். மதுரைவீரன் சிமிண்ட் உருவங்களில் வண்ணங்களும், குறிப்பாகச் சிவப்பு வண்ணமும் பூசப்பட்டு அச்சவுணர்வை வெளிக்காட்டுவதற்குப் பயன்படுத்தப்பட்டுள்ளது. இவ்விடத்தில்; சிவப்பும் கருப்பும் வெகுளிப் பொருள்[50] என்னும் தொல்காப்பியக் கருத்து நினைக்கத் தக்கது.

மதுரைவீரன் கல்லுருவங்கள் பெரும்பாலும் சாத்விக நிலையிலேயே உள்ளன. இந்நிலை உயர்சாதியினரின் வழிபாட்டில் அதிகமாகக் காணப்படுகிறது. சமதிருஷ்டி வழிபாடு படிமங்கட்கு அமைக்கப்பட வேண்டும் எனச் சிற்பச் செந்நூல்[51] கூறுவதற்கு ஏற்ப, மதுரைவீரன் கல்லுருவங்களில் நேர்ப்பார்வையே (சமதிருஷ்டி) அமைந்துள்ளது.

மக்கள் பேச்சுவழக்கில் மீனாட்சியின் மகன் மதுரைவீரன் என்பர். எனவே, பெரும்பாலான சிலைகளின் நெற்றியில் திருநீறு அணிவிக்கப்பட்டு சைவ மதத்தோடு தொடர்பு படுத்தப்பட்டுள்ளான். கருப்பட்டி (வேளாளர்), நிலக்கோட்டை (கவரா நாயுடு), தேனி - அல்லி நகரம் (நாயுடு) ஆகிய மதுரை மாவட்ட ஊர்களிலும் குளித்தலை - முத்துப்பூபால சமுத்திரம் (கவரா நாயுடு) ஆகிய திருச்சி மாவட்ட ஊரிலும் மதுரை வீரனுக்கு வைணவத் தென்கலைத் திருமண் நெற்றியில் இடப்பட்டு வைணவ சமயத்தோடு இணைக்கப்பட்டுள்ளான்.

மதுரைவீரன் ஆடைகள்

மதுரைவீரன் உருவங்கள் இறுக்கிய கச்சையும், கச்சைக்கு மேலாக இடுப்பில் பட்டி அல்லது நீளத்துண்டும் அணிந்து காணப்படுகின்றன. இறுக்கிய கச்சை அணிவதும், அதன் மேல் இடுப்பில் பட்டி அல்லது துண்டு அணிவதும் கடின வேலைக்கு ஆயத்தப்படும் தோரணையாகும். மதுரைவீரன் போர்வீரன் என்பதால் கச்சையும் பட்டியும் அணிவிக்கப்பட்டுள்ளான். 'கச்சை கட்டி சண்டைக்கு வருதல்' என்ற தொடர் வழக்கு மரபில் 'கச்சை' என்னும் சொல் இருப்பதும் குறிக்கத்தக்கது. மதுரைவீரன் சாமியாடும் மருளாளிகள் வீரன் போன்ற தோற்றம் பெறவும், அதே சமயம் உடலசைவின் வசதி கருதியும், கச்சையை அரைக்கால் சட்டையாகவோ அல்லது முழங்காலுக்கும் சற்றுக் கீழாகவோ வரும் அளவில் பேண்ட் ஆகத் தைத்து அணிந்து கொள்வதும், **'சல்லடம்'** என்ற பெயரில் கச்சைக்கு மேலாக இடுப்பில் துணிப்பட்டியில் சிறுமணிகளை இணைத்துக் கட்டிக் கொள்வதும் இங்கு ஒப்புநோக்கத் தக்கது. எனவே, மதுரைவீரன் உடையமைப்பும் போர்க்கோலத்தையே வெளிப்படுத்துகின்றன.

மதுரைவீரன் அணிகலன்கள்

திருமலை நாயக்கர் கால ஒப்பனை மரபு இடப்புறக் கொண்டை போட்டுக் கொள்வதாகும். இது நாயக்கர் காலச் சிற்பங்கள் பலவற்றில் காணப்படுகிறது. பெரும்பாலான மதுரைவீரன் உருவங்கள் நாயக்கர் காலத்தை நினைவுறுத்தும் வண்ணம் இடதுபுறம் 'திரும்பிய கொண்டையும், சத்திரிய வீரனாக்கிக் காட்டும் கிரீடமும், பூணூல் மார்பில் இடம் பெற்றிருப்பதும், கை மத்தியில் தோள் வளையும், காலில் அணிந்திருக்கும் வீரக்கழலும், கழுத்தில் உள்ள புலிப்பல் தாலியும் மதுரைவீரனுக்குரிய வீரத்தையே புலப்படுத்துகின்றன. "பழந்தமிழர் இளஞ்சிறார்க்கு வீரத்தின் அறிகுறியாகவோ அல்லது ஆற்றலை மிகுவிக்கும் என்ற கற்பித நம்பிக்கையின் அடிப்படையில் காப்பணியாகவோ முதலில் புலிப்பல் தாலியைப் பயன் படுத்தியிருக்கலாம்"[52] என்பர். மேலை நாடுகளில் முதலைப் பல்லைச் சிறுவர்களுக்கு அணிவிக்கும் வழக்கம் இருப்பதாகவும் அது காப்பணி என்ற

முறையிலேயே அணியப்படுவதாகவும் குறிப்பர்.[53] மதுரைவீரன் சிலைகளில் காதில் பாம்படம், தோடு, கடுக்கன், குண்டலம் ஆகியனவும் அணிந்து காட்சியளிக்கிறான்.

பொம்மியும் வெள்ளையம்மாளும்

ஆய்வுக்கு உட்பட்ட மாவட்டங்களில் மதுரைவீரன் உருவ நிலையில் வழிபடப்படும்போது பெரும்பான்மை இடங்களில் இரு மனைவிகளுடனே காட்சியளிக்கிறான். நாட்டார் தெய்வ வழிபாட்டில் இரு மனைவிகளோடு மதுரைவீரன் மட்டுமே உள்ளதால், வழிபாட்டு இடங்களில் அவனை அடையாளங் காண்பது எளிதானது.

பொம்மி, வெள்ளையம்மாள் உருவங்கள் அதிக அளவாக நான்கு அடி உயரமும் இரண்டேகால் அடி அகலமும் கொண்டு விளங்குகின்றன. சிலை வடிப்பவன் பொம்மி, வெள்ளையம்மா இருவரையும் வேறுபடுத்திக்காட்டத் தன் கற்பனைப் போக்கிலே குறிப்புணர்த்திக் காட்டியுள்ளான். பொதுவாக, மதுரைவீரன் அச்சு வண்ணப்படங்களில் அவனுக்கு வலதுபுறம் பொம்மி மலர்ந்த தாமரை மலரைக் கையில் கொண்டிருப்பாள். வெள்ளையம்மாள் குவிந்த தாமரை மலரைக் கையில் கொண்டிருப்பாள். இதைப்போன்று சிமிண்ட் உருவங்களில் பொம்மி, வெள்ளையம்மாள் வேறுபாட்டிற்குச் சிறு மாறுதல்கள் செய்யப்பட்டுள்ளன. பொம்மி சிமிண்ட் உருவங்களில் இடதுகையில் பூச்செண்டு (கொடைரோடு-செகநாதபுரம்). வலதுகையில் கிளி (கரூர் - ஆத்தூர் பூலாம்பாளையம்) இரு கைகளில் அகல்விளக்கு (கரூர் - ஆத்தூர் பூலாம்பாளையம்- கன்னிமார் கோயில், ஈரோடு ஈரோடு - பெரியார் நகர், க கரூர்- பெரியகுளத்துப்பாளையம், கரூர் - பெரியவரப் பாளையம்). இடதுகையில் குவிந்த தாமரை (தான் தோன்றிமலை) எனக் கொண்டு நின்ற கோலத்தில் காணப்படுகின்றாள். வெள்ளையம்மாள் வலது கையில் பூச்செண்டு (கொடைரோடு-செகநாதபுரம்), இடது கையில் குவிந்த தாமரை (கரூர்ஆத்தூர் பூலாம்பாளையம், கரூர் பெரியகுளத்துப்பாளையம்), மலர்ந்த தாமரை (தான்தோன்றி மலை), வலது கையில் குவிந்த தாமரை (ஈரோடு-பெரியார் நகர், கரூர்-பெரியவரப்பாளையம்), இடதுகையில் மாலை

(கரூர்- பெரியவரப் பாளையம்) எனக் கொண்டு நின்ற கோலத்திலேயே காணப்படுகின்றாள்.

பொதுவாக, பொம்மி மலர்ந்த தாமரையும் - அகல்விளக்கும் கொண்டிருப்பது, மதுரைவீரன் மனைவியாக ஏற்றுக் கொள்ளப் பட்டவள் என்பதைக் குறியீடாகச் சொல்வதாகக் கூறலாம். குவிந்த தாமரையும், வலது கையில் கிளியும், இடதுகையில் மாலையும் கொண்டு வெள்ளையம்மாள் காணப்படுவது அவள் மதுரையைச் சேர்ந்தவள் என்பதும், மதுரைவீரனோடு முறைப்படியான இல்லறத்தில் ஈடுபடாதவள் என்றும், நடனப் பெண்மணி என்பதையும் குறியீடாக்கி இருக்கிறார்கள் எனலாம். கையில் கிளி வைத்திருப்பது மீனாட்சி உருவத்தின் தாக்கமாக இருக்கலாம். இரு பெண்களும் அதிகமாகச் சிவப்பு, பச்சை வண்ணங்களால் வேறுபடுத்தியும் காட்டப்படுகிறார்கள். இதில், பச்சை வண்ணம் மதுரை மீனாட்சிக்குச் சொல்லப்படுவதால் மதுரையைச் சேர்ந்தவள் என்பதற்காக அதிகமாக வெள்ளையம் மாளுக்குக் குறியீடாகப் பயன்படுத்தப்படுகிறது. மேலும், வெள்ளையம்மாள் அதிகமாகப் பச்சை உடை உடுத்தியிருப்பது போல அமைக்கப் பட்டுள்ளாள். கரூர் - ரயில்வே காலனியில் உள்ள மதுரைவீரன் சிமிண்ட் சிலை, வெள்ளையம்மாள் தோளில் கை போட்டுள்ளது. இது அவளைச் சிறையெடுத்த நிகழ்வைச் சுட்டுவதாக உள்ளது. இச்சிலை அமைப்பை ஈரோடு-பெரியார் நகரிலும் காணலாம்.

பொம்மி, வெள்ளையம்மாள் ஆகிய இருவருக்கும் கொண்டையானது வலதுபுறமோ, அல்லது இடதுபுறமோ அமைக்கப்பட்டிருக்கிறது. திண்டுக்கல் மாவட்டம் தாண்டிக்குடி மலையில் சக்கிலியர் வழிபாட்டில் உள்ள வெள்ளையம்மாளை மண்ணுருவத்தில் இரட்டைப்பின்னல் சடை போட்டு வேறுபடுத்திக் காட்டி உள்ளார்கள்.

மதுரைவீரன் துணை உருவங்கள்

மதுரைவீரனின் மனைவிகள் ஒருசில இடங்களில் அவனுடன் இல்லாது இருந்தாலும், குதிரையும் நாயும் சிலையாகவோ, ஓவியமாகவோ அனைத்து வழிபாட்டிடங்களிலும் காணப்படுகின்றன. மதுரைவீரன் போரில் குதிரையும், வேட்டைக்கு நாயும் உதவியாகக்

கொண்டிருப்பவன் என்பதை இது வெளிக்காட்டும். "திருச்சி மாவட்டத்தில் சில இடங்களில் குதிரை வாகனத்தையே மதுரை வீரனாகக் கருதும் மரபு உள்ளது. கோயிலுக்கு முன்னர் வாயிலில் சுதையினால் செய்யப்பெற்ற பெரிய குதிரை வடிவங்களில் மதுரைவீரன் குடிகொண்டு இருப்பதாக இப்பகுதி மக்கள் நம்புகின்றனர். அக்குதிரையின் காலடிகளில் அமர்ந்து குறி கேட்கின்ற வழக்கமுண்டு. அங்கிருந்து பெறும் வாய்ச்சொல் மதுரைவீரனின் வாய்மொழியாகவே நம்புகின்ற நிலையைக் காணலாம்"[54] என்பர்.

நம் நாட்டில் இந்துக்கள் குதிரையைப் போர்க் கடவுளாகவும், சப்பானில் வெள்ளைக்குதிரையை ஆலயங்களில் பயன்படுத்துவதும், கிரேக்கர்களும் செருமானியர்களும் வெள்ளைக் குதிரைகளைத் தீமைகள் விரட்டும் கடவுள் வாகனமாகவும் கருதுகின்றனர் என்பதும் அறியத் தக்கது.[55] எனவே, மதுரைவீரன் வழிபாட்டு உருவங்கள் அனைத்தும் அவனின் வீரத்தை வெளிப்படுத்தி, வீர வழிபாட்டையே முதன்மைப்படுத்துகின்றன எனலாம். குதிரை 'காமத்தின் குறியீடாகவும்' (அசுவகந்தாதி) உள்ளது.

3.3. முடிவுரை

வீட்டறைக் கோயில் வழிபாட்டில் வழிபடுபொருள் அதிகமாகக் கன்னி மூலையிலேயே அமைந்துள்ளது. திண்டுக்கல் அண்ணா மாவட்டத்தில்தான் அதிகமான மதுரைவீரன் வழிபாட்டிட வகைப்பாடுகள் அமைந்துள்ளன. மேலும், வகைப்பாடுகள் அதிக ஊர்களில் அமைந்தும், அவற்றிற்கு அதிகத் தலைக்கட்டுகள் கொண்டும் விளங்குகிறது. பெரும்பாலான மதுரைவீரன் வழிபாட்டிடங்கள் கிழக்குத்திசை நோக்கியும் வழிபடுவோரின் குடியிருப்புகளுக்கு ஊடேயும் அமைந்துள்ளன. தொண்டைமான் புதுக்கோட்டை மாவட்டம் கீழக்குறிச்சியில் (அன்னவாசல்) உள்ள மதுரைவீரன் வழிபாட்டிடம் எவ்வகை வகைப்பாட்டிற்குள்ளும் அடங்காது உள்ளது. மதுரைவீரன் உருவங்கள் பெரும்பான்மையும் தாமசத் தன்மையை வெளிக்காட்டியும், மதுரைவீரன் கல்லுருவங்கள் சாத்விக நிலையில் அமைந்தும் உள்ளன. மதுரைவீரன்

கல்லுருவங்கள் அதிகமாக உயர்சாதிகளின் வழிபாட்டிலும் நகர்புறஞ் சார்ந்த கோயில்களிலும்தான் இடம்பெற்றுள்ளன.

குறிப்புக்கள்

1. தற்கால புதிய தமிழ் அகராதி, ப.348.
2. பெற்றோரும் திருமணம் ஆகாத பிள்ளைகளும் கொண்ட குடும்பம்.
3. இரா. பாலசுப்பிரமணியன், நாட்டுப்புற வாழ்வியல், ப.48.
4. தினமலர் கதைமலர், அறிவோமா ஆன்மிகம், 23.10.93, ப.3.
5. எம்.ஆறுமுகம் (85), பேட்டி நாள்: 24.9.93.
6. தற்கால புதிய தமிழ் அகராதி. ப.228.
7. கலைக்களஞ்சியம், தொ:1, ப.17.
8. க.கைலாசபதி, பண்டைத் தமிழர் வாழ்வும் வழிபாடும், ப.44.
9. த.தங்கத்துரை, தீப்பாய்ந்தம்மன் கோயில், ப.722.
10. தினமலர் கதைமலர், மு.க.நூ.
11. வை.கணபதி ஸ்தபதி, சிற்பச் செந்நூல், ப.7.
12. மேலது, ப.8.
13. பிங்கல முனிவர், பிங்கல நிகண்டு, வரி.3-129.
14. சுவீரா ஜெயஸ்வால், வைணவத்தின் தோற்றமும் வளர்ச்சியும், ப.226.
15. நா.சுப்பிரமணியன், கௌசல்யா சுப்பிரமணியன், இந்தியச் சிந்தனை மரபு. ப.93.
16. மேற்கோள்: இந்திரா பார்த்தசாரதி, படமாடும் கோயில்களும் நடமாடும் நம்பர்களும், தினமணி, 29.3.92, ப.4.
17. மேற்கோள்: தே.லூர்து, ஐயனார் வழிபாடு: 'சமூக உறவும் மோதலும்' ப.87.
18. நற்றிணை. 47.

19. அகநானூறு. 167,
20. 'கந்தழி' என்பது பட்டுவிட்ட (அழிந்த) கடவுள் மரத்தின் அடி
21. ஆய்வு மேற்பார்வையாளருடன் கலந்துரையாடிய பொழுது கிடைத்த செய்தி.
22. Srigundicha, Jagannath Puri, pp.100-101.
23. க.ப. அறவாணன், மர வழிபாடு, ப.92.
24. இளங்கோவடிகள், சிலப்பதிகாரம் - அழற்படுகாதை
25. மேற்கோள் : க.ப.அறவாணன், மர வழிபாடு, பக். 34-35.
26. மேற்கோள்: ந.நீலமோகன், 'மதுரைவீரன் வழிபாட்டு உருவங்கள் : வகையும் செய்முறையும்' ப.51.
27. க.குளத்தூரான், தஞ்சை நகரிய சக்திக் கோயில்கள், ப.69.
28. மேலது, ப. 139.
29. ந.நீலமோகன், மு.க.நூ.. ப.53.
30. க. குளத்தூரான். மு.க.நூ.. ப.51.
31. மேலது, ப.149.
32. ந.நீலமோகன், மு.க.நூ. ப.53.
33. ஸ்ரீகுமார், சிற்பரத்னம், ப.13.
34. ந.நீலமோகன், மு.க.நூ. ப.54.
35. நேரில் 18.4.95.
36. வை.கணபதி ஸ்தபதி, மு.க.நூ., ப. 33.
37. மேலது, ப.57
38. துரை. பட்டாபிராமன், கல்வெட்டுகளில் புறப்பொருள் இலக்கணம், ப.84.
39. பேட்டி நாள்: 29.9.93

40. பேட்டி நாள்: 6.3.93
41. கேசவராஜ். நடுகல் வழிபாடு, ப.99.
42. புகழேந்திப்புலவர், பெரிய எழுத்து மதுரைவீரன் கதை, ப.26.
43. ஆர். ரெங்கன் (50), பேட்டி நாள்: 7.11.93
44. பேட்டி நாள்: 22.11.93
45. வை.கணபதி ஸ்தபதி, மு.க.நூ.. ப.63.
46. மேலது, ப.8.
47. மேலது, ப.9.
48. கண்ணதாசன், அர்த்தமுள்ள இந்துமதம், தொ:1, ப.136.
49. இரா.பாலசுப்ரமணியன், மு.க.நூ. ப.43.
50. தொல்காப்பியம், சொல்லதிகாரம் - உரியியல், நூற்பா எண்:76.
51. வை.கணபதி ஸ்தபதி, மு.க.நூ.. ப.294.
52. க.காந்தி, புலிப்பல் தாலி அணியும் வழக்கம், ப.107.
53. Maria Leach, Dictionary of Folklore, Mythology and Legend, p.37.
54. இரா. கருப்பையா, குழுமாயி அம்மன் விழா, ப.71.
55. வீர.ஜீவா.பிரபாகரன், உதிரம் கொடுக்கும் குதிரை, தினமணிச்சுடர் 11.9.93, பக். 24-25.
56. இவ்வகை அமைப்பு ரவுத்து நாயுடுவின் பூசாரித்தனம் மற்றும் நிர்வாகத்தில் பொதுமக்கள் வழிபாட்டில் உள்ளது. மூலக் கோயிலுக்கு வெளியே தரையில் மதுரைவீரன் சுதைச் சிலை அமைக்கப்பட்டு கிழக்கு நோக்கி உள்ளது.

4. மதுரைவீரன் வழிபாட்டு முறைகள்

நாட்டார் தெய்வங்களில் மதுரைவீரன் ஓர் உக்ரமான தெய்வம், அவனது உக்ரத்தைத் தணிக்க மக்கள் பல்வேறு வழிபாட்டு முறைகளை நிகழ்த்துவர். ஆய்வுக்கு உட்பட்ட மாவட்டங்களில் சக்கிலியர், வேளாளர், நாயுடு ஆகியோர் உட்பட்ட இருபத்து மூன்று சாதியினர் மதுரைவீரன் வழிபாட்டில் ஈடுபட்டுள்ளனர். ஒவ்வொரு சாதியிலும், மதுரைவீரனுக்குரிய வழிபாட்டு முறைகளை மேலோட்டமாக நோக்கும் பொழுது, ஒத்த தன்மையோடு விளங்கினாலும் சில மாறுபாடுகளும் கொண்டமைந்துள்ளன. ஒரே சாதிக்குள்ளேயே வழிபாட்டு முறைகளில் மாறுபாடுகள் உண்டு. ஒவ்வொரு ஊரிலும் வழிபாட்டு வரிசை முறையில் மாற்றம் இருந்தாலும் நோக்கம் ஒன்றாகவே வெளிப்படுகின்றது. அதாவது, மதுரைவீரன் உக்ரம் தணிந்து மக்களை அரவணைத்துக் காத்தருள வேண்டும் என்பதாகும். எனவே, இங்கு மதுரைவீரன் வழிபாட்டு முறைகள் பண்பாட்டு மானுடவியல் நோக்கில் ஆராயப்படுகின்றது.

4.1. வழிபாட்டு முறைகள்

வழிபாட்டின் நோக்கம்

பொதுவாக, நாட்டார் தெய்வங்களை வழிபடவில்லை என்றால், 'நோய்நொடி' வரும் என்பதற்காக, அத்தெய்வங்களை அமைதிப்படுத்த வேண்டியே வழிபாடு நடத்தப்படுகின்றது. "வணங்கினால் நன்மையும், வழிபடாவிட்டால் தீமையும் செய்வனவாக நம்பப் பெறுவன இத்தெய்வங்கள்"[1] என்பர். இவ்வழிபாடு திருவிழா, கொடை,[2] கோயில் கும்பிடுதல்[3] என்ற நிலைகளில் சிறப்புடன் நிகழ்வுறும். திருவிழா என்பது பாடல் போல், கதை சொல்வது போல், ஒரே ஒரு செயல் பற்றிச் சொல்வது அல்ல; மாறாக, அது பல மரபுத் தொகுதிகளை உள்ளடக்கியது[4] என்பர்.

முனைவர் த.கருப்பையா

வழிபாட்டுக் கூறுகள்

பலமரபுத் தொகுதிகளை உள்ளடக்கிய மதுரைவீரன் திருவிழாக்களில் பின்னிப் பிணைந்திருக்கும் வழிபாட்டு முறைகளை திருவிழாத் தீர்மானித்தல், சகுனம் கேட்டல், சாட்டுதல், விழாக் காலங்கள், காப்புக் கட்டுதல், வரி வசூலித்தல், தீர்த்தம் எடுத்து வருதல், மதுரைவீரன் அழைப்பு, துணைக்கு அழைத்துப் போதல், பொங்கல் வைத்தல், பலியிடுதல், பலிச் சடங்குகள், படையலிடுதல், பூசாரி, சாமியாடி, வாய் கட்டிப் பூசைசெய்தல், மந்திரம் சொல்லுதல், மந்திரித்தல், நேர்த்திக்கடன் செய்தல், பொழுதுபோக்கு நிகழ்ச்சிகள், மறுபூசை செய்தல், நம்பிக்கைகள், விழாத் தடைப்படுதல் என்பனவற்றை மூன்று பெரும் பிரிவுகளில் வரிசைப்படுத்தி ஆய்வு செய்யலாம்.

4.2. தொடக்க நிலை

திருவிழாத் தீர்மானித்தல்

சக்கிலியர்

ஆய்வுக்கு உட்பட்ட மாவட்டங்களில் சக்கிலியர் சாதியினர்தான் அதிகமாக இருபத்தெட்டு இடங்களில் மதுரைவீரனை வழிபட்டு வருகின்றனர். இச்சாதியினர் மதுரைவீரனுக்கு என்று தனியாகத் திருவிழா எடுக்கிறார்கள். இத்திருவிழா ஆண்டுதோறும் தவிர, ஓர் ஆண்டு விட்டு ஓர் ஆண்டு, இரண்டு ஆண்டுகள், ஐந்து ஆண்டுகள் என்ற கால இடைவெளியில் நடைபெறுகிறது. சில சமயங்களில் பொருளாதாரச் செழிப்புக் குறைவான நிலையில் எட்டு, ஒன்பது, பத்து என்ற ஆண்டுகள் கழித்தும் திருவிழா நடைபெறுகிறது.

இச்சாதியின் விழா பற்றிப் பேசித் தீர்மானிக்க, விழாவின் தொடக்க நாளில் இருந்து எட்டு அல்லது பதினைந்து நாட்களுக்கு முன்போ, முப்பது அல்லது தொண்ணூறு நாட்களுக்கு முன்போ தங்கள் இனத்தாருடன் கூடிப் பேசி முடிவெடுக்கிறார்கள். கூடிப் பேசும் பொழுது சில இடங்களில், உறவுமுறை வைத்து அழைக்கும் 'தொட்டிய நாயக்கர்' இருவரை உடன் வைத்துக் கொள்வர். சில ஊர்களில் ஆட்கள் மூலம் விழா நடத்துதல் பற்றிச் சொல்லிவிடுதல், பெரியதனக்காரர் (பகடை)

விழா நாள் குறித்தல், முகூர்த்தக்கால் நட்டுக் கூட்டம் போட்டு முடிவு செய்தல், கவுண்டர், ஆசாரி, அகமுடையர், வாணிபச் செட்டியார் உட்பட்ட சாதியினர் பங்கு பெற்றிருக்கும் விழாக்குழு முடிவுசெய்தல் போன்ற முறைகளில் விழாத் தீர்மானிக்கப்படுகிறது.

விழாக்கூட்டம் வழிபடும் கோயிலிலோ, பொது இடத்திலோ நடைபெறும். இதை 'ஊர்ச்சொல் கேட்டல்' என்பர். முகூர்த்தக்கால் ஜல மூலையில் (சனி மூலை) நடப்படும். ஊர் நாட்டாண்மை, கோயில் பூசாரி, ஊர்த்தலைவர் ஆகியோர் இதில் கலந்து கொள்வர். உடுக்கடித்து மதுரைவீரனுடன் அருள்வாக்குக் கேட்டும் விழாத் தீர்மானிப்பதும் உண்டு. அச்சமயம் உடுக்கு உடைந்தும் விடுகிறது. சக்கிலியச் சாதியினர் விழா எடுப்பதில்தான், கூட்டம் போட்டுப் பேசி முடிவெடுப்பது என்பது அநேக ஊர்களில் காணப்படுகிறது.

வேளாளர்

ஆய்வுக்கு உட்பட்ட மாவட்டங்களில் வேளாளச் சாதியினர் இருபது இடங்களில் மதுரைவீரனை வழிபட்டு வருகின்றனர். வேளாளர் சாதியினர் மதுரைவீரனுக்கு விழாவை ஆண்டுதோறும் நடத்துவது தவிர, இரண்டு அல்லது ஐந்து ஆண்டுகள் கால இடைவெளியிலும் எடுக்கிறார்கள். வழிபடும் காலம் அறிந்திருந்தும், பதினைந்து நாட்களுக்கு முன்பு கூடிப் பேசியும், ஆட்கள் மூலம் தகவல் அனுப்பியும் விழாவைத் தீர்மானிக்கிறார்கள்.

நாயுடு

நாயுடு சாதியினரும் வேளாளரைப் போன்று விழாவிற்கான கால இடைவெளியும் விழாத் தீர்மானித்தலும் மேற்கொண்டு உள்ளனர். ஆனால் மதுரை மாவட்டம் தேனி - அல்லிநகரத்தில் ஆறு ஆண்டுகளுக்கு ஒரு முறை நடைபெறும் மதுரைவீரன் விழா, பூசாரியிடம் குறி கேட்டப் பின்னரே முடிவு செய்யும் வழக்கமும் இச்சாதியினரிடம் காணப்படுகிறது.

பிற சாதியினர்

ஆய்வுக்கு உட்பட்ட மாவட்டங்களில் பிற சாதியினரும் விழா பற்றித் தீர்மானிக்க வேளாளர், நாயுடு சாதியினரைப் போன்ற முறைகளைப் பின்பற்றுகிறார்கள். இராமநாதபுர மாவட்டம் பரமக்குடியில், காட்டுநாயக்கர் சாதியில் மட்டும் மதுரைவீரனுக்கு முந்தைய திருவிழாவின் போது வாங்கி வளர்த்து விடப்பட்ட பன்றியின் வளர்ச்சியை வைத்துக் குறிப்பாக, அதன் பல் வளர்ச்சியைக் கொண்டுதான் திருவிழா முடிவு செய்யப்படுகிறது. எனவே, குறைந்தது மூன்று ஆண்டு கால இடைவெளியில்தான் விழா தீர்மானிக்கப் படுகிறது. வழிபாடும், முந்தைய வழிபாட்டு மாதங்களில் நடை பெறுகிறது.

சகுனம் கேட்டல்

சகுனம் என்பதற்கு 'அறிகுறி' என்று பொருள் உண்டு. இவை தீய சகுனம், நல்ல சகுனம் என்று இரு வகைப்படும். சகுனம் என்பதை 'நிமித்தம்' என்றும் இலக்கியங்கள் சுட்டும். நிமித்தம் என்பது பின்னர். நிகழும் நன்மை, தீமைகளை முன்னரே அறிவிக்குங் குறி என்பர்[5]. சகுனம் பார்க்கும் நம்பிக்கைகள் எல்லா மக்களிடமும் காணப்படுகின்றன. மனிதச் செயல்கள், பறவை, விலங்குகளின் இயக்கம், இயற்கை நிகழ்வுகள் ஆகியவற்றை அடிப்படையாகக் கொண்டு சகுனங்கள் பார்க்கப் படுகின்றன.

மதுரைவீரனுக்குத் திருவிழா அல்லது சிறப்பு வழிபாடு நடத்த தீர்மானிக்கப்பட்டவுடன் அன்றைய தினமே சகுனம் கேட்டல் நடைபெறுகிறது. இந்நிகழ்ச்சி ஆய்வுக்கு உட்பட்ட மாவட்டங்களில் மிகக் குறைவான ஊர்களில் நடைபெறுகிறது.

சக்கிலியர்

இச்சாதியில் உடுக்கடித்துப் பின்பு சோவி போட்டுப் பார்த்தும், பொங்கல் வைத்து அபிசேகம் செய்து 'பூக் கேட்டல்' என்ற நிகழ்ச்சியின் மூலமாகவும் சகுனம் பார்க்கின்றனர். பூக்கேட்டலில், வழிபடுபொருளாக மூன்று கற்கள் மதுரைவீரன், பொம்மி, வெள்ளையம்மா ஆகியோரின்

குறியீடாக உள்ளன. மூன்று கற்களில் தண்ணீரில் நனைந்த பூக்களைக் கொட்டும்பொழுது தனியாகப் பூ விழுந்தால் நல்ல சகுனமாக - சாமி உத்தரவாகக் கொண்டு விழாவை உறுதி செய்து கொள்கின்றனர். இவர்களிடையே 'கௌளி' (பல்லி) ஒலி எழுப்புவதையும் நல்ல சகுனமாகக் கொள்வதை அறியலாம்.

பிற சாதியினர்

சனி மூலையில் ஒலி எழுப்புதலும், குறிப்பட்ட இடத்தில் ஒலி எழுப்புதலும் கௌலியின் நல்ல சகுனம் எனக் கொண்டிருப்பவர்கள் வேளாளர் மற்றும் பள்ளர் சாதியினர் ஆவர். இவர்களிடையே கௌலியின் ஒலியானது நன்னிமித்தமாக மதுரைவீரன் வழிபாட்டில் இடம் பெறுகிறது. பல்லியின் ஒலி நன்னிமித்தமாக அமைவதனை இனிய கூறும் பல்லி (நற்.245: 1-2), நிகழ்வதைக் கூறும் பல்லி (அகம்.151:13-15), முதுவாய்ப் பல்லி (அகம். 387:14-16) என்று சங்க இலக்கியங்கள் கூறும்.

பல்லியின் சொல்லைச் சகுனமாகக் கொள்வதற்குரிய காரணத்தை **இரகுநாதாச்சாரியார்,** "மனித உற்பத்திக் காரண பூதங்களாகிய பிராணிகளில் முதன்முதலில் நிலத்தில் வசிக்க வல்லமை பெற்றனவாக இருந்தமையால் பல்லி இனத்தைப் படைப்புக் கர்த்தாவாகக் கருதி வணங்குகின்றனர் எனவும், பிராணிகளின் படைப்பில் பல்லியினத்திற்கே முதன் முதலில் வாயினால் சப்தம் செய்யும் சக்தி உண்டான காரணத்தால் பல்லி சொல்லுக்குப் பலனை ஏற்படுத்தினார்கள்"[6] என்கிறார். மேலும், தமிழ்நாட்டில் கிராம தேவதைகளுக்கு விழா எடுக்க நினைக்கும் பொழுது, கிராம தேவதை பல்லியின் வாயிலாக விழாத் தொடங்குவதற்கு அனுமதி அளிப்பதாகக் கருதுவதும். அந்நிமித்தம் வாய்த்த பின்பே விழாத் தொடங்குவதனையும் மக்கள் வழக்கமாகக் கொண்டிருப்பதாக **சோம.லெ.** குறிப்பிடுவதாகச் சுட்டுகின்றனர்.[7] ஆனால், பல்லியின் ஒலி தீ நிமித்தம் எனக் கதைப்பாடல்கள் எடுத்துக் காட்டுவதாகக் கூறுவர்.[8]

சாட்டுதல்

மதுரைவீரன் விழாவைப் பற்றித் தீர்மானித்தவுடன், வழி படுவோர்க்குத் தெரிவிக்க சாட்டுதல் நிகழும். சாட்டுதல் என்பது ஊரின் முக்கியமான இடங்களில் நின்று கிடுகட்டி, தப்பு ஆகிய தோல் கருவிகளின் மூலம் ஒலி எழுப்பியும், வாயினால் உரக்கக் கத்தியும் விழா எடுப்பது பற்றியச் செய்திகளை அறிவிப்பதாகும்.

சாட்டும் நாளில் இருந்து விழாத் துவக்கம் வரை உள்ள நாட்களைக் கொண்டே ஏழு நாள் சாட்டு, எட்டு நாள் சாட்டு, பதினைந்து நாள் சாட்டு என்பார்கள். விழா நாட்களைப் பொதுமக்களுக்கு அறிவித்தலை 'விழாவறைதல்', 'விழாக்கோள்' எனவும் சுட்டப்படும்.[9] சங்க இலக்கியத்தில் விழாவறைவோராகக் குயவர் இருந்தமையினை 'அகனெடுந் தெருவிற் சாறெென நுவலு முதுவாய்குயவ' (நற்.200: 1-4) என்ற வரி எடுத்தியம்பும். முரசறிதலை நிகழ்த்தி விழாவின் முதலும் முடிவும் அறிவித்தமையைக் 'கால்கோள் விழாவின் கடைநிலை சாற்றி' (சிலம்பு.5: 141-144) என்ற பாடல் வெளிக்காட்டுவதையும் அறியலாம்.

சக்கிலியர்

இச்சாதியாரிடத்தில் திருவிழாவிற்குச் சாட்டிய நாளில் இருந்து விழாத்துவக்கம் வரை தினமும் இரவு நேரத்தில், வழிபடும் தங்கள் இனத்தார் உள்ள சுற்றுப்புறக் கிராமங்களுக்குச் சென்று சாட்டி வருவர். அப்பொழுது சாம்பிராணி போட்டுக் கொண்டும். சாட்டையால் அடித்துக்கொண்டும் சுற்றி வருவர். விழாத் துவக்கம் வரை வழிபடும் இடத்தில் தினமும் இரவு தப்பு அடித்துச் சாட்டுதலும் செய்வர். இவர்கள் இதை 'நோன்புச் சாட்டுதல்' என்பர். 'நோன்புச் சாட்டுதல்' என்பது திருவிழா என்ற பொருள் கொண்டதாகும். 'குளிர்ச்சிப் பண்ணுதல்' என்பதை விழாவாக இல்லாத சிறப்பு வழிபாடு என்று பொருள் கொள்கின்றனர்.

சக்கிலியரின் விழாச் சாட்டுதல் அன்றும், அதற்குப் பின்னைய நாட்களில் விழாத் துவக்கநாள் வரையிலும் இரவு நேரத்தில் சில நிகழ்ச்சிகளும் நடைபெறுகின்றன. சாட்டுதல் அன்று குளிர்ச்சி

பண்ணுதல் என்று எண்ணெய்க் காப்பு நிகழ்த்தி அலங்காரம் செய்து தேங்காய், பழம் வைத்து வீரனை வழிபடுகிறார்கள். இது தவிர கோயிலுக்கு முன்பு கும்மி அடித்தல், தீப ஆராதனை செய்தல், பூப்போட்டு வழிபாடு செய்தல், மஞ்சள் தண்ணீர் ஊற்றிப் பால் அபிசேகம் செய்துப் பூப்போட்டு வழிபடுதல், பூ ஓடு எடுத்தல், விளக்கு ஏற்றி வைத்தல் ஆகிய நிகழ்வுகள் நடைபெறுகின்றன. கோயம்புத்தூர் மாவட்டம் பொள்ளாச்சி - குமரன் நகரில் திருவிழாத் துவக்கம் வரை தினமும் ஒரு கவுண்டர் குடும்பத்தினர் வழிபாட்டுச் செலவை ஏற்றுக் கொள்கின்றனர். பழனி நகரைச் சுற்றியுள்ள சக்கிலியர் வசிக்கும் ஊர்களில்தான் அதிகமாக இந்நிகழ்ச்சி நடைபெறுகிறது.

பிற சாதியினர்

ஆய்வுக்கு உட்பட்ட மாவட்டங்களில் உள்ள சாதியாரில் ஓர் ஊரில் வேளாளரும் வன்னியரும் (முத்துராசா அல்லது வன்னியர் குல சத்திரியர்) தவிர மற்ற சாதியினரின் மதுரைவீரன் வழிபாட்டில் சாட்டுதல் இடம் பெறவில்லை.

விழாக் காலங்கள்

நாட்டார் தெய்வங்களின் திருவிழாக் காலங்கள் பெரும்பாலும் பொருளாதாரப் பின்னணியிலேயே அமைகின்றன. குறிப்பிட்ட காலங்களில் வழிபாடு நடக்கும் என்னும் நியதி இதில் அமைவதில்லை. தலைமை நிலையில் வைத்து மதுரைவீரன் வழிபடப்படும் இடங்களில் அவனுக்கென்றே திருவிழா நடத்த நல்ல காலம், நேரம் குறிக்கப்படும். மனிதனது வாழ்க்கையினை விண்கோள்களின் நிலைமைகள் கட்டுப்படுத்துகின்றன என்ற கருத்தேற்றத்தின் அடிப்படையில், மக்கள் நல்ல நாளும் நல்ல கோள்களின் சேர்க்கை கூடிவரும் நேரத்தில் விழாக்களைத் தொடங்குகின்றனர் என்பர்[10].

பழந்தமிழரிடம் இவ்வழக்கம் இருந்தது என்பதை அகநானூறும்[11] சிலப்பதிகாரமும்[12] கூறும். துணைமை நிலையில் உள்ள மதுரைவீரனுக்குத் திருவிழாக் காலங்கள் சொல்லப்படுவது தலைமைத் தெய்வத்திற்கு உரிய விழாக் காலங்களே ஆகும். இக்காலங்களில் தலைமைத்

தெய்வத்திற்குரிய திருவிழா நாட்களில் ஏதாவது ஒரு நாளிலோ, நேரத்திலோ அவனுக்குச் சிறப்பு வழிபாடு மட்டும் நிகழ்த்தப்படும். இங்கு தலைமைத் தெய்வத்திற்கு உரிய விழாக்காலங்கள் என்பது பெரும்பான்மையும், பெருந்தெய்வங்களுக்கு உரிய சிறப்பு வழிபாட்டு நாட்களையே கொண்டிருக்கும்.

சக்கிலியர்

இச்சாதியினர் மதுரைவீரனை வழிபடும் இருபத்தெட்டு ஊர்களில் ஐந்தில் சித்திரை மாதத்திலும், நான்கு ஊர்களில் வைகாசி மாதத்திலும், நான்கில் சித்திரை அல்லது வைகாசி மாத்திலும் திருவிழா எடுக்கிறார்கள். திண்டுக்கல், திருச்சி ஆகிய மாவட்டங்களில்தான் இம்மாதங்களில் மதுரைவீரனுக்குத் திருவிழா எடுக்கிறார்கள். கோயம்புத்தூர் மாவட்டத்தில் அதிகமாக மாசி அல்லது பங்குனி மாதங்களில் விழா எடுக்கிறார்கள். இவை தவிர மிகக் குறைவான ஊர்களில் ஆடி, ஆவணி, புரட்டாசி, தை மாதங்களிலும் விழா எடுக்கிறார்கள்.

இச்சாதியினரின் மதுரைவீரன் திருவிழா ஒரு நாளில் இருந்து ஏழு நாட்கள் வரை நடைபெறுகிறது. பெரும்பான்மையான ஊர்களில் மூன்று நாட்கள் திருவிழா நடைபெறுகிறது. கோயம்புத்தூர் மாவட்டம் உடுமலைப்பேட்டையில் மட்டும் ஏழு நாட்கள் விழா நடைபெறுகிறது. பெண் தெய்வங்களோடும், துணை நிலையில் வைத்தும் மதுரை வீரனுக்கு விழா எடுக்கப்படுகிறது. விழா நிகழ்வுறும் நாட்கள் செவ்வாய், புதன், வியாழன் ஆகிய கிழமைகளில் அதிகமாக நடைபெறுகின்றன. மேலும், வளர்பிறை நாட்கள்தான் விழாவிற்குத் தேர்வு செய்யப் படுகின்றன. வளர்பிறை, நிறைமதி நாட்களில் விழாக்களைத் தொடங்குவது மரபாக இருந்து வருவதை அறிஞர்கள் சுட்டுவர்.[13] திருச்சி மாவட்டம் தான்தோன்றி மலையில் மட்டும் வழிபாடு முற்பகல் பதினொரு மணிக்கு நடைபெற, மற்றைய ஊர்களில் மாலை ஐந்து மணியில் இருந்து இரவு பன்னிரண்டு மணிக்குள் நடைபெறுகிறது. குறிப்பாக, மதுரைவீரனுக்கு இச்சாதியினரிடத்தில் இரவு நேரத்தில்தான் பூசை நடைபெறுகிறது.

வேளாளர்

இச்சாதியினர் மதுரைவீரனை வழிபடும் இருபது இடங்களில் ஐந்து ஊர்களில் ஆடி மாதம் விழாக் கொண்டாடுகிறார்கள். நான்கு ஊர்களில் வைகாசி மாதமும், நான்கு ஊர்களில் மாசிமாதமும் மதுரைவீரனுக்கு விழா எடுக்கிறார்கள். இவை தவிர சித்திரை, ஆடி பதினெட்டு, புரட்டாசி, ஐப்பசி, கார்த்திகை, தைப்பூசம், பங்குனி, சித்திரைத் திருவிழா, மதுரை மீனாட்சித் திருக்கல்யாணம், அழகர் ஆற்றில் இறங்கும் நாள் ஆகியவற்றில் விழா எடுப்பர். பெரும்பாலும் ஆடி மாதம் பதினெட்டாவது நாளிலும், சித்திரை, வைகாசியில் வளர்பிறை, பௌர்ணமி நாளிலும், மாசியில் சிவராத்திரியிலும் (மாசி பச்சை) வேளாளர் சாதியினருக்கு விழா நாட்களாக அமைகின்றன. இவர்கள் மதுரைவீரனுக்கு என்று விழா எடுப்பது அதிகபட்சம் மூன்று நாட்கள் ஆகும்.

இச்சாதியினரிடையே மதுரைவீரனுக்குப் பூசை நடைபெறும் நேரம் பெரும்பான்மையும் மாலை ஆறு மணிக்குமேல் இரவு பன்னிரண்டு மணிக்குள் நிகழ்ந்து விடுகிறது. சில ஊர்களில் மதியம் பன்னிரண்டு மணி, ஒரு மணி, அதிகாலை நான்கு மணி, ஆறு மணி என்ற நேரத்தில் வழிபாடு நிகழ்கிறது. சில ஊர்களில் துணைமை நிலையில் வழிபடப்படுவதால் அங்கு சிறப்பு வழிபாடு என்ற நிலையில் பூசை நடைபெறுகிறது.

பிற சாதியினர்

வேளாளர் சாதியினரைப் போன்றே மதுரைவீரனை வழிபடும் பிற சாதியினரும் ஆடி, மாசி மாதங்களில்தான் மிக அதிகமாக விழாவும், சிறப்பு வழிபாட்டையும் மேற்கொண்டுள்ளனர். மேலும், சித்திரை பௌர்ணமி, வைகாசி, ஆனி, தை, பங்குனி ஆகிய மாதங்களில் விழா, சிறப்பு வழிபாடு மதுரைவீரனுக்கு நடைபெறுகிறது. மதுரை-புதுமாகாளிப்பட்டியில் சௌராஷ்ட்ர சாதியினர் தங்கள் வீட்டில் நல்ல நிகழ்ச்சிகள் நடைபெறும் நேரத்தில் எல்லாம் மதுரைவீரனுக்குச் சிறப்பு வழிபாடு செய்கிறார்கள். பிற சாதியினரும் இரவு நேரங்களில்தான் அதிகமாக மதுரைவீரனுக்கு வழிபாடு செய்கிறார்கள் என்றாலும், ஒரு சில இடங்களில் உள்ள சாதியினரிடத்தில் அதிகாலையில் இருந்து மாலை

வரை உள்ள வெவ்வேறான நேரங்களில் மதுரைவீரனுக்குப் பூசை நடைபெறுகிறது.

காப்புக் கட்டுதல்

மதுரைவீரன் திருவிழா உறுதி செய்யப்பட்டவுடன், தீமைகளினின்றும் காப்பதற்காகக் காப்புக்கட்டுதல் நிகழ்கிறது. மதுரைவீரன் விழாவில் ஊர் முழுமையும் வேப்பங் குழையை வைக்கோலால் திரித்த கயிற்றில் கட்டித் தெருவில் அடையாளமாகக் காப்புக் கட்டுவார்கள். ஆனால், இதைவிட வழிபடுவோர் கைகளில் காப்புக் கட்டுவதே அதிகமாகக் காணப்படுகின்றன குறிப்பாக, ஒவ்வொரு ஊரிலும் வழிபடுவோரில் முக்கிய நபர்களிடம் மட்டும் காப்புக் கட்டப்படுகிறது. சில ஊர்களில் காப்புக் கட்டுதலைக் 'கங்கணம்' என்றும் சொல்வர். இக்காப்பில் மஞ்சள், பூ, வெற்றிலை ஆகியவற்றை முத்திரி நூலில் பிணைத்துக் கட்டுவதுண்டு. இவ்வழக்கம் சங்க காலந்தொட்டுத் தொடர்ந்து வருகின்றது.[14] மதுரைவீரன் திருவிழாவிற்குக் காப்புக் கட்டுவதில் இருந்து, கோயிலும் அதனோடு மிக நெருங்கிய வழிபாட்டுக்குத் தொடர்புடையவர்களும் புனிதமானவர்களாக ஏற்றுக் கொள்ளப்படுகிறார்கள்.

சக்கிலியர்

சக்கிலியர் சாதியினர் வழிபாட்டில் சாட்டுதலில் இருந்தும், விழாவின் தொடக்கத்திற்கு முன்பு ஏழு மற்றும் எட்டு நாட்களுக்கு முன்பிருந்தும், சில ஊர்களில் விழாவின் முந்தைய நாளிலும், மற்ற விழா நாட்களிலும் காப்புக் கட்டிக்கொள்வர். ஒருசில ஊர்களில் விழாத் தொடக்க நாளில் கட்டிக்கொள்கிறார்கள். பல ஊர்களில் அம்மன் அல்லது பெண் தெய்வ வழிபாடும் இணைந்திருப்பதால் மதுரைவீரன் வழிபாட்டுக்கு நெருக்கமானவர்கள், துணையானவர்கள் மட்டும் காப்புக் கட்டுவதே இங்கு எடுத்துக்காட்டப்படுகிறது.

மதுரைவீரன் விழாவிற்காக மதுரைவீரன் பூசாரி, வேல்பூசாரி, கெடாவெட்டும் பூசாரி, தீர்த்தம் கொண்டு வருவோர், விழாக் குழுவினர், ஊர்த்தலைவர், ஊர் நாட்டாண்மை, சங்கு மற்றும் சேகண்டி வாசிப்பவர்,

ஓடும் பிள்ளை (விழாவில், சிறுவேலை செய்பவர்), தர்மகர்த்தா, வெளியூர் முக்கிய நபர்கள், முக்கியமான கோயில் வேலை செய்பவர்கள், மருளாடி இவர்கள் தவிர, நேர்த்திக்கடன்கள் செய்பவர்கள் ஆகியோர் கட்டாயமாகக் காப்புக் கட்டிக் கொள்வர். இவர்கள் விழா முடியும்வரை காப்புக் கட்டியிருப்பார்கள்.

கவுண்டர் சாதியினர் முன்பு காப்புக் கட்டுதல், வீரனை வழிபடும் கிராமத்தைச் சேர்ந்தவர்களில் ஊருக்கு இருவராக விழா நாட்களில் காப்புக்கட்டி, பூணூல் அணிந்து கொள்வது, பெரிய தனக்காரர் காப்புக் கட்டிவிடுவது ஆகிய முறைகளும் சக்கிலியர் வழிபாட்டில் உண்டு. கோயிலின் தலைமைப் பூசாரியே காப்புக் கட்டுவது இவர்களின் நடைமுறையில் உள்ளது. திருச்சி மாவட்டம் திருச்சி-பொன்மலை கணேசபுரத்தில் மதுரைவீர சாமிக்குக் காப்புக்கட்டி விடுகின்றனர்.

சில ஊர்களில் காப்பாக வேப்பங்குழையை வைக்கோலால் திரித்த கயிற்றில் ஊர் முழுவதும் காப்பாகக் கட்டுவதும், நவதானியம் கட்டி முகூர்த்தக்கால் ஊன்றுவதும் உண்டு. முகூர்த்தக்கால் நடுவதைக் கொடியேற்றுதல் என்பர்.

பிற சாதியினர்

ஆய்வுக்கு உட்பட்ட மாவட்டங்களில் உள்ள வேளாளர் சாதியினரில் சாமியாடி, மணியக்காரர் ஆகியோர் காப்புக்கட்டிக் கொள்வதோடு பங்காளிகள் இணைந்து வழிபட்டால் கட்டிக் கொள்வதும் உண்டு. ஏனைய சாதிகளில் பூசாரி, வேண்டுதல் செய்பவர்கள், மதுரைவீரன் சாமியாடி, பெரிய வீட்டுக்காரர், புது மண்பானையில் கரகம் எடுப்பவர். பெட்டி தூக்குபவர், அரிவாள் தூக்குபவர் ஆகியோர் காப்புக் கட்டிக் கொள்கின்றனர்.

வண்ணார்

மதுரை மாவட்டம் தேனி - வீரபாண்டியில் ஆயவண்ணார் சாதியினர் வைகைத் தண்ணீர் கொண்டு வந்து தெளித்துக் காப்புக் கட்டுவர். பெரியகுளம் டி.கல்லுப்பட்டியில் சாதியினருக்குப் பெண் தெய்வமான வீரநாகுதான், பூசாரி மூலம் இறங்கிக் காப்புக் கட்டுகிறது.

திருச்சி மாவட்டம் - செங்குளம் காலனியில் சாராயம் குடித்துவிட்டு வந்ததும், அரிவாளில் ஏறி சாமியாடி நின்றவுடனும் காப்புக் கட்டுகின்றனர். இராமநாதபுரத்தில் உள்ள குருவிக்காரச் சாதியினர் கடலுக்குச் சென்று தீர்த்தம் எடுத்து வந்தவுடன் ஆறு பேர் காப்புக்கட்டிக் கொள்வர்.

வரி வசூலித்தல்

மதுரைவீரன் விழா நடைபெறுவதற்காக வரி மற்றும் நன்கொடை வசூலித்தல் ஆய்வுக்கு உட்பட்ட மாவட்டங்களில் உள்ள சாதிகளிடம் இருக்கிறது. ஒரு தலைக்கட்டுக்கு இவ்வளவு என்று வரி வசூல் செய்யப்படும். மதுரைவீரனைக் குலதெய்வமாக வழிபடுவோர் பெரும்பாலும் பங்காளிகளுக்குள்ளேயே வரிவசூல் செய்துகொள்வர். மற்றவரிடத்தில் நன்கொடையாகப் பெற்றுக்கொள்வர். மதுரை மாவட்டம் புல்லக்காபட்டியில் மாமன், மைத்துனர்களிடமும் தங்களுடைய குலதெய்வ வழிபாட்டிற்குச் சக்கிலியச் சாதியினர் வரி வசூலிக்கின்றனர்.

பசும்பொன் தேவர் மாவட்டம் திருப்பாச்சேத்தியில் வேளாளர் சாதியினர் மதுரைவீரன் விழாவிற்காக, பிறந்த வீட்டுப் பெண்களுக்குக் குறைந்த வரி போடப்படுகிறது. இதே சாதியினர் திருப்புவனத்திலும் 'பெண்ணடி வரி' என்று பிறந்தவீட்டுப் பெண்களிடம் வரி வசூலிக்கின்றனர்.

மதுரை மாவட்டம் பெரியகுளம் கோட்டைத்தெரு ஈ·சநாட்டுக் கள்ளர் சாதியினரும், பிறந்தவீட்டுப் பெண்களிடம் பாதி வரி வசூல் செய்வர். குள்ளபுரத்தில் ஈ·சநாட்டுக் கள்ளர் சேதுராயர் பிரிவு மதுரைவீரன் விழாவிற்காக அவர்களுடைய மாமன், மைத்துனர் வரி கொடுப்பதோடு அல்லாமல் ஒரு வீட்டுச் சக்கிலியரும் வரி கொடுக்கிறார்கள். சோழவந்தான் - காட்டு நாயக்கர் சாதியினர் சம்பந்தி வீட்டாரிடமும் வசூல் செய்வார்கள். ஆனால், இங்கு ஒவ்வொரு மாதமும் சிறிது சிறிதாக வரி வசூலிக்கப்படுகிறது.

விரதம் கடைப்பிடித்தல்

மதுரைவீரன் விழாவில் பெரும்பான்மையும் எல்லாச் சாதிகளில் உள்ள காப்புக் கட்டியவர்களே விரதம் மேற்கொள்கின்றனர். காப்புக்

கட்டாத ஊர்களில் பூசாரியும், சாமியாடிகளும் விரதம் மேற் கொண்டுள்ளனர். இவர்கள் விழாச்சாட்டுதலில் இருந்தோ, விழா நாட்களிலோ, விழாவுக்கு முன்பு ஒரு வாரமோ, பின்பு ஒரு வாரமோ விரதம் கடைப்பிடிக்கிறார்கள். இவர்கள் கோயிலிலேயே சமையல் செய்து உண்பதும் உண்டு. விரத நாட்களில் ஒருவேளை உணவும், விழா நாட்களில் பால், பழம், அவல் போன்றவற்றையும் உணவாக உண்பார்கள்.

மதுரை மாவட்டம் புல்லக்காபட்டியில் சக்கிலியச் சாதியினர் மதுரைவீரன் விழாவில் மாமன், மைத்துனர்கள் கெடா வெட்டுவதால் அவர்களும் விரதம் மேற்கொள்கின்றனர். திருச்சி மாவட்டம் திருச்சி-பொன்மலை கணேசபுரத்தில் விரதம் இருப்பவர்கள் பாய் விரித்துப் படுக்கமாட்டார்கள். பச்சைத்தட்டியில் மட்டுமே படுக்கிறார்கள். திண்டுக்கல் அண்ணா மாவட்டம் நிலக்கோட்டையில் நாயக்கர் சாதியினர் விழாத் துவக்கத்தில் பதினொரு நாட்களுக்கு முன்பாக பச்சரிசி சோறு பொங்கி, அதை மதியம் உணவாகக் கொள்வர். மதுரை மாவட்டம் மறவர்பட்டியில் கொண்டையங்கோட்டை மறவர் சாதியில் ஒரு மாதம் முழுவதும் விரதம் கடைப்பிடிப்பர். பயறு வகைகளை உடைக்காமலும் - அவிக்காமலும் உணவிற்குப் பயன்படுத்துகிறார்கள்.

43. வளர்நிலை

தீர்த்தம் எடுத்து வருதல்

மதுரைவீரன் திருவிழாவின் தொடக்கநிலை வழிபாட்டு முறையில் இடம்பெறுவது தீர்த்தம் எடுத்து வருதல் என்பதாகும். இது மதுரைவீரன் வழிபாட்டிடத்தின் அருகில் இருக்கும் ஆறுகளில் இருந்தோ. கிணறுகளிலிருந்தோ, கடலில் இருந்தோ பெருந்தெய்வக் கோயில்களின் தீர்த்தத் தொட்டியிலிருந்தோ நீர் எடுத்துக்கொண்டு வருவதாகும். இது புனித நீராகவும் கருதப்படும். இந்நீரால் மதுரைவீரன் வழிபாட்டிடங்களையும் வழிபடு பொருள்களையும் தூய்மைப்படுத்துவர். இந்நிகழ்ச்சியைக் குளிர்ச்சி பண்ணுதல், குளுமை செய்தல் என்பர். தீர்த்தத்திற்கு எடுத்துப்போகும் இடங்கள், வழிபாட்டு இடங்களில் இருந்தோ, வழிபடுவோர் வீட்டில் இருந்தோ எடுத்துப் போகப்படும்

மண்பானை அல்லது உலோகப்பாத்திரங்கள் இதற்குப் பயன்படுத்தப் படுகின்றன. பெரும்பாலும் இந்நிகழ்ச்சி மதுரைவீரன் விழாவின் தொடக்க நிகழ்வாகவே அமைந்துள்ளது.

சக்கிலியர்

இச்சாதியினர் வழிபாட்டில்தான் அதிகமாக இந்நிகழ்ச்சி இடம் பெற்றுள்ளது. திருச்சி மாவட்டம் கரூர் ஆத்தூர் பூலாம் பாளையத்தில் தீர்த்தம் எடுத்து வரும்போது வேல், அரிவாள், மணி, தட்டு ஆகியவற்றையும் எடுத்துப்போவர். அருள் வந்தவுடன் மதுரைவீரன் வேலை எடுத்துக் கொள்கிறார்கள். பின்பு கோயில் வந்தடைவார்கள். தான்தோன்றி மலையில் இரண்டாம் நாளில் மதுரைவீரன் கோயில் பூசாரி வேலுடன் அமராவதி ஆற்றுக்குப் போகிறார். ஆற்றில் வேல் பூசை நடத்தி, தீர்த்தம் குடப்பூசை செய்வர். பின், கையில் வேல் எடுத்து அரிவாளுடன் கோயிலுக்குத் திரும்புவார். திண்டுக்கல் மாவட்டம் பழனி - கணக்கன்பட்டி முதலாவது வார்டில் மட்டும், எடுத்து வரப்பட்ட தீர்த்தம் வழிபடுவோர் அனைவருக்கும் கொடுக்கப்படுகிறது.

இச்சாதியினர் சில ஊர்களில் வழிபடுபொருள்களை நீர் நிலைகளிலேயே குளுமை அடையச் செய்கிறார்கள். திருச்சி மாவட்டம் திருச்சி-உறையூர் கல்லறை மேட்டுத்தெரு, திருச்சி- பொன்மலை கணேசபுரம் ஆகிய இடங்களில் கோயிலில் இருந்து காவேரி ஆற்றுக்கு மதுரைவீரன் சிலையோடு சென்று குளிர்ச்சி செய்கிறார்கள். திருச்சி- உறையூர் கல்லறை மேட்டுத் தெருவில் குளிர்ச்சி செய்து விட்டுப் பின்பு தீர்த்தத்துடன் கோயிலைச் சென்றடைவர்.

திருச்சி மாவட்டம் கரூர் - பெரியவரப்பாளையத்தில் பெண் தெய்வங்களுக்கு இரண்டு நாள் விழா முடிந்தவுடன் மூன்றாம் நாளில்தான் வீரனுக்கு வழிபாட்டு நிகழ்வு தொடங்குகிறது. இங்கு காவேரி ஆற்றுக்குப் போய் வேல், அரிவாள் ஆகியவற்றைச் சுத்தம் செய்வார்கள். பின்பு மதுரைவீரன் பூசாரி வேல் கொண்டு வருவார். வேல் தரையில் பதித்து வைக்கப்படும். பூசாரி வேலைப் பிடுங்க வேண்டும். பின்பு அங்கிருந்து சாமி ஆடிக்கொண்டு கோயிலுக்கு வருவார்கள்.

பிற சாதியினர்

ஆய்வுக்கு உட்பட்ட மாவட்டங்களில் நாயுடு மற்றும் வேளாளர் சாதியில் சண்முக நதியில் இருந்து தீர்த்தம் எடுத்து வருவதும், அரிவாள், வேல் ஆகியவற்றை ஆற்றில் சுத்தம் செய்து எடுத்து வருவதும், அங்கிருந்து பூசை செய்து சாமியாடி வருவதும் நடைபெறுகிறது. ஏனையச் சாதியாரிடம் தீர்த்தம் எடுத்து வருதல் என்ற நிகழ்ச்சி இடம் பெறவில்லை.

கரகம் எடுத்தல்

"கரகம் என்பதற்குப் 'பிரார்த்தனைக்கு எடுக்கும் பூக்குடம்' என்றும், 'கமண்டலம்', 'பிரார்த்தனைக்கான பூக்குடம்' என்றும், 'புண்ணியச் செயலுக்காகப் புனிதநீர் வைக்கப்பட்டுள்ள குடம்' என்றும் பொருள் கொள்ளப்படுகிறது. ஆனால், இன்று வழிபாட்டோடு தொடர்புடைய மஞ்சள்நீர் அல்லது புனிதநீர் கொண்ட பூங்குடம் மற்றும் ஆட்டத்திற்கு என்றே அமைக்கப்பட்ட பூங்குடம் இச்சொல் ஆகிய இரண்டையும் குறித்தும் வழங்குகின்றது"[16] என்று விளக்குவர். சக்திக் கரகம், ஆட்டக் கரகம் எனக் கரகங்கள் இரு வகைப்படும். அம்மன் வழிபாட்டில்தான் 'சக்திக் கரகம்' இன்றியமையாத சடங்காகும். கரகாட்டக் கலைஞர்களால் பயன்படுத்தப்படுவது 'ஆட்டக்கரகம்' ஆகும். சக்திக் கரகத்தை 'சக்திக் கும்பம் ' என்றும் கூறுவர். இச்சக்திக் கரகத்தை மதுரைவீரன் விழாவிலும் காணமுடிகிறது. ஏனென்றால், மதுரைவீரன் விழாவில் அநேக ஊர்களில் பெண் தெய்வ வழிபாடும் இணைந்தே காணப்படுகிறது. எனவே, மதுரைவீரன் வழிபாட்டில் பெண் தெய்வத்திற்காகச் 'சக்திக் கரகம்' எடுத்து வருவதைக் காணமுடிகிறது. அதே போன்று மதுரைவீரனுக்காகவே சில ஊர்களில் கரகம் எடுத்து வருவதும் அவனுடைய விழாவில் நடைபெறுகிறது.

சக்கிலியர்

கோயம்புத்தூர் மாவட்டம் பொள்ளாச்சி - நல்லூரில் மதுரைவீரன் விழாவில் தீர்த்தம் முதல் நாள் எடுத்தவுடன், பட்டாளம்மனுக்குச் சக்திக்கும்பம் எடுக்கிறார்கள். அதே சமயம் மதுரைவீரனுக்கும் கும்பம்

எடுத்து வருகிறார்கள். இதைப் போன்று வேட்டைக்காரன் புதூரிலும் நடைபெறுகிறது. இந்நிகழ்ச்சியை இங்கு 'கும்பதாபம்' என்பர். உடுமலைப்பேட்டையில் தீர்த்தம் எடுத்தப் பின்பு பெண்தெய்வம் வழிபாட்டில் இடம்பெறாத நிலையிலும் முதல் நாள் 'கும்பம் பாலித்தல்' (கரகம் எடுத்தல்) என்று மதுரைவீரனுக்கு நடைபெறுகிறது. இங்குக் கும்பம் எடுக்கும் பொழுது பூணூல் அணிந்து கொள்வர். இறுதி நாளில் கிணற்றில் கும்பத்தைப் போடும்பொழுது அறுத்தெறிந்து விடுகிறார்கள். கும்பம் பாலித்தலில் பூசாரி மட்டும் மண்பானையில் நீர் எடுத்து வருகிறார். இவர்கள் கும்பம் பாலித்தலைக் 'கும்பம் தாளித்தல்' என்கிறார்கள். திண்டுக்கல் அண்ணா மாவட்டம் பழனி- சங்கர் நகரில் தீர்த்தம் எடுத்து வரும்பொழுது வேல், வெட்டரிவாள் ஆகியவற்றோடு பூசாரி மதுரைவீரனுக்குக் கரகம் எடுத்துவருவார். இங்கு பெண் தெய்வம் வழிபாட்டில் இல்லை என்பதும் சுட்டத்தக்கது.

காட்டு நாயக்கர்

இச்சாதியினர் மதுரை மாவட்டம் சோழவந்தானில், அரிவாள் தூக்குபவருடன் சேர்ந்து, பூசாரி புதுமண்பானையின் மூலமாக ஆற்றில் இருந்து கரகம் கொண்டு வருகிறார். இராமநாதபுர பரமக்குடியில் வைகை ஆற்றில் இருந்து மாவட்டம் மண்பானையில் கரகம் எடுத்து வரும்பொழுது பூசாரி, மதுரைவீரன் போன்ற தோற்றத்துடன் ஆடை அணிந்து, கையில் அரிவாள் சாட்டையுடன் வருகிறார். வழிபடுவோருக்குக் குறிசொல்வார்.

பிற சாதியினர்

ஆய்வுக்கு உட்பட்ட மாவட்டங்களில் பிற சாதியரிடம் மதுரை வீரனுக்குத் திருவிழாவில் கரகம் எடுத்துவருதல் நிகழ்ச்சி இடம் பெறவில்லை.

மதுரைவீரன் அழைப்பு

மதுரைவீரன் விழாவில் முக்கிய நிகழ்வாக இடம்பெறுவது மதுரைவீரன் அழைப்பு. இதை 'உருவாரங் கொண்டு வருதல்' இந்நிகழ்ச்சி வேளாளரால் புதிதாக உருவாக்கப்பட்ட என்பர். திறக்கப்பட்டு,

அலங்காரத்தோடு மண்சிலைக்குக் கண் வழிபாட்டிடத்திற்கு அழைத்து வருவதாகும். "கடவுட் படிமத்தின் கண்மலர் மூடியிருக்குமானால் அப்படிமம் உலக அழிவைச் செய்யும் என்றும், திறந்திருக்குமானால் அப்படிமம் உலக வளர்ச்சிக்கு உதவும் என்றும் ஓர் ஆகமம் (உத்தகாரணாகமம்) கூறுகிறது"[17] என்கிறது சிற்ப செந்நூல். கண்மலர் திறக்கப்பட்ட மதுரைவீரன் சிலைகள் உற்சவத்திற்குப் (வீதி உலா) பயன்படுத்தப்படுகின்றன. வழிபாட்டிடத்தில் மதுரைவீரனுக்கு மூலப் படிமங்கள் இருந்தாலும், உற்சவ வசதி கருதி மண்சிலை புதிதாகக் கொண்டு வரப்படுகிறது. முதல் ஆண்டு உற்சவத்தில் பயன்படுத்தப்பட்ட கற்சிலைகள் மறுஆண்டு பயன்படுத்தப் படுவதில்லை. பழைய சிலைகளைக் கோயிலின் ஒதுக்குப்புறத்தில் இடம் பெறச் செய்வதோ அல்லது ஆற்றில் கரைத்தோ விடுவார்கள். இந்நிகழ்ச்சியில் வேளாரின் பங்கு தலைமை இடம் வகிக்கிறது.

சக்கிலியர்

மதுரைவீரன் அழைப்பு நிகழ்ச்சி இச்சாதியாரிடம் விழா நாட்களில் முன்னும் பின்னுமாக நடைபெறுகிறது. ஆய்வுக்கு உட்பட்ட மாவட்டங்களில் எட்டு ஊர்களில் விழாத் தொடக்க நாளிலேயே நடைபெறுகிறது. எட்டு ஊர்களில் விழாவின் இரண்டாம் நாள் மதுரைவீரன் அழைப்பு நடைபெறுகிறது. திருச்சி மாவட்டம் திருச்சி-பொன்மலை கணேசபுரத்தில் முதல்நாள் இரவும் மறுநாளும் நடைபெறுகிறது. கோயம்புத்தூர் மாவட்டம் பொள்ளாச்சி காந்திநகர் ரோட்டில் மட்டும் மூன்றாம் நாள் நடைபெறுகிறது.

மதுரைவீரன் விழாவிற்காகச் சக்கிலியச் சாதியினர், வேளாரிடம் புதிதான வீரனின் மண்சிலையை வாங்கிக்கொண்டு ஊர்வலமாக வரும் முன்பு, சில முறைகளைப் பின்பற்றுகின்றனர். வேளாரிடம் சிலை வாங்கும் முன்பு, வழிபடுவோரால் ஆடு, சேவல், பூசணிக்காய் ஆகியவைப் பலியிடப்படுகின்றன. பின்னர் அப்பலிப் பொருட்கள் வேளாருக்குச் சேர்ந்துவிடும். மேலும் சிலைக்கு முன்பு புதுத்துண்டில் பச்சரிசி, செந்நெல், காய்கறிகள், புதுவேட்டி, தேங்காய், பழம், செய்கூலி

போன்றவை வழிபாட்டிற்காக அச்சமயம் இடம்பெற்றுப் பின்பு அவையாவும் வேளார்க்கே சொந்தமாகி விடும்.

திண்டுக்கல் அண்ணா மாவட்டம் ஊராளிபட்டியில் உயர்சாதிக் காரர்களின் உத்தரவின்படிச் சென்று சக்கிலியர், வேளாரிடம் மண்சிலையை வாங்குவர். அப்பொழுது அவனுக்குரிய ஆடைகளை வழிபடுவோர் எடுத்துப் போக, வேளார் வீரனை அலங்கரிப்பார். விழாவிற்குப் பின்பு மதுரைவீரனுக்குரிய ஆடைகளும் நேர்த்திக் கடன்களுக்கான வேட்டி, துண்டுகளும், வேளாருக்கு உரித்தாகும். இவற்றில் இருந்து மாறுபாடாக, திருச்சி மாவட்டம் திருச்சி-உறையூர்-கல்லறை மேட்டுத் தெரு, திருச்சி- செங்குளம் காலனி பாலக்கரை, பெரியார் மாவட்டம் ஈரோடு- பெரியார் நகர் 'இ' பிளாக் ஆகிய ஊர்களில் ஊர்வலத்திற்கு மதுரைவீரன் மரச்சிலையை அலங்கரிப்பதற்கு அழைத்து வருவர். மரச்சிலையோடு ஆற்றுக்குப் போய் குளிர்ச்சி செய்தலும், தீர்த்தத்துடன் திரும்புதலும், அம்மனுக்குக் கரகம் எடுத்தலும் நடைபெறும். பின்பே, வீரனுக்குப் பூ அலங்காரம் செய்து ஊர்வலம் வருவர்.

மதுரைவீரன் சிலையை ஊர்வலமாக அழைத்து வருவதற்கு முன்பு 'கண் திறத்தல்' சடங்கு நடைபெறுகிறது. பெரும்பாலும் வேளாரே கண் திறத்தலைச் செய்கிறார். திண்டுக்கல் அண்ணா மாவட்டம் ஊராளிப்பட்டியில் மட்டும் மேல்ஜாதிக்காரர் கண் திறத்தல் செய்கிறார். கோழி இறகில் மையை நனைத்துக் கண்விழி வரையப்படும். ஊராளிபட்டியில் வண்ணார் வீட்டிற்கு முன்பு 'மாத்து' (புதுத் துணி) விரித்துக் கண் திறப்பர். வெள்ளைக் கண் விழியில் கறுப்பு மை வரைந்தும் திறப்பர். மரச்சிலையில் முகத்தில் பெயிண்ட் அடித்துப் பின்பு ஓவியர் கண் விழி வரைவார். "கண் திறத்தல் சடங்கு மூலமாக இறைமைப் பண்பு இறங்குவதாக நம்புகின்றனர். இந்நம்பிக்கை தெற்கு ஆசியா முழுவதும் இருந்து வருகிறது. சேவலின் இரத்தம் தோய்ந்த விரல்களைக் கொண்டு 'கண் திறத்தல்' சடங்கு நடத்தப்படுகிறது"[18] என்று ஸ்டீபன் இன்கில்ஸ் குறிப்பிடுவதாக **வில்டியூரெண்ட்** கூறுகிறார்.

மதுரைவீரன் சிலைக்குக் கண் திறக்கும்பொழுது பலியிட்ட பொருள்களிலிருந்து இரத்தம் எடுத்துப் பொட்டு வைக்கப்படும்.

மதுரைவீரன் சிலையை வாடகைக் குதிரையிலோ, மாட்டுவண்டியிலோ வைத்து ஊர்வலமாக அழைத்து வருவர். இவை தவிர சாமியாடுவோர், மாமன் மைத்துனர்கள், வேளார், பூசாரியின் மகன், வேளார் இனத்துப் பெண்கள் இருவர், நேர்த்திக்கடன்கள் செலுத்துவோர் போன்றோர் சிலையை ஊர்வலத்தில் தூக்கிக்கொண்டு வருவர். ஊர்வலத்தில் 'கோவிந்தா! கோவிந்தா!' என்று ஒலி எழுப்பிக் கொண்டும் வருவர். சில இடங்களில் முதல்நாள் எடுத்து வரப்பட்ட தீர்த்தத்தால் புது மண்சிலைகளைக் குளிர்ச்சி செய்தபின் வீதி உலா வரும்.

திண்டுக்கல் அண்ணா மாவட்டம் மஞ்சநாயக்கன்பட்டியில் ஊர்வலமாக வந்து ஊர் மண்டகப்படியில் வைத்துப் பொதுமக்கள் வழிபட்ட பின்பு சக்கிலியரின் கோயிலில் இறக்குவர். கதிர்நாயக்கன் பட்டியில் முதல் நாள் மதுரைவீரன் பெட்டியோடு ஊருக்கு வெளியில் காத்திருந்தவர்கள் மறுநாள் நல்லநேரம் பார்த்து ஊருக்குள் வருவர். பின்பு, பிற பூசாரிகள் உட்பட்ட மதுரைவீரன் பூசாரி, ஏழு அரிவாள்கள் பதினான்கு பேரால் கிடைநிலையில் இருபுறமும் பிடிக்கப்பட அதில் ஏறி இறங்குவர். பின்பு உருவாரம் வேளாரால் கண் திறக்கப்பட்டுப் பூசை நடைபெறும். தொடர்ந்து பூசாரி பதினான்கு அரிவாள் மேல் ஏறி இறங்குவார். சுவாமியைத் தூக்கிக் கொண்டு கோயிலுக்கு வருவார்கள்.

பிற சாதியினர்

ஆய்வுக்கு உட்பட்ட மாவட்டங்களில் நாடார் சாதியினருக்குப் பொதுமக்களின் நேர்த்திக் கடனாகப் பொதுப்பணத்தில் இருந்து சிலை வாங்கிக் கொடுக்கப்பட்டு கண் திறக்கப்படுவதும் உண்டு. "படிமங்களின் கண் திறப்பை 'நயனோன்மீலனம்' என்றும், 'நேத்ரோன் மீலனம்' என்றும், 'அக்ஷிமோசனம்' என்றும் சிற்ப ஆகம நூல்கள் பேசும்."[19] சிமிண்ட் சிலையை உருவாக்கிக் கொடுத்தவருக்கு முதல் மரியாதை செய்வதும் ஆயவண்ணார் சாதியில் நடைபெறுகிறது. பிற சாதியரிடத்தில் மதுரைவீரன் அழைப்பு என்ற வழிபாட்டு முறை காணப்படவில்லை.

துணைக்கு அழைத்துப் போதல்

இந்நிகழ்ச்சி பெரும்பான்மையும் பெண் தெய்வ வழிபாட்டொடு இணைந்து விழாக் கொண்டாடும் மதுரைவீரன் வழிபாட்டில் இடம்பெறுகிறது. அம்மனுக்காகச் சக்திக் கரகமோ, பெட்டி தூக்கும் நிகழ்ச்சியோ நடைபெறும் பொழுது பிற பந்தித் தெய்வங்களுடனோ, தனித்தோ, மதுரைவீரன் துணைக்குப் போகும் நிலையைக் காணலாம். இதன் மூலம் அவனது குணத்தையும் செயல் திறனையும் அறியலாம். பெட்டிக்குள் வழிபாட்டுக்குத் தொடர்புடைய பொருள்கள் இருக்கும். பெட்டியானது மரப்பெட்டியாகவோ, தகரப் பெட்டியாகவோ காணப்படும்.

சக்கிலியர்

ஆய்வுக்கு உட்பட்ட மாவட்டங்களில் இச்சாதியினர் நான்கு இடங்களில் இந்நிகழ்ச்சியைக் கொண்டுள்ளனர். பெண் தெய்வங்களுக்குச் சக்திக்கரகம் எடுத்து வரும்பொழுது மதுரைவீரன் சாமியாடி அருள் இறங்கி, சாமியாடிக் கொண்டு உடன் வருவார். திண்டுக்கல் அண்ணா மாவட்டம் மஞ்சநாயக்கன் பட்டியில் கரகப்பனையை மதுரைவீரன் சாமியாடியே தூக்கிக்கொண்டு வருவார். மதுரைவீரன் சாமியாடி, துணையாக வரும்பொழுது வீச்சரிவாள், பூண் போட்டு மணி கட்டிய நாங்குலிக் கம்பு, கருப்பு லங்கோடு, கறுப்புக் கச்சை, தலையில் அட்டைக் கிரீடம் ஆகிய அலங்காரத்தோடு விளையாடி வருவார். வரும் வழியில் காத்துக் கருப்பு வழி மறிப்பதாக வீரன் சாமியாடிக்குத் தெரியும். உடனே. மதுரைவீரன் சாமியாடுபவர். கண்ணால் பாவனை செய்வார். தொடர்ந்து எலுமிச்சம்பழத்தை நான்கு துண்டுகள் அறுத்து. அவற்றில் குங்குமம் தடவி நான்கு திசைகளிலும் தூக்கி எறிந்துவிட்டுக் கோயிலுக்குச் செல்வர். வரும் வழியில் சாமியாடியிடம் திருநீறு வாங்குவர். அவரே பாதரட்சை ஏறியும் ஆடி வருவார். இச்சாதியர் மதுரைவீரன் சாமியாடியிடம் விழா நடத்த உத்தரவு கேட்டுப் பின்பு அதற்குத் துணை செய்யுமாறும் வேண்டுவர்.

அய்யம்பாளையம் அருகில் உள்ள கதிர்நாயக்கன்பட்டியில் விழாவின் துவக்க நாளில் அவர்களுடைய பெருமாள் கோயில் பூசாரியும், மதுரைவீரன் பூசாரியும் திருச்சி-ஸ்ரீரங்கம் போவார்கள்.

அங்கு தங்கள் கையில் முத்திரைதானம்[20] குத்திக் கொள்வர். புது வேட்டியில் பெருமாள் கோயில் பூசாரி மாரடிப் பாய்ச்சலாக (மார்பின் குறுக்கே கட்டிக் கொள்வது) நாமக்கட்டியை (இதைத்தான் பெருமாளின் சிலை என்கிறார்கள். நாமக்கட்டி பெருமாளுக்கு குறியீடு) பிரம்புப் பெட்டியில் வைத்துக் கொள்வர். மதுரைவீரன் பூசாரி வழிபடும் ஊருக்கு வர, பெருமாள் பூசாரி வழிபாட்டில் கலந்து கொள்ளும் பக்கத்து ஊருக்குச் (அம்மையநாயக்கனூர் மாலையகவுண்டன்பட்டி) செல்வார். மறுநாள் கதிர்நாயக்கன்பட்டியில் இருந்து மதுரைவீரன் பூசாரி பெட்டியோடு காலில் தண்டை அணிந்து கொண்டு, கால் நடையாக மாலையகவுண்டன் பட்டி வந்து சேருவார். அங்கு அருகிலுள்ள பொட்டி செட்டிபட்டி ஊரின் அரண்மனையில் திருநீறு வாங்கிக் கொண்டு வழிபடும் ஊருக்குத் திரும்பி வரும்பொழுது, குறிப்பிட்ட இடத்தில் பிராமணரை வைத்துப் புண்ணியதானம் செய்து, பெருமாள் சிலையை மதுரைவீரன் பெட்டிக்குள் வைத்துக் கதிர்நாயக்கன்பட்டி கோயிலுக்குப் போவர்.

மேற்சுட்டிய ஊர்களில் மதுரைவீரன் சக்கிலியச் சாதியினருக்கு வழிபாட்டில் உதவி செய்பவனாக, தடைகளை நீக்குபவனாக வெளிப்படுத்தப்படுகின்றான்.

வேளாளர்

இச்சாதியினர் வழிபாட்டில், ஆய்வுக்கு உட்பட்ட மாவட்டங்களில் அதிகமாக எட்டு இடங்களில் மதுரைவீரன் துணைக்குப் போதல் நடைபெறுகிறது. இந்நிகழ்ச்சியில் வைகை ஆறு, சண்முக நதி ஆகிய நீர்நிலைகளுக்கு அம்மன் கரகம், கும்பம் மற்றும் அக்னி வீரபத்திரனுக்குச் செம்பில் பஞ்சமுகக் கலசம் எடுக்கவும், பெண் தெய்வத்திற்குரியப் பொருள்கள் அடங்கிய பெட்டி, மதுரைவீரனுக்குரியப் பொருள்கள் கொண்ட பெட்டி ஆகியவற்றை அங்கு சுத்தம் செய்து அலங்கரிக்கவும் சென்றடைவர். சில சமயம் சாமியாடி தவிர, மூத்த மகன் பெட்டி தூக்கி வருவதும் உண்டு.

இச்செயலுக்கு மதுரைவீரன் உட்பட்ட பந்தித் தெய்வங்களின் சாமியாடிகளும் துணையாக உடன் செல்வர். இவர்களுடன் காவல்காரர், நாட்டாண்மை ஆகியோருக்கும் மாலை அணிவித்து உடன் அழைத்துச்

செல்வர். பெட்டியில் வேடம் அணிவதற்கான பொருட்கள் இருக்கும். நீர்நிலையில் வழிபடுமுறைகள் நிகழ்ந்த பிறகு கோயிலுக்குத் திரும்புகையில், மதுரைவீரன் போன்று வேடம் அணிந்து சாமியாடி, துணையாகக் காவல்காரராக வருவார்.

மதுரைவீரன் சாமியாடி கையில் அரிவாள், சாட்டை, கத்தி ஆகிய ஆயுதங்கள் வைத்திருப்பார். மேலும், அரைக்கால் சட்டை (கச்சை), சல்லடம் (மணிகள் கோர்த்த இடுப்புத்துணி), தலையில் சுங்கம் விட்டுக் கட்டிய உருமா ஆகியவற்றோடு துணையாக உடன் வருவார். இவருடன் பந்தித் தெய்வச் சாமியாடிகளும் அருள் இறங்கி ஆடிக்கொண்டு வருவார்கள். வரும்வழியில் வழிபடுவோர் மதுரைவீரன் சாமியாடியின் மேல் தண்ணீர் ஊற்றிக் குறி கேட்பர். அவரும் கேட்கும் கேள்விகளுக்குப் பதில் சொல்வார். திண்டுக்கல் அண்ணா மாவட்டம் பழனி-சத்யா நகரில் கோயிலுக்குத் திரும்பும் பொழுது, மதுரைவீரன் சாமியாடி இடது கையையும், வலது காலையும் இழுத்துக் கொண்டு சாமியாடி வருவார்.

கோயிலுக்குப் பெட்டி மற்றும் கரகம் எடுத்து மதுரைவீரன் உட்பட்ட பந்தித்தெய்வ சாமியாடிகளின் துணையோடு திரும்பும் பொழுது, வீரன் சாமியாடி, ஆறு, ஏழு இடங்களில் தயங்கி நிற்பார். துர்தேவதைகள், காத்துக்கருப்பு வழி மறித்துள்ளது என வீரன் சாமியாடி குறிப்பால் உணர்த்த, எலுமிச்சம்பழம் நறுக்கி, அதில் குங்குமம் தடவி நான்கு திசைகளிலும் எறிந்துவிட்டுத் தொடர்ந்து செல்வர். கோயிலுக்கு வந்து கரகம் உட்பட்ட பிற பொருட்களை வைத்து விடுவர்.

பூசை நேரத்தில் மதுரைவீரன் சாமியாடியிடம் வழிபாட்டை ஏற்றுக் கொள்ளவும், மதுரைவீரனிடம் பிற பூசாரிகள் உத்தரவு கேட்டுத் தீப ஆராதனை செய்யவும் வேண்டி நிற்பார்கள். பூசை முடிந்த பின்பே வீரன் சாமியாடி வேடத்தைக் கலைப்பார். திண்டுக்கல் அண்ணா மாவட்டம் பழனி சத்யா நகர். சொக்குபிள்ளைபட்டி, கருப்பட்டி ஆகிய ஊர்களில் மதுரைவீரன் சாமியாடியிடம் நலமுடன் விழா நடக்க வாக்குறுதி வேண்டியும், வழிபடு முறைகள் கேட்டும், விழாவிற்கு

உத்தரவு கேட்டும் அவரின் துணையோடு பெட்டிக் கரகம் எடுத்து நீர்நிலைக்குச் செல்வதும், பிற நிகழ்வுகளும் செய்வர்.

பசும்பொன் தேவர் மாவட்டம் திருப்பாச்சேத்தியில் விழா இறுதி நாளில் கரகம் கரைக்கும்பொழுது வேடமணியாமல் கையில் கம்பு மட்டும் வைத்துக்கொண்டு மதுரைவீரன் சாமியாடி போவார். இவர்கள் வழிபாட்டில்தான் நீர்நிலைக்குச் சென்றவுடன், மதுரைவீரன் சாமியாடி குளிப்பதற்கும், பூசை செய்வதற்கும் எல்லை குறித்துக் கொடுப்பார்.

பிற சாதியினர்

ஆய்வுக்கு உட்பட்ட மாவட்டங்களில் உள்ள பிற சாதியாரிடத்தில் மதுரைவீரன் சாமியாடித் துணைக்குப் போகும் நிகழ்ச்சியோடு, அக்னிகுண்டம் (தீ மிதித்தல்) இறங்குவதும், காத்துக்கருப்பு வழி மறிக்கும்பொழுது சப்தம் கொடுப்பதும் இருபத்தியொரு பந்தித் தெய்வங்களுள் ஒன்றாக வந்து பொங்கல் வைக்க அடுப்புத் தோண்டும் இடத்தைக் குறிக்கவும், குறிப்பிட்ட இடத்தில் சேவல் கொடுக்கப் பட்டவுடன் அதன் தொண்டையில் வாயை வைத்துக் கடித்து இரத்தம் குடிக்கவும் செய்வதை அறியமுடிகிறது.

திண்டுக்கல் அண்ணா மாவட்டம் கல்கோட்டை பறையர் சாதியில் கரகத்தோடு துணையாக, மதுரைவீரன் சாமியாடி கோயிலுக்குப் போவார். மறுநாள் மாலை சாமியாடிகள் கொங்காச்சி அல்லது பொன்காச்சி உருமால் கட்டி, மணி கோர்த்த கச்சை அணிந்து வருவர். இதைக் ‘கட்டு வர்க்கம் கட்டி வருதல்’ என்பர். மாமன், மைத்துனர் ‘தவுல்’ என்னும் மேளத்தைக் கவிழ்த்தி வைத்துக் கொண்டு நிற்பர். மற்ற சாமியாடிகளுடன் மதுரைவீரன் சாமியாடியும் மேளத்தின் மீது ஏறி இறங்குவர். இதை ‘மேளமேறுதல்’ என்கின்றனர். பின்பு, மதுரைவீரன் சாமியாடி தீக்குழி இறங்குவார்.

பொங்கல் வைத்தல்

பொங்கலிடுதல் என்பது சமைக்கப்பட்ட சைவ உணவாகும். சிறுதெய்வங்களுக்குப் பொங்கலிட்டுப் படைக்கும் பழக்கம் பற்றிச் சில பாடல்கள் குறிப்பிடுகின்றன.[21] நாட்டார் தெய்வங்களில் குறிப்பாக

அம்மன் வழிபாட்டில் செழிப்பின் குறியீடாக இந்நிகழ்ச்சி நடைபெறும். மதுரைவீரன் வழிபாட்டில் பல இடங்களில் அம்மன் வழிபாடும் இணைந்துள்ளதால், வழிபடும் சாதியினர் இரு தெய்வங்களுக்கும் பொங்கல் வைப்பதை அறியலாம். கிராம தெய்வங்களுக்குப் பொங்கல் வைத்து வணங்குவது போன்றே பெருமரபினைச் சேர்ந்த விநாயகருக்கும் பொங்கல் வைத்து வணங்குதலைக் குறுநிலை ஆக்கம் (Parochilisation) என்பர்.

சக்கிலியர்

இச்சாதியினரின் மதுரைவீரன் வழிபாட்டில் பெரும்பான்மை இடங்களில் பொங்கல் வைத்தல் நடைபெறுகிறது. வெண்பொங்கல் படையலுக்கு என்று பூசாரிப் பொங்கல், தன் வீட்டுக்கு என்று தனியாகப் பூசாரி வைக்கும் பொங்கல், இரட்டைப் பொங்கல், வண்ணார் சாதியினர் வைக்கும் வெள்ளாவிப் பொங்கல், புழுங்கலரிசி மற்றும் பச்சரிசிப் பொங்கல் என்று மதுரைவீரனுக்கு விழாவில் தயார் செய்யப்படுகிறது.

திண்டுக்கல் அண்ணா மாவட்டம் கொடைரோடு - ராசதானிக் கோட்டையில் மணியார் சாதியினர் அரிசிச் சோறு செய்கிறார்கள், கதிர்நாயக்கன்பட்டியில் பொங்கல் வைத்தல் நிகழ்ச்சியின் போது, பிறந்த வீட்டுப் பெண்கள் சீர் கொண்டு வருவர். அரிசி, தேங்காய், கருப்பட்டி, வாழைப் பழம், பச்சரிசி மாவு ஆகியவற்றைப் புது மூங்கில் பெட்டியில் வைத்துக்கொண்டு வருவர். பழனி மஞ்சநாயக்கன்பட்டியில் சக்கிலியர் விழாவில் பொதுமக்களின் சார்பாக மண்டகப்படியில் மதுரை வீரனுக்குப் பொங்கல் வைத்தல் நடைபெறும்.

பிற சாதியினர்

திண்டுக்கல் அண்ணா மாவட்டம் நத்தப்பட்டியில் மதுரைவீரன் விழாவில் அனைத்து வேளாளர் சாதியினரும் ஊர்ப் பொங்கல் வைப்பர். அப்பொழுது மாமன், மைத்துனர்கள் பொங்கல் கூடை தூக்கிக்கொண்டு வருவது குறிப்பிடத் தக்கதாகும். மேலும், சிறப்பான விழா நாட்களில் மதுரைவீரனுக்குச் சௌராஷ்ட்டிரச் சாதியினர் அதிகமாகப் பொங்கல் வைத்து வழிபடுகிறார்கள்.

பலியிடுதல்

உயிர்களைத் தெய்வங்களுக்கு அளிக்கும் நிலையைப் பலியிடுதல் என்பர். பலி என்ற சொல்லுக்கு "நேர்தல், பயன் பிதிரர் முதலியோருக்காக விளைத்தல், செழித்தல், மிகுதல், யாகம் முதலியவற்றில் தேவர், இடும் உணவுப்பொருள் பலியிடுவதற்குரிய பிராணி முதலியன, காக்கை முதலிய பிராணிகளுக்கு உண்ண இடுஞ்சோறு, பூசையில் அர்ச்சிக்கும் பூ முதலியன, சாம்பல், திருநீறு, கிராம தேவதைகளுக்குப் பலியிடும் பொருட்டு விடப்பெற்ற மானியம், கந்தகம், பலின்சடுகுடு, காக்கை" என்றும், பலி கொடுத்தல் என்பதற்குக் 'கொல்லுதல்' என்றும் தமிழ் அகராதி பொருள் கூறுகிறது.[23] தெய்வங்களுக்குப் பலியிடுதல் பற்றிப் 'பலியிடுதல்' பழஞ் சமுதாயத்தில் தெய்வத்தை அமைதிப்படுத்தக் கையாண்ட வழிபாட்டு முறையாகும். இது உயிர்ப்பலி, மலர்ப்பலி என இரு வகைப்படும். உயிர்ப்பலியின் வளர்ச்சியில் ஏற்பட்ட மனிதனின் மனமாற்ற நிலையினை உணர்த்தும் வகையில் அமைவதே மலர்ப்பலி எனலாம். உயிர்ப்பலி முறையே தொடக்கக்கால மக்கட் சமுதாயத்தினரிடையே தெய்வத்தின் சீற்றம் போக்கக் கையாண்ட வழிபாட்டு முறை என்பதை மானிடவியலார் உணர்த்தி உள்ளனர் எனக் குறிப்பிடுவர்.[24]

சிந்துவெளி நாகரிகக் காலத்தில் உள்ள தாய்த்தெய்வச் சின்னங்களுக்கு முன்னர் உள்ள ஆடுகளைத் தாய்த் தெய்வத்திற்குக் கொடுக்கப் பெறும் பலியாடுகள் என்று குறிப்பிடுவர்.[25] வேள்வியில் உயிர்ப்பலிகள் இடம்பெற்றன எனத் தெரிகிறது.[26] புத்த சமயத்தினரும் புத்தர் காலத்திற்குப் பின்னர்த் தெய்வங்களுக்குப் பலி கொடுத்தனர் என்றும், பின்னர்ப் பலி நிறுத்தப் பெற்றுள்ளது என்றும் கூறுவர்.[27] கிறித்துவ சமயத்திலும் தெய்வங்களுக்குப் பலி கொடுக்கும் பழக்கம் முன்பிருந்தது என்பது அறிய முடிகிறது.[28] தலைவியின் நோய் தணிய, நிலையான துறையில் இருந்த கடவுளுக்கு வெள்ளாட்டுக்கடா பலியிட்டும் தணியவில்லை என்று அகநானூறு கூறுகிறது.[29] தெய்வத்தின் சீற்றத்தைப் போக்கப் பலியிடும் முறையினை அகநானூறு அறிவிக்கின்றது.[30] தெய்வத்திற்குப் பலியிடும் வழக்கினை ஐங்குறுநூறு தெரிவிக்கின்றது.[31]

மதுரைவீரன் நாட்டார் தெய்வங்களில் மிகவும் ஆவேசமான, துடிப்பான தெய்வம். அவனது இயல்பான ஆவேசத்தன்மை வழிபாட்டு முறைகளினால் படிப்படியாகக் குறைக்கப்படுகிறது. குறிப்பாகப் பலி கொடுத்தலின் மூலம் அவனை அமைதிப்படுத்த வழிபடுவோர் முற்படுகின்றனர். மதுரைவீரனுக்குப் பலிப் பொருட்களாக ஆடு, பன்றி, சேவல் ஆகியவை பயன்படுத்தப்படுகின்றன. பழங்காலந் தொட்டு தெய்வங்களுக்கு ஆட்டினைத் தமிழ் மக்கள் பலி கொடுத்து வருவது போல் கிரேக்கர்களும், ஹிபெட், ஆர்டிஸ் அப்பல்லோ போன்ற தெய்வங்களுக்கும் ஆட்டினைப் பலி கொடுத்து வந்துள்ளார்கள்.[32] இதைப் போன்று, "தெய்வங்களுக்குப் பன்றியைப் பலியிடும் வழக்கம் கிரேக்கம் போன்ற நாடுகளில் உண்டு. ஓசிரிஸ் என்ற கிரேக்கத் தெய்வம் பன்றிப் பலியைப் பெரிதும் விரும்பும்"[33]. இனி மதுரைவீரன் விழாவில் ஒவ்வொரு சாதியிலும் நிகழ்த்தப்பெறும் பலியிடுதல் பற்றிக் கீழே காணலாம்.

சக்கிலியர்

இச்சாதியினர் மதுரைவீரன் வழிபாட்டில் தீர்த்தம் எடுத்து வரும் பொழுதும், வேளாரிடமிருந்து சிலையை வாங்கிக் கண் திறக்கும் நேரத்திலும், சில இடங்களில் சிலையை இறக்கி வைக்கும் பொழுதும், வீரனுக்கு அபிசேகம் நிகழ்வுறும் பொழுதும் பலியிடுகின்றனர். பலிக்காகப் பெரும்பாலோர் கறுப்பு வெள்ளாட்டுக் கெடாவும் - சேவலும் பயன்படுத்துகின்றனர். ஒருசில இடங்களில் பன்றிக் கெடாவும் பூசணிக்காயும் வெட்டப்படுகிறது. திண்டுக்கல் அண்ணா மாவட்டம் மஞ்சநாயக்கன்பட்டியில் சிலை செய்த வேளாருக்குக் கவுண்டர் சாதியைச் சேர்ந்தவரே சக்திக் கெடாவைப் பலிக்காகக் கொடுக்கிறார்.

கெடா வெட்டுதலை பூசாரி, சாமியாடி தவிர மூப்பர், இசுலாமியர், அகமுடைய சேர்வை ஆகிய சாதியினர் நிகழ்த்துகிறார்கள். கெடாவானது தீர்த்தத்தண்ணீர் அல்லது மஞ்சள் தண்ணீர் தெளிக்கப்பட்டவுடன் தலையைக் குலுக்கவேண்டும். குலுக்கிய பின்புதான் கெடா வெட்டப்படும்.

திருச்சி மாவட்டம் கரூர் - பெரியவரப்பாளையம், ஆத்தூர் பூலாம்பாளையம் ஆகிய ஊர்களில் கெடாவை வெட்டி அதன் வாயில் வெட்டிய காலைக் கவ்வக் கொடுத்து, மதுரைவீரன் முன்பு வைத்து விடுவர். திருச்சி - செங்குளம் காலனி பாலக்கரையில் மதுரைவீரன் சாமியாடி கெடா வெட்டிய பின்பு கோயிலுக்குள் வருவதில்லை. வெட்டப்பட்ட தலை மற்றும் வலதுகாலும் பூசாரி, சாமியாடி தவிர ஒருசில இடங்களில் ஏகாலி (வண்ணார்)யும் எடுத்துக் கொள்கின்றனர். மதுரைவீரன் சாமியாடி சாராயம் வாங்கிக் குடித்துவிட்டும் கெடா வெட்டுவது உண்டு.

சில ஊர்களில் பொதுக்கெடா வெட்டிய பின்பு வரி கொடுத்தவர்களுக்குப் பிரித்துக் கொடுத்து விடுகிறார்கள். இவர்களால் ஆடு வளர்க்கப்பட்டோ, விலைக்கு வாங்கப்பட்டோ பலியிடுதலானது நிகழ்கிறது.

வேளாளர்

இச்சாதியினரும் மதுரைவீரனுக்குப் பலியாகக் கருப்பு வெள்ளாட்டுக்கெடா, சேவல் ஆகியனவற்றைக் கொடுப்பர். திருச்சி மாவட்டம் குளித்தலையில் முப்பலியாகச் சேவல், கருப்புக்கெடா, பன்றி ஆகிய மூன்றையும் ஒரே நேரத்தில் கொடுக்கிறார்கள். மதுரை மாவட்டம் சோழவந்தான் வீரணபிள்ளை சந்தில் கெடா வெட்டியப் பின்பு அதன் வாயைத் திறந்து, வெட்டிய வலது முன்காலை வாய்க்குள் வைத்து மதுரைவீரன் முன்பு வைத்துவிடுவர்.

பலிப்பொருட்களில் ஆடு பூசாரிக்கும், பன்றியானது பம்பைக் காரருக்கும் சொந்தமாகிவிடும். ஒருசில இடங்களில் மதுரைவீரன் சாமியாடி உத்தரவு கொடுத்த பின்பு, சம்பந்தி வீட்டுக்காரர்களாலும் கெடா வெட்டப்படும்.

மதுரை மாவட்டம் மதுரை பெரிய மதுரைவீரன் கோயில், தலையாரி குருநாதன் கோயில், செட்டி குருநாதன் கோயில், திருச்சி பூக்கடை, பெரியகடை வீதி அங்காளபரமேசுவரி கோயில் ஆகியவற்றில் பலியிடுதல் நடைபெறுவது இல்லை.

பிற சாதியினர்

ஆய்வுக்கு உட்பட்ட மாவட்டங்களில் உள்ள சாதியினர் வெள்ளாடு, சேவல், பன்றி ஆகியனவற்றைப் பலி கொடுக்கிறார்கள். பலியிடுவதற்கு முன்பு எலுமிச்சம்பழம் நறுக்கிக் குங்குமம் கலந்து நான்கு திசைகளிலும் எறிந்து, காத்துக் கருப்புக்குக் 'காவு' (பலி) கொடுப்பதையும் அறியலாம். தேவர், இசுலாமியர் ஆகிய சாதியினர் பலிச் சடங்கைச் செய்கிறார்கள். அரசின் சட்டம் பலியிடுதலைத் தடுப்பதால் வெட்டப்படும் ஆட்டிற்குக் கோயில் முன்பு காது மட்டும் அறுக்கப்படுவதையும் காணலாம்.

திண்டுக்கல் அண்ணா மாவட்டம் கல்கோட்டை பறையர் சாதியினர், மச்சம் இல்லா வெள்ளாட்டுக் கெடா அறுத்து, இரத்தம் கீழே சிந்தாமல், மதுரைவீரன் சாமியாடி இரத்தம் உறிஞ்சுவார். உறிஞ்சும் பொழுது நொண்டியைப் போல் இரண்டு கால்களாலும் மண்டி போட்டுக் கொள்வார். கை ஒடிந்ததைப் போன்று சாமியாடி கைகளைப் பின்புறமாகக் கட்டிக்கொள்வார்.

மதுரை மாவட்டம் மதுரை - மதுரைவீரன் கோயில் சந்தில் மஞ்சனக்கார யாதவர் பன்றியை மதுரைவீரனுக்குப் பலியிட்டுப் பின் புதைத்து விடுகின்றனர். சோழவந்தான் - வைத்தியநாதபுரத்தில் காட்டுநாயக்கர் சாதியினர் பொதுப்பன்றி வளர்த்து வீரனுக்குப் பலியிடுகின்றனர். இங்கு பன்றி அலங்கரிக்கப்பட்டவுடன் பூசாரி விபூதி போடுவார். பன்றிக்குப் பொங்கல் ஊட்டப்படும். பொங்கல் உண்ண மறுத்தால் போதையில்லை என்று சாராயம் கலந்து கொடுப்பார்கள். மஞ்சள் தண்ணீர் தெளித்து பன்றி மண்டையைக் குலுக்கியபின் பூசாரி வெட்டுவார். அதன் இரத்தத்தைக் குழி தோண்டிப் புதைத்து விடுவர். கழுத்தையும் முன் வலது காலையும் வெட்டி, பன்றியின் வாயில் காலைக் கவ்விப் பிடிக்கச் செய்வர். வெட்டப்பட்ட பன்றியின் உடலோடு கோயிலைச் சுற்றி வருவர். பின்பு பன்றியினைச் சுட்டுத் துணியில் வைத்துக் கூறுபோடுவர்.

இராமநாதபுர மாவட்டம் பரமக்குடியில் காட்டுநாயக்கர் சாதியினர் மஞ்சள் தண்ணீர், தெளித்து பன்றியின் கழுத்தை மரக்கட்டையில் வைத்து, இரு பக்கமும் மாமன், மைத்துனர் இருவரும் தங்கள்

கால்களைப் போட்டு இடுக்கிக்கொள்ள பூசாரி அருளுடன் ஓங்கி வெட்டுவார். பின்னர் வெட்டுப்பட்ட பன்றியின் கழுத்தைக் கோயிலுக்கு முன்பு வைத்துக் கேள்வி கேட்பர். "மதுரைவீரா! பூசையை ஏற்றுக் கொள்வாயா?" என்று கேட்கப் பன்றி மூன்று முறை வாயசைக்கும். இராமநாதபுரத்தில் குருவிக்காரச் சாதியில் பூசாரிக் குடும்பத்தில் உள்ள பன்றி முதலில் ஈட்டியால் குத்தப்படுகிறது. அப்போது பூசாரி வாய்கட்டிக் கொள்வார். பூசாரி, சாமியாடி இடத்தைக் குறிப்பார். அவ்விடத்தில் முலைக்குச்சி இரண்டு அடித்துப் பன்றியை மல்லாக்கப் படுக்க வைத்து, நெஞ்சில் குங்குமம் முன்னோடும் பிள்ளையால் வைக்கப்படும். குங்குமம் வைத்த இடத்தில் ஈட்டியால் குத்துவர். குத்திய இடத்தில் இரத்தம் வெளியேறாமல் கட்டையை வைத்துவிடுவர். பின்பு, பன்றியை அறுத்துப் புது இரத்தம் எடுத்து, வீரனுக்கு வைத்துக் கொள்வர். இதைத் தொடர்ந்தே பிற பன்றிகள் குத்தப்படும்.

ஆடு, பன்றி, சேவல் ஆகியன வழிபாட்டில் பலியிடுவதற்கு **ஃபிரேசர்** என்பாரால் விளக்கம் கொடுக்கப்படுகிறது. அதாவது மனிதனது பாவங்களை விலங்குகளுக்கும், பறவைகளுக்கும் மாற்றலாம் என்ற நம்பிக்கையில் இவைகள் பலிப்பொருட்களாக ஆக்கப்பட்டுள்ளன என்றும், இம்முறையைப் 'பலியாடு முறை' (Scape goat method) அல்லது 'மாற்றியமைக்கும் முறை' (Transferring method) என்றும் கூறுவார்.[34] மதுரைவீரன் வழிபாட்டில் பலியிடப்படும் விலங்குகள் அனைத்தும் ஆண் உயிர்களாகவே இருக்கின்றன. "உயிர்ப் பெருக்கத்திற்குக் காரணமான பெண் உயிர்களைப் பலி கொடுத்தால் தெய்வம் காரணமாகும்"[35] தண்டிக்கும் என்னும் தொல் பழைய நம்பிக்கையே இதற்கு என்பர். உளவியலார், "ஆண்களின் வக்கிரத்தால் நிகழ்ச்சிகள் ஒடுக்குதல்களுக்குள்ளான பெண்கள் (தாய்த் தெய்வங்கள்). சடங்கு மூலம் அதற்கு ஈடான ஒடுக்குதல்களை வெளிப்படுத்தும் நிலையில் எழுந்ததே ஆண் குறியீடுகளைக் கொண்ட உயிர்ப்பலிகள். ஆண்மகன் (மனிதப்பலி) ஆண் எருமை, கிடா ஆடு, சேவல் என்ற வரிசையில் 'ஆண்கள்' குறியீடாகப் பலி கொள்ளப்பட்டனர் என்கின்றனர்".[36]

பலிச்சோறு எறிதல்

மதுரைவீரன் விழாவில் பலிச்சோறு எறிதல் என்ற நிகழ்ச்சி, தீய ஆவிகளைத் திருப்திப்படுத்துவதற்காகச் செய்யப்படுகின்றது. இதில் பலியிடப்படும் விலங்குகளின் இரத்தத்தைச் சோற்றுடன் கலந்து வானத்தில் வீசுவர். ஆகாயத்தில் வீசப்பட்ட இரத்தச் சோற்றை ஆவிகள் பிடித்துச் சாப்பிடும் என்று நம்புகிறார்கள். இச்சடங்கு நள்ளிரவில் நிகழ்த்தப்படும். இதைப் போன்ற பாவனைச் சடங்கு முறைகளை ஃபிரேசர் கூறும் பாவனை மனிதப்பலி (Mock Sacrifice) என எடுத்துக்காட்டி, "ஆதிகால மனிதர்களிடம் காணப்பட்ட மனிதப்பலி முறை, சமூக மாற்றங் காரணமாகப் பாவனை மனிதப்பலி முறையாக மாறியிருக்கலாம்"[37] என்ற முடிவுக்கும் வருவர்.

சக்கிலியர்

இச்சாதியினர் கெடா வெட்டும்பொழுது, புது மண் கலயத்தில் இரத்தம் கீழே சிந்தாமல் பிடித்தும், சில இடங்களில் சிறிது இரத்தம் கீழே சிதறவிட்டுப் பிடித்தும் வைப்பர். பின்பு, சோறு மற்றும் படைப்புப் பொங்கல், சுடுவான் (சுட்ட ஈரல்) ஆகியவற்றோடு இரத்தம் கலந்து, நடு இரவுக்குமேல் ஊர் எல்லைக்குச் சென்று வானம் நோக்கி எறிவர். திருச்சி மாவட்டம் திருச்சி-பொன்மலை கணேசபுரத்தில் இதற்கு 'எல்லைச் சட்டி எடுத்தல்' என்பர். பூசாரியும் சாமியாடியும் இச்சடங்கைச் செய்வர். எறியப்பட்ட இரத்தச் சோறு கீழே விழாது என்ற நம்பிக்கை இங்கு உண்டு.

பிற சாதியினர்

ஆய்வுக்கு உட்பட்ட மாவட்டங்களில் உள்ள சாதியில் படையல் பொருட்களுடன் இரத்தம் கலந்து மூன்று உருண்டைகளாக எடுத்துச் சுடுகாட்டிற்குப் போய், கடுங்கோபமாக வானம் நோக்கி வீசிவிட்டுத் திரும்புவர். இது இராமநாதபுரம் குருவிக்காரச்சாதி மதுரைவீரன் விழாவில் நடைபெறுகிறது. பகைவனது இரத்தத்தைச் சோற்றில் கலந்து துர்க்கைக்குப் படைத்து சேரர்கள் வழிபட்டதைப் பதிற்றுப்பத்து கூறும்.[38] சுடலைமாடனுக்கு, "நெல்லைப் பகுதியில் மனிதக் குருதி கலந்து

இவ்வாறு செய்யப்படுகிறது. இதற்குத் திரள் கொடை கொடுப்பது என்கிறனர்''[39] 'திரைச்சோறு'[40] என்றும் கூறுவர். குமரி மாவட்டத்தில் 'ஊட்டுக் கொடுத்தல்'[41] என்பர்.

படையலிடுதல்

மக்கள் தாங்கள் பயன்படுத்தும் பொருட்களைத் தெய்வங்களும் பயன்படுத்தும் என்ற நம்பிக்கையில் நன்றி உணர்வுடன் படைப்பதனைப் படையலிடுதல் என்பர். படையல் என்பதை ஒவ்வொரு பகுதியிலும் வெவ்வேறான வழக்குச் சொற்களில் படைப்புப் போடுதல், அடசல் போடுதல், தளுகை போடுதல், பள்ளயம் போடுதல் என்றெல்லாம் வழங்கி வருகின்றார்கள். ஆய்வுக்கு உட்பட்ட மாவட்டங்களில் வீரனை வழிபடும் அனைத்துச் சாதியினரும் பெரும்பாலும் இரவு நேரங்களிலே படையல் போடுகிறார்கள். "பகல் இரவு என்பவை எதிர்மறைக் குறியீடுகளாக விளங்குகின்றன. பகல் என்பது அமைதியையும், நள்ளிரவு என்பது கோபத்தையும் குறிப்பதாகக் கொள்ளலாம்''[42] எனவே, கோபத் தெய்வமான மதுரைவீரனுக்கு இரவிலேயே வழிபாடு நடத்தப்படுகிறது. மனிதர்களின் உணவுப் பழக்கத்திற்கேற்ப உணவு பரிமாறுவதைப் போன்றே, தெய்வங்களின் உணவுப் பழக்கத்திற்கேற்ப உணவு படைக்கப்படுகிறது.

மதுரைவீரனுக்குப் பலிப்பொருட்களைக் கொடுத்துப் படைப்பது என்பது அவனோடு சமரசம் செய்து கொள்வது என்பதாகும். மேலும், அவனுக்கான படையல் பொருட்களில் ஒரு பொதுத்தன்மையைக் காண்பது அரிதாகவே உள்ளது. ஆனால், மாமிச உணவு வகைகளும், போதைப் பொருட்களும் படையலில் கட்டாயமாக இடம் பெறுகின்றன எனலாம். "கி.பி. 6,7,8, ஆகிய நூற்றாண்டுகளில் பாசுபதர், கபாலிகர், காளாமுகர் ஆகிய சைவ சமயப் பிரிவினர் இரத்தத்தையும், மதுவையும் தாங்கள் வழிபட்ட கடவுளுக்குப் படைத்திருக்கின்றனர்.''[43]

பலியிடப்பட்ட கெடாவிலிருந்து சுட்டோ, சுடாமலோ ஈரல், தலை, நறுடி (ஈரல் ஓரத்திலிருப்பது), தொடைக்கறி, நெஞ்சுக்கறி, இரத்தப் பொறியல், கஞ்சா கலந்த புழுங்கலரிசி, ரொட்டி, அவித்த முட்டை, வறுத்த கோழி, பன்றி அறுத்தால் அதன் ஈரல், சுட்ட தோல், சுருட்டு, சாராயம்,

பிராந்தி, கஞ்சா, அபின், குருவி லேகியம் போன்ற மாமிச மது வகைகள் இடம் பெறுகின்றன. சங்க காலத்தில் நடுகற்களுக்கு மலரும் மதுவும் சோறும் படைக்கப்பட்டதை அறியலாம். மேலும், “இன்று தாழ்ந்த சாதியினர் எனக் கருதப்படுவோர் வணங்கும் தெய்வங்களான மதுரைவீரன், இருளன், கறுப்பன், நொண்டி முதலியன நடுகல் வகுப்பைச் சேர்ந்தவை”[45] எனக் கூறுவார் சு.வித்தியானந்தன். பயறு வகைகள், பழ வகைகள், பலகார வகைகள், வாசனைப் பொருட்கள், திரவியங்கள், அவுல், பொரிகடலை, அச்சு வெல்லம். வெண்பொங்கல், சர்க்கரைப் பொங்கல் போன்றவைகளும் மதுரைவீரன் படையலில் இடம் பெறுகின்றன. மதுரை மாவட்டம் மதுரை-செட்டிகுருநாதன் கோயில், தேனி-அல்லிநகரம், திருச்சி மாவட்டம் கரூர் இரயில்வே காலனி, திருச்சி-வெக்காளி அம்மன் கோயில். குளித்தலை மீன்காரத் தெரு, திண்டுக்கல் அண்ணா மாவட்டம் நிலக்கோட்டை, கோயம்புத்தூர் மாவட்டம் உடுமலைப் பேட்டை ஆகிய ஊர்களில் சைவ உணவுப் படையல் (சுத்த பூசை). போடப்படுகிறது. “சைவ உணவு மென்மைத் தன்மையையும், அசைவ உணவு வன்மைத் தன்மையையும் குறிக்கும் குறியீடுகளாக விளங்குகின்றன.

மனிதச் சமூகத்தில் சைவ உணவு உண்ணுவோர் பெரும்பாலோர் மென்மைத்தன்மை உடையவர்களாகவும் கருதப் படுவதைக் காணலாம்”.[46] மதுரைவீரன் வன்மைத் தன்மை உடையவன் என்பதாலேயே அதிகப் பெரும்பான்மை ஊர்களில் அசைவ உணவே படைப்பில் இடம்பெறுகிறது எனலாம். இதனால் பிற தெய்வங்கள், குறிப்பாகப் பெண் தெய்வ வழிபாடு இணைந்துள்ள பல இடங்களில் படையலின்போது திரை போடப்படுகிறது. திரை போடப்பட முடியாத இடங்களில் அதிக இடைவெளி விட்டோ, வாயிற்படியின் பக்கமோ படையல் போடப்படுகிறது.

இப்படையல் பொருட்களைப் பூசாரிகளும், சாமியாடிகளும் உண்பர். சில ஊர்களில் வழிபடும் பங்காளிகள் மட்டும் உண்பதும், பிறருக்குக் கொடுக்காமல் எஞ்சிய படையலையும் பயன்படுத்திய இலையையும் குழி தோண்டிப் புதைத்து விடுவதும் நிகழ்கின்றன. சில ஊர்களில்தான் வழிபடுவோர் அனைவருக்கும் பகிர்ந்து அளிக்கின்றனர்.

சக்கிலியர்

இச்சாதியினர், மூன்று இலைகளில் படையல், வழிபடுவோர் வீட்டில் இருந்து ஒவ்வொருவரும் உணவு கொடுத்துப் படையல், பூசாரி அவரின் விருப்பமாக ஏதாவது ஒரு வீட்டுக்குச் சென்று மாமிசம் வாங்கிப் போடும் படையல் என மதுரைவீரன் வழிபாட்டில் இடம்பெறுகிறது. இவர்கள் அசைவப் படையலைப் 'பெறால் பூசை' என்பர்.

பிற சாதியினர்

ஆய்வுக்கு உட்பட்ட மாவட்டங்களில் பிற சாதியாரிடத்தில் பங்காளிகள் தளுகை மற்றும் மாமன், மைத்துனர் தளுகை என இரண்டு படையலை மதுரைவீரன் சாமி ஆடுபவர் மோப்பம் பிடிப்பதும், மண்டிக்கால் போட்டு நொண்டி போலப் படையல் பொருட்களை உண்பதும் உண்டு. திண்டுக்கல் அண்ணா மாவட்டம் குஞ்சிவீரன் பட்டியில் வேளாளர் சாதியினர் மதுரைவீரன் வழிபாட்டிற்கு மட்டும் பன்றி பலி கொடுத்து அடசல் போடுவர். பன்றிக் கறியை அன்றைய உணவில் மட்டும் சேர்த்து உண்பர்.

திருமணம் ஆன பெண்களும், பருவம் அடைந்த பெண்களும் படையல் நேரத்தில் கலந்துகொள்ளாது இருத்தல், படையல் பொருட்களைப் பிறந்தவீட்டுப் பெண்களுக்கு முறத்திலே வைத்துக் கொடுத்தல், மாமன், மைத்துனர்களுக்கு மட்டும் படையலைக் கொடுத்தல், சிலை கொண்டு வந்து கொடுத்தவர்களுக்குப் படையலைக் கொடுத்தல், ஒரு தளுகைச் சோறு என்று பங்காளிகள் மட்டும் கையில் வாங்கிப் படையலைச் சாப்பிடுதல், மாமன் மைத்துனர்களைப் பொம்மி, வெள்ளையம்மாளுக்கு அண்ணன், தம்பி உறவுமுறைக் கற்பித்து இரண்டு பங்குப் படையலைக் கொடுத்தல், படையலில் பயன்படுத்திய சாராயத்தைப் படையல் போட்ட பெண்ணே எடுத்துக் குடித்தல் போன்ற முறைகளும் நடைபெறுகின்றன.

திருச்சி மாவட்டம் கரூர்-கடம்பன்குறிச்சியில் வேளார் வழிபாட்டில் வெள்ளையம்மாள் 'பாப்பாத்தி' (பிராமணப்பெண்) எனச்சொல்லி, அவளுக்கு மட்டும் சைவப் படையல் இடம் பெறுகிறது.

44. இறுதிநிலை

பூசாரி

மதுரைவீரன் கோயில்களில் பெரும்பாலோர் பிராமணரல்லாதாரே பூசாரிகள் ஆவர். பெரும்பாலும் அச்சாதியரே பூசாரிகளாக இருப்பர். "சிறு தெய்வங்களின் முதற் பண்பு அவை பிராமணரால் பூசை செய்யப் பெறாதவை ஆகும்"[47] என்பர். பொதுக் கோயில்களில் வேறு தெய்வங்களோடு தெய்வங்களோடு இணைந்துள்ள வழிபாட்டிடங்களில் தலைமைத் தெய்வத்திற்கு உள்ள பூசாரியே மதுரைவீரனுக்கும் பூசாரியாக இருப்பர். இவர்கள் பெரும்பாலும் குடும்ப மூத்த வாரிசே பூசாரியாகப் பணிபுரிய வருவர்.

சக்கிலியர்

இச்சாதியினர் வழிபாட்டில் அவர்களுடைய இனத்தைச் சேர்ந்தவரே பூசாரியாக இருக்கிறார். ஆனால் விழா வழிபாட்டு நேரத்தில் அவர்களுடைய கோயில் பணிகளை வைத்து, குறிப்பாக மதுரைவீரன் வழிபாட்டிற்காக ஒன்றுக்கு மேற்பட்ட பூசாரிகள் இடம் பெறுகின்றனர். தலைமைப் பூசாரி வாரிசு முறையிலேயே பணிக்கு வருகிறார்கள். இப்பூசாரிகள், சாமிக்கு அபிசேகம் செய்பவர் தலைமைப் பூசாரி, கெடா வெட்டுபவர் வெட்டுப் பூசாரி, துணைப்பூசாரி, பொங்கல் வைத்தலில் பொறுப்பு வகிப்பவர் பொங்கல் பூசாரி, வேல் தூக்கி வருபவர் வேல் பூசாரி, மதுரைவீரனுக்குப் பெட்டி தூக்கி வருபவர் பெட்டிப் பூசாரி, சில இடங்களில் வீரனுக்குக் கரகம் எடுப்பவர் கரகப் பூசாரி, மணி ஆட்டிப் பூசாரி, பக்கப் பூசாரி, ஓடும் பிள்ளை என்றெல்லாம் இடம் பெறுகிறார்கள். பல ஊர்களில் இவர்கள் பூசை நேரத்தில் மஞ்சள் அல்லது வெள்ளை வேட்டியை வரிந்து கட்டிக்கொள்வர். மேல்சட்டையும் வழிபாட்டு நேரத்தில் அணிந்திருப்பதில்லை.

மதுரை மாவட்டம் சோழவந்தான் - வைத்தியநாதபுரச் சக்கிலியர் வழிபாட்டில், அருகிலுள்ள இரும்பாடி என்ற ஊரைச் சேர்ந்த அகமுடைய சேர்வைச் சாதியைச் சேர்ந்தவரே தலைமைப் பூசாரியாகச் செயல்படுகிறார்.

இச்சாதியரில் மதுரைவீரன் கோயில் பூசாரிகளைத் தேர்ந்து எடுப்பதும் சில இடங்களில் நடைபெறுவதுண்டு. ஊர்ப் பெரியவர்கள், இன ஆதரவு பெற்றவர்கள், விழாக் குழுவினர் ஆகியோர் சாமி ஆடுபவர்களை வரிசையாக நிற்க வைத்துக் கேள்வி கேட்டல் முறையில் தேர்வு செய்வர்.

பிற சாதியினர்

ஆய்வுக்கு உட்பட்ட மாவட்டங்களில் உள்ள பிற சாதியாரிடத்தில் ஒரு பூசாரி மட்டும் வழிபாட்டைச் செய்வதோடு, வாரிசு பூசாரியாக்கப் படுவதும் வருடந்தோறும் பூசாரி மாறுவதும் உண்டு. மதுரை மாவட்டம் மதுரை - பந்தடி நான்காவது தெருவில் உள்ள வேளாளரின் மதுரைவீரன் கோயிலில் சைவப் பிராமணர் பூசாரியாக மாதச் சம்பளத்திற்குப் பணிபுரிகிறார்.

மூப்பர் இனத்தைச் சேர்ந்தவரும் பூசாரியாகப் பணிபுரிவதோடு, பெரிய பூசாரி, உதவிப் பூசாரி, வேல் பூசாரி, அரிவாள் பூசாரி, தலைப்பூசாரி, துணைப் பூசாரி என்போரும் இருப்பர். திருமணம் ஆனவர்களும், அருள் வந்தால் தாங்கிக் கொள்ளும் வயது இருப்பவர்களும், முப்பது வயதுக்குமேல் உள்ளவர்களும் மதுரைவீரனுக்குப் பூசாரியாகப் பணிபுரியலாம்.

சாமியாடி

மதுரைவீரன் வழிபாட்டில் பூசாரி பணிபுரிந்தாலும் அவர்கள் சாமியாடுவது மிகக் குறைவே. சாமியாடுவதற்கு என்று மதுரைவீரன் வழிபாட்டில் 'மருளாடி', 'சாமியாடி', 'அருளாடி' என ஒவ்வொரு வட்டாரத்திற்கும் ஏற்ப மதுரைவீரன் சாமியாடுவோர் இருப்பர். "மதுரை, நெல்லை, குமரி மாவட்டங்களில் ஒருவர் நீர்க்கரகம் எடுத்துத் தெய்வப் பிரதிநிதியாக ஆடுவார். அவருக்குக் 'கோமறத்தாடி' எனப் பெயர் மதுரைவீரன் சாமியாடி சில இடங்களில் மதுரைவீரன் தெய்வத்திற்குரிய ஆயுதங்களையும் ஆடைகளையும் கொண்டு வேடமணிந்து வருவார்.. சிலர் காவித்துணியை வரிந்து கட்டிக்கொண்டு இருப்பர். கச்சை, மணி, கோர்த்த சல்லடம், தலையில் தொப்பி, கைகளில் ஏதாவது ஒரு ஆயுதம் பெரும்பாலும் கம்பு, அரிவாள், சாட்டை வைத்திருப்பர். சாமியாடுவோர்

விரதமிருப்பர். இச்சாமியாடிகள் வழிபாட்டிடங்களில் தேர்ந்தெடுக்கப் படுகின்றனர். அவர்களைச் சோதனை செய்யும் வழக்கமும் உண்டு. சாமியாடி அருள் வந்து ஆடிக்கொண்டிருக்கும் பொழுது, சில ஊர்களில் அவர்களிடையேயான பங்காளிச் சண்டைகள் 'சோதிப்பது' என்ற நிலையில் வெளிப்படுவதும் உண்டு.

சக்கிலியர்

இச்சாதியினர் ஆண்டுதோறும் சாமியாடியைத் தேர்ந்தெடுப்பர். மூன்று குடங்களை வரிசையாக நிறுத்த அவற்றில் அடையாளம் இட்ட குடத்தை எடுப்பவரும், மறைத்து வைக்கப்பட்டிருக்கும் எலுமிச்சம் பழம், திருநீறு, செந்தூரம், வாழைப்பழம் போன்ற பொருள்களை எடுப்பவரும் சாமியாடியாகத் தெரிவு செய்யப்படுவார்.

சாமியாடிகள் வேல்மேல் நின்றும் தீப்பந்தம் சுற்றிக் கையில் வைத்துக் கொண்டும், ஆட்டின் இரத்தம் குடித்துக் கொண்டும், வேல் தூக்கிக் கொண்டும், பாதக்குறடு மேல் நின்றும் நடந்து கொண்டும், பிரம்பால் தன்னுடல் மேல் அடித்துக் கொண்டும், ஐந்து மணிவார் எடுத்துக் கொண்டும் (ஐந்து பிரிவாக உள்ள மூன்று அடி வார் கொண்டது), ஏழு மற்றும் பதினான்கு அரிவாள்கள் மீது ஏறியும் இறங்கியும் சாமியாடுவார்கள். சாமியாடிகள் இந்த நேரத்தில் குறி சொல்வதும் ஆசி வழங்குவதும் உண்டு. "தெய்வ ஆவேசமுற்றவர் சிறிது நேரம் கடவுளாகவே கருதப்படுகிறார். இவர்களைத் தற்காலிகக் கடவுளர் (Temporary Gods) எனலாம் என்றும், மனித உருப்பெற்ற தெய்வங்கள் (Incarnate Human Gods) என்று ஃபிரேசர் இவர்களைக் குறிப்பிடுவார்"[49] என்றும் **ஆ.சிவசுப்பிரமணியன்** கூறுவார்.

மதுரைவீரன் சாமியாடிகள் வேடமணிந்து ஆடுவர். சக்கிலியச் சாதியில் சாமியாடி, நொண்டி அடித்துக்கொண்டு மதுரைவீரன் சாமியாடுகிறார்கள். மேலும் பொம்மி, வெள்ளையம்மாள் என்ற பெயர்கள் வைத்துள்ள பெண்களும் சாமியாடுகிறார்கள். "அருள் வந்து ஆடுபவர் பதினெட்டுத் தீப்பந்தங்களை எடுத்து ஆடும் நிகழ்ச்சியைச் சேலம் மாவட்டம் நாமக்கல் லத்திவாடி கிராமத்தில் காணலாம். அருள் வந்து ஆடும்போது மதுரைவீரனின் மனைவிகளான பொம்மி,

வெள்ளையம்மாள் ஆகியோரின் வேடமணிந்த ஆண்கள் உடன் வருவர்.''[50]

பிற சாதியினர்

ஆய்வுக்கு உட்பட்ட மாவட்டங்களில் பிற சாதியரிடத்தில் மதுரை வீரன் சாமியாடி தேர்ந்தெடுக்கப்படுகிறார். பூவுக்குள் ஒளித்துவைத்து துண்டுக் காகிதத்தை எடுக்கச் சொல்லித் தேர்வு செய்வர்.

மதுரைவீரன் சாமியாடி வலது காலையும் இடது கையையும் இழுத்துக் கொண்டு, தலை மற்றும் முழங்காலில் தேங்காய் உடைத்தும், அரிவாள்மேல் ஏறி நின்று சேவல் இரத்தம் குடித்தும் ஆடுவார். ஆடும்பொழுது அவரைத் துண்டு போட்டும் பிடித்துக் கொள்வர். அப்பொழுது நாக்குத் தள்ள, கெடா வெட்டினால்தான் வாய்க்குள் போகும். சில ஊர்களில் வழிபாட்டின்போது குறை இருந்தால் வழிபடுவோர் எவரேனும் சாமியாடுவர். திருமணம் ஆன பெண்களும், வேளாளர் சாதியில் கோயிலுக்கு வெளியே மதுரைவீரன் சாமியாடுவர்.

இராமநாதபுரம் குருவிக்காரச் சாதியில் பூசாரி சாமியாடி பேய் பிடித்தவர்களைச் சாட்டையில் அடிப்பார். பின்பு, ஊரணிக்கரையில் பூசாரிக் கோலத்தை அவிழ்த்துவிட்டுத் தண்ணீரில் ஓடிக் குதித்து விடுவார். மேலும், ஆடும் பொழுது, மறு வருடம் பன்றி வெட்டுபவரைக் குறிப்பிட்டுச் சொல்வார்.

மதுரை-பெரிய மதுரைவீரன் கோயில், திருச்சி-பூக்குளம் பெரியகடை வீதி அங்காளப் பரமேசுவரி கோயில், திண்டுக்கல் அண்ணா மாவட்டம் சாணார்பட்டி ஆகிய இடங்களில் பிராமணர், இசுலாமியர், கள்ளர் மற்றும் இசுலாமியர் வீட்டுப் பெண்களும் சாமியாடுவர். சாமியாடும் பெண்கள் சாராயம் வாங்கியும் குடிப்பதை அறியமுடிகிறது.

''சென்னை மாவட்டம் வேளச்சேரியில் சித்ரா பௌர்ணமி விழாவில் மதுரைவீரசுவாமி கழுவடி பூசை நடந்தது. கழுவடியில் இரண்டு பெரிய கம்புகள் நடப்பட்டுள்ளன. அதில் கீழிருந்து ஏழு அரிவாள்கள் குறுக்காகக் கட்டப்பட்டுள்ளன. அதற்குமேல் இரண்டு

அரிவாள்கள் குறுக்கும் நெடுக்குமாகக் கட்டப்பட்டுள்ளன. இதனையடுத்து மூன்று அரிவாள்கள் கட்டப்பட்டுள்ளன. மதுரைவீர சுவாமியாக ஒருவர் அலங்கரிக்கப்படுகிறார். பம்பைக்காரர்கள் மதுரைவீரன் கதையைப் பாடிக்கொண்டு, சுவாமியை மதுரைவீரன் கோயிலுக்கு அழைத்து வருகின்றனர். இப்போது மதுரைவீரன் நடனமாடி வருகிறார். மதுரைவீரனுக்கு முன்னால் இருவர் தீச்சட்டி ஏந்தி வருகின்றனர். மதுரைவீரன் வலதுகையில் அரிவாளும், இடதுகையில் கமண்டலமும் கொண்டு ஆடி வருகிறார். தீச்சட்டி எடுத்து வருபவருக்கு முன்பு இருவர் சிலம்பாட்டம் நடத்துகின்றனர். இவ்வாறு அழைத்து வரப்பட்ட சுவாமி கழுவடியில் வேகமாக ஏறுகிறது. உச்சியிலிருந்து ஒவ்வொரு கழுவடியிலும் உட்கார்ந்தும், நின்றும், படுத்தும், சுவாமியாட்டம் நடக்கிறது. பின்பு கழுவடிக்குப் பக்கத்தில் அமைக்கப்பட்ட ஐந்து கத்திகளால் தயாரிக்கப்பட்ட ஊஞ்சலில் சுவாமியாட்டம் நடக்கிறது. இறுதியில் ஊஞ்சலில் இருந்தவாறு சுவாமி குறி சொல்கிறது. குறி கேட்பதற்காக மக்கள் இப்பூசையை நடத்துவதாகவும் கூறுகின்றனர்."[51].

"சென்னை மாவட்டத்தில் சூளைமேடு என்ற இடத்தில் மதுரை வீரனுக்குக் கழுவடி ஊஞ்சலில் அலங்காரப் பூசை நடத்தப்படும்போது, மதுரைவீரன் அருள் வந்து ஆடுபவர், மதுரைவீரன் உடையணிந்து கழுவடி ஊஞ்சலில் அமர்ந்து ஆடுவார்"[52]. இந்நிகழ்ச்சியின் அமைப்பைக் குறிப்பாகக் காட்டுவது போல மதுரை மாவட்டம் தேனி – அல்லிநகரத்தில் வேளாளர் நிர்வாகம் மற்றும் பூசாரித்தனம் உள்ள பொது மக்கள் கோயிலில் ஊஞ்சல் கட்டித் தொங்கவிட்டிருப்பதும், திருச்சி மாவட்டம் கரூர்- ரயில்வே காலனியில் வீரனை விழா நேரத்தில் ஊஞ்சலில் உட்கார வைத்திருப்பதில் இருந்தும் அறிந்துகொள்ளலாம்.

வாய்கட்டிப் பூசை செய்தல்

மதுரைவீரன் வழிபாட்டில் பல கோயில்களில் பூசை செய்யும் நேரத்தில் பூசை செய்வோர் வாயினை ஒரு துணியினால், பெரும் பாலும் வெள்ளைத் துணியினால் கட்டிக் கொள்கிறார்கள். பூசை செய்பவரின் மூச்சுக்காற்று, இருமல், தும்மல் எதுவும் சுவாமி மேல் படக்கூடாது என்பதற்காக வாயை வெள்ளைத்துணியால் கட்டிக்

கொள்வார்கள்.[53] சமணத் துறவிகள் வாயிற்குத் திரை போட்டுக் கொண்டு இருப்பதை இன்றும் காணமுடிகிறது.

ஆய்வுக்கு உட்பட்ட மாவட்டங்களில் பதினான்கு இடங்களில் சக்கிலியரும், இரண்டு இடங்களில் வேளாளரும், எட்டு இடங்களில் பிற சாதியினரும் மதுரைவீரன் விழாவில் வாய் கட்டிப் பூசை செய்கின்றனர். திண்டுக்கல் அண்ணா மாவட்டத்தில் தான் அதிகமான ஊர்களில் இம்முறைப் பின்பற்றப்படுகிறது.

வருந்தி அழைத்தல்

மதுரைவீரன் விழாவில் வழிபாட்டின் போது. பூசை நேரத்தில் ஒரு சில இடங்களில் 'வருணிப்பு' என்று மதுரைவீரன் பற்றியப் பாடல்கள் பாடப்படுகின்றன. இந்நிகழ்ச்சியை வழிபடுவோர் 'வருந்துதல்', 'வருந்தி அழைத்தல்' என்று சொல்வர். மதுரைவீரனுக்கு வழிபாட்டில் வடமொழி மந்திரங்கள் என்று எதுவுமில்லை. வருந்தி அழைத்துப் பாடுதலைப் 'பூசாரிப் பாட்டு' என்றும் கூறுவர். இப்பாடல்களைப் பெரும்பாலும் உடுக்கு அடித்துக்கொண்டு பாடுவர். குறிகாரர் பூசைநேரத்தில் பாடுவதற்கு என்று அழைக்கப்படுகிறார். இவர் மதுரைவீரனை வருந்தி அழைக்கும்போது, வழிபடுவோர் சாமியாடுதலும் நிகழும்.

ஆய்வுக்கு உட்பட்ட மாவட்டங்களில் ஆறு இடங்களில் இந்நிகழ்ச்சி இடம்பெறுகிறது. "பூசாரிப் பாடல்களில் மதுரைவீரன் வரவேற்பு என்பதும் ஒன்று. அதுவும் ஒரு நம்பிக்கையைக் கொண்டது. ஆண்டு பிறக்கும்போதே மதுரைவீரனை வழிபட்டால், பன்னிரண்டு மாதமும் வாழ்க்கை பசுமையாக விளங்கும் என்று பாமர மக்கள் நம்புகிறார்கள். மதுரைவீரன் வழிபாட்டுமுறை கவர்ச்சிகரமானது. வீட்டிலுள்ள ஆண் குழந்தைக்கு மதுரைவீரனைப் போல வேடம் கட்டுவார்கள். ஆடை, ஆபரண அலங்காரம் வெகு அழகாக இருக்கும். பூசாரிகள் வழக்கம் போல உடுக்கையும், பம்பையும் அடித்துக்கொண்டு பாடுவார்கள். அந்தக் குழந்தையை ஆவேசிக்கும்படி மதுரைவீரனை வேண்டுவார்கள். மருள் தழைத்ததும், குழந்தையைச் சிங்காரத் தொட்டியில் இட்டு தாலாட்டுவார்கள். கும்மியடித்துக் குலவையிடுவார்கள்.

அவ்வாறு மதுரைவீரனை மகிழ்வித்த பின், மக்களும் இன்பக் கடலில் மிதப்பார்கள். அந்தக் கோலாகல விழாவில் குழந்தைக்கு வேடம் தரிக்க, மதுரைவீரனிடம் அனுமதி வேண்டுவார்கள்.

> "ஆத்தாளே மீனாட்சி அம்பிகையே நீ திரும்பு
> மாதாவே மீனாட்சி மகராசி நீ திரும்பு
> ஆரம் கழுத்திலிட்டு அனுப்பும் அம்மா உன் மகனை
> மாலை கழுத்திலிட்டு மகனாரை நீ அனுப்பு
> அப்பா மதுரை அழகுதுரை சீமானே
> சாமி மதுரை சைவகுலச் சீமானே
> புரளி அலங்காரா பொம்மி மணவாளா
> பூசை கொலுவில் ஐயா புண்ணியனே நீ திரும்பு
> ஆசை கொலுவில் ஐயா ஆண்டவனே நீ திரும்பு
> அப்பா மதுரை அழகுநிலை கொண்ட தங்கம்
> உன் அருமை உன் குழந்தை உனக்கடிமையான மைந்தன்
> அருமை மகளுக்கு அறியும் ஐயா வெண்ணீறு
> உந்தன் முடிதரிக்க உத்தமனே உத்தரவா?
> உத்தரவு மகனே என்று உலுக்கும் ஐயா கைவிளக்கை
> ஒரு குறையும் இல்லையென்ற திருவிளக்கை நீ குலுக்க
> ஆண்டவா மகாதேவா?"[54]

என்று பாடப்படுகிறது.

திண்டுக்கல் அண்ணா மாவட்டம் நிலக்கோட்டை (நாயுடு), கொளிஞ்சிப்பட்டி (நாடார்) ஆகிய ஊர்களில் உள்ள வீரன் கோயில்களில் பூசாரிகளால் உருவாக்கப்பட்ட வடமொழி மந்திரங்கள் பயன்படுத்தப் படுகின்றன. மதுரை மாவட்டம் சின்னமனூரில் (அம்பட்டர்) பூசை நேரத்தில் 'குலவை' ஒலி எழுப்புகிறார்கள்.

மந்திரித்தல்

மதுரைவீரன் வழிபாட்டில் 'மந்திரித்தல்' என்ற முறையும் உண்டு வேப்ப இலையை விசிறுதல், கோயில் மண், திருநீறு, தீர்த்தம் ஆகியவற்றைத் தெளித்தல் ஆகிய செயல்களை மந்திரங்களின் மூலம்

முணுமுணுத்துக் கொண்டு செய்வதே 'மந்திரித்தல்' என்கின்றனர். இது நாட்டுப்புற மருத்துவமுறைகளில் ஒன்று. ஆய்வுக்கு உட்பட்ட மாவட்டங்களில் உள்ள அனைத்துச் சாதிகளிலும் பரவலாக மந்திரித்தல் நடைபெறுகிறது. குறிப்பாக, சக்கிலியச் சாதியினர் வழிபடும் அனைத்து ஊர்களிலும் இது நிகழ்வுறுகிறது.

குழந்தை இல்லாதவர்கள், பேய் பிடித்தவர்கள், பயந்தவர்கள், உடல்நிலை சரியில்லாதவர்கள், திருமணம் ஆகாதவர்கள், கால் கை விளங்காதவர்கள் போன்ற குறைபாடுடையவர்கள் மந்திரித்துச் செல்கின்றனர். மந்திரித்தலை அதிக ஊர்களில் பூசாரியே செய்து விடுகிறார். மந்திரிக்க வருவோரில் மிக அதிகமாக வருவது, குழந்தை இல்லாதவர்களும் பயந்தவர்களும் என்பது குறிப்பிடத்தக்கது.

திண்டுக்கல் அண்ணா மாவட்டம் அம்மையநாயக்கனூர்- இடையர்பட்டி - தெப்பக்குளத் தெருவில் நாயுடு சாதியினர், வருவோருக்கு மந்திரித்து விபூதி கொடுக்க நினைக்கும்பொழுது, கைக்குள் திருநீறு வரவில்லை, என்றால் வந்தவர் பூசாரி குடும்பத்திற்குக் கெடுதல் நினைத்துள்ளார் என்று அவர்களுக்கு மந்திரிக்க மறுத்து விடுகின்றனர். இதைப்போன்று கொடைரோடு நாயுடு சாதியினர் அவர்களுடைய வீரன் வழிபாட்டின்போது மட்டும் பிறருக்குத் திருநீறு கொடுக்கிறார்கள். மற்றநேரத்தில் இவர்களும் கொடுப்பதில்லை; பிறரிடமும் வாங்குவதில்லை.

நேர்த்திக் கடன்கள்

மக்கள் தங்கள் வாழ்வில் இழப்புகளையும், குறைகளையும் காணுகையில் அவற்றை ஈடு செய்யுமாறு தெய்வங்களை வேண்டுவர். அத்தெய்வங்கள் குறைகளைத் தீர்த்தால், அதற்கு ஈடாகத் தான் செய்வதாகக் கூறும் கடன்களை நேர்த்திக் கடன்கள் என்று குறிப்பிடுவர். இச்சடங்குகள் பல வகைப்படும். இவற்றைத் தொல்காப்பியர் 'தெய்வக்கடம்' என்பார்.[55] மதுரைவீரன் வழிபாட்டில் முக்கிய இடம்பெறுவது வழிபடுவோர் கொடுக்கும் நேர்த்திக் கடன்களாகும்.

வழிபடுவோர் அவரவர் பொருளாதார வசதிக்கு ஏற்றபடி, வேண்டுதலுக்குத் தகுந்தபடி நேர்த்திக்கடன் செய்வர். பொதுவாக,

அனைத்துச் சாதியினர் வழிபாட்டிலும் பொங்கலிடுதல், கெடா வெட்டுதல், முடி எடுத்தல், காது குத்தல் போன்றவை பரவலாக நேர்த்திக்கடனுக்குச் செய்யப்படுகிறது. மேலும், ஆயிரம் மணிவேல், வேல் ஊன்றுதல், கல்லால் தொட்டி இளந்தூரி செதுக்கி வைத்தல், மதுரைவீரன் நெற்றியில் காசு வைத்தல், உண்டியல் வைத்தல், மணி, கற்பூரத்தட்டு, அரிவாள், குத்துவிளக்கு, சாமியாடிக்கு வெள்ளி அல்லது தங்கத்தால் காப்பு அடித்துப் போடுதல் (வேளாளர்) ஆகியன நேர்த்திக்கடனுக்குச் செய்யப்படுகின்றன.

இவை தவிர குழந்தை பிறந்தவுடனும், மாடு கன்று போட்டவுடனும், பெண்கள் பருவம் அடைந்தவுடனும் முப்பது நாள் கழித்து அபிசேகம் செய்வர். வளையல்கள் காணிக்கையாகக் கொடுத்தல், தீக்குழியில் உப்புப் போடுதல், முக்காவுக் (சேவல், ஆடு, பன்றி) கொடுத்தல், குழந்தை இல்லாதவர்கள் 'தூரிக்கல்' செய்து தொங்க விடுதல், விழாவில் தீர்த்தம் எடுத்து வருதல், ஊர்வலத்தில் மதுரைவீரன் சிலையைத் தூக்கி வருதல், தீச்சட்டி எடுத்தல் அல்லது பூ ஓடு எடுத்தல் போன்றவைகளும் நடைபெறும்.

சக்கிலியர் வழிபாட்டில் மாவிளக்கு எடுத்தல், முளைப்பாரி எடுத்தல், மஞ்சள் நீர் எடுத்தல் ஆகியன வீரன் வழிபாட்டில் பரவலாக இடம் பெற்றுள்ளன. இது, அவர்களுடைய வழிபாட்டில் பெண் தெய்வ வழிபாடும் இணைந்திருப்பதால், அத்தெய்வங்களுக்காகச் செய்யப்பட்டதென எண்ண முடிகிறது. ஆனால், அவர்களிடம் மதுரைவீரன் வழிபாடு மட்டுமே இடம்பெற்றுள்ள கோயம்புத்தூர் மாவட்டம் உடுமலைப் பேட்டையிலும், மதுரை மாவட்டம் சோழவந்தான் வைத்தியநாதபுரம் காட்டுநாயக்கர் வழிபாட்டிலும் மாவிளக்கு, முளைப்பாரி, மஞ்சள்நீர் ஆகியவை இடம்பெறுகின்றன.

பொழுதுபோக்கு நிகழ்ச்சிகள்

மதுரைவீரன் விழாவில் வழிபடுவோர்க்கு ஆர்வத்தையும் மகிழ்வையும் தருவது அதில் இடம்பெறுகின்ற பொழுதுபோக்கு நிகழ்ச்சிகளாகும். சக்கிலியச் சாதியினரின் மதுரைவீரன் வழிபாட்டில் தான், மிக அதிக அளவில் பொழுதுபோக்காகக் கலைநிகழ்ச்சிகள் இடம் பெறுகின்றன- பிற சாதியினர் வழிபாட்டில் பரவலாகவே கலை

நிகழ்ச்சிகள் இடம் பெறுகின்றன. சக்கிலியச் சாதியினா் கலை நிகழ்ச்சிகளில் முன்னுரிமை அளிப்பது நாடகத்திற்கும், அதற்கடுத்தாற் போல திரைப்படத்திற்கும்தான். மதுரைவீரன் நாடகமும் திரைப்படமும் தான் அதிக அளவில் நடத்தப்படுகின்றன.

திருச்சி மாவட்டத்தில் மதுரைவீரன் நாடகமானது சக்கிலியா் விழாவில் மற்றைய மாவட்டங்களில் இருந்து மாறுபட்டு தொடங்கு கிறது. திருச்சி-பொன்மலை கணேசபுரத்தில் இரவு நாடகம் நடைபெறுவதற்கு முன்பு மதுரைவீரனாக நடிப்பவர், அறுபத்து நான்கு தீப்பந்தங்கள் உடலில் கட்டி, எல்லைச்சட்டி நிகழ்ந்த இடத்தில் இருந்து இரவு பன்னிரண்டு மணிக்குமேல் ஊா் சுற்றிப் பின்பு கோயிலைச் சுற்றி வருவாா். கோயிலின் முன்பு வீரமண்டி போட்டுச் சேவலை வாயில் வைத்துக் கடித்து, இரத்தம் குடித்துக் காவு வாங்கியப் பின்னா் நாடகமேடை ஏறுகிறாா். தீப்பந்தம் கட்டி வருதல் என்பது வேட்டை ஆட வெளிச்சத்துடன் வருதல் என்பதைக் குறிப்பதாகச் சொல்லுவா்.

இதைப்போன்று கரூர்-ஆத்தூர் பூலாம்பாளையத்தில் மதுரைவீரன் நாடகம் நடைபெறும் முன்பு, நாடக நடிகா் முப்பத்திரண்டு தீப்பந்தங்கள் உடலில் கட்டி ஊா் சுற்றி வருவாா். இதைக் காத்துக்கருப்பு வராமல் தடுக்க ஊா்சுற்றி வருவாா் என்பா். கோயிலின் முன்பு, வீரமண்டி போட்டுக் காவுவாங்கிய பின்பு தீப்பந்தம் விளையாடி மேடை ஏறுவாா்.

திண்டுக்கல் அண்ணா மாவட்டம் கதிர்நாயக்கன்பட்டியில் சக்கிலியா் தங்கள் வழிபாட்டின்போது மதுரைவீரன் நாடகம் நடத்துவது இல்லை என்று அதற்கு விசித்திரமான காரணம் கூறுகின்றனா். முந்தைய ஆண்டில் மதுரைவீரன் நாடகம் நடைபெற்ற நிலையில், அவ்வூரின் தொட்டியநாயக்கா் சாதிப் பெண்ணுடன் மதுரைவீரன் நாடக நடிகருக்குக் காதல் ஏற்பட்டு, நாடகம்முடிந்த பிறகு அன்றிரவே இருவரும் ஓடிப் போய்விட்டதாகக் கூறப்படுகிறது. எனவே, இன்றும் தொட்டிய நாயக்கா் சாதியினா் மதுரைவீரன் நாடகத்தை நடத்த விடுவதில்லை.

நாடகம், திரைப்படம் தவிர பொழுதுபோக்கு நிகழ்ச்சிகளாக வழுக்குமரம், பூச்சட்டி உடைத்தல், சிலம்பாட்டம், திரைப்பட இன்னிசைக்

கச்சேரி செய்தல், கரகாட்டம், குறவன் குறத்தி ஆட்டம், பலவேசம் போடுதல், நையாண்டி மேளம், தாரை தப்பட்டை ஆகியன இடம்பெறுகின்றன.

திண்டுக்கல் அண்ணா மாவட்டம் நத்தப்பட்டி வேளாளர் சாதியினர், வீரன் விழாவில் மதுரைவீரன் நாடகம் தவிர வேறு நாடகம் நடைபெற்றால், நாடகத்திற்குத் தடை ஏற்பட்டு நின்று விடுகிறது என்கின்றனர்.

மறுபூசை போடுதல்

மதுரைவீரன் விழாவோ, சிறப்பு வழிபாடோ நடந்து முடிந்த பின்பு ஒரு வாரத்திற்கு உட்பட்டு மறுபடியும் அவனுக்குப் படையல் போட்டு வழிபடுவதே மறுபூசை ஆகும். இப்படையலில் அவனுக்குப் பிடித்தமான உணவு வகைகள் என்று சொல்லப்படுவன இடம்பெறும். பொங்கல் வைத்து முக்கியமாக மாமிச வகைகள், மது வகைகள் இடம்பெறும். மறுபூசை என்ற சொல்லுக்குப் பதிலாக மறுதளுகை, மறு அடசல், மறு பள்ளயம் என்றெல்லாம் மக்கள் வழக்கில் சொல்லப்படுகிறது.

சக்கிலியர்

ஆய்வுக்கு உட்பட்ட மாவட்டங்களில் இச்சாதியினர் பதினைந்து இடங்களில் மறுபூசை போடுகின்றனர். திருச்சி மாவட்டத்தில் மட்டும் அதிகமாக ஏழு இடங்களில் செய்கின்றனர். இரத்தச் சுவைக்கு மதுரைவீரன் மறுபடியும் வருவார் என்பதால், இரத்தப் பசியைத் தணிக்க மறு அடசல் போடுவதாகக் கூறுவர். 'உதரவா தொடைத்தல்' (உதிரவாய் துடைத்தல்) என்றும் மறுபூசையைக் கூறுகிறார்கள்.

கோயம்புத்தூர் மாவட்டம் பொள்ளாச்சி பால்கடை ரோடு காந்தி நகரில் மறுபூசையை 'முனி முடுக்குறது' என்பர். இது மதுரைவீரன் வழிபாட்டின் முடிவில் முனியப்பனுக்கு மாமிசப்படையல் போட்டு அவனுடைய ஆவேசத்தைத் தணித்து விடுவதாகும். சில ஊர்களில் பொங்கல் வைத்து சூடம், தீப ஆராதனைக் காட்டி மறுபூசையன்று தடைக் கொடியை அறுத்துவிடுவார்கள். மேலும், மறுபூசைப் படையலை ஆண்கள் மட்டுமே உண்பதும் உண்டு. திண்டுக்கல் அண்ணா மாவட்டம்

உடுமலைப்பேட்டையில் மறுபூசையில் சைவப் படையலே இடம் பெறுகிறது. வழிபாடு முடிந்தபின் வழிபடுவோர் பூசாரியையும் சாமியாடியையும் வீட்டில் போய் விட்டுவரும் வழக்கமும் உண்டு.

பிற சாதியினர்

ஆய்வுக்கு உட்பட்ட மாவட்டங்களில் உள்ள பிற சாதியாரிடத்தில் ஒன்பது ஊர்களில் மறுபூசை போடப்படுகின்றன.

நம்பிக்கைகள்

"தன்னுடைய சொந்தக் குணத்தை ஒரு சமூகம் மாற்றும்போது அல்லது இழக்கும்போது அவற்றிற்கு ஏற்ப முன்பே அமைந்திருந்த நடைமுறைகள் நம்பிக்கைகளாய் எஞ்சுகின்றன"[56] என்று நம்பிக்கை பற்றி விளக்கம் அளிக்கப்படுகிறது. மதுரைவீரனை வணங்கும் அனைத்துச்சாதியரிடமும் அவன் பற்றிய நம்பிக்கைகளும் எண்ணங்களும் ஏராளமாகக் காணப்படுகின்றன.

தீர்த்தத் தண்ணீரைக் குழந்தை இல்லாதவர்களின் மேல் தெளித்தால் குழந்தை உண்டாகும். மதுரைவீரன் சிலையில் காசு வைத்து எடுத்துக்கொண்டால் நினைத்தது நிறைவேறும். வளர்ப்பு நாய் உயிரோடு நீண்ட நாள் நிலைக்க மதுரைவீரன் அருள்புரிவான். மதுரைவீரனை வழிபட்டால் பேய் பிடித்தல் நிவர்த்தியாகும். போதைப் பொருட்களைப் படையலில் இடம்பெறச் செய்யாவிட்டால் சாமி ஏற்றுக் கொள்ளாது. பேய் பிடித்தவர்கள் கோயில் பக்கத்தில் நின்றாலே விலகிவிடும்.

கெடா வெட்டும் மாமன், மைத்துனர்கள் பதினைந்து நாள் விரதம் இருக்காவிட்டால் ஏதாவது நட்டம் ஏற்படும். மதுரைவீரனுக்குக் கோயில் கதவு பூட்டக்கூடாது. பிராமணர் வந்து கும்பாபிசேகம் நடத்தாவிட்டால் தீப்பிடித்து எரிந்துவிடும். குழந்தை இல்லாதவர்கள் குழந்தைப் பருவ மதுரைவீரன் சிலைமீது வழிபடுவோரின் காசு வைத்துவிட்டுப் போனால் குழந்தை உண்டாகும். முன்னோர்களைப் போல, போர்வை போர்த்திக்கொண்டு கனவுகளில் வருவார். நிரந்தரப் பூசாரியாக இருந்தால் இறப்பு நிகழும். எனவே வருடந்தோறும் மாறவேண்டும். வீட்டு

விலக்கான பெண்கள் மதுரைவீரன் கோயிலுக்கு முன்பு போகக்கூடாது. கோயிலுக்கு வந்தால் நாக்குத் தள்ளி அடித்து விடும். வீட்டுவிலக்கான பெண்கள் பற்றி அதாவது 'கலந்தொடா மகளிர்' பற்றிப் புறநானூற்றுப்பாடல்[57] ஒன்றில் மட்டுமே தெளிவான குறிப்புக் காணப்படுகிறது. அப்பாடலில் முருகன் கோட்டத்தைக் கலந்தொடா மகளிர் புகாத நிலை குறிக்கப்பட்டுள்ளது. இத்தன்மை பண்டைத் தமிழரின் வீட்டுக்கு விலக்கமாகிய மகளிர் கோயில் செல்வதில்லை என்ற வழக்கத்தினைப் புலப்படுத்தும்.

மேற்சொன்ன நம்பிக்கைகள் போன்று மதுரைவீரனை நினைத்துச் சோவி போட்டுப் பார்த்து ஏழு, ஐந்து, நான்கு வந்தால் வெற்றி, எட்டு, ஒன்பது வந்தால் காரியத்தடங்கல். மதுரைவீரன் செய்வினை எடுப்பார். காவலர் உடையில் சுருட்டுப் பிடித்துக்கொண்டுக் கனவில் வந்தால் படையல் போடவேண்டும். சாராயம் புளித்துப் போனால் எச்சில் படாமல் சமையல் செய்து வீரனுக்குப் படைப்புப் போடவேண்டும். கருப்புத்துணி கட்டியவர்கள் எதிரில் வந்தால், பிரம்பு எடுத்து அடித்துவிடும் போன்ற நம்பிக்கைகள் வழிபடுவோரிடம் இருக்கின்றன.

வழிபடுவோர் தங்கள் குழந்தைக்கு மதுரைவீரன் பெயரிட்டால் அவனது ஆசீர்வாதம் கிடைக்குமென்று நம்புகிறார்கள். மேலும், குறிப்பிட்ட ஆவியின் தாக்குதலுக்கு குழந்தை ஆட்படாது இருக்கவும், அந்த ஆவியின் பெயரினை அக்குழந்தைக்குச் சூட்டுவதாகவும் கூறுவர். எனவே, இறந்துபட்ட மனிதர்களின் ஆவிகளின் மேல் எழுந்த அச்சத்தால் இவ்வழிபாடு நடைபெறுகின்றது என்பர்.[58] மதுரைவீரனின் பெயர்களைப் பெரும்பாலான சாதிகளில் நேரிடையாகவும், ஒரு சில இடங்களில் மறைமுகமாகவும் குழந்தைகளுக்குச் சூட்டிக் கொள்கின்றனர்.

ஆண்களுக்கு வீரன், மதுரைமுத்து, மருதாசலம், வீரக்குமார், சாமிநாதன், மதுரைவீரன், சின்ன மதுரைவீரன், முத்துவீரன், வீராச்சாமி, முத்து, மருதுபாண்டி, மருதமணி, வீரமணி, வீரையா, வீரராஜு, மதுரை வீர பாண்டி, மருதுசாமி, முத்துமதுரை, பெரியமருது, முத்துப் பெரியசாமி, வீரனசாமி, வீரவெற்றி, வீரச்செல்வன்,

செயதுங்கராசன் (காசி மன்னனின் பெயர்) மற்றும் காசி என்று பெயரிடுகின்றனர். பெண்களுக்குப் பொம்மி, வீரம்மாள், மருதாத்தா. வீராத்தா, வெள்ளையம்மா, வெள்ளைத்தாய், வீரநல்லகாமு, மருதாயி, முத்து ஈசுவரி, மதுரலட்சுமி, மருதம்மாள், வீரசுந்தரி என்றும் பெயரிடுகின்றனர். சில சாதிகளில் முதல் எழுத்து 'ம' வில் தொடங்குவது போன்று மதன்குமார், மல்லிகா என்று சூட்டிக்கொள்கின்றனர்.

விழாத் தடை ஏற்படுதல்

மதுரைவீரன் விழா, குறிப்பிட்ட காலங்களில் நடைபெறுவது இல்லை. ஆனால் விழா எடுக்க முடிவானதும் அவற்றிற்குத் தடை ஏற்படுவதும் உண்டு. மிகக்குறைந்த ஊர்களில், குறிப்பிட்ட காரணங்களால், அன்றைய விழாவிற்குத் தடை விதிக்கப்பட்டு, மறு ஆண்டு நடைபெற முடிவு செய்கிறார்கள். குறிப்பாக, மதுரைவீரன் கோயில் பூசாரி வீட்டிலோ, பங்காளிகள் வகையிலோ, வரி கொடுப்போர் வீட்டிலோ இறப்பு நிகழ்ந்தால் அந்த ஆண்டு விழாவோ, சிறப்பு வழிபாடோ நடைபெறாமல் மறுஆண்டு நடைபெறுகிறது.

பிற செய்திகள்

திருச்சி மாவட்டம் திருச்சி - உறையூர் கல்லறை மேட்டுத் தெருவில் சக்கிலியச்சாதியினர் சில விழாக் காலத்தில் மதுரைவீரனுக்குச் சந்தனக் காப்பு நடத்துகிறார்கள். கோயம்புத்தூர் மாவட்டம் உடுமலைப் பேட்டையில் மூன்றாவது நாள் விழாவில் மதுரைவீரன் திருக்கல்யாணம் நடத்தப்படுகிறது. இறுதி நாளில் பஞ்சாமிர்த அபிசேகம் செய்யப்பட்டு வழிபடுவோர்க்கு வழங்கப்படுகிறது. பெரியார் மாவட்டம் ஈரோடு - பெரியார் நகர் 'இ' பிளாக்கில் விழாவின் முதல்நாள் மதுரைவீரனுக்குப் பூச்சாட்டுதல் நடைபெறுகிறது. இதில் சுவாமியை அலங்கரித்துக் கொலுவில் வைத்திருப்பார்கள். ஈரோடு- அவல் பூந்துறையில் மதுரைவீரனுக்கு மாலை நேரத்தில் முப்பத்திரண்டு விதப் பூசை போடுவர். அதாவது, முப்பத்திரண்டு விதமான உணவுப் பொருட்களை வைத்துப் பூசைசெய்வர்.

4.5. முடிவுரை

எடுத்துக்காட்டப்பட்ட மதுரைவீரன் வழிபாட்டு முறைகள் பெரும்பான்மையும் ஆய்வுக்கு உட்பட்ட மாவட்டங்களில் சக்கிலியர் சாதியினர் வழிபாட்டில் இடம் பெற்றுள்ளன மதுரை வீரனுக்காகத் தீர்த்தம் எடுத்தல், கரகம் எடுத்தல் மதுரைவீரன் அழைப்பு ஆகிய நிகழ்ச்சிகள் அதிகமாகத் திருச்சி, கோயம்புத்தூர் மாவட்டங்களில் சக்கிலியர் வழிபாட்டில் முக்கிய இடம் வகிக்கின்றன. மதுரைவீரனைத் துணைக்கு அழைத்துப் போதல் எனும் நிகழ்ச்சி, வேளாளர் சாதியின் வீரன் வழிபாட்டில் மட்டுமே குறிப்பாக, மதுரை, திண்டுக்கல் அண்ணா, பசும்பொன் தேவர் மாவட்டங்களில் இடம்பெறுகிறது.

தாழ்ந்த சாதியினர் வழிபாட்டில் மதுரைவீரனுக்குப் பன்றிப் பலியிடுதல் நிகழ்வதோடு, அவனை மாறுகால், மாறுகை வாங்கப்பட்ட நிகழ்ச்சியும் அதில் குறியீடாக நிகழ்த்திக் காட்டுகிறார்கள் என அறியமுடிகிறது. பெண் தெய்வ வழிபாட்டில் இடம்பெறும் மாவிளக்கு, முளைப்பாரி, மஞ்சள்நீர் ஆகிய வழிபாட்டு முறைகள் மதுரை வீரனுக்காகவும் இடம்பெறுகின்றன. வீரன் வழிபாட்டில் இடம் பெறும், பொழுதுபோக்கு நிகழ்ச்சிகள் மதுரைவீரன் நாடகமே அதிகமாக நடைபெறுகிறது. குறிப்பாக, இந்நாடகம் சக்கிலியச் சாதியினர் விழாவிலேயே நடத்தப்படுகிறது.

குறிப்புகள்

1. க.சின்னப்பா, திருமங்கல வட்டாரம் சிறுதெய்வ வழிபாடு, பிஎச்.டி.ஆய்வேடு, ப.13.
2. க.சண்முகசுந்தரம், சுடலைமாடன் வழிபாடு -சமூக மானிடவியல் ஆய்வு, பக்.102.
3. துளசி இராமசாமி, நெல்லை மாவட்ட நாட்டுப்புறத் தெய்வங்கள், ப.145.
4. Robert Jerome smith, festivals and Celebrations, Rich M.Dowson (Ed.), Folkders and Folklife,p.168.

5. கலைக்களஞ்சியம், தொ:6, ப.44.
6. இரகுநாதச்சாரியார், கலைமகள், தொ.6, பக்.35-42.
7. S.M.Lakshmanan Chettiar, Folklore of Tamilnadu, p.110.
8. அ நடேசன், சமுதாயக் கதைப்பாடல்களில் நிமித்தங்கள், ப.324,
9. க.காந்தி, தமிழர் பழக்க வழக்கங்களும் நம்பிக்கைகளும், ப.58.
10. க.காந்தி, மேலது, ப.56
11. அகநானூறு, 146: 6-11,
12. சிலப்பதிகாரம், 5:64-71,
13. N.N.Bhattacharyya, Ancient Indian Rituvals and their Social contents, p. 125
14. அகநானூறு, 136,
15. பெற்றோரும் திருமணமாகாத பிள்ளைகளும் கொண்ட குடும்பம்.
16. மா.வேலுச்சாமி, கரகாட்டம்: வகைகளும் சமயச்சார்பும், 10.8,86 அன்று தமிழக நாட்டுப்புறவியல் ஆய்வுக்கழகம் நடத்திய நாட்டுப்புறக் கலைவிழாக்கருத்தரங்கில் படிக்கப்பட்ட கட்டுரை, ப.1.
17. வை. கணபதி ஸ்தபதி, சிற்பச்செந்நூல், ப.294.
18. வில்டியூரெண்ட், உலகமதங்கள் ஒரு தத்துவப் பார்வை, ப.13.
19. வை. கணபதி ஸ்தபதி.மு.க.நூ.இ..
20. சங்கும் சக்கரமும் தீயில் வைத்துக் கையில் குத்திக் கொள்வது
21. ஆறு. இராமநாதன், நாட்டுப்புறப் பாடல்கள் காட்டும் தமிழர் வாழ்வியல், ப.381.
22. மா.வேலுச்சாமி, சிறுதெய்வ ஆய்வில் மேற்கொள்ளப்படும் ஆய்வு முறையியல், ப.265.
23. தமிழ்ப் பேரகராதி, தொ:4 பக்.2537 - 2538.
24. கா. காந்தி, மு.க.நூ. ப.222.

25. Niranjan Ghosh, concept and iconography of India, p.11.
26. திருக்குறள் 259.
27. மேற்கோள்: ச.கணபதிராமன், திருநெல்வேலிப்பகுதியில் சிறுதெய்வ வழிபாடு. ப.132.
28. Bible Genesis, 31-54 Exodus.5:8,
29. அகநானூறு, 156
30. அகநானூறு, 27:7-11.
31. ஐங்குறுநூறு 259:3-4.
32. ச. கணபதி ராமன், மு.க.நூ.. ப.135.
33. Henry white Head, The Village Gods of South India, p.59.
34. J.G.Frazer, Golden Bough (After math- A Supplement to Golden Bough), pp.433-439.
35. தொ. பரமசிவன், தெய்வங்களும் சமூக மரபுகளும், ப.118.
36. சி.பக்தவச்சல பாரதி, நாட்டார் திருவிழாவின் அமைப்பியல், ப.184
37. தே.ஞானசேகரன், பாவனை மனிதப் பலி முறை, ப.309.
38. பதிற்றுப் பத்து, 88.
39. ச.கணபதிராமன், மு.க.நூ., ப.134.
40. தொ. பரமசிவன், மு.க.நூ., ப.120.
41. மேலது, ப.120.
42. இ.முத்தையா, நள்ளிரவுச் சடங்குகள்: சமூகப் பண்பாட்டு மானுடவியல் பார்வை, ப.41.
43. சு.சண்முகசுந்தரம், மு.க.நூ.. ப.107
44. அகநானூறு, 35: 8-9.
45. சு.வித்தியானந்தன், தமிழர்சால்பு, ப.125.

46. இ.முத்தையா. மு.க.நூ.. பக். 41-42.
47. தொ. பரமசிவன், மு.க.நூ., ப. 110.
48. மேலது. ப. 116.
49. ஆ.சிவசுப்பிரமணியன், மந்திரம் சடங்குகள், ப.10
50. ந.நீலமோகன், மதுரைவீரன் வழிபாடு, ப.85.
51. சா.சவரிமுத்து, கதைப்பாடல்களில் நோக்கமும் விளைவும், பக்.4-5.
52. ந.நீலமோகன், மு.க.நூ., ப.86.
53. தினமலர் கதைமலர், அறிவோமா ஆன்மீகம், 5.2.1994, ப.31.
54. ர.அய்யாச்சாமி, சென்னை நகர், ப.34.
55. தொல்காப்பியம், பொருளதிகாரம். 148.
56. தமிழவன், நாட்டுப்புற நம்பிக்கைகள், ப.6.
57. புறநானூறு. 299.
58. தே.ஞானசேகரன், நாட்டார் சமயம்: தோற்றமும் வளர்ச்சியும், ப. 129.

5. கலை வடிவங்களில் மதுரைவீரன்

உணர்ச்சியாலும், கற்பனையாலும் உருவானது அனைத்தும் கலை எனலாம். கலைப் படைப்புகளின் நோக்கம் அழகுணர்ச்சியுடன் புலப்படுத்துவதாகும். கலைப் படைப்புகளுக்குப் புற அமைப்பிலான வடிவங்களும் பரிமாணங்களும் உண்டு. அவை, இலக்கிய ரீதியான வடிவங்களாகவும் 'செல்லூலாய்டில்' பதிக்கும் சினிமாக் கலையாகவும் நாட்டியமாகவும் மற்றும் இசை, சிற்பம் என்றும் அவற்றின் வீச்சு பரந்துள்ளன. "உருவத்தையும் சலனத்தையும் சேர்த்து, மனிதன் நர்த்தனமாகவும், அபிநயமாகவும் ஆக்கி விடுகிறான். இவ்வாறுதான் கலைகள் பிறக்கின்றன"[1] என்பார் அறிஞர் வ.ரா. மதுரைவீரன் வழிபாட்டை முன்னோக்கி இயக்கி வளர்த்து வரும் கதைப்பாடல்கள், நாடகம், திரைப்படம் ஆகிய கலை வடிவங்கள் இவ்வியலில் ஆய்வுக்குட்படுத்தி ஒப்பு நோக்கப்படுகிறது.

5.1. கலை வடிவங்களும் வழிபாடும்

இனக்குழு மக்கள் உயிர்ச் செழிப்பையும் பயிர்ச்செழிப்பையும் தங்கள் வாழ்வியலின் மூலாதாரமாகக் கொண்டிருந்த காலக்கட்டத்தில் இருந்து கலைகளின் தொல் வடிவங்களை அவதானிக்கலாம். இக்கலைகளின் தோற்றம் இனக்குழுக்களின் மந்திரச் சடங்கில் இருந்து முகிழ்த்துப் பாவனை நடனங்களாக, குழு நடனங்களாகப் பரிணமிக்க, பின்னர் வழிபாடு, சமயம் ஆகியவற்றோடு இணைந்தது.

"ஐரோப்பாவில் நாடகம் தோன்றி வளர்ந்த பழைய வரலாற்றை ஆராய்ந்தால், சமய நோக்கமே பழைய நாடகங்களில் அடிப்படையாக இருந்தது என்றும், சமயமும் நாடகக் கலையும் பிரிக்கமுடியாதனவாக இருந்தன என்றும் அறியலாம். ஒன்றன் அழிவும், அதிலிருந்து

மற்றொன்றின் ஆக்கமும் ஆகிய இரண்டனையும், தெய்வத்தின் அருளோடு பிணைத்து விளக்குவன அக்காலத்து நாடகங்கள் என்பர். ஈராயிரத்து ஐந்நூறு ஆண்டுகளுக்கு முற்பட்ட கிரேக்க நாடகங்களில், ஒருவகை நாடகம் (tragedy tragos என்பது) பலிக்கு உரிய ஆட்டைச் சுற்றி ஆடும் கூத்தாகவும், மற்றொரு வகை நடனம் (Comedy.Komos என்பது) டியோசனிசஸ் என்னும் தெய்வத்திற்காகக் கிராமத்துக் குழுவினர் ஆடிய கூத்தாகவும் இருந்தன''[2] என்று மு.வரதராசன் மேல்நாட்டு அறிஞரின் செய்திக் குறிப்புடன் விளக்குவார்.

தமிழ்க் கலை வரலாற்றினைச் சிலப்பதிகாரம் அரங்கேற்று காதையில் வேத்தியல், பொதுவியல் என்ற இரு நிலைகளில் வகைப்பாடு செய்வதை அறியலாம்.[3] வேத்தியல் கலைகள் அரசைச் சார்ந்து நிற்க, பொதுவியல் கலைகள் மக்களோடு நெருக்கமாயிருந்தன. பொதுவியல் கலைகள், மக்கள் இயக்கமாக சைவ, வைணவப் பக்தி இயக்கங்கள் தோன்றிய நிலையில், பக்தியைப் பரப்ப, வழிபாட்டை நிலைநிறுத்தப் பயன்படுத்தப்பட்டன. வழிபாட்டோடு இணைந்து, பொதுவியல் கலைகளுக்கும் சார்ந்துநிற்கும் நிலை ஏற்பட்டது.

கலை வடிவங்கள் பெரும்பான்மையும் இருவித உள்நோக்கங் களை வழிபாட்டு நிலையில் வெளிப்படுத்துகிறது. முதலாவதாக, வழிபாட்டின் உறுதித் தன்மையை - ஆணிவேரை நிலைநிறுத்துவது என்பதாகும். இரண்டாவதாக, வழிபாட்டினைப் பக்கக் கிளைகள் விட்டுப் பரப்பிப் புகழ்பெறச் செய்விப்பது என்பதாகும். வழிபாட்டோடு கலந்துவிட்ட காரணத்தால்தான் கலைவடிவங்கள் யாவும் சமூகத்தில் இருந்து பிரிக்க முடியாத ஓர் அங்கமாகவே திகழ்ந்து வருகிறது.

இக்கலை வடிவங்களை வழிபாட்டுக் காலங்களில் மக்களின் பண்பாட்டையும், சமய வாழ்வியல் பற்றிய பல்வேறு கருத்துகளையும், எண்ணங்களையும் வெளிப்படுத்தும் தகவல் தொடர்புச் சாதனங்களாகக் கலைஞன் பயன்படுத்தி வருகின்றான். மேலும், கலை நிகழ்வுகள் பொழுது கழிப்பதற்குரிய அம்சங்களாக விளங்கினாலும், வழிபடுவோரின் வழிபடுதெய்வம் பற்றிய உணர்வுகளை வெளிப்படுத்தும் வடிகால்களாக விளங்குகின்றன. எனவே, ஓரளவு

மறைவுத்தன்மை இல்லாத வகையில் ஏற்ற மாற்றங்களோடு மிகைப்படுத்தித் தங்கள் வழிபாட்டைச் சமூகத்தில் வேரூன்ற வழிவகை செய்கின்றனர்.

முத்துப்பட்டன் வழிபாடு, காத்தவராயன் வழிபாடு. சுடலைமாடன் வழிபாடு, மதுரைவீரன் வழிபாடு, பொன்னர் சங்கர் வழிபாடு, நல்லதங்காள் வழிபாடு ஆகிய நாட்டார் தெய்வங்கள் யாவும், பல்வேறு நாட்டார் கலை வடிவங்கள் மூலமாகவே தம் வழிபாட்டை நிலைநிறுத்திக் கொண்டது மட்டுமல்லாமல் வழிபாட்டுப் பரவலையும் செய்து வருகிறது.

உயர்சமயத் தெய்வக் கோயில்களில் கலைநிகழ்ச்சிகள் மிகுந்த பொருட்செலவில் நடைபெறுவது, தங்கள் சமய நம்பிக்கைகள் அடித்தள மக்களிடம் ஊடுருவிச் செல்லவேண்டும் என்ற காரணமாகக் கொள்ளலாம். அடித்தள மக்களின் வழிபாட்டுக் கலை நிகழ்ச்சிகளில், உயர்சமய வழிபாட்டு வளர்ச்சிக்குரிய பிரச்சாரத் தன்மையே மேலோங்கி நிற்கும். எனவே, வழிபாட்டில் கலைநிகழ்ச்சிகள் யாவும் பிரச்சாரமுறைகளாகக் கையாளப்படுகின்றன எனலாம்.

பல்வேறு கலைவடிவங்களில் வழிபாட்டோடு மிக நெருங்கிய தொடர்புடையது கதைப்பாடல்களாகும். வழிபடு நாயக, நாயகியின் புகழும் நிலைத்த தன்மையும், கதைப்பாடல்கள் என்ற ஊடகத்தின் வழியாகவே இன்றளவிலும் பரப்பப்பட்டு வருகின்றது. இதன் வழியிலேயே நாடகமும் திரைப்படமும் வழிபாட்டில் பயன்பட்டு வருகின்றன.

கதைப்பாடல்கள்

நாட்டார் வழக்காற்று வகைகளில் தாலாட்டு, ஒப்பாரி, நடவுப்பாடல்கள், தொழிற்களப் பாடல்கள், ஏற்றப்பாடல்கள், வருணிப்புப் பாடல்கள், கதைப்பாடல்கள் ஆகியன அடங்கும். இவற்றில் குறிப்பிடத் தக்கவை ஆக்கவகை கதைப்பாடல்களாகும். மதுரைவீரன் கதைப் பாடல்கள் அச்சு நூலாக்க நிலையிலும், வாய்மொழிப் பாடலாகவும் மக்களிடம் காணப்படுகின்றன.

கள்ளர்களைக் கருவறுத்த வீரர்களின் வரிசையில் இராமப் பையன், கான்சாகிபு என்ற மருதநாயகம் ஆகியோரின் வாய்மொழி வரலாறுகளும், கதைப்பாடல்களும் அடையாளங் காட்டும். ஆனால், நாட்டார் தெய்வமான மதுரைவீரனுக்குக் கதைப்பாடல்கள் மட்டுமே அடையாளச் சின்னம்; முதன்மை ஆதாரமும் இதுவே. சன சமூகத்தின் உறுப்பினராக விளங்கிய மதுரைவீரனின் கதைப்பாடல்கள் யாவும், சமூகக் கதைப்பாடல் வகையைச் சார்ந்தவை.

சமூகக் கதைப்பாடல் என்றால், "குறிப்பிட்டதொரு பண்பாட்டில் குறிப்பிட்ட சில சூழல்களில் வாய்மொழியாக ஒரு பாடகனாலோ, ஒரு குழுவினராலோ நாட்டார் முன்னர் எடுத்துரைக்கப்பட்டு இசையுடன் நிகழ்த்தப்பட்டதும் அல்லது நிகழ்த்தப்படுவதுமான குறிப்பிட்ட காலச் சமூக உறவுச் சிக்கல்களின் முரண்பாடுகளை அடிப்படையாகக் கொண்டதாகும்"[4] "சமூகக் கதைப்பாடல்களின் தோற்றக் காலம் பொதுவாக கி.பி.16,17,18-ஆம் நூற்றாண்டுகள்"[5], மேலும், இவற்றின் கருக்கள் "நிலவுடைமைத்துவக் கருத்துகளுக்கும் மக்களுக்கும் இடையிலான முரண்பாடுகளை மையமாகக் கொண்டதாகும்"[6] இந்நிலைப்பாட்டை மதுரைவீரன் கதைப்பாடல்களிலும் அவதானிக்கலாம்.

இக்கதையானது, சமுதாயத்தில் கீழ்த்தட்டு வர்க்கங்களில் அபிலாசைகளைப் பிரதிபலிப்பதாக இருப்பதால் "குற்றவாளிகளைப் புகழும் கதைப்பாடல்கள்" (Ballads Glorfying Criminals) என்ற வரிசையில் சேர்க்கிறார் மு.அருணாசலம்[7]. மதுரைவீரன் கதைகளைச் சுருங்கிய வடிவில் சிங்காரவேலு முதலியாரின் அபிதான சிந்தாமணி[8], நா. கதிரைவேற் பிள்ளையின் தமிழ்மொழி அகராதி[9], ஆகியன எடுத்துக் கூறும். இதற்கு ஆதாரமாக மக்கள் வழக்கிலான மதுரைவீரன் கதைகளும், கதைப் பாடல்களுமே இருந்திருக்க வேண்டும்.

புகழேந்திப் புலவரின் மதுரைவீரசுவாமி கதை (பெரிய எழுத்து)

இக்கதைப்பாடல் கி.பி.1991-ஆம் ஆண்டுவரை பல பதிப்புகள் வெளிவந்துள்ளன. இதன் மூலம் சமூகத்தில் ஆழ வேரூன்றிய அதன் தன்மை, மக்களிடமான செல்வாக்கு, வழிபாட்டில் அதன் வீச்சு

ஆகியவற்றை அறியலாம். கி.பி. 1929- ஆம் ஆண்டுப் பதிப்பு மட்டும் அதிக வணிக இலாபங் கருதி 'தெய்வத்தன்மை பொருந்திய' என்ற சொற்பிரயோகத்தோடு 'மதுரை வீரசுவாமி கதை' என்று தலைப்பிட்டு வீரனை இறையருள் உடையவனாகச் சித்தரிக்கிறது.

காலத்தால் முற்பட்ட புகழேந்திப் புலவரை மதுரைவீரன் கதைப் பாடல்களின் ஆசிரியராகக் குறிப்பிடுவது பல பதிப்புகளில் காணப்படுகின்றன. தமிழ் நூல் விவர அட்டவணை புகழேந்திப் புலவரின் நாட்டார் படைப்புகளைப் பட்டியலிடும்போது மதுரை வீரசுவாமி கதை இடம்பெறவில்லை என்பதும் கவனிக்கத்தக்கது. அட்டாவதானம் வீராசாமிச் செட்டியார்தான் கதைப்பாடல்கள் பலவற்றுக்கும் புகழேந்திப் புலவரே ஆசிரியர் என்ற கருத்தாக்கத்தை முதலில் விதைத்தவர் ஆவார்[11].

இக்கதையை கி.பி.1973-ஆம் ஆண்டு சு.சண்முகசுந்தரம் மதுரைவீரன் கதை என்று பதிப்பித்துள்ளார். இவர் திருந்திய முறையில், பதம் பிரித்துப் படிப்பதற்கு வசதியாகப் பதிப்பித்துள்ளார். மேலும், பத்திகளாக்கித் தலைப்பிட்டுள்ளார். காவியச் சாயலில் காசிக் காண்டம், பொம்மிக்காண்டம், திருச்சிக் காண்டம், மதுரைக் காண்டம் என நான்கு காண்டங்களாகப் பகுத்திருப்பதும் அறியத்தக்கது. எனவே, ஆய்வுவசதி கருதி இங்கு இந்நூலே பயன்படுத்தப்படுகிறது.

மதுரைவீரசுவாமி அம்மானை (பெரிய எழுத்து)

சென்னை கோல்டன் அச்சகத்தில் கி.பி. 1929 - ஆம் ஆண்டு இக்கதைப் பாடல் பதிப்பிக்கப்பட்டது. 'தெய்வத்தன்மை பொருந்திய ஐதீகலெதோ (ஐதீக லித்தோ) படம் அமைந்த' என்ற தலைப்பிட்டுப் பிரதி உரிமை அரசுப் பதிவும் செய்யப்பட்டுள்ளது. நூலில் ஐதீகப் படங்கள் இடம் பெற்றுள்ளன. கற்குறிச்சி 'மீனாட்சிதாசர்' என்ற பேர் விளங்கிய **அய்யலு நாயக்கரவர்**களால் இயற்றப்பட்டுள்ளது. இவர் தான் எழுதிய ஆண்டை,

"மீனாட்சி தாசனெனும் அய்யலுதான்
சாலியவாகனன்றன் சகாப்தமது தன்னிலொரு
ஆயிரத்தெழுநூறு ஆரேழு மோராண்டில்

பயில்சேர் விசுவருஷம் பங்குனிமாதமதில்
இருபத்தேழாந்தேதி இயல்சுக்ரவாரமொடு
சோமன் வளர்பசமதில் துதிகையெனுந்திதியில்
உத்திர நட்சத்திரத்தில் உலகிலே செந்தமிழால்
மதுரைவீரன் கதையை வழுத்தினேன் கண்டீரே" (ப.271)

என்று குறிப்பிடுகிறார்.

இந்நூல் சிலரின் சாற்றுக் கவிகளோடு அமைந்து, தமிழ்ப் பண்டிதக் கூட்டம் ஏற்றுக்கொண்ட படைப்பாகத் திகழ்கிறது. இருநூற்று எழுபத்திரண்டு பக்கங்கள் கொண்ட இந்நூலில் அரிச்சந்திரன் - சந்திரமதி கதை தொடர்புப்படுத்தப்பட்டு, விரிந்த கதையமைப்பில் வீரநிலைக் காப்பியமாகத் திகழ்கிறது.

சு.சண்முகசுந்தரம் பதிப்பித்த மதுரைவீரன் கதைப்படலில், "திருநெல்வேலி மயிலேறிப்புலவர் எனக்குக் கொடுத்த மதுரைவீரன் கதை கைப்பிரதியில் மதுரைவீரன் பிறப்புவரை மட்டுமே உள்ளது"[12] என்கிறார். முழுமையடையாத கைப்பிரதியில் அவரால் எடுத்துக் காட்டப்படும் பாடபேதங்கள் ஆய்வாளரால் சுட்டப்பட்டிருக்கும் முழுமையான கதைப்பாடலோடு ஒத்திருப்பது குறிப்பிடத்தக்கது. மேலும், பிற கதைப்பாடல்களிலிருந்து கதைப்போக்கில் பெரிதும் வேறுபட்டு, நாரதர் முனிவர்களுக்கு எடுத்துச் சொன்ன மதுரைவீரன் கதையைக் கற்குறிச்சி அய்யலுநாயக்கர் எடுத்துரைப்பது போன்று அமைந்துள்ளது.

மதுரைவீரன் அம்மானை

மூலபாட ஆய்வியல் அடிப்படையில் செய்து, இந்நூலை கி.பி. 1978 ஆம் ஆண்டு **அ.விநாயகமூர்த்தி** பதிப்பித்துள்ளார். இம் மதுரைவீரன் அம்மானை நெல்லை மாவட்டத்தைச் சேர்ந்தது. வில்லுப்பாடல் அமைப்புடையது மதுரைவீரன் அம்மானையின் ஆசிரியர் பெயர், ஊர், காலம் பற்றி விபரங்கள் இல்லை. எழுதப்பட்ட ஆண்டு கி.பி. 1835 என்றும், புது ஏடுகள் இணைத்துச் செப்பம் செய்த ஆண்டு கி.பி 1868 என்றும் அறியமுடிகிறது. மேலும், 'அம்மானை' என்ற சொல் யாப்பின் வடிவிற்காகவே பயன்படுத்தப்பட்டுள்ளது. இந்நூலும் இங்கு ஒப்பாய்வுக்குப் பயன்படுத்தப்படுகிறது.

வீரையன் அம்மானை

இந்நூல் அ.மா.பரிமணம் என்பவரால் பதிப்பிக்கப்பட்டு கி.பி. 1979-இல் தஞ்சை சரசுவதி மகால் வெளியீடாக வந்துள்ளது. இந்நூலின் பாடலாசிரியரை அறியமுடியவில்லை. அம்மானை என்ற நெடும்பாடலாக அமைக்காது வெண்பா, விருத்தம், கலித்துறை, கொச்சகம், தாலாட்டி இசைக்கும் தனிநபர் பாடல் என்ற முறையில் பாடகர் அமைத்துள்ளார்.[13] நூலின் பெயர், இறைவணக்கப் பகுதி ஆகியவற்றில் மட்டுமே அம்மானை என்ற சொல் இடம்பெறுகின்றது. மேலும், மதுரைவீரன் பொம்மியைக் கவர்ந்து சென்றபின் பொம்மணன், மந்திரிக்குத் தகவல் தெரிவிக்க அழைப்பதுவரை அமைந்து கதை முற்றுப்பெறாமல் உள்ளது. இந்நூலும் இங்கு ஆய்வுக்குப் பயன்படுத்தப்படுகிறது.

ஆய்வுக்கு உட்படும் மேற்சுட்டிய நூல்கள் தவிர நாரதர், திருமலை நாயக்கருக்கு மதுரைவீரனின் வரலாற்றைக் கூறும் மதுரைவீர சுவாமி பராக்கிரமம் என்ற நூலும்,மன்மதன், இரதிக்கு மதுரைவீரன் வரலாற்றைக் கூறும் எட்டுப் பக்கங்களில், நூற்றுத் தொண்ணூற்றிரண்டு அடிகளில் உள்ள மருதைவீரன் சரித்திரம் என்ற நூலும் இருப்பதை அறியலாம்[14] .

வாய்மொழி, மதுரைவீரன் கதைப்பாடல்

திண்டுக்கல் அண்ணா மாவட்டம் தாடிக்கொம்பு அருகில் உள்ளது அப்பணம்பட்டி இங்கு கோனார் இனத்தைச் சேர்ந்த பி.முத்து (46) உடுக்கடிக் கதைப்பாடலாக மதுரைவீரன் கதையைப் பாடினார். இக்கதைப்பாடலும் ஆய்வாளரால் ஒலிப்பதிவு (28.6.93) செய்யப்பட்டு, இங்கு ஆய்வுக்கு உட்படுத்தப்படுகிறது. வ.உ.சி.மாவட்டம் கோவில்பட்டி வட்டாரத்தில் வில்லுப் பாட்டாகவும், திருச்சி, சென்னை ஆகிய மாவட்டங்களில் உடுக்கைப் பாட்டாகவும் மதுரைவீரன் கதை பாடப்படுகிறது[15].

“விசயநகரத்து நாயக்கர் பரம்பரையைச் சேர்ந்த கம்பளத்து நாயக்கர்களால் ஆடப்படும் தேவராட்டத்தில் உள்ளூர் வீரர்களின் கதைகளையும், புராணக் கதைகளையும் சேர்த்துக்கொள்வர். இவற்றில் மதுரைவீரன், காத்தவராயன், கட்டபொம்மன் கதைகள் முக்கியமானவை”[16]

என்கிறார் சு.சண்முகசுந்தரம். ஆய்வாளர் அறிந்தவரையில் தேவராட்டத்தில் இராமாயணம், மகாபாரதம் தவிர வேறு கதை பாடப்படுவதில்லை. மேலும், ஆய்வாளர் களப்பணி நிகழ்த்திய மாவட்டங்களில் எல்லாம் மதுரைவீரன் கதை தேவராட்டத்தில் பயன்படுத்துவதாக எத்தகவலும் கிடைக்கவில்லை.

நாடகங்கள்

மதுரைவீர நாடகம்

தமிழ்நாடக வரலாறு, "தமிழ்நாட்டில் மதுரைவீரன், பவளக் கொடி, நல்லதங்காள், ஆரவல்லி சூரவல்லி, காத்தவராயன், சித்திராங்கி போன்றோரின் கதைகள் வாய்மொழிக் கதைகளாகப் பல காலமாக நாட்டு மக்களிடையே உலவி வந்தவை. பத்தொன்பதாம் நூற்றண்டில் இக்கதைகளே முதன்முதலில் நாடகமாயின. ஒரேகதை பல்வேறு ஆசிரியர்களால், சிறுசிறு மாற்றங்களுடன் நாடக உறவு பெற்றது. சான்றாக, மதுரைவீரன் கதை, மதுரைவீர விலாசம் (பழையது) என்ற பெயரில் அழகிய சுந்தரம் பிள்ளை என்பவராலும், மதுரைவீர விலாசம் (புதியது) என்ற பெயரில் குட்டி உபாத்தியாயராலும், மதுரைவீர நாடக அலங்காரம் என்ற பெயரில் ஏகாம்பர முதலியாராலும் நாடகமாக்கப் பட்டது"[17] என்று கூறுகிறது.

இந்த வரிசையில் திரிசிரபுரத்தைச் சார்ந்த திருத்தான் தோணியிலிருந்த குட்டி உபாத்தியாயர் என்பவரால், மதுரைவீர நாடகம் எழுதப்பட்டு கி.பி.1895-ஆம் ஆண்டு பதிப்பிக்கப்பட்டுள்ளது. இந்நூலும் இங்கு ஒப்புநோக்கப் பயன்படுகிறது. நாடகப்போக்கில் மதுரைவீர நாடகத்தையே பெரிதும் பின்பற்றிச் செல்லும் கி.பி.1928-இல் வெளிவந்துள்ள மதுரைவீரய்யன் நாடகமும் சாலை. கிருஷ்ணப்பிள்ளை என்பவரால் எழுதப்பட்டுள்ளது.[18]

நிகழ்கலை மதுரைவீரன் நாடகம்

களப்பணியில் திண்டுக்கல் அண்ணா மாவட்டம் கொடைரோடு - ராசதானிக்கோட்டை தளி கிராமத்தில் நிகழ்வுற்ற (19.6.92) மதுரைவீரன் நாடகமும், இதேமாவட்டம் பள்ளபட்டி பாரதிபுரத்தில்

நிகழ்வுற்ற (12.6.92) மதுரைவீரன் நாடகமும் ஆய்வாளரால் ஒலிநாடாவில் பதிவு செய்யப்பட்டது. ஆனால், இங்கு ஒப்பாய்வுக்கு உட்படுவது திண்டுக்கல் அங்குவிலாஸ் நிறுவனம் சார்பாக நடைபெற்ற (7.10.85) மதுரைவீரன் நாடகமாகும். ஏன் என்றால், அந்நாடகத்தை காணொளி நாடாவில் (Video cassete) பதிவு செய்திருப்பதாலும், காட்சி அமைப்பிலும் போக்கிலும் முன்னைய இரு நாடகங்களையே ஒத்திருப்பதாலும், ஆய்வு வசதி கருதியும் இங்கு பயன்படுத்தப்படுகிறது.

இந்நாடகத்தில் நடித்தவர்கள் திண்டுக்கல் நாடக சங்க நடிகர்கள் ஆவர். இவர்கள் எம்.ஜி.ராமச்சந்திரன் நடித்த திரைப்பட மதுரைவீரன் கதை நிகழ்வையும் பாத்திரங்களையும் தாக்கமாகக் கொண்டு நிகழ்த்துகிறார்கள். தாழ்த்தப்பட்ட மக்களின், குறிப்பாகச் சக்கிலியச் சாதியினரின் திருவிழாக்களில் பெரும்பாலும் மதுரைவீரன் நாடகமே நடைபெறுகிறது. சேலம் மாவட்டத்தில் மதுரைவீரன் கதையை வழிபாட்டின்போது தெருக்கூத்தாக நடத்துகின்றனர்.[19] ஆய்வுக்கு உட்பட்ட திருச்சி, பெரியார் ஆகிய மாவட்டங்களில் மதுரைவீரன் நாடகம் தொடங்கும் முன்பு, நாயக நடிகர் வேடமணிந்து அறுபத்துநான்கு மற்றும் முப்பத்திரண்டு தீப்பந்தங்கள் உடலில் கட்டி, வேட்டையாடி, கோயிலைச் சுற்றி வந்து வீரமண்டியிட்டு, சேவலை வாயில் வைத்துக் கடித்துப் பலிவாங்கிய பின்பு நாடக மேடை ஏறுவார்.[20] இந்நிகழ்ச்சி ஆய்வுக்கு உட்பட்ட பிற மாவட்டங்களில் காணப்படவில்லை.

வானொலி வடிவ மதுரைவீரன் நாடகம்

மதுரைவீரன் நாடகம் மதுரை வானொலி நிலையத்தாரால் 19.10.91-இல் இருந்து ஒவ்வொரு வாரமும் சனிக்கிழமை மட்டும் மாலை 6.45 மணி முதல் 7.00 மணி வரை ஒலிபரப்பப்பட்டது. 16.11.91 வரை ஐந்து பகுதிகளாக ஒலிபரப்பப்பட்ட இந்நாடகம் திண்டுக்கல் பாலகவி வேங்கடாச்சலன் குழுவினரால் நடிக்கப்பட்டதாகும். இந்நாடகமும் இங்கு ஒப்பாய்வுக்குப் பயன்படுத்தப்படுகிறது.

திரைப்படங்கள்

சினிமா வெகுசன ஊடகங்களில் அற்புத ஆற்றல் மிக்கது. கவர்ச்சி கரமானது. பிரச்சாரக் கருவியாகவும் விளங்குகிறது. திரைப்படங்களில் சமூக நிகழ்வுகளின் தாக்கம் பிரதிபலிக்கும் திரைப்படங்களோ சமூகத்தில் பாதிப்பையும் மாற்றத்தையும் ஏற்படுத்தும். இச்சார்புத் தன்மை தவிர்க்க முடியாத அம்சமாகும். "திரைப்படத்தின் சாராம்சம் என்பதே புரிந்து கொள்ளக்கூடிய அனைத்து வழிகளிலும் அது மனித நலனுக்காக இருப்பதுதான். மக்கள் மத்தியில் திறமையாகக் கருத்துகளை எடுத்துச் செல்கின்ற அனைத்துக்கருவிகளிலும் திரைப்படமே மிகவும் விஞ்ஞானப் பூர்வமான கலையாகும்"[21] என்பார் **மிருணாள்சென்.**

மதுரைவீரன் திரைப்படம்

சமூக வரலாற்று நிகழ்வின் அடையாளமான மதுரைவீரன் கதை திரையாக்கங்களில் கதைப்பொருளாக இருக்கின்றன. மதுரைவீரன் கதை இருமுறை திரைப்படமாக்கப்பட்டு வெளிவந்தது. முதல்முறையாக கி.பி. 1939-ஆம் ஆண்டு 'சினிமா ராணி' டி.பி. ராசலட்சுமி கதை, வசனம் எழுதித் தயாரிக்கப் பி.வி.ராவ் இயக்கத்தில் திரைப்படமானது இதில் எம்.எம்.சிதம்பரநாதன், வி.ஏ.செல்லப்பா, டி.பி.ராசலட்சுமி, டி.வி.குமுதினி ஆகியோர் நடித்து, வர்த்தக ரீதியாகவும் வெற்றி பெற்றது. இத்திரைப்படத்தின் பிரதி ஒன்று புனே நகரத்தில் உள்ள 'நேஷனல் ஃபிலிம் ஆர்கைவ் ஆப் இண்டியா' அலுவலகத்தில் பாதுகாக்கப்பட்டு வருகிறது.[22]

இரண்டாவது முறையாகக் கிருஷ்ணா பிக்ஸர்ஸ் லேனா செட்டியார் தயாரித்து, டி.யோகானந்த் இயக்கத்தில் கி.பி.1956-ஆம் ஆண்டு ஏப்ரல் மாதத்தில் வெளியிட்டார். இதில் எம்.ஜி.இராமச்சந்திரன் (மதுரைவீரன்), என்.எஸ்.கிருஷ்ணன் (சின்னான்), டி.எஸ்.பாலையா (நரசப்பன்– திரைப்படத்தில் மட்டுமே உள்ள பாத்திரப்படைப்பு), சாண்டோ எம்.எம்.சின்னப்பத்தேவர் (அழகர் மலைக்கள்ளன் சங்கிலிக்கருப்பன்), பானுமதி (பொம்மி), பத்மினி (வெள்ளையம்மா), டி.ஏ.மதுரம் (செல்லி) ஆகியோர் நடித்துள்ளனர்.

இரு முறையும் திரைப்படங்கள் மாபெரும் வணிக வெற்றி பெற்றன. சமூகத்தின் ஆராதனை மிக்கத் தனிநபர் வாழ்க்கை வரலாறு, திரையாக்க நிலையில் இன்றுவரையிலும் தமிழ்ச் சினிமா உலகுக்கு 'வசூல் பெட்டியாகவே' திகழ்ந்து வருவதும் எண்ணத்தக்கது. இங்கு இரு திரைப்படங்களில் கி.பி.1956-ஆம் ஆண்டு வெளிவந்த மதுரைவீரன் திரைப்படமே ஒப்புநோக்கப் பயன்படுத்தப்படுகிறது.

5.2. கலைவடிவங்களின் ஒப்பாய்வு

பொது வரலாறு

மதுரைவீரன் கதையானது பல கலை வடிவங்களில் காணப்பட்டாலும் அவற்றிற்குப் பொதுத்தன்மை ஊடுசரடாக இருப்பதை அறியலாம்.

காசியை ஆட்சிபுரிந்த மன்னனுக்கு நீண்ட காலமாகக் குழந்தை இல்லை. மன்னன் அறஞ்செய்து இறைவனிடம் வரம் பெறுகிறான். முற்பிறப்பில் தெய்வங்களுக்குத் துணைபுரிந்த வீரன் ஒருவன் சாபத்தால் மகனாகப் பிறக்கிறான். பிறந்த குழந்தை சோதிடர் கருத்துப்படி, மன்னனுக்கும் நாட்டு மக்களுக்கும் வேண்டாத குழந்தையாகிக் காட்டிலே விடப்படுகிறான்.

சக்கிலியச் சாதியான மாதிகச்சி, தங்கள் செருப்புத் தைக்கும் தொழிலுக்குத் தேவைப்படும் ஆவாரம்பட்டை வெட்டக் காட்டுக்கு வருகிறாள். பிள்ளையில்லாத அவள் காட்டில் பாதுகாப்பாக இருந்த குழந்தையைக் கண்டு எடுத்து வருகிறாள். மாதிகச்சியும் அவள் கணவன் சின்னானும் குழந்தையை வளர்க்கின்றனர். மன்னனுக்கும், ஊர்மக்களுக்கும் குழந்தை பற்றித் தெரிந்தால் சிக்கல் ஏற்படும் என்று வேறு ஊருக்குச் செல்கின்றனர்.

பாளையக்காரன் பொம்மணன் ஆட்சிசெய்யும் நாட்டிற்குச் சின்னான், மாதிகச்சி இருவரும் வருகின்றனர். பொம்மணன் அரசு உதவியால் சின்னானுக்கு வேலை கிடைக்கிறது காலங்கள் கழிந்தன. பொம்மணன் மகள் பொம்மி பருவமடைகிறாள். குல வழக்கப்படி பொம்மி ஊருக்குத் தொலைவில் குடிசையில் தனியாக வைக்கப்படுகிறாள்.

பொம்மியின் காவலுக்கு மழையின் காரணமாக ஒருநாள் வீரன் வரும் சூழ்நிலை ஏற்படுகிறது

குடிசைக்குள் இருந்த பொம்மியுடன் வீரன் உடலுறவு கொள்கின்ற நிலை ஏற்பட்டது. வீரன், காசி மைந்தன் என்ற உண்மையைப் பொம்மி அறிந்து கொள்கிறாள். பொம்மியின் சடங்கு வைபவத்தில் கலந்து கொண்ட வீரன், அன்று இரவு அவளைச் சிறையெடுக்கிறான். பொம்மணன் படை பொம்மியை மீட்க வந்து, காவிரிக் கரையில் வீரனிடம் தோல்வி அடைகிறது. பின்னர் திருச்சி மன்னன் விசயரெங்கச் சொக்கனிடம் படைத் தளபதியாகப் பணியில் ஈடுபட வாய்ப்பையும் ஏற்படுத்திக் கொடுக்கிறது. அங்கு கோட்டை குறிகாரன் மகளைக் கண்டு, அவளுடன் தகாத முறையில் கலவி கொள்கிறான்.

திருமலை நாயக்கரின் அழைப்பைக் கருத்தில் கொண்டு விசயரெங்கச் சொக்கனால் வீரன் மதுரைக்கு அனுப்பப்படுகிறான். மன்னர் திருமலையால் தளபதியாக்கப்பட்டு, அங்கு மக்களுக்குத் தொல்லை கொடுக்கும் கள்ளர்களை அழிக்கிறான். பின்பு, தன்னுள்ளம் கொள்ளை கொண்ட நடனப் பெண் வெள்ளையம்மாளைச் சிறை யெடுக்கிறான். வீரனின் தவறான செய்கையால் அவன் குற்றவாளியாகி, தண்டனை பெற்றுப் பின் தற்கொலை செய்துகொள்கிறான். பொம்மியும், வீரன் தன்னைத் தீண்டியதால் அவனைக் கணவனாக ஏற்றுக்கொண்ட வெள்ளையம்மாளும் தங்களை மாய்த்துக் கொள்கின்றனர். வீரன் மதுரைக் கள்ளர்களைக் கருவறுத்ததால் 'மதுரைவீரன்' என அழைக்கப் பெற்று மக்களால் வணங்கப்படுகிறான். மேலும், மீனாட்சியிடம் வரம் வாங்கிக் கோயில் வாசலை காக்கிறான்.

இவையே மதுரைவீரன் கதை எடுத்துச் சொல்லும் கலை வடிவங்களில் காணப்படும் பொதுவான கதையம்சக் கூறுகள் ஆகும்.

வேறுபாடுகள்

முற்பிறப்பு

மதுரைவீரனின் முற்பிறப்பைப் பற்றி மதுரைவீரசுவாமி அம்மானை, வீரையன் அம்மானை ஆகிய இரு நூல்களும் எடுத்துக்

கூறுகின்றன. மதுரைவீர சுவாமி அம்மானை, மதுரைவீரன் முற்பிறவியில் முருகனின் படைத் தளபதியாகப் பணியாற்றியவன் என்று கூறுகிறது (ப.29). வீரையன் அம்மானை, சிவனின் வியர்வையில் பிறந்த வீரபத்திரனே மதுரைவீரன் (வரி.275-290) என்று கூறுகிறது. மேலும், மதுரைவீர சுவாமி அம்மானை, முருகனின் படைத்தளபதி மதுரை வீரனாகப் பிறக்கக் காரணம் கூற (ப.29), வீரையன் அம்மானை வீரபத்திரர், மதுரைவீரனாகப் பிறக்கக் காரணம் எதுவும் கூறவில்லை.

ஸ்ரீ மதுரைவீர சுவாமி பராக்கிரமம் என்ற நூல், தவறு செய்த வீரபாகுத்தேவர், முருகனால் கை துணிக்கப்பட்டு, அவரின் சாபத்தால் பார்வதியின் நந்தவனத்தைக் காத்து வரும்பொழுது, பார்வதியின் தோழியர் கமலாவதி மற்றும் குமுதவல்லி ஆகியோரிடம் காதல் வயப்பட்டு மீண்டும் சாபம் பெறுகிறார் என்றும், தவறு செய்த மூவரும் மண் உலகில் மதுரைவீரன், பொம்மி, வெள்ளையம்மாள் ஆகப் பிறந்தார்கள் என்று கூறுவதாக எடுத்துக் காட்டுவர்.[23] சிவனும் பார்வதியும், முருகனை மதுரைவீரனாகவும் வள்ளியைப் பொம்மியாகவும் பிறக்கச் செய்வதாகப் பாடும் வாய்மொழிக் கதைப்பாடல், சென்னை மாவட்டம் வேளச்சேரியில் சித்திரா பௌர்ணமி விழாவில் மதுரைவீர சுவாமி கழுவடி பூசையில் பம்பைக்காரன் பாட்டாகவும் பாடப்பட்டதையும் அறியமுடிகிறது.[24] பிற ஆக்கங்களில் மதுரைவீரனின் முற்பிறப்புப் பேசப்படவே இல்லை.

மதுரைவீரனின் முற்பிறப்பை வேறுபடுத்திக் காட்டிய ஆக்கங்கள் அவனது பிறப்பைத் தெய்வங்களோடும் அவர்களுடன் தொடர்புடையவர் களுடனும் இணைத்துச் சொல்கின்றன. இது வீரனின் தெய்வத் தன்மையையும் வீரத்தையும் வெளிக்காட்டவேண்டும் என்ற நாட்டார் படைப்பாளர்களின் நோக்கமாக இருத்தல்வேண்டும்.

காசி மன்னன்

ஆய்வுக்கு உட்பட்ட கலைவடிவங்கள், காசி நாட்டையும் அதனை ஆண்ட மன்னனையும் வெவ்வேறு பெயரிட்டு அழைக்கின்றன. காசி நாட்டை மதுரைவீரன் கதை வாரணவாசி (ப.23) என்றும், மதுரைவீரன் திரைப்படம் வாரணாசிபாளையம் என்றும் அழைக்க, பிற கலை வடிவங்கள் காசி நாடு என்று குறிப்பிடுகின்றன.

காசி மன்னனை மதுரைவீரன் கதைப்பாடலும் (ப.27) திரைப்படமும் துளசிமகாராசன் என்றும், மதுரைவீர சுவாமி அம்மானை செயதுங்கராசன் (ப.10) என்றும், மதுரைவீரன் அம்மானை பரராசவேந்தன் (வரி.129) என்றும், வீரையன் அம்மானை நாராயணன் (வரி. 194) என்றும், வானொலி வடிவ மதுரைவீரன் நாடகம் குணசேகர மகாராசன் என்றும், மதுரைவீர நாடகம் துளசேந்திர மகாராசன் (ப.16) என்றும் குறிப்பிடுகின்றன.

காசி மன்னனின் மனைவியை மதுரைவீரன் கதை கற்பூரவள்ளி (ப.37) என்றும், மதுரைவீர சுவாமி அம்மானை பவானி (ப.15) என்றும் கதைப் பாடல்கள் குறிப்பிட, பூமாயி என்ற பெயரும் உள்ளதாகக் குறிப்பிடுவர். மதுரைவீர நாடகம் செண்பக வள்ளி (ப.25) என்று குறிப்பிடுகிறது. இவர்கள் யாரும் வரலாற்று மாந்தர்கள் இல்லை; கற்பனை மாந்தர்கள் ஆவார்கள்

மதுரைவீரன் பிறப்பு

மதுரைவீரன் கதையும் (ப.40), வீரையன் அம்மானையும் (வரி. 425) "மாலையோடு வீரன் பிறந்ததால் இது மாமனுக்கும் குடிகளுக்கும் ஆகாது" என்று உரைக்கின்றன. ஆய்வுக்கு உட்பட்ட பிற கலை வடிவங்கள் மன்னனுக்கும் குடிகளுக்கும் ஆகாது என்று கூறி காட்டில் விடப்பட்டதற்குக் காரணமும் கூறுகின்றன "காசியம்பதி மன்னன் ஒருவனுக்குப் பிறந்த குழந்தை, குலநாசம் விளைவிக்கும் என்ற அச்சம் காரணமாகக் காட்டில் விடப்பட்டது என்ற தகவல் அடங்கிய கதைகள், காசி வாழ் மக்களிடையே இன்றும் வழங்கப்பட்டு வருகின்றன"[26] என்பதும் இங்கு ஒப்புநோக்கத்தக்கது.

மதுரைவீர சுவாமி அம்மானை மட்டும் வீரனின் சாதகப் பலனைக் கூறி, அவனது தாய் தந்தைக்கு மட்டும் சிறிது துன்பம் எனச் சுட்டுகிறது (ப.35). இக்கதைப் பாடலில் குழந்தை காட்டில் விடப்பட்டதற்கு முற்பிறப்பில் முருகன் இட்ட சாபப்படி அலகையே (பூதம்) காரணமாகிறது (ப.36). மேலும், கழுத்தில் மாலை சுற்றிப் பிறந்த குழந்தை என்று கூறாதிருந்தாலும், அந்நிகழ்ச்சி அச்சுப்படமாக இந்நூலில் இடம்பெற்று (ப.33). அதன் அடிக்குறிப்பாக 'காசிராசனுக்கு குழந்தை பிறந்த

சோசியரைக் கேழ்க்க, மாலை சுற்றி பிறந்ததால் வனத்தில் விடச் சொல்லியது' என்றும் காணப்படுகிறது.

மதுரைவீரன் அம்மானை (வரி. 173-177), வீரையன் அம்மானை (வரி.406-418), மதுரைவீர நாடகம் (பக்.30-31) ஆகிய மூன்றும் குழந்தை மாலை சுற்றியும் கொடி சுற்றியும் பிறந்திருப்பதாகச் சோதிடர்கள் கூறிய பின்னரே, மன்னன் குழந்தையை முதலில் கண்டதாகக் கூறுகின்றன. ஆனால், மன்னனிடம் அரண்மனைப் பெண்கள் வந்து கூறுவதும், (ப.40) தொடர்ந்து சோதிடர் நாளும் கோளும் குலத்திற்கு ஆகாது என்று எடுத்துரைப்பதும் (ப.43) மதுரைவீரன் கதையில் மட்டும் காணப்படுகிறது. சோதிடரிடம் பலன் கேட்ட பின்பே குழந்தையை மன்னன் கண்டதாக, மதுரைவீர சுவாமி அம்மானை (ப.35) கூறுகிறது. நிகழ்கலை மதுரைவீரன் நாடகத்தில் அமைச்சர் மூலமும், வானொலி வடிவ நாடகத்தில் சேவகன் மூலமாகவும், குழந்தை பிறந்திருப்பதை மன்னர் அறிந்து கொள்வார்.

மதுரைவீரன் பிறந்த நட்சத்திரத்தை வெவ்வேறாக மதுரைவீர சுவாமி அம்மானையும் (ப.32), வானொலி வடிவ நாடகமும் கூறுகின்றன. மதுரைவீரன் அம்மானையும் (வரி.168) வீரையன் அம்மானையும் (வரி.399) வெள்ளிக்கிழமை விடிந்து பத்து நாழிகை என்று மட்டும் மதுரைவீரன் பிறப்பைச் சுட்டுகிறது. ஆய்வுக்கு உட்பட்ட கலைவடிவங்களில் காணப்படும் குழந்தையின் கழுத்தில் மாலை மற்றும் கொடி சுற்றிப் பிறந்த நிகழ்ச்சி, கதையின் வளர்ச்சிக்கு முக்கியமானது. ஆனால், மதுரைவீர சுவாமி அம்மானையில் தெய்வத்தன்மை கொண்ட மதுரைவீரனைக் குறைகளோடு சொல்லக் கூடாது என்ற பாடல் ஆசிரியரின் எண்ணத்தால் இந்நிகழ்ச்சி இடம் பெறாமல் இருந்திருக்கலாம். மேலும், மாலையிட்டும். கொடி சுற்றியும் பிறந்தால் தீமை உண்டாகும் என்ற மக்கள் வழக்கிலான, திடமான நாட்டார் நம்பிக்கையை வெளிக்காட்டுவதாக அமைந்துள்ளது என்றும் கூறலாம். கொடி சுற்றிப் பிறத்தலை வடநூலார் 'நாளவேஷ்டனம்' என்று கூறுவர்.[27]

குழந்தை காட்டில் விடப்படல்

ஆய்வுக்கு உட்பட்ட கலை வடிவங்களில் மதுரைவீர சுவாமி அம்மானை தவிர, ஏனையவை, அரண்மனைப் பெண்களும், அதிகாரிகளும், அரசகுலத்திற்கும் நாட்டிற்கும் ஆகாத குழந்தையைக் காட்டில் விட்டு வந்ததாகக் கூறுகின்றன. ஆனால், மதுரைவீர சுவாமி அம்மானை, குழந்தை பிறந்த பதினாறு நாட்கள் கழித்து முருகனின் சாபப்படி அலகை (பூதம்) யானது தூக்கிக் காட்டில் போட்டது (ப.36) எனக் கூறுகிறது. மதுரைவீரய்யன் நாடகத்தில் மன்னனும் அரசியும் குழந்தையைத் தாங்களே காட்டில் விடுவதாகக் காணப்படுகிறது என்பர்.[28]

மதுரைவீர சுவாமி அம்மானை, முற்பிறப்பில் செய்த பாவச் செயலுக்குத் தண்டனை பெறவேண்டும் என்ற மக்கள் எண்ணத்தை, சமய நம்பிக்கையை நியாயப்படுத்த, நிகழ்ச்சியை அமைத்திருக்க வேண்டும். மேலும் நாட்டார் கவிஞன் தன் சிந்தனைக்குத் தகுந்தபடி கதையில் தளம் மாறாமல் அதன்போக்கில் சிறு மாறுதல்கள் செய்வதையும் அறியலாம்.

குழந்தையைப் பாம்பு பாதுகாத்தல்

மதுரைவீரன் கதை, குழந்தையின் அழுகைச் சத்தம் கேட்டு நாகம் வந்து அலங்கார வீரன் எனப் பெயரிட்டு, மன்னர்களை வெல்ல எமன் அட்சரமும் மந்திரவாளும் கொடுத்து, எதிர்காலத்தில் புகழடையக் காரணமான நிகழ்வுகளைச் சொல்லி வாழ்த்தியது (ப.54) எனக் கூறும். வீரையன் அம்மானை, குழந்தையின் அழுகைச் சத்தம் கேட்டு, சிவனிடம் பார்வதி வினவ, அவர் அக்குழந்தையின் வரலாற்றை எடுத்துச் சொன்னவுடன், பார்வதியின் அழைப்பின் பேரில் நாகம் வந்து பாதுகாத்தது (வரி 550-595) என்கிறது. மதுரைவீர சுவாமி அம்மானை குழந்தையைத் தேவதைகள் பாதுகாத்தனர் (ப 36) என்கிறது. இந்நிகழ்ச்சி குழந்தையின் வீரத்தன்மையையும், தெய்வச் சிறப்பையும், சுட்டிக்காட்ட அமைந்திருக்கலாம்.

சக்கிலியன் சக்கிலிச்சி ஊரும், குழந்தையைக் கண்டெடுத்தலும்

சின்னானும் செல்லியும் காசியில் வாழ்கிறார்கள் என மதுரைவீரன் கதை (ப.55), வாய்மொழி மதுரைவீரன் கதைப்பாடல், நிகழ்கலை மதுரைவீரன் நாடகம், வானொலி நாடகம் ஆகியவற்றில் கூறப்படுகின்றன. மேலும் செல்லி ஆவாரம்பட்டை வெட்டப் போய் காட்டில் இருந்து குழந்தையைக் கண்டெடுத்துப் பின்பு அரசனுக்குப் பயந்து கணவனுடன் வேறு ஊருக்குப் போகிறாள் என்று அமைந்துள்ளது. ஆய்வுக்கு உட்பட்ட பிற கலைவடிவங்களில் பாளையக்காரர் பொம்மணன் ஊரில், சின்னானும் செல்லியும் மட்டும் வசித்து வருவதாகக் காணப்படுகின்றன. மேலும், திரைப்படத்தில் செல்லி இருவரும் ஆவாரம்பட்டை வெட்டக் காட்டுக்குப் போய் குழந்தையைக் கண்டெடுப்பதாக அமைந்துள்ளது.

பொம்மணனின் ஊர் மதுரைவீர சுவாமி அம்மானையில் கமலாபுரி (ப.38) என்றும், மதுரைவீர நாடகமும் (.37) வானொலி நாடகமும் கோனேரிபட்டினம் என்றும், திரைப்படம் வாரணாசி பாளையம் என்றும் கூறுகிறது. "காசிக்குத் தென்புறமாக சிறிது தொலைவில் 'பொம்மணன் சீமை' என்ற சிற்றூர் இன்றும் உள்ளது. ஆனால், தற்காலத்தில் அந்த ஊர் குறிஞ்சிக் கோட்டை என அழைக்கப் பெறுகிறது"[29] என்பர். இக்கருத்தையே மதுரைவீரன் கதையும் (ப.84), மதுரைவீர சுவாமி உற்பத்தி பூசாரிப்பாட்டும்[30] சுட்டுகிறது.

தமிழ்நாட்டில் திருச்சி மாவட்டத்தில் குளித்தலை என்ற ஊரின் அருகே, காவிரி ஆற்றின் கரையில் அமைந்துள்ளது "தொட்டியம்' என்ற ஊர். இங்குப் பொம்மணன் அரண்மனையின் கோட்டை என்று மக்கள் வழக்கில் சொல்லப்பட்டு வரும் 'கோட்டைமேடு என்ற இடம் காணப்படுகின்றது. இங்கு இடிந்த நிலையில் இன்றும் கோட்டைச் சுவர்கள் காணப்படுகின்றன.[31] மதுரைவீர சுவாமி அம்மானை மட்டும் சக்கிலிச்சியைத் திலகி (ப.38) என்றும், வாய்மொழிக் கதைப்பாடலும் வானொலி நாடகமும் செல்லி இறைவனிடம் வேண்ட, குழந்தையைப் பாதுகாத்த பாம்பு அவ்விடத்தை விட்டு அகன்று விடுவதாகவும் எடுத்துக் கூறுகின்றன.

குழந்தையை வளர்த்தல்

மதுரைவீரன் கதையில் குழந்தையைத் தொட்டிலில் இடுதல் (ப.59), தாலாட்டுதல் (ப.59), காதணி விழாச் செய்தல் (ப.62) ஆகியன விரிவாக இடம்பெறுகின்றன. மதுரைவீரன் அம்மானை (வரி.309), வீரையன் அம்மானை (வரி.132), வாய்மொழிக் கதைப்பாடல், நிகழ்கலை மதுரைவீரன் நாடகம், வானொலி வடிவம் ஆகியவற்றில் காதணி விழா விரிவாக இடம்பெறவில்லை. வீரையன் அம்மானை (வரி.691-724), மதுரைவீர நாடகம் (ப.42), திரைப்படம் ஆகியவற்றில் குழந்தையைத் தாலாட்டும் நிகழ்ச்சி மட்டும் இடம்பெறுகிறது.

பெயர் வைத்தல் நிகழ்ச்சி வானொலி வடிவத்திலும் வாய்மொழிக் கதைப்பாடலிலும், சின்னானின் தந்தை 'முத்துமாதாரி' என்ற பெயரையும் செல்லியின் தந்தை 'வீரமாதாரி' என்ற பெயரையும் இணைத்துக் காதுகுத்த வரும் ஆசாரி 'முத்துவீரன்' என்று குழந்தைக்குப் பெயர் சூட்டுவதாக நிகழ்ச்சி அமைந்துள்ளது. ஆய்வுக்கு உட்பட்ட பிற கலை வடிவங்களில் 'வீரன்' என்று சின்னான் சூட்டுவதாக அமைந்துள்ளது.

வீரையன் அம்மானையும் (வரி. 738-741), மதுரைவீர நாடகமும் (ப.44), வாய்மொழிக் கதைப்பாடலும் வீரன் கல்வி கற்பதாகவும் பாடசாலைக்குப் போவதாகவும் குறிப்பிடுகின்றன. மதுரைவீர சுவாமி அம்மானை, வீரன் பல மொழிகள் கற்றதாகக் கூறுகிறது. (ப.47).

பொம்மி பருவமடைதலும், காவலும்

பொம்மி பருவமடைய குல வழக்கப்படி ஊரை விட்டுத் தனியாகக் குடிசை கட்டி, முப்பது நாட்களுக்கு வைத்து, சின்னான் காவலுக்கு வந்து, பின்னர் மழையின் காரணமாக வீரன் காவலுக்கு வருகிறான். இங்குதான் வீரன், பொம்மி முதல் சந்திப்பும் நிகழ்கிறது. இவ்வாறு ஆய்வுக்கு உட்பட்ட மதுரைவீரன் கலைவடிவங்களில் காணப்படுகிறது. ஆனால், திரைப்படத்தில் நட்சத்திர தோஷம் காரணமாக நாற்பத்தெட்டு நாட்களுக்குப் பொம்மி, அம்பிகை விரதம் மேற்கொள்வதாகவும்

இறுதிநாளில் வீரன் காவலுக்கு வருவதாகவும் அமைந்துள்ளது மேலும், இந்நிகழ்ச்சிக்கு முன்பாகவே பொம்மியை ஆற்று வெள்ளத்தில் இருந்து வீரன் காப்பாற்றும்பொழுது முதல் சந்திப்பு நடந்துவிடுகிறது என்பதுபோல் காட்சி அமைக்கப்பட்டுள்ளது.

ஏர்குல நாயக்கரது சமுதாயத்தில், பருவம் அடைந்த பெண்களை ஊருக்கு வெளியில் பொது இடத்தில் குடிசை அமைத்து இருக்கச் செய்வது இன்றும் காணப்படுவதாகக் குறிப்பிடுவர்.[32]

வீரன் காவலுக்கு வருதல்

மழையினால் சின்னான், பொம்மியின் காவலுக்குப் போக முடியாத நிலை ஏற்பட்டது என்னும் நிகழ்ச்சியில் கருத்து வேறுபட்டு, வாய்மொழிக் கதைப்பாடல், பாதுகாப்பிற்காகச் சின்னான் போர்வை எடுத்து வர வீட்டிற்குப் போகும்பொழுது, அங்கு மழை பிடித்துக் கொள்வதாகவும், எனவே வீரனைக் காவலுக்கு அனுப்புவதாகவும் கூறுகிறது. இதிலிருந்து மிகவும் வேறுபட்டு மதுரைவீர சுவாமி அம்மானையில், வீரனிடம் இளமைப்பருவ நிலையைச் சின்னான் உணர்த்துவது போலவும், அவன் சூரியகுலத்தில் பிறந்த தான் காவலுக்குச் செல்லும் அவல நிலையை எண்ணுவது போலவும். காவலுக்குப் போகும் பொழுது உடன் வெற்றிலைப் பாக்குப்பை எடுத்து வரும் சிறுவனையும் அழைத்துக்கொண்டு போவது போலவும் (ப.52) அமைந்துள்ளது. எல்லாக் கலை வடிவங்களும் மழை பொழிதலைக் குறிப்பிடுவதால் இதனை இன்றியமையாததாக மக்கள் கருதியுள்ளனர் எனலாம்.

வீரன் - பொம்மி சந்திப்பு

பொம்மியின் காவலுக்கு வந்த வீரன் மழையில் நனையாமலிருக்க, அவளின் குடிசைக்குள் தடை மீறி நுழைந்து, பலவந்தமாகக் கட்டி அணைத்தான், சக்கிலியனால் ஏற்பட்ட தீட்டை எண்ணிப் பொம்மி புலம்ப, வீரன் தான் காசிராசன் மகன் எனக் கூறக் கேட்டு, அவனுடன் கலவிக்கு உடன்பட்டாள். மேலும், தன்னைப் பற்றிய உண்மையறியாத நிலையில் தன் வரலாற்றை வீரன் கூறுவதாகவும் மறுநாளும்

பொம்மியுடன் சல்லாபித்து, அரண்மனைச் சடங்கு வைபவத்திற்கு வருவதாகவும், பின்னர் வேறு ஊருக்கு அவளைக் கூட்டிச் செல்வதாகவும் மதுரைவீரன் கதை (பக். 71-85), மதுரைவீரன் அம்மானை (வரி. 474-650), வீரையன் அம்மானை (வரி.1111-1288) ஆகிய நூல்களில் நிகழ்வுகள் இடம்பெறுகின்றன.

வீரையன் அம்மானையில் கலவிக்கு உடன்பட்ட பிறகே வீரன் தன் வரலாற்றை எடுத்துக் கூறுகிறான் (வரி.1166-1193). மதுரைவீரன் கதையில் மட்டுமே இரண்டாம் நாள் காவலுக்கு வந்தவன் பொம்மிக்குத் தாலி அணிவிக்கிறான் (ப.82).

மதுரைவீர சுவாமி அம்மானையில் பொம்மி, வீரனின் அழகில் அதிசயித்துத் தன் வரலாறு அறிந்திருந்தவனிடம் (ப.48) பிறப்பைக் கேட்டு அறிய, அவனும் கடமை தவறாது காவல் காத்த நிலையில் இருவரும் காதல் வயப்பட கலவியில் ஈடுபட்டனர். பின்னர், பொம்மி தன்னைச் சிறையெடுக்க வீரனிடம் வேண்டியும் இடர்ப்பாடுகளை எடுத்துக் கூறி, மறுதினம் அரண்மனைக்கு வந்து கூட்டிப்போவதாக வீரன் சொல்வது போல் (பக்.55-66) நிகழ்வுகள் இருக்கின்றன.

மதுரைவீர நாடகத்தில், பொம்மியுடன் கலவியில் ஈடுபடும் நோக்கத்துடனே வீரன் காவலுக்கு வருகிறான் (வரி.49) வாய்மொழி மதுரைவீரன் கதைப்பாடல், நிகழ்கலை மதுரைவீரன் நாடகம், வானொலி வடிவம் ஆகியவற்றில் வீரன் சிறு கல்லை எறிந்து தன் வருகையைப் பொம்மிக்குத் தெரிவித்தும், அவள் கற்பழிக்கப்பட்ட பின்பு, சக்கம்மாள் அசரீரியாக அவன் வரலாற்றைக் கூறியும் நிகழ்ச்சிகள் அமைந்துள்ளன. சக்கம்மாளின் வருகை ஸ்ரீ மதுரைவீர சுவாமி பராக்கிரமத்திலும் காணப்படுகிறது என்பர்.[33]

திரைப்படத்தில், வீரன் காவலில் கடமை தவறாத நிலையில், பொம்மி வலிந்து அவன்மேல் மையல் கொண்டு குடிசைக்குள் அழைக்க முற்படுகிறாள். வீரன் மறுத்துத் தன் கடமையில் தவறாது இருக்க, இங்குக் கற்பழிப்பு நிகழ்வது கிடையாது என்று அமைந்துள்ளது.

வீரன், பொம்மியைச் சிறையெடுத்தல்

வீரன் ஈயைப் போல் வடிவமெடுத்துப் பொம்மியைச் சிறையெடுக்கிறான் என்று மதுரைவீரன் கதை (ப.95.), மதுரைவீரன் அம்மானை (வரி. 794 - 795), வீரையன் அம்மானை (வரி. 1490 - 1492) ஆகிய நூல்கள் கூறுகின்றன. வீரையன் அம்மானையில் மட்டும் சிறையெடுக்க வரும்பொழுது, காளியை நினைத்துக்கொண்டு வீரன் வருகிறான் (வரி.1460-1465) என்று அமைகிறது.

மதுரைவீரசுவாமி அம்மானையில் வீரன் சக்கம்மாள் கோயிலுக்குச் சென்று வல்லயம் என்ற ஆயுதத்தில் தலைகீழாக நின்று, தேவியிடம் எதிரிகளைக் கொல்ல மந்திர ஆற்றல் பெறுகிறான். பின்பு பொம்மணன் கோட்டைக்கு வந்து சேவகர்களை மயக்கமுறச் செய்து மதயானை, வாசற் பிரதானி, மந்திரவாதிகள், பூதம், அலிகள், நாய்கள் ஆகியோரைக் கொன்று, வண்டு மற்றும் தும்பிகள் போல வடிவெடுத்து, மந்திர வலைகள் அறுத்தும் பொம்மியைச் சிறையெடுக்கிறான் (பக்.68-88) என்று நிகழ்ச்சிகள் இடம்பெற்றுள்ளன.

மதுரைவீர நாடகத்தில் மாயப்பொடியைக் காவலர்கள் மேல் வீசி (ப.66) பொம்மியைச் சிறையெடுக்கிறான். நிகழ்கலையில் திருமலை மன்னன் மைத்துனர் நரசப்பன் காவலுக்குப் படுத்திருந்த நிலையில் பொம்மியைச் சிறையெடுக்கிறான். திரைப்படமோ மாறுபட்டு பொம்மிக்கும் நரசப்பனுக்கும் திருமண ஏற்பாடு நடைபெற்றுக் கொண்டிருக்கையில் வீரன் படைவீரர்களுடன் சண்டையிட்டு, அவளைச் சிறையெடுக்கிறான் என்று கூறுகிறது. மதுரை வீரய்யன் நாடகத்தில் பொம்மி, அரண்மனைக்கு போவதற்குள் சிறையெடுக்கப் படுகிறாள் என்பர்.[34]

பொம்மணன் பொம்மியைத் தேடுதல்

வீரன், பொம்மியைச் சிறையெடுத்தச் செய்தி ஊர்மக்கள் மூலம் பொம்மணன் அறிந்து தேடுவதாக மதுரைவீரன் கதை (ப.99), மதுரைவீரன் அம்மானை (வரி. 871-875), வானொலி வடிவம், நிகழ்கலை நாடகம் ஆகியவற்றில் காணப்படுகின்றது. ஆனால்,

மதுரைவீர சுவாமி அம்மானையில், பொம்மியைத் தேட தன் படைகளுக்காகக் குதிரையைத் தயார்ப்படுத்த வேண்டிய சூழலில், சின்னானை அழைக்க வீரர்கள் வர, ஊரைவிட்டு அவன் போன செய்தியைப் பொம்மணன் அறிவதாக (ப.97) உள்ளது.

மதுரைவீர நாடகத்தில், பொம்மணன் பொம்மியைக் காணாது பறையடிக்கும் சத்தம் கேட்டு, தன் மகன் வீரனையும் காணாது சிறையெடுத்த நிலையை அறிந்து கொள்கிறான் (ப.68) என்று அமைந்துள்ளது. திரைப்படத்தில் சின்னானும் செல்லியும் பொம்மணனால், வீரன் கிடைக்கும்வரை சிறையில் அடைக்கப் படுகிறார்கள்.

வீரன்-பொம்மணன் போர் செய்தல்

பொம்மணன் படை ஆட்டிடையன் வாயிலாக வீரனைப் பற்றி அறிந்து கொண்டு பின் தொடர, பொம்மி தன் தந்தையைக் கொல்லாமல் இருக்க வேண்டியும், பொம்மணன் உட்படப் படைகளை வெட்டி வீழ்த்தினான் வீரன். பின்னர், பொம்மணனை அடக்கம் செய்தனர். போர் நிகழ்வுகளைத் திருச்சி மன்னன் கொத்தளத்திலிருந்து பார்க்கிறான். போருக்குப் பின் வீரனும் பொம்மியும் திருச்சிக் கோட்டைக்குள் போய் சேர்ந்தனர் என்று கூறுகிறது மதுரைவீரன் கதை (பக்.101-107). மதுரைவீரன் அம்மானையில், வீரன் இருப்பிடத்தை வழியில் வருவோரிடம் கேட்டு அறிந்தும் (வரி.892-893) பொம்மணனைக் கொன்ற பிறகு தன்னுடன் உணவருந்த அழைத்த வீரனை, பொம்மி மறுத்துப் பேசுவதாகவும் (ப.81) அமைந்துள்ளது.

மதுரைவீர நாடகத்தில் பொம்மி, வீரனுக்கு வாள் எடுத்து வாழ்த்திப் போருக்கு அனுப்புவதாகவும் (ப.70) திருச்சி மன்னன் போர் நிகழ்வுகளைப் பார்க்கவில்லை (ப.74) என்பதாகவும் உள்ளது. மேலும், வீரனின் வீணை வாசிப்பை வாயிலில் கேட்ட பின்பு, திருச்சி மன்னன் உள்ளே அழைத்துக் கொள்கிறார் (பக்.74-75) என்றும் காணப்படுகிறது.

மதுரைவீர சுவாமி அம்மானையில் திருச்சி மன்னன், வீரனைக் காசி மன்னனின் மகனாக இருப்பதில் சந்தேகம் கொண்ட நிலையிலும்,

உதவிக்கு அனுப்பிய படைகளோடு இணைந்து அவன் போர் செய்து, பொம்மணன் அவர் உட்பட்ட படைகளைக் கொன்று வெற்றி பெற்றான். வீரனின் வெற்றி, திருச்சி மன்னனின் சந்தேகத்தையும் போக்கியது (பக்.106-138) என்று நிகழ்ச்சியை மிகவும் விரிவாக அமைத்து வேறுபட்டுக் காணப்படுகிறது.

நிகழ்கலை நாடகத்தில் பொம்மியின் அண்ணன், சிறிய தந்தையார் ஆகியோர் வீரனால் போரில் தோற்கடிக்கப்பட்டும், பொம்மியை மணம் முடிக்கவிருந்த அவள் மாமா நரசப்பனால் தங்கையாக ஏற்றுக்கொள்ளப்பட்டும், சீர்திருத்தத் திருமணம் செய்விக்கப்பட்டும் நிகழ்ச்சிகள் மாறுபடுகின்றன.

திரைப்படத்தில், சிறையில் அடைக்கப்பட்ட தாய் தந்தையர் களுக்காக வீரன் சரணடைய, பொம்மி அவனைக் காப்பாற்றுகிறாள். பொம்மணன், திருச்சி மன்னன் விசயரெங்கச் சொக்கனின் உதவியுடன் வீரன், பொம்மியைக் கைது செய்ய, பின்பு பொம்மணன் சம்மதத்துடன் இருவருக்கும் கலப்புத் திருமணத்தைத் திருச்சி மன்னன் நடத்தி வைக்கிறான் என்று வேறுபட்ட சூழல்களை அமைத்துக் காட்சிகள் நகர்கின்றன.

மதுரை வீரய்யன் நாடகத்தில் பொம்மணன் படையெடுப்பும், ஸ்ரீ மதுரைவீரசுவாமி பராக்கிரமத்தில் வீரனுக்கு எதிராக மந்திரவாதிகளைப் பயன்படுத்துவதும் உள்ளது.[35]

திருச்சியில் வீரன் தளபதியாதல்

நிகழ்கலை நாடகம், வானொலி வடிவம் ஆகியன தவிர ஆய்வுக்கு உட்பட்ட பிற ஆக்கங்களில் திருச்சி மன்னரால் வீரன் படைத் தளபதியாகப் பணியில் அமர்த்தப்படுகிறான் என்று காட்சி அமைந்துள்ளது.

வீரன் பெண் மோகம் கொள்ளல்

திருச்சியில் வீரன் தளபதியான பிறகு கோட்டைக் குறிகாரன் கிருஷ்ணப்ப நாயக்கன் மகளுடன் கலவி கொண்டான் என்று மதுரைவீரன் கதை (பக்.110-113), மதுரைவீரன் அம்மானை

(வரி.114-1219), மதுரைவீர நாடகம் 'செயவீரலட்சுமி' என்ற பெண்(ப.76) ஆகிய நூல்கள் குறிப்பிடுகின்றன. ஆய்வுக்கு உட்பட்ட பிற ஆக்கங்களில் இந்நிகழ்ச்சி இடம்பெறவில்லை. ஸ்ரீமதுரைவீரப் பராக்கிரமத்தில் கிருஷ்ணப்ப நாயக்கர் மகள் கௌரி தன் மோகம் தீர்த்துக்கொள்ள முயன்றும், வீரன் ஏகபத்தினி விரதனாக இருந்தான்[36] என்று உள்ளதாகக் கூறுவர்.

வீரன் கள்ளர்களை அழித்தல்

மதுரை வந்த வீரனுக்கு நகரத் தலையாரியின் மூலம் கள்ளர்கள் மதுரைக் கடைவீதியில் கொள்ளையிடும் செய்தி கிடைக்க, அவர்களுடன் சண்டையிட்டு அழித்தான் என்று மதுரைவீரன் கதையும் (பக்.127-134), மதுரைவீரன் அம்மானையும் (வரி.1457-1624) எடுத்துக் காட்டுகின்றன. மதுரைவீரசுவாமி அம்மானையில் இந்நிகழ்ச்சி மிகப்பெரும் போர் நிகழ்ச்சியாக அமைந்துள்ளது. திருமலை மன்னரால் தளபதியாக்கப்படும் வீரன் மதுரைக் கோட்டைக் காவலைப் பலப்படுத்துகிறான். கள்ளந்திரி துப்பன் வாயிலாக வெள்ளியங்குன்றம் பாளையக்காரன் சிவனாண்டி தலைமையில் கள்ளர்கள் கொள்ளை யடிக்கப் போவதை உணர்ந்து, அவனின் உதவியால் கள்ளர்கள் இருப்பிடம் சென்று சண்டையிட்டு வீரன் அழித்தான். அழகர்மலைக் கோயில் நகைகளைக் கொள்ளை கொண்ட சிவனாண்டியையும் கொன்றான். பின்னர் துப்பனுக்கு வெள்ளியங்குன்றம் பாளைய உரிமையைக் கொடுத்து, கனகராமக்கவுண்டன் என்ற பட்டமும் வீரன் அளித்தான் (பக். 159-203) என மிக விரிந்த அளவில் வேறுபாட்டுடன் இடம்பெறுகிறது.

கனகராமக்கவுண்டரைப் பற்றி வெள்ளியங்குன்றம் செப்பேடு, அழகர்கோயில் பொருட்கள் வேடர்களால் கொள்ளை போக, கவுண்டரும் கள்ளர்கள் தலையை வெட்டித் திருமலை நாயக்கர் முன் பொதியாகக் கொண்டு சென்றார் என்றும், மன்னர் மகிழ்ந்து கவுண்டர் கொடுக்கும் கப்பத்தை நீக்கி சித்திரைவிழா, ஆடித்திருவிழா, திருமங்கையாழ்வார் திருவிழா ஆகியவற்றில் அவரும் அவரது சுற்றமும் சிறப்புப் பெற வகை செய்தார்[37] என்றும் குறிப்பிடுகிறது.

மதுரைவீர நாடகத்தில் கள்ளர்களை அழிக்காமல் மதுரைப் பெண்களைக் கற்பழிக்க முயன்ற வீரனை, மன்னர் திருமலை சல்லாபத்திருடன் எனக்கூற, பின்னரே மன்னரின் வீட்டையும் மீனாட்சியம்மன் கோயிலையும் கொள்ளையடித்துக் கொண்டிருந்த கள்ளர்களைக் கருவறுத்தான் (பக்.88-103) என்று காட்சி அமைகிறது.

நிகழ்கலை நாடகத்தில் வீரன்-பொம்மியை இணைத்து வைத்து நரசப்பன், மதுரைக் கள்ளர்களை அழிக்க வீரனை அனுப்ப. அவனும் மாறுவேடம் தரித்துக் கள்ளர்களைப் பிடித்து, திருமலை மன்னரிடம் ஒப்படைக்க, அவரும் நாட்டியப்பன், சங்கிலிக் கருப்பன் என்ற இரு கள்ளர்களையும் மன்னித்து தன் அரண்மனையில் வேலை கொடுக்கிறார் என்பதாக உள்ளது. வானொலி வடிவம் சிறிது வேறுபட்டு காவிரிக் கரையில் வீரன். பொம்மி தங்கியிருக்கும் நிலையில் திருச்சி மன்னனால் மதுரைக்கு அனுப்பி வைக்கப்பட்டு, அங்குச் சங்கிலிக்கருப்பன் முத்துக்கருப்பன் ஆகிய கள்ளர்களைக் கருவறுக்கிறான் என்று அமைந்துள்ளது.

திரைப்படத்தில், திருமலை மன்னரால் தளபதி குடிலன் பதவியில் வீரன் அமர்த்தப்பட, கள்ளன் சங்கிலிக் கருப்பனால் எச்சரிக்கப்படுகிறான். மேலும், அரசவைப் பிரதிநிதி மற்றும் நடனக்காரியான வெள்ளையம்மாளின் மாளிகையில் கொள்ளையிட்டு அவளைக் கொல்லவும் முயன்ற கள்ளர்களைச் சண்டையிட்டு விரட்டுகிறான். வீரனால் பாதிக்கப்பட்டுத் திருமலை மன்னரிடம் ஒற்றர் வேலை செய்யும் நரசப்பனும் குடிலனும், வெள்ளையம்மாளிடம் காதல் வயப்பட்டிருந்த மன்னரிடம் வீரன் - அவரும் வெள்ளையம்மாள் காதலை எடுத்துக்கூறிக் கோபம் உண்டாக்க, பத்து நாட்களுக்குள் கள்ளர்களைப் பிடிக்க உத்தரவிடுகிறார். வெள்ளையம்மாள் யோசனைப்படி வீரனும் அவளும் மாறுவேடந் தரித்துக் கள்ளர்களைப் பிடிக்கச்சென்று அவர்களிடம் பிடிபடுகின்றனர். பொம்மி ஊதுகொம்பு எடுத்து ஒலியெழுப்பி உடன் வந்த வீரர்கள் வந்து உதவி செய்ய, வீரன் சண்டையிடுகிறான் என்று திரைக்காட்சிகள் அமைந்துள்ளன.

மதுரைவீரன் கள்ளர்களைக் கருவறுத்த மூன்று நிகழ்ச்சிகள் ஸ்ரீமதுரைவீர சுவாமி பராக்கிரமத்தில் உள்ளன என்பர். 38 மேற்சுட்டிய மதுரைவீரன் ஆக்கங்களில் வீரன்-கள்ளர்கள் மோதல் மாறுபட்ட சூழல்களில் அமைக்கப்பட்டு இருந்தாலும், மக்களுடைய நிம்மதியற்ற வாழ்வுக்கும், பொருளாதாரச் சீர்குலைவுக்கும் காரணமாகக் கள்ளர் இருந்தனர் என்பதால், திருமலை மன்னர் வீரனை அழைத்தார் என்பதில் ஒன்றுபடுகின்றன.

திருமலை மன்னர்-கள்ளர்கள் முரண்பாடு ஏற்பட்டதற்கு மூவேந்தர் குல தேவர் சமூக வரலாறு என்ற நூல் வேறு காரணம் கூறி, அன்றைய மக்களின் வீரன் பற்றிய எண்ணத்தையும் வெளிப் படுத்துகிறது. அதில் திருமலை மன்னருக்குக் கட்டுப்பட்டுத் தன்னரசு நாட்டுக் கள்ளர்கள் வரி கொடுக்க மறுத்ததால், வீரன் திருச்சியில் இருந்து வரவழைக்கப்பட்டான் என்றும், அவனின் அகால மரணத்தால் கள்ளர்களை அடக்கும் முயற்சி வெற்றி பெறவில்லை என்றும், பொதுமக்கள் அனுதாபம் கள்ளர்களிடம் இருந்தது என்றும், மதுரைவீரன் நாட்டில் செய்த கொடிய செயலை மதுரைமக்கள் விரும்பவில்லை என்றும், ஆட்சியாளர்களுக்கும், குறிப்பாகத் திருமலை மன்னருக்கும் தெரிய வந்தது என்றும் குறிப்பிடுகிறது.

வீரன் வெள்ளையம்மாளைச் சிறையெடுத்தல்

ஆய்வுக்கு உட்பட்ட படைப்பாக்கங்கள் வீரனின் சிறை யெடுப்பைக் கூறினாலும் வெள்ளையம்மாளுடன் ஏற்பட்ட முதல் சந்திப்பும் அதன் பின்னணியும் பாத்திரத்தன்மையும் வேறுபடுகின்றன.

கள்ளர்களைக் கருவறுத்த வீரன் 'ஆலத்தி எடுத்த வெள்ளையம்மாள் மேல் ஆசை ஏற்பட்டு, அன்று இரவு அவளின் விடுதிக்குச் சென்று நித்திரையில் இருந்தவளைத் துப்பட்டியில் வைத்து தூக்கிக்கொண்டு வந்தான் என்று மதுரைவீரன் கதை (பக்.135-139), மதுரைவீரன் அம்மானை (வரி.1641-1706) ஆகிய படைப்புகள் காட்டுகின்றன.

மதுரைவீர சுவாமி அம்மானையில் இல்வாழ்க்கை துறந்து ஞான நெறியுடன் மீனாட்சி கோயிலில் நடனமாடியும், இராகங்கள்

இசைத்தும் வருகின்ற பணிப்பெண் வெள்ளையம்மாளை வழிபாட்டுக்கு வந்த வீரன் கண்டான். அவள் அழகில் மயங்கினான். நடு இரவில் கோயிலின் உள்ளே வசிக்கும் அவளைக் கலவி கொள்ள வருகையில் பூத கணங்கள் தடுக்க, அவற்றை அடக்கியும் தன் பெயர் கொண்டவன் என்பதால் வீரபத்திரனும் விலகிப் போக, வெள்ளையம்மாள் மீது திருநீறு தூவிப் பள்ளியறையில் இருந்து கைகளில் தூக்கிக் கொண்டும் வெளியேறினான் (பக்.234-241) என்று காட்டப்படுகிறது. திருநீறு தூவும் நிகழ்ச்சி மதுரைவீர நாடகத்திலும் (ப.106) உள்ளது.

திரைப்படத்தில் நாட்டியப் பெண் மற்றும் அரசவைப் பிரதிநிதியாக விளங்கும் வெள்ளையம்மாள் சித்திரக்கூடத்தில் வீரனுக்கு அறிமுகமான நிலையில் இருவரும் மனதால் காதல் கொள்கின்றனர். நரசப்பன் மற்றும் குடிலனால் இருவரின் காதலும் வெள்ளையம்மாளை நேசித்து வரும் திருமலை மன்னரிடம் வெளிப்படுத்தப்படுகிறது. தன் அதிகாரத்தால் திருமலை மன்னர் வெள்ளையம்மாளை அடைய முற்பட, அவள் தற்கொலைக்கு முயன்ற நேரத்தில் வீரனால் காப்பாற்றப் படுகிறாள். மேலும், அவளின் விருப்பத்திற்காகவும் இக்கட்டான சூழ்நிலையைத் தவிர்க்கவும் வீரனுடைய மணப்பெண்ணாகிறாள். வீரன் அவளை அழைத்துக்கொண்டு வெளியேறிய நிலையில், மன்னரால் தடுத்து நிறுத்தப்படுகிறான் என்று வேறுபட்ட கதை நிகழ்வுகள் இடம்பெறுகின்றன.

கள்ளர் கூட்டத்தை அடக்கியவரைத் திருமணம் புரிவதாக வெள்ளையம்மாள் கூறுவதும், இறைவன் செயலாக வீரன் அதற்கு உடன்படுவதும் மதுரைவீரன் நிகழ்கலை நாடகத்திலும் வானொலி நாடகத்திலும் பிற ஆக்கங்களில் இருந்து வேறுபட்டு அமைந்துள்ளன.

மதுரை வீரய்யன் நாடகத்தில் வெள்ளையம்மாள் மலர் பறித்துக் கொண்டு திரும்பும்போது வீரனால் சிறையெடுக்கப்படுவதையும், மதுரைவீரசுவாமி அம்மானையின் சிறையெடுப்பு நிகழ்வுகள் ஸ்ரீமதுரைவீர சுவாமி பராக்கிரமம் என்ற நூலின் நிகழ்வோடு ஒற்றுமைப்படுவதையும் அறிய முடிகிறது.[40]

வீரன் தண்டனை பெறுதல்

இரவுக் காவலர்களிடம் பொம்மியைச் சிறையெடுத்த வீரன் பிடிபட்டுப் பதிலேதும் பேசாமல் அவன் நிற்க, பின்னர் திருமலை நாயக்கரிடம் கொண்டு போகப்பட்டு, கானகத்தில் மாறுகால், மாறுகை வாங்க அவர் உத்தரவிடுகிறார். தண்டனைக்குப் பின் மறுநாள் காலையில் வீரனை அறிந்து காவலர்கள் மன்னிப்பு வேண்டினர் (பக். 139-142) என்று மதுரைவீரன் கதை கூறுகிறது. மதுரைவீரன் அம்மானையின் இரவுக் காவலர்கள் மன்னர் திருமலையிடம் போகாமல் தண்டனை வழங்கினர் (வரி.1720-1722) என்கிறது.

மதுரைவீர சுவாமி அம்மானையில் வீரன் தலையாரிகளால் பிடிபட்டு, வீரர்களுடன் போரிட்டுத் தன் சந்நியாச வாழ்க்கை வீரனால் தீட்டுப்பட்டதாக வெள்ளையம்மாள் புலம்ப, அவளைத் தேற்றி இருக்க, பின்னர் இருவரும் திருமலைமன்னர் முன் நிறுத்தப்படுகின்றனர். பத்தினித்தன்மையையும் அதன் புனிதத்தையும் மன்னர் விளக்கி, உலகத்தை அடக்கியாளும் மதுரைவீரனைத் தான் எதிர்க்கமுடியாது எனக் கூறவும், வீரன் வெட்கித் தலைகுனிந்து மன்னன் கொலுவிற்கு முன்பாக மந்திரவாள் நட்டு, அதில் தற்கொலை செய்துகொள்ளப் பாய்ந்தான் (பக்.241 - எ249) என்று வேறுபட்ட நிகழ்வுகளுடன் காணப்படுகின்றன. ஸ்ரீமதுரைவீர சுவாமி பராக்கிரமம் என்ற நூலில் உள்ள நிகழ்ச்சிகளும் இதனோடு ஒத்துப் போவதையும் அறியலாம்.[41]

மதுரைவீர நாடகத்தில் பிடிபட்ட வீரன் பேசாது இருந்ததால் ஊமைத்திருடன் என நினைத்துப் பின் மன்னர் தண்டனை வழங்க, வேதனை தாங்காமல் 'சிவ சிவா சிவனே' என்ற அவனின் குரலைக் கேட்டுக் காவலர்கள் அடையாளம் கண்டுகொள்கின்றனர் (பக்.106-107) என்று அமைகிறது.

திருவிழாக்களில் நாடகம் சுபமாக முடியவேண்டும் என்பதால்[42] மதுரைவீரன்-வெள்ளையம்மாள் இணைந்தவுடன் நிகழ்கலை மதுரைவீரன் நாடகம் முடிவடைந்து விடுகிறது. வானொலி வடிவத்தில் கோயிலின் முன்பு மாறுகால், மாறுகை வாங்கப்பட்டதாகக் காட்சி அமைகிறது.

திரைப்படத்தில் திருமலைமன்னர் வெள்ளையம்மாளைக் கூட்டிவந்த வீரனைத் தவறான செய்கை எனவும், அவன் கள்ளர்களிடம் சண்டையிட்டு மீட்டுவந்த பொருட்களை வீட்டில் வைத்திருப்பதைச் சுட்டி, அவர்களுடன் தொடர்பு கொண்டவன் எனக் குற்றம் சாட்டியும் தண்டனை விதிக்கிறார். வீரனுக்கு மாறுகால், மாறுகை தண்டனை நிறைவேறும் சமயம் நரசப்பன், குடிலனுடன் இருந்த கள்ளர் தலைவன் சங்கிலிக்கருப்பனைக் கண்டு அவனுடன் சண்டையிட்டுச் சாகடிக்கிறான். பின்பு தண்டனை நிறைவேற்றப்படுகிறது என்று வேறுபட்டு அமைந்துள்ளது.

'கோடாங்கிமாலை' என்ற நூல் வீரனிடம் வாக்குமூலம் வாங்கிய பின்பு திருமலை மன்னரால் தண்டனை அளிக்கப்படுகிறது என்றும், 'மருதைவீரன் சரித்திரம்' வெள்ளையம்மாளை வீரன் வல்லையில் வைத்துத் தூக்கி வரும்பொழுது பிடிபட்டு, தண்டனை பெறுகிறான் என்றும் கூறுகிறது.[43] மதுரைவீரனுடன் முரண்பட்ட கள்ளர்கள், கருமாத்தூர் கள்ளர் தலைவன் மூலம் திருமலை நாயக்கரிடம் தொடர்பு கொண்டு இவனது தண்டனைக்குத் துணையாக நின்றனர்[44] என்ற கருத்தும் உண்டு.

மதுரைவீரன் தண்டனை அடைந்த இடம் ஆய்வுக்கு உட்பட்ட ஆக்கங்களில் கானகம், கோயில் முன்புறம், கொலைக்களம் என்றெல்லாம் சுட்டுகின்றன. படைப்புகள் யாவும் ஒருமித்த கருத்தைக் கூறவில்லை. மேலும், மக்கள் வழக்கில் கோயிலின் உள்ளோ, முன்புறமோதான் வீரன் மாறுகால், மாறுகை வாங்கப்பட்டான் என்றும் கூறுவர். இதற்கு எவ்விதமான வரலாற்று ஆதாரமும் இல்லை, மாறுகால், மாறுகை வெட்டப்படும் தண்டனை இசுலாமியரின் சட்டத்திற்கு உட்பட்டது[45] என்பது இங்கு குறிப்பிடத்தக்கது.

திருமலை நாயக்கரின் நிலையும், வீரன் மீளுதலும்

மதுரைவீரன் கதையில் வெள்ளையம்மாள் வாயிலாக வீரன் தண்டனை பெற்றதை அறிந்து, மன்னர் திருமலை ஓடிவந்து, அவனுக்கு வேண்டப்பட்ட தன் மகள் உட்பட்ட எதையும் தானே தந்திருப்பேன் எனவும், வீரன் பிடிபட்டவுடன் பேசாது இருந்ததால்தான்

இவ்வாறு நடந்துவிட்டது என்றும் புலம்புகிறார். பிறகு மீனாட்சியை வணங்கி, வீரனுக்கு காலும் கையும் உண்டாகச் செய்கிறார் (பக்.144-146) என்று காணப்படுகிறது. மதுரைவீரன் அம்மானையில் தண்டனை அடைந்தது வீரன் என்பதை யார் திருமலையிடம் சொன்னது என்று குறிப்பிடாமல், சேதி கேட்டு வந்தார் (வரி.1810-1851) என்று சொல்கிறது. இதில் திருமலை மன்னரின் இறையுணர்வைப் புலப்படுத்தவும், வீரப்பன் கள்வனென்ற மாசுடன் இறந்தான் என்பதைக் களையவும் இந்நிகழ்ச்சி பயன்படுகிறது எனலாம்.

மதுரைவீர சுவாமி அம்மானை முற்றிலும் வேறுபடுகிறது. தான் சிறையெடுத்த தவறுக்காக வாளில் பாய்ந்த நிலையில் வீரனுக்கு, முருகன் இடம் சாபம் நீங்கியது. சிவன், வீரனின் முற்பிறப்பை எடுத்துச் சொல்ல, முற்பிறப்பு உண்மைகளை அறிந்த வீரன் மீண்டும் வாள்முனையில் பாய்ந்து தன்னைத்தானே மாய்த்துக் கொள்கிறான். வீரன் மடிந்த செய்தி கேட்டு வந்த பொம்மி, அவன் உடலில் பின்புறம் நீட்டிக் கொண்டிருந்த எஞ்சிய வாளில் விழுந்து உயிர் போக்கிக் கொள்ள முற்பட்டு, மன்னர் திருமலையால் தடுக்கப்படுகிறாள் (பக்.249-255) என்று அமைகிறது.

தன்னைத் தானே மாய்த்துக் கொண்ட நிகழ்ச்சி ஸ்ரீ மதுரை வீரசுவாமி பராக்கிரமத்திலும், மருதைவீரன் சரித்திரத்திலும் இடம்பெறுகிறது. மேலும், முன்னது வீரன் வாளால் மாய்த்துக் கொண்டான் என்றும், பின்னது மந்திரவாளை நட்டுப் பாய்ந்தான் என்றும் உள்ளதாகக் கூறுவர்.[46]

மதுரைவீர நாடகத்தில் தண்டனையின் போது வீரன் விருப்பத்திற் கேற்ப திருமலைமன்னர் வர, அவரின் மூலமாகப் பொம்மியும் வரவழைக்கப்படுகிறாள். பின்னர், திருமலை மன்னர் மீனாட்சியிடம் வேண்டி, அவள் கொடுத்த திருநீறு வீரன் மேல் தூவ அவனுக்குக் கால், கை வளர்கிறது (பக் 109-119) என்று வேறுபட்டு அமைந்துள்ளது.

திரைப்படத்தில் வெள்ளையம்மாள் திருமலை மன்னரின் வஞ்சகச் செயலுக்கு நீதிகேட்க, அசரீரியாக மீனாட்சியம்மன் குற்றத்தைச் சுட்டிக்காட்டவும், அவர் தன் தவறை உணர்ந்து வீரனிடம் வந்து

மன்னிப்புப் பெறுகிறார். மேலும், நரசப்பனும் வீரனால் மன்னிக்கப்படுகிறார் என்று காட்சிகள் அமைந்துள்ளன.

பொம்மி, வெள்ளையம்மாள் மடிதல்

வீரன், திருமலை நாயக்கரிடம் பொம்மி, வெள்ளையம்மாள் இருவருக்கும் தீப்பாயத் தீக்குழி ஏற்பாடு செய்யச் சொல்வதாக மதுரைவீரன் கதையில் (பக்.147-148) உள்ளது. மதுரைவீரன் அம்மானையில் வீரனே நேரிடையாகத் தீக்குழி வளர்க்கச் சொல்கிறான் (வரி 1881-1885). மதுரைவீர நாடகத்தில் மட்டும் பொம்மி, வெள்ளையம்மாள் தீக்குழி இறங்கிய பின்னர், வீரன் அதை மூடிவிட்டு வருவதாக (ப.123) அமைந்துள்ளது.

மதுரைவீர சுவாமி அம்மானையில் பொம்மி, வெள்ளையம்மாள் தீக்குளிப்பதை மன்னர் திருமலை தடுத்துப் பின்னர் அவரே அதற்கு ஏற்பாடு செய்கிறார். வாள் முனையில் பாய்ந்த வீரனை நல்லடக்கம் செய்து, அவனுடைய இரண்டு விரல்களைப் பெண்கள் இருவரும் வாங்கி வைத்துக் கொண்டு மன்னருக்கு ஆசி வழங்கித் தீப்பாய்கின்றனர். பரமனடி சேர்ந்திருந்த வீரன் உட்பட்ட அனைத்துத் தெய்வங்களும் வந்து வாழ்த்தினர் (பக்.255-266) என்று இடம்பெறுகிறது. மேலும், இதில் வீரன் நல்லடக்கத்திற்குப் பிறகே தீப்பாய்தல் (ப.265) நிகழ்வது குறிப்பிடத்தக்கது. திரைப்படத்தில் வீரனின் இறப்பால் பொம்மி, வெள்ளையம்மாள் அதிர்ச்சியடைந்து மரணமடைவதாக உள்ளது.

வீரன் தற்கொலை செய்தல்

வீரனுக்கு மீண்டும் கை, கால் முளைத்தாலும், தான் தண்டனைப் பெற்று மருப்பட்டுப் போனதால் தன்னைத் தானே மாய்த்துக் கொள்வது என்ற பொதுநிகழ்வு ஆய்வுக்கு உட்பட்ட ஆக்கங்களில் காணப்பட்டாலும் நிகழ்வில் வேறுபாடுகள் காணப்படுகின்றன.

மதுரைவீரன் கதையில் மீனாட்சி சந்நிதி முன் கன்று அறுக்கும் சூரியாலும் (ப. 150), மதுரைவீரன் அம்மானையில் கைச் சூரியாலும் (வரி. 1957), தன் தலையைத் தானே அறுத்துக் கொண்டு இறக்கிறான். 'சந்திராய்தம்' என்ற கருவியில் பாய்ந்து உயிர்விட, மீனாட்சியம்மன்

வீரனின் தலையை எடுத்து முத்தமிடவும், அவனது வீர உடலைக் கோயில் கம்பத்தடியில் திருமலை மன்னர் சமாதி செய்தார் (ப.126) என்று வேறுபட்டு மதுரைவீர நாடகம் கூறுகிறது.

மதுரை மீனாட்சியம்மன் கோயில் பொற்றாமரைக் குளத்தின் அருகில் மதுரைவீரனுக்குச் சமாதி உள்ளதாக சு.சண்முகசுந்தரம் குறிப்பிடுவார்.[47] சு.சண்முகசுந்தரம், வீரன் கதைப்பாடல்கள், மக்கள் வழக்கு குறிப்பிடுவது போன்று மதுரைவீரன் தொடர்பான எந்த நிகழ்ச்சியும் கோயிலுக்குள் நடைபெற்றதற்கு வரலாற்று ஆதாரம் எதுவும் இல்லை. மதுரை நாயக்கர்கள் பழமை விரும்பிகள் சாதிகளைப் போற்றிப் பாதுகாத்தவர்கள். கணக்கற்ற சாதி வேறுபாடுகள் இவர்களது காலத்தில் இருந்தன. “ஒரு சாதியிலிருந்து சில பிரிவுகளுள்ளும், ஒன்று மற்றொன்றோடு மணஉறவு கொள்ள விடவில்லை நாயக்கர்கள். கம்மாளர்களுக்குள் இருந்த ஐந்து பிரிவுகள் ஒன்றுக்கொன்று கலந்து விடுதல் கூடாது என்று 1623-ஆம் ஆண்டு சாசனம் குறிப்பிடுகிறது” என்கிறார் **அ.கி.பரந்தாமனார்.**[48] எனவே, தாழ்த்தப்பட்ட சாதியாகக் கருதப்படும் மதுரைவீரனுக்கு முக்கியமான கோயில் தலத்தில் சமாதி இடம்பெற்று இருக்காது.

ஆங்கிலேயர் காலத்திய மீனாட்சி அம்மன் கோயில் கணக்கெடுப்பில் (எஸ். டபிள்யூ.7, பிளாக் நம்பர், ரிஜிஸ்டர் நம்பர்7)[49] மதுரைவீரனைப் பற்றியச் சிறுகுறிப்புக்கூட இல்லை. மேலும், கோயிலில் முப்பது வருடங்களாகப் பணிபுரிந்து வரும் கைடு **எஸ்.வெங்கடாச்சலம்** (54) “கோயிலோடு மதுரைவீரனைத் தொடர்பு படுத்தித் தான் எச்செய்தியும் சுற்றுலாப் பயணிகளுக்குச் சொன்னதில்லை. தானும் கேள்விப்பட்டது இல்லை”[50] என்றும் குறிப்பிட்டார். கோயில் பிராமணப் பணியாளர்களும் ‘சமாதி’ பற்றிய செய்தியை மறுத்து, அருவெறுப்புக் காட்டுவதை ஆய்வாளர் களப்பணியில் உணர முடிந்தது.[51]

மதுரைவீரன் வழிபாட்டு வளர்ச்சியால் பெருந்தெய்வங்களோடு இணைத்து மேல்நிலையாக்கம் (Sanskritization) செய்ய இம்முயற்சி நடைபெற்று இருக்கலாம். மதுரைவீர சுவாமி அம்மானை, திருமலை மன்னரின் கொலுவிற்கு முன்பு வாள்முனையில் பாய்ந்து வீரன்

மடிந்தான் (ப.250) என்று வேறுபட்டு குறிப்பிடும் செய்தியும் இங்கு ஒப்பு நோக்கத் தக்கதாகும். ஆனால், இந்நூலில் வீரன் தன் கழுத்தை வெட்டிக்கொள்வது போன்றும், அவனது தலை மீனாட்சிஅம்மன் பாதத்தில் கிடப்பது போன்றும் (ப.27) காணப்படுகின்றது. படத்தின் அடியில் காட்சி விளக்கமும் எழுதப்பட்டுள்ளது.

வீரன், முதல் பூசை வாங்குதல்

வீரன் கம்பத்தடியில் காவல் காத்து முதல் பூசை வாங்கிக் கொள்ள மீனாட்சி அம்மன் வரம் கொடுப்பதாக மதுரைவீரன் கதை (ப. 150), மதுரைவீரன் அம்மானை (வரி 1948-1950), மதுரைவீர நாடகம் (ப 125) ஆகிய படைப்புகள் கூறுகின்றன. மதுரைவீர நாடகம் மட்டும் முதல் பூசை கொடுத்தவுடன் வீரன் மகிழ்ந்து தாண்டவம் புரிகிறான் என்கிறது.

மதுரைவீர சுவாமி அம்மானையில் சிவன் உட்பட்டப் பிற தெய்வங்கள், வீரனையும் அவனது மனைவிகளையும் மீனாட்சி அம்மன் நற்கோபுர நான்கு வாசலும் காத்திடுங்கள் (பக் 247-248) என்று வரங்கொடுத்ததாகக் கூறுகிறது. ஆனால், நூலில் வீரன் தன் கழுத்தை அறுத்துக் கொள்ளும் காட்சி விளக்கப்படத்தின் அடியில் 'அம்மன் முன் பூசை வாங்கிக் கொடுக்கிறது' (ப.270) என்ற குறிப்பு மட்டும் காணப்படுகிறது. திரைப்படத்தில் மூவரும் தெய்வமானார்கள் என்று சின்னான் சொல்ல, அவர்கள் வானுலகம் செல்வது போன்று காட்சி அமைக்கப்பட்டுள்ளது.

வானொலி வடிவத்தில் மீனாட்சி அம்மன் ஆலயத்திற்கு முன்பு மாறுகால், மாறுகை வாங்கப்பட்டதால் முதல் பூசை வீரனுக்கு நடைபெறும் என்றும், காவல் தெய்வமாக வணங்குவார்கள் என்றும், சிவன் வரங்கொடுப்பதாக அமைந்துள்ளது. ஆனால், நடைமுறையில் மதுரைவீரனுக்கு முதல் பூசையோ, மீனாட்சி அம்மன் கோயிலோடு இணைந்தோ எந்த நிகழ்ச்சியும் நடைபெறுவது இல்லை.

மதுரைவீரன் வழிபாடு

ஆய்வுக்கு உட்பட்ட படைப்புகள் மதுரைவீரன் வழிபாட்டுப் பரவலை எடுத்துக் கூறினாலும், அதை ஒவ்வொரு விதமாக

விளக்குகின்றன. மதுரைவீரன் கதையில் வீரனுக்கு முதல் பூசை நடைபெறாத காரணத்தால், மீனாட்சியின் உபாயத்தின் பேரில் வீரன் கலவரம் செய்தான். மன்னர் திருமலை உதவி கேட்க மீனாட்சியும் அவன் தவறை எடுத்துக்கூறிய பின்பு, மன்னன் தன் மகளுக்கு வீரனின் பெயர் சூட்டி, ஊரெங்கும் வழிபாடு நடக்க ஏற்பாடு செய்தான் (பக். 151-158) என்று அமைந்துள்ளது. மதுரைவீரன் அம்மானையும் மேற்சொன்ன நிகழ்வுகளைக் கொண்டிருந்தாலும், வீரன் மதுரையில் இருந்து திருச்சி சென்று அங்கும் மன்னரின் கோட்டை கொத்தளத்தில் வீரர்களைச் சாகடித்தான். தனக்கு முதல் பூசை கொடுப்பதன் மூலம் இங்குத் தன்னால் நிகழும் துன்பங்களைத் தவிர்க்கலாம் என அழகிரி நாயக்கர் என்பவர் மீது ஆவேசம் வந்து கூற, அனைவரும் வழிபடத் தொடங்கினர் (வரி.1966 - 2215) என்று திருச்சியில் மதுரைவீரன் வழிபாடு பரவியதை எடுத்துக்காட்டுகிறது.

மதுரைவீரன் நாடகத்தில் மக்கள் மதுரைவீரனுக்குச் சைவப் படையல் வழிபாடு நிகழ்த்த, அவனுக்குப் பசி அடங்காது காட்டிற்குள் சென்று மாடு அடித்துத் தின்று, பேய்கள் எல்லாம் ஓட மதுரைக்குள் வந்தவுடன் மீனாட்சியும் பயந்து கதவை மூடினாள். பின்னர், அவன் குறை கேட்க, தனக்கு அசைவ உணவுப் படையல் வேண்டும் எனச் சொல்ல, அதன்படி நடைபெற மீனாட்சியும் அருளினாள். பின்னர், தென்திசையில் சுடலைமாடனாகவும் மாறினான் (பக். 127-128) என்றும் வேறுபட்டுக் காணப்படுகிறது.

சிறப்புக் கூறுகள்

ஆய்வுக்கு உட்பட்ட கலைவடிவங்களில் மதுரைவீர சுவாமி அம்மானை, வீரையன் அம்மானை, மதுரைவீர நாடகம், மதுரைவீரன் திரைப்படம் ஆகிய நான்கிலும் வேறுபட்டச் சிறப்புக்கூறுகள் காணப்படுகின்றன. இக்கூறுகள் மதுரைவீரன் பொது வரலாற்றில் அடங்காமலும், பிற படைப்புகளோடு ஒப்பிட முடியாதவாறு கதைப் போக்கிலும், நிகழ்வுகளிலும் வேறுபட்டும் காணப்படுகின்றன. எனவே, இங்கு நான்கு படைப்புகளில் இருந்தும் பிறவற்றில் அமையாத கூறுகள் தனித்தனியாக எடுத்துக்காட்டப்படுகின்றன.

மதுரைவீர சுவாமி அம்மானை

இந்நூல்தான் அதிக அளவில் சிறப்புக் கூறுகளைக் கொண்டுள்ளது. இக்கூறுகள் ஆய்வுக்கு உட்பட்ட பிற ஆக்கங்களில் இடம்பெறவில்லை.

முன்னோர் செய்த பாவம்

இருபத்தொரு தலைமுறைக்கு முன்பு காசிநகர் வந்த அரிச்சந்திரன் குடும்பத்தாருக்கு அந்நகர் மன்னர் சவீலன், அவர்கள் பட்ட கடனை அடைத்து உதவாமலும், தன் மகன் பவுரகண்டன் முனிவரால் இறந்த உண்மை அறியாமல் சந்திரமதியைச் சந்தேகித்து தண்டனை கொடுக்க முற்பட்டதுமாகிய பாவச் செயல்களே தன்னைப் பாதித்து, தனக்குக் குழந்தை இல்லாமல் செய்துவிட்டது என்று காசி மன்னன் செயதுங்கராஜன், மந்திரியிடம் கூறியதாக வரும் நிகழ்ச்சி மதுரைவீர சுவாமி அம்மானையில் மட்டும் காணப்படுகிறது. இங்கு அரிச்சந்திரன் வரலாறு தொடர்புபடுத்தப்பட்டுள்ளது குறிப்பிடத் தக்கதாகும் (பக்.17-20)

மாதிகன், மாதிகச்சி முற்பிறப்பு

சம்பாகி நாட்டின் சவுராட்டிர மன்னன் நிகிலச் சக்கரவர்த்தி. அவன் மனைவி மிலாகினி மன்னன், மனைவிக்காக வேட்டையாடிய நிலையில் குட்டியுடன் இருந்த தாய்மான் மீது அம்பெய்ய, அது காசிப முனிவர் மீது விழுந்தது. முனிவர் கடுங்கோபமுற்று நிகிலன், மிலாகினி இருவரையும் நீசர்களாகச் சபிக்க. அவர்கள் மாதிகன். மாதிகச்சி ஆனார்கள் (பக்.21-23). இந்நூலில் மாதிகச்சி 'திலகி' என்று அழைக்கப் படுகிறாள். ஸ்ரீ மதுரைவீர சுவாமி பராக்கிரமத்தில் இந்நிகழ்ச்சி இடம்பெறுகிறது. மேலும், இதில் நிகிலன் மனைவியாக மாதிகச்சி வாழ்ந்தபொழுது 'திலகி' எனப்படுகிறாள்.[52]

காசி மன்னன் உயிர்விடுதல்

காசி மன்னனுக்குப் பிறந்த குழந்தை அலகை (பேய்)யால் காட்டில் போடப்பட, மன்னனும் மனைவி பவானியும் மனம் வெறுத்துக் கங்கையில் மூழ்கி இறக்க, ஈசன் அவர்களுக்குப் பரமபதம் கொடுத்த நிகழ்ச்சி (ப.37) மதுரைவீர சுவாமி அம்மானையில் மட்டும் இடம்பெற்றுள்ளது.

ஈசுவரன், கங்கைக்கு வரலாறு எடுத்துரைத்தல்

கங்கை, ஈசுவரனிடம் மாதிகன், மாதிகச்சி பிள்ளைப்பேறு வேண்ட, அவர்களின் சாபவரலாற்றை அவர் எடுத்துரைக்கிறார். இவர்களுக்கும் காசி மன்னனுக்கும் ஒரே குழந்தையைத் தந்தருளப் போவதாகக் கூறி, கங்கையை வியக்க வைக்கிறார். மன்னனுக்குக் குழந்தை பிறந்து அலகையால் (பேய்) காட்டில் போட மாதிகச்சி எடுத்து வளர்ப்பது என்ற நிலையை உருவாக்குவதாகவும், கங்கை மன்னரின் குழந்தையை உடனே பறிப்பது நியாயமில்லாத செயலாகக் கூறுவாள்.

இரகு குலவம்சம் செயதுங்கனோடு முடிவுற்ற நிலையில், அவனின் தவமே குழந்தை கிடைக்க வழிவகை செய்தச் சூழலைச் சொல்லி, அக்குழந்தையின் கடந்தகால மற்றும் எதிர்காலச் செய்திகளைக் கூறுவதோடு, அது தெய்வநிலை அடையப் போவதையும் ஈசுவரன் கூறுவதாக மதுரைவீர சுவாமி அம்மானை (பக். 27-29) மட்டும் கூறுகிறது.

மாதிகன் மாமிசம் தவிர்த்தல்

மாதிகன், மாதிகச்சிக்கு குழந்தை கிடைத்தவுடன் கங்கையம்மன் அவர்களின் சாபத்தைக் கூறி, அது தீரவும் உறுதி கொடுத்தாள். சாபத்தால் சக்கிலியர்களாக இருந்துவிட்டதால் இனி மாமிசம் உண்பதைத் தவிர்க்கவும் முடிவுசெய்ததாக (ப.45) நிகழ்ச்சி அமைந்துள்ளது

நிகிலச் சக்ரவர்த்தி சாபம் நீங்குதல்

வீரன் சிறையெடுத்தச் செய்தியை அறிந்த சின்னானும் திலகியும் கங்கையில் குதித்து உயிர்விட, அவர்கள் சாபம் மாறி, அரசன் நிகிலனும் அரசி மிலாகினியுமாகக் கங்கையம்மன் மாற்றினார். வானவர்கள் பூந்தேரில் வைத்துச் சம்பாகி நாட்டில் விட்டனர் (பக். 102-105)

மன்னர் திருமலை, கள்ளர்களுக்குக் கொடுத்த தண்டணை

திருமலை நாயக்கர் கள்ளர்களுக்குக் கொடுத்த வேடிக்கையான தண்டனை, அவர்கள் மேலும் திருடுவதற்குக் காரணமாகியது என்று குறிப்பிடுகிறது மதுரைவீர சுவாமி அம்மானை.

மன்னர் திருமலை கேழ்வரகு களி உண்பதற்கு ஆசை கொண்டு, தயாரிக்கவும் சொல்லி விரும்பிச் சாப்பிட்டார். உணவு வயிற்றுக்கு ஒத்துக் கொள்ளாமல் வயிற்றுப் போக்கு ஏற்பட, வைத்தியர் வந்து உடம்பு தேறியது. களியின் தன்மையைப் புரிந்துகொண்ட மன்னர், திருட்டுத் தொழில் புரிந்து பிடிபட்டவர்களுக்கு இரு மடங்கு கேழ்வரகுக் களி பத்து நாட்களுக்குப் போடச் சொல்லி, நடைமுறைப்படுத்தினார். காவலர்கள் அரசனிடம்,

"சீவனில்லாக் கள்ளரெல்லாஞ் செக்குரல் போலே பருத்து
ஊதியுடலுதித்து உள்ளரையின் வாசல் விட்டு" (ப.151)

வெளியே வரமுடியாமல் இருப்பதாகச் சொன்னார்கள். மன்னர் சரியாகப் புரிந்து கொள்ளாமல் கள்ளர்கள் களி தின்று பெருத்து இறந்து விட்டதாக எண்ணி, வைகை ஆற்றில் அவர்களைப் போட்டு விடுமாறு சொல்கிறார். ஆற்றில் போடப்பட்ட கள்ளர்களும்,

"அவரிருக்குமூர் தனக்கு அடவாகவேயேகி
திரும்பவே தாங்களுண்ட தீனிக்கு ஆசைவைத்து
துணிந்தே களவு செய்யத் தொடர்ந்தார்கள் சீமையிலே" (ப.152)

என்ற நிலை உருவாகியது என்பதாக மதுரைவீர சுவாமி அம்மானை (பக். 149-152) மட்டுமே கூறுகிறது.

மற்றோர் இடத்தில் மாடுகளை மட்டுமே திருடிச்சென்ற கள்ளர்களிடம் கன்றுகளையும் ஒப்படைத்து, அவைகள் பிரிந்து தவிப்பதைத் தடுப்பதற்குக் குடிமக்களை அனுப்பும் நிகழ்ச்சியும் காணப்படுகிறது (ப.154)

வீரன் கணக்குக் கேட்டு சமன் செய்தல்

திருமலை மன்னரின் படைவீரர்கள் வாங்கும் சம்பளத்திற்கு ஒழுங்காக வேலை செய்யாமலும், அவரின் வெகுளித் தன்மையையும் (ப.154) பயன்படுத்தி ஏமாற்றி வந்ததை வீரன் அறிந்து, அவர்களைச் சரி பார்த்தான் என்றும், அரசுக்கணக்கனிடம் சம்பளம் பற்றி விபரங்களைக் கேட்டுத் தெரிந்துகொண்டு, பல பேர் சம்பளம் வாங்கிவிட்டு வேலை செய்யாமல் இருந்ததையும் கண்டுபிடித்தார் என்றும், மதுரைவீர சுவாமி அம்மானை எடுத்துக் கூறுகிறது.

ஏமாற்றியவர்களிடம் வாங்கிய பணம் திரும்பக் கொடுக்கப் படாமல் இருந்தால், பீரங்கியில் வைத்து அவர்களைச் சுட்டு விடுவேன் என மிரட்டிக் கணக்கைச் சரி செய்தார் (பக்.227-228) என்றும் நிகழ்ச்சியை மதுரைவீர சுவாமி அம்மானை அமைத்துள்ளது.

துப்பனுக்குச் சோதனை வைத்தல்

மதுரைவீரனுக்கு உதவிய துப்பன் என்ற கனகராமக் கவுண்டன் வெள்ளியங்குன்றத்து அதிபதியாக, முன்னால் பாளைய அதிபதியும், வீரனிடம் இறந்துபட்டவனுமான சிவனாண்டித்தேவரின் தாதாதியர்களும் மன்னர் திருமலையிடம் முறையிட்டனர். எனவே, தீப் பறக்கக் காய்ச்சிய செப்புக் குதிரையில் தொடர்புடைய இரு பிரிவினரை ஏறச் சொல்ல, ஏறியக் கனகராமக்கவுண்டனுக்குக் கங்கையைப் போன்று குளிர்ச்சி ஏற்பட சோதனையில் அவன் வெற்றி பெறுகிறான். பின்னர், மன்னர் திருமலை சில உரிமைகள் கொடுத்துச் சாசனமும் எழுதிக் கொடுத்தார் (பக்.230-232) என்பது மதுரைவீர சுவாமி அம்மானையில் மட்டுமே காணப்படுகிறது.

பொம்மியின் கனவு

மதுரைவீரன் மரணம் பொம்மியின் கனவில் அபசகுனமாகத் தெரிகிறது என்ற நிகழ்ச்சி வேறு எந்த ஆய்வுக்கு உட்பட்ட படைப்புகளிலும் காணப்படவில்லை. மதுரைவீர சுவாமி அம்மானையில் மட்டும் கமலாபுரி அரண்மனைச் சிகர மணிக்குடத்தில் இரு பஞ்சவர்ணக்கிளி வசித்தன. அதைப் பிடிக்க வலை வீசிய நேரத்தில் பொன்னாலான உச்சிக்குடம் கீழே விழுந்துவிட்டது. கிளிகளும் கீழே விழுந்து துடித்தன. பொம்மண நாயக்கன் சிதறிய குடத்தை தட்டானிடம் கொடுத்து உருக்கி தங்கக்கட்டியாக மாற்றி வைத்துக் கொண்டான். கீழே விழுந்த கிளிகளுக்கு உணவு கொடுத்து பஞ்சாரத்தில் அடைத்தனர்.

ஒருநாள், குடிசை கட்டிப் பொம்மியை வைத்திருந்த இடத்திற்குப் பல்லக்கில் கிளிகளை ஊர்வலமாகக் கொண்டு போய் பஞ்சாரத்தோடு தீயிட்டனர். தீப்பட்டக் கிளிகள் தங்கமாய் மாறி மன்னன் உருக்கி வைத்திருந்த தங்கக் கட்டியைக் கவ்விக்கொண்டு, ஆலயத்தின்

கோபுரத்தில் போய்ச் சேர்ந்து, குலாவி விளையாடின என்பது போன்றக் கனவைப் பொம்மி கண்டு திடுக்கிட்டு எழுந்ததாக நிகழ்ச்சிகள் விரிவாக அமைந்துள்ளன (பக்.251-253).

வீரையன் அம்மானை

சிவபெருமான் மகப்பேறு நல்கத் திருவுளங் கொள்ளல்

காசி மன்னன் நாராயணனின் தவத்தினால் மகிழ்ந்த ஈசுவரனும் திருமாலும் தேவர்களை அழைத்து, அவருக்கு மகப்பேறு அருள வேண்டுதல் (வரி. 223-234).

தவத்திற்கு இரங்கிய உமையம்மை சிவனிடம் கூறுதல்

ஈசுவரன், குழந்தை இல்லை என்று தவம்செய்யும் காசிராசனுக்கு அருள வேண்டுதல் (வரி.255-271).

சிவபெருமான் வீரபத்திரரை மகவாக அனுப்பல்

தக்கனுடைய வேள்வியை அழிக்கப் பிறந்த வீரபத்திரனைச் சிவன் அழைத்து மதுரைவீரனாகப் பிறக்க உத்தரவிட்டு, நடக்கப் போகும் நிகழ்வுகளையும் கூறுதல் (வரி.271-307).

வீரபத்திரர் சிவனிடம் வேண்டிக் கொள்ளல்

பூமியில் உள்ள துஷ்ட தேவதைகளும், பூதகணங்களும், விலங்குகளும் தனக்கு அடங்கவேண்டும் என வீரபத்திரர் சிவனிடம் வரம் கேட்டல் (வரி. 310-319).

பார்வதி, பரமசிவன் குழந்தையிருக்குமிடம் வருதல்

தான் நினைத்த நேரத்தில் சிவனும் பார்வதியும் உற்ற துணையாக வர வீரபத்திரர் வரம் கேட்டு, அவர்களிடமே விருப்பத்தை நிறைவேற்றிக் கொள்ளுதல் (வரி.320-340).

வீரபத்திரர் வரம் பெறல்

கானகத்தில் குழந்தையின் சத்தம் கேட்டுப் பார்வதி சிவனுடன் வந்து வாரி எடுத்து அணைத்து அது அழக்காரணத்தைக் கேட்டல் (வரி.550-565).

பார்வதி வினவப் பரமசிவன், குழந்தையின் வரலாறு கூறுதல்

பரமசிவன் குழந்தை பிறந்த காரணத்தைச் சொல்லி நடைபெறப் போகும் நிகழ்வுகளையும், அவன் அழகையும் -குணத்தையும் எடுத்துரைத்து விளக்குதல் (வரி 566-583)

விலங்குகள், பேய்கள் வீரனை வியத்தல்

காட்டில் கிடந்த குழந்தையைக் கண்டு நரிகளும், பேய்களும் தீங்கிழைக்க நினைத்து, அதன் தோற்றப் பொலிவைக் கண்டு வியத்தல் (வரி.530-549).

வீரையன், ராவுத்தர் படையினர் தொடர்பு

பொம்மியின் காவலுக்கு மாதிகன் சென்ற பின்பு வீரன் வில்லைக் கையில் பிடித்துவர, யானைக்குத் தண்ணீர்காட்ட வந்த வீரனுக்கு இசுலாமிய போர் வீரர்களிடம் அவனுக்கு நட்பு ஏற்பட்டது. வீரர்கள், யானை ஏற்றம் பழக்குவதோடு, அவனுடைய அச்சமில்லாத தன்மையைப் பாராட்டி, அரசனிடம் குதிரைப்படையில் சேர்த்து விடுவதாகக் கூறுதல் (வரி.800-833).

வீரையன் கங்கையாட விரும்புதல்

வீரையன் தன் வளர்ப்புத் தாயிடம் கங்கையில் நீராடச் சென்று வருவதாகக் கூறியவுடன் அவள், ஊரார் பார்த்துப் பொறாமைப் படுவதோடு அவனுக்குக் கால்களில் வலி ஏற்பட்டுவிடும் எனச் சொல்லியும், வீரன் பறவைக் குஞ்சுக்கு இறகு முளைத்தால் ஓரிடத்தில் இருக்காது எனப் பதிலுரைத்தல் (வரி.900-917).

வீரையன் தன்வரலாறு கூறலும், அதைக் கேட்டுக் காளி வரமளித்தலும்

துர்க்கை அம்மன் கோயிலுக்குப் பயமில்லாமல் வந்த வீரையனைப் பாராட்டிப் பிறப்பும் வளர்ப்பும் காளி கேட்க, பொம்மியைச் சிறையெடுக்கும் நேரத்தில் தனக்கு உதவிட வரம் பெற்று வீரன் தன்வரலாறு அங்கு எடுத்துரைத்தல் (வரி.949-989).

கங்கையாடி வீடு திரும்பல்

காளியிடம் வரம் வாங்கி, கங்கையில் நீராடிப் பலவித ஆடை, ஆபரண, ஆயுத அலங்காரத்தோடு வீடு நோக்கி வர, மங்கையர்கள் மதிமயங்கிப் பின்தொடர, மாதிகச்சி அவனுக்கு மஞ்சள் நீர் சுற்றுதல் (வரி. 990-1026).

வீரையன் காளியை வணங்கல்

வீரன் பொம்மியைச் சிறையெடுக்கும் நேரத்தில் காளியை நினைத்து அவளிடம் தான் நிகழ்த்தும் செயலை எடுத்துரைத்தல் (வரி 1459-1465).

வீரையனை வஞ்சியம்மன் முனிகள் தடுத்தல்

பொம்மியை வீரன் சிறையெடுத்துச் செல்கையில், அவன் காளி குடியிருக்கும் இடங்களில் அஞ்சாமல் வருவதைப் பார்த்து முனிகள் எதிர்க்க, ஈசனை நினைத்து அவர் உதவியைப் பெறுதல் (வரி. 1553-1568).

சிவன் அருளால் வீரையன் முனிகளை விரட்டல்

சிவன் அருளால் வீரனுக்கு மந்திரம் வர, அவற்றால் அவன் முனிகளை விரட்ட, மேலும் காளியால் அனுப்பப்பட்ட ஒத்தைச் சடா முனியையும், பூதங்களையும், ஒண்டிக் கருப்பனையும் அடித்துத் துரத்தவும், காளியும் கோபந்தணிந்து முன்தோன்ற வீரன் வணங்குதல் (வரி. 1569-1629).

காளியிடம் வீரையன் தன்வரலாறு கூறல்

வீரையன் தன் குற்றத்தை மன்னிக்க காளியிடம் வேண்ட, அவளும் மன்னித்து அவன் வரலாறு எடுத்துரைக்கவும், நடந்தவை மட்டும் வீரன் சொல்ல, இறந்த மற்றும் எதிர்காலத்தைக் காளியிடம் கேட்டு அறிந்து கொண்டான். பின்னர் காளி அரிவாளும் உருவம் மாற மந்திரமும் நினைத்த நேரத்தில் தான் வரவும் வரங்கொடுத்தல் (வரி.1670-1726) ஆகிய சிறப்புக் கூறுகள் வீரையன் அம்மானையில் மட்டுமே அமைந்துள்ளன.

மதுரைவீர நாடகம்

விசாலாட்சி மருத்துவச்சியாக வருதல்

காசிராசன் மனைவிக்குப் பிரசவ வேதனை எடுத்தபொழுது தாங்கள் பிள்ளை பெற்ற நிலையைப் பெருமையுடன் பேசிக்கொண்டும், கூரைத்தடி ஊன்றிக்கொண்டும் விசாலாட்சி அம்மன் வந்து மருத்துவம் பார்த்ததாக மதுரைவீரன் நாடகம் (ப.27) மட்டுமே கூறுகிறது.

மதுரைவீரன் திரைப்படம்

மதுரைவீரன் திரைப்படத்தில் உள்ள வீரன், பொம்மியை ஆற்று வெள்ளத்தில் சிக்கிய நிலையில் காப்பாற்றுதல், வீரன் மானைத் தேடி வேட்டையாடி வருதல், வீரன் குடியிருக்கும் சேரிக்கு அவனது உடல் நலம் விசாரிக்கப் பொம்மி வருதல், வீரன், பொம்மிக்கு ஆபத்தான நேரத்தில் பெரியவர் ஒருவர் உதவுதல், திருமலை மன்னர் வெள்ளையம்மாளிடம் தன் காதலை வெளிப்படுத்தல், வீரன் விட்டுச் சென்ற விருது அடையாளத்தைப் பொம்மியிடம், வெள்ளையம்மாள் வந்து கொடுத்தல்.

வெள்ளையம்மாள் காதலால் பொம்மி கோபம்கொள்ள வீரன் அவளைச் சமாதானம் செய்தல், குடிலன் முனிவர் வேடம் தரித்து வெள்ளையம்மாள் வீரன் காதலைப் பொம்மியிடம் வெளிப்படுத்தல் ஆகிய நிகழ்ச்சிகள் ஆய்வுக்கு உட்பட்ட பிற படைப்புகளில் காணப்படவில்லை.

5.3. முடிவுரை

கலைகளும் வழிபாடும் ஒன்றையொன்று சார்ந்து விளங்குவன. மதுரைவீரன் கதையும் மதுரைவீரன் அம்மானையும் ஒரு மூல ஏட்டின் இரு பிரதிகள் எனலாம். ஆனால், பிரதி எடுத்தவரால் கதையின் அடிப்படை அமைப்புகளைப் பின்பற்றிச் சிற்சில மாற்றங்களும் செய்யப்பட்டுள்ளன. மதுரைவீர சுவாமி அம்மானை புலமை பெற்ற ஆசிரியரால் தெய்வ அம்சம் பொருந்திய, காவியத் தலைவனாக, மதுரைவீரனைச் சித்தரிக்கக் காப்பியத் தன்மையோடு படைக்கப் பட்டிருக்கிறது. கதைப்பாடல்களின் சில நிகழ்ச்சிகள் நாடகம் மற்றும்

திரைப்பட வடிவம் பெறும்போது இடம்பெறுவதில்லை. வாய்மொழி மதுரைவீரன் கதைப்பாடல் மற்றும் வானொலி வடிவ நாடகத்தில் நிகழ்கலை மற்றும் திரைப்பட மதுரைவீரனின் பாதிப்பைக் காண முடிகிறது.

குறிப்புக்கள்

1. வ.ரா., கலையும் கற்பனையும், தினமணிச்சுடர், 28.3.92, ப.5.
2. மு.வரதராசன், இலக்கியமரபு, பக்.90-91.
3. சிலப்பதிகாரம், அரங்கேற்றுக் காதை. 3:11.
4. நா.இராமச்சந்திரன், சமூகக் கதைப்பாடல்கள்: ஒரு வரையறை, ப.85
5. கோ. கேசவன், கதைப்பாடல்களும் சமூகமும், ப.55.
6. மேலது, ப.55.
7. சு.சண்முகசுந்தரம், (பதி.ஆ.), மதுரைவீரன் கதை, ப. 169.
8. ஆ.சிங்காரவேலு முதலியார், அபிதான சிந்தாமணி,ப.1255.
9. நா.கதிரைவேற்பிள்ளை, தமிழ்மொழி அகராதி, ப.1116.
10. மு.சண்முகம், (பதி.ஆ), தமிழ்நூல் விவர அட்டவணை (1867-1900), பக்.90-91.
11. M.Arunachalam, Ballad Poetry.p.49.
12. சு.சண்முக சுந்தரம்,மு.க.நூ., ப.172.
13. அ.ம.பரிமணம், வீரையன் அம்மானை, ப.7.
14. வே.சா.திருமாவளவன், மதுரைவீரன் கதைகள் ஓர் ஆய்வு,பக்.28
15. நா. நீலமோகன், மதுரைவீரன் வழிபாடு.ப.86.
16. சு.சண்முக சுந்தரம், நாட்டுப்புறவியல், ப 100.
17. சக்திப்பெருமாள், தமிழ் நாடக வரலாறு, ப.200.

18. வே.சா. திருமாவளவன், மு.க.நூ. ப.29.
19. நா. நீலமோகன், மு.க.நூ.இ.
20. பேட்டிநாள்: 10.10.93 7.11.93
21. மிருணாள் சென், சினிமா ஒரு பார்வை, ப.11.
22. ராண்டார்கை, அன்றைய சென்னைப் பிரமுகர்கள், தினமணிகதிர், 16.2.92, ப.9.
23. வே.சா.திருமாவளவன், மு.க.நூ. பக்.53-54.
24. சா.சவரிமுத்து, கதைப்பாடல்களில் நோக்கமும் விளைவும், ப.5.
25. சு.சண்முகசுந்தரம், (பதி.ஆ), மு.க.நூ. ப.171.
26. மணிமேகலை பிரசுரம், மதுரைவீரன் கதை, ப.8
27. மேற்கோள் : நா.நீலமோகன், மதுரைவீரன் கதைப்பாடலில் வாழ்வியல் சடங்குகள், ப.70.
28. வே.சா.திருமாவளவன், மு.க.நூ., பக்.56-57.
29. மணிமேகலைப் பிரசுரம், மு.க.நூ. ப.9.
30. சு.சண்முகசுந்தரம், (பதி.ஆ), மு.க.நூ.இ. ப.171.
31. நேரில் 20.12.93
32. செ.முத்துச்சாமி, பொம்மநாயக்கர் வரலாறு, ப.257.
33. வே.சா. திருமாவளவன், மு.க.நு., ப.62.
34. மேலது, ப.62.
35. மேலது, ப.63.
36. மேலது, ப.64.
37. நடன. காசிநாதன், சு.இராசகோபால், வெ.வேதாச்சலம் (தொ.ஆ), திருமலைநாயக்கர் செப்பேடுகள், பக்.13-14.
38. வே.சா.திருமாவளவன், மு.க.நூ., பக்.73-75.

39. பி.முத்துத்தேவர், மூவேந்தர் குல தேவர் சமூக வரலாறு,பக்.205-209.

40. வே.சா.திருமாவளவன், மு.க.நூ., ப.65.

41. மேலது, ப.66.

42. பேட்டிநாள்:12.6.92.

43. வே.சா.திருமாவளவன், மு.க.நூ., ப.66.

44. கோ.கேசவன், மு.க.நூ.இ..

45. தினமணி, ஜுன் 11, 1993.

46. வே.சா.திருமாவளவன், மு.க.நூ., ப.1.

47. சு.சண்முகசுந்தரம் (பதி.ஆ), மு.க.நூ., ப.1.

48. அ.கி. பரந்தாமனார், மதுரைநாயக்கர் வரலாறு, ப.435.

49. பேட்டிநாள்: 3.9.93.

50. பேட்டிநாள்: 3.9.93.

51. பேட்டிநாள்: 3.9.93.

52. வே.சா.திருமாவளவன், மு.க.நூ., ப.70.

6. ஆய்வுப் பயணமும் பாதைகளும்

மக்களின் நடத்தை முறைகளைக் கட்டுக்கோப்பான நிலையில் செயல்படுத்தும் ஒரு மிகப்பெரும் அமைப்பு பண்பாடாகும். இவ்வமைப்பில் இடம்பெற்றிருக்கும் சமயமானது, மக்கள் வாழ்வில் மிகவும் ஆழமாக வேரூன்றி உள்ளது. சமயம் என்னும் நிறுவனத்துள் மிகப்பெரும் ஆற்றலாக வழிபாட்டு மரபுகள் திகழ்கின்றன. இவற்றைப் பெருந்தெய்வ மற்றும் சிறுதெய்வ வழிபாட்டு மரபுகள் என இருவகையாக்கலாம். தமிழக மக்களால் பெரிதும் வணங்கப்படும் மதுரைவீரன் சிறுதெய்வ வழிபாட்டு மரபுகளைக் கொண்டிருப்பவன். அவனுடைய வழிபாடு பற்றிய ஆய்வின் முடிவுகள் இங்கு தொகுத்துத் தரப்படுகின்றன.

6.1. தமிழகத்தில் நாட்டார் வழிபாடு

வழிபாடு என்பது 'வழிபடு' என்ற வேர்ச் சொல்லில் இருந்து பிறந்தது ஆகும். இது வழியிற் செல்லுகை, பின்பற்றுகை, பூசனை என்று பல பொருட்களைப் பெற்றுள்ளது. இலக்கண, இலக்கியங்களில் இருந்து வணங்குதல், கோட்பாடு ஆகிய பொருள்களையும் அறிந்து கொள்ளலாம். மனிதனது நன்றியுணர்வும் அச்சமும் இயற்கையை வழிபடச் செய்து, அவனுள் தெய்வச் சிந்தனையை உருவாக்கியது. பின்னர், மனிதனுள் இருந்த வழிபாட்டு உணர்வு மந்திரம், ஆவி வழிபாடு, உயிர்ப்பொருள் வழிபாடு, இயற்கை வழிபாடு, குலக்குறி வழிபாடு, போலிப்பொருள் வழிபாடு, மூதாதையர் வழிபாடு, நடுகல் வழிபாடு என்று விளங்கியது. மூதாதையர் வழிபாடான வீர வழிபாடு பல சிறு தெய்வ வழிபாட்டிற்கு அடிப்படையாக அமைகின்றது.

வரலாற்றுக்கு முற்பட்ட மக்களின் வழிபாட்டுணர்வும், தொல் சமயமாக வழிபாட்டு வடிவங்களும் பல்வேறு விளங்கியதைத் தொடர்ந்து, நில உடைமைச் சமுதாயத்தில் சமூக நிறுவனங்களில் ஒன்றான சமயம் உருவாகியது. தமிழ்ச் சமுதாயத்தில் நாட்டார் சமயம், உயர் அல்லது பெருஞ்சமயம் என இருவகைச் சமயங்கள் காணப்படுகின்றன.

நிறுவனச்சமயத்திற்குள் அடங்காது பெரும்பாலான மக்களால் பின்பற்றப்படுவது நாட்டார் சமயமாகும். இச்சமய வழிபாட்டிற்கு உள்ளாவதே சிறுதெய்வங்கள் அல்லது நாட்டார் தெய்வங்கள் ஆகும். அரசியல், பொருளாதாரச் சூழல்களினால் மக்கள் வழக்கிலான வேத, சைவ, வைணவ வழிபாட்டுநெறிகள் இணைக்கப்பட்டு இந்து சமய நிறுவனமாகி, அதன் வழிபடு தெய்வங்கள் கடவுள்கள் எனப்பட்டன.

இச்சமயத்தில் தொல்வழிபாட்டு நிகழ்வுகளை உள்வாங்கி இருக்கும் நாட்டார் சமயம் சமூக, பொருளாதாரக் காரணங்களால் காலப்போக்கில் உயர் ஏற்றமாற்றம் பெற்று அல்லது பெருஞ்சமயத்தில் இணைகிறது. இவ்வாறு பெருநெறி மரபுக்கு உட்பட்டத் தெய்வங்க ளோடு பழந்தெய்வங்கள் இணைந்த அல்லது இணைக்கப்பட்ட நிலையினை மூவேந்தர் காலம் (சங்க காலம்), களப்பிரர் காலம் (சங்கம் மருவிய காலம்), பல்லவர் காலம், சோழர் காலம், பாண்டியர் காலம், நாயக்கர் காலம் ஆகிய காலங்கள் தோறும் அறியமுடிகிறது.

மூவேந்தர் காலத்தில் இனக்குழு வழிபாட்டு முறைகளோடு நிலத் தெய்வ வழிபாட்டுமுறை காணப்பட்டது. குறிஞ்சி நிலத் தெய்வமாக சேயோன் அல்லது முருகன் போர் மற்றும் வெற்றித் தெய்வமாகக் காணப்படுகிறான். சங்கப் பிற்காலத்தில் ஆரிய கார்த்திகேயனோடும், சுப்பிரமணியனோடும் முருகன் இணைக்கப்படுகிறான். களப்பிரர் காலத்தில் மயில் ஊர்தி, சேவற்கொடி, படைவீடு, ஆகியவை முருகனுக்கு இணைய, பெருநெறி மரபுகளோடு சங்க காலத்தினும் வளர்ச்சியடைந்த நிலையைக் காணமுடிகிறது. பல்லவர் காலத்தில், செல்வியும் அவளது மகனாகிய சேந்தனும் சிவனோடு இணைக்கப்பட்டு, அவளுக்கும், அவருக்கும் முருகன் மகனாகிறான். எனவே, இந்து சமயத்திற்குள்

முருகன் வழிபாடு இணைந்து பெருநெறி மரபுக்குள்ளாகிறது. பின் வந்த காலங்களில் மாற்றம் எதுவும் இல்லை. இன்றும் விராலி மலை, சுருளிமலை, மருதமலை, வயலூர், வடபழனி ஆகிய முருக வழிபாட்டுத் தலங்களில் சிறு மரபுக் கூறுகளைக் கண்டுகொள்ளலாம்.

மூவேந்தர் காலத்தில் கொற்றவை பாலை நிலத்துக்குரிய தெய்வமாக இருந்தது. பின்னர் பழங்குடி மக்களின் தாய்த்தெய்வம் பழையோள், தமிழரின் தாய்த்தெய்வமான கொற்றவை. இந்திய- ஆரிய கலப்புத் தெய்வமான மலைமகள் (பார்வதி) ஆகிய மூன்றும் இணைக்கப்பட்டு, முருகனின் தாயாகவும் கூறப்படுகிறாள். களப்பிரர் காலத்தில் திருமால் மற்றும் சிவனின் உருவ அமைப்பையும் மாதொருபாகனின் தோற்றத்தைக் கொற்றவையிடம் காண்பதாகவும் கூறுவதோடு, மதுராபுரித் தெய்வமும் உமையொருபாகன் வடிவத்திலேயே வெளிப்படுத்தப்பட்டு, துர்க்கையும் கொற்றவையோடு இணைவதையும் பெருமரபுக் கூறுகளோடு காணமுடிகிறது. பல்லவர் காலத்தில் கொற்றவை, சக்தியின் ஒரு கூறாக்கப்பட்டுப் பின் வந்த காலங்களில் இந்து சமயத்திற்குள் விளங்கியது. இன்றும் சக்தியின் வடிவங்களான காளி, மாரி, முத்தாலம்மன், இசக்கி ஆகியவற்றில் சிறு மரபுக் கூறுகளின் வழிபாட்டுத் தன்மையைக் காணலாம்.

மூவேந்தர் காலத்தில், சிந்துவெளி அகழ்வில் சிறுநெறிக் கூறுகளுடன் காணப்பட்ட சிவன், ருத்திரனுடன் கலப்புற்றுப் பெருநெறிக் கூறுகளுடன் உருவான நிலையைக் காணமுடிகிறது. ஆனாலும் சிவன் வழிபாடு இக்காலப் பகுதியில் மேலோங்கவில்லை. களப்பிரர் காலத்தில் ஆடல்வல்லானாகவும், ஆரியக் கலப்புற்றிருந்த சிவனது கோயில்கள் பற்றியும் அறியமுடிகிறது. பல்லவர் காலத்தில் தேவார, திருவாசக இலக்கியங்கள், அவன் தோற்றம் பற்றிய வருணனைகள் குறிப்புகள், புராணக்கதைகள் ஆகியனவுடன் விளங்க நாயன்மார்களுடன் சிவ வழிபாடு செழித்தது. சோழர் காலத்தில் சைவ சித்தாந்தம் கோட்பாட்டு அடிப்படையில் நிறுவப்பட்டு, தத்துவமயமாக்கப்பட்ட வழிபாட்டை வெளிக்காட்டியது. பாண்டியர் காலத்தில் சிவனடியார்களின் உருவங்களை (குருவழிபாடு) வழிபடும் நிலையில் வைதீக மதமாக

நிலைத்து, நாயக்கர் காலத்திலும் வளர்ந்தது. இன்றும் வீரபத்திரன், பைரவன், சுடலைமாடன் போன்ற சிவனின் பிற வடிவங்கள் சிறுமரபுக் கூறுகளுடன் விளங்குவதைக் காணலாம்.

மூவேந்தர் காலத்தில், முல்லைத் தெய்வமான மாயோன் ஆரிய விஷ்ணுவுடனும், கிருஷ்ணனுடனும் கலந்து பெருமரபுக்குள் உட்பட்ட நிலையை அறியமுடிகிறது. களப்பிரர் காலத்தில், விஷ்ணுவோடு தொடர்புடைய பெயர்கள், தோற்றம், உடல்நிறம் ஆகியவற்றை திருமால் வழிபாட்டோடு இணைப்பதும், ஆய்ச்சியர் குரவையில் திருமாலின் வீரச் செயல்கள், நப்பின்னை, பலராமன் ஆகியோரிடம் உறவு கொண்ட செய்திகள், மாங்காட்டு மறையோன் ஓதும் வைணவ மந்திரம் ஆகியவையும், திருமால் வழிபாடு சங்கமருவிய காலத்தில் செழிப்புற்றிருந்ததோடு பெருமரபுக் கூறுகளோடு திகழ்வதையும் காண முடிகிறது. பல்லவர் காலத்தில் வைணவம் மலர, ஆழ்வார்களால் செழித்தும், அவதாரக் கோட்பாட்டைத் திருமாலுக்கு எடுத்துரைத்தும் மரபோடு இணைந்தது. சோழர் காலத்தில் வைதீக மதமாக வைணவம் நிலைபெற்று, நாயக்கர் காலத்தில் கோலோச்சியது. இன்றும் கருப்பண சாமி மற்றும் அழகர்சாமி வழிபாடு ஆகிய விஷ்ணு வழிபாடு சிறு மரபு நெறிகளோடு விளங்குவதைக் காணலாம்.

ரிக்வேத காலத் தலைமைத் தெய்வம் இந்திரன், மூவேந்தர் காலத்தில் மருதநிலத் தெய்வமாக 'வேந்தன்' எனப் பெருமை குன்றிய நிலையில் இருந்தான். களப்பிரர் காலத்தில் இந்திரன் சிறக்க விழா எடுத்தும், அவனுடைய போர்க்கருவிகள் கோயிலில் வைத்து வழிபடப்பட்டதும், பிந்திய காலங்களில் இவ்வழிபாடு மறைந்ததையும் அறியமுடிகிறது. மூவேந்தர் காலத்தில் நெய்தல் நிலத் தெய்வமாக வருணன் கூறப்பட்டாலும், கடல் தெய்வத்தோடு இணைந்த சினைச்சுறாவின் முள்ளை நட்டு வழிபடுவது மட்டுமே காணப்படுகிறது. களப்பிரர் காலத்தில் வருணவழிபாட்டைக் கூறாமல், கடல் தெய்வ வழிபாடாகவே ஒருசில இடங்களில் பேசப்பட, பின்வந்த காலங்களில் மறைந்து விடுகிறது.

நாயக்கர் காலத்தில் வைதீக வழிபாடு புகழ் பெற்றிருந்தது. நாயக்கரால் இச்சூழலில் மதுரைக் கள்ளர்களைக் கருவறுக்க திருமலை மதுரைவீரன் வரவழைக்கப்பட, அவன் கள்ளர்களையும் அழித்துப் பின்பு மக்களின் தெய்வமாக வழிபாட்டுக்கு உள்ளாவதையும் அறிய முடிகிறது. திருமலை நாயக்கர் காலமே (கி.பி.1623-1659) மதுரைவீரன் வாழ்ந்த காலம் என்பதைப் போர்த்துக்கீசியரான பால்தாசர் டாகாஸ்டாவின் ஆவணமும், அவர் மன்னர் திருமலையை நேரில் காண அனுமதித்தது மூலமும் உறுதி செய்து கொள்ளமுடிகிறது.

6.2. மதுரைவீரனை வழிபடும் சமூகத்தாரும் வழிபாட்டு நிலைகளும்

நாட்டார் ஆண் தெய்வங்களில் ஊரோடு இணைத்து வழிபடப்படுபவன் மதுரைவீரன் ஆவான்.

ஆய்வுக்கு உட்பட்ட மாவட்டங்களில் மதுரைவீரனைத் தாழ்ந்த சாதியினர் மட்டுமின்றி உயர்சாதியினரும் குல தெய்வமாகக் கொண்டுள்ளனர்.

பங்காளி வழிபாட்டுத் தலைமை நிலையில் வைத்து அதிகமாக சக்கிலியச் சாதியினர் ஈடுபட்டுள்ளனர். இவர்கள் அதிகமாக எட்டு ஊர்களில் 1175 தலைக்கட்டுகள் வணங்கி வருகிறார்கள்.

ஏழு ஊர்களில் கவரா நாயுடு சாதியினர் 247 தலைக்கட்டுகளும், ஆறு ஊர்களில் வேளாளர் சாதியின் 162 தலைக்கட்டுகளும் வணங்கி வருகின்றனர்.

ஓரினவழிபாட்டுத் தலைமை நிலையில் வைத்து மதுரைவீரனை அதிகமாகப் பதினாறு ஊர்களில் சக்கிலியச் சாதியினர் 3381 தலைக்கட்டுகள் வணங்கி வருகின்றனர். மதுரை, திண்டுக்கல், திருச்சி, கோவை, பெரியார் மாவட்டங்களில் இவ்வழிபாடு நிகழ்கிறது.

பங்காளி வழிபாட்டுத் தலைமை நிலை, ஓரினவழிபாட்டுத் தலைமை நிலை, பொதுத் தெய்வ வழிபாட்டுத் தலைமை நிலை, ஆகிய வழிபாடுகள் திண்டுக்கல் அண்ணா மாவட்டத்தில்தான் அதிகமான ஊர்களில் நடைபெறுகின்றன.

மதுரைவீரன், சந்தி வீரசுவாமி என்ற பெயரிலும் மதுரை, சோழவந்தான், திருச்சி, நெல்லை ஆகிய மாவட்டங்களில் வழிபடப் படுகிறான்.

பொதுத்தெய்வ வழிபாட்டுத் தலைமை நிலை, பொதுத்தெய்வ வழிபாட்டுத் துணைமை நிலையில் தனிநிலை, பொதுத் தெய்வ வழிபாட்டுத் துணைமை நிலையில் கூட்டுநிலை ஆகியவற்றில் வேளாளர் சாதியில் பூசாரித்தனமும் நிர்வாகமும் நடைபெறுகிறது. பொதுத்தெய்வத் தலைமை நிலையில் ஆசாரி, சக்கிலியர், நாயுடு, நாடார் ஆகியோரும் சில ஊர்களில் பூசாரிகளாகச் செயல்படுகின்றனர்.

பங்காளி வழிபாட்டுத் துணைமை நிலையில் கூட்டுநிலை, பொதுத்தெய்வ வழிபாட்டுத் துணைமை நிலையில் கூட்டுநிலை ஆகியவற்றில் திண்டுக்கல் அண்ணா மாவட்டம் மற்றும் மதுரை மாவட்டத்தில் மட்டுமே இருபத்தொரு பந்தி வரிசையில் இடம்பெற்று மதுரைவீரன் வழிபடப்படுகிறான்.

பங்காளி வழிபாட்டுத் துணைமை நிலையில் தனிநிலையிலும், கூட்டு நிலையிலும் பொதுத்தெய்வ வழிபாட்டுத் துணைமை நிலையில் தனி நிலையிலும், கூட்டு நிலையிலும், மதுரைவீரன் வழிபடப்படும் பொழுது தலைமை நிலையில் பெண் தெய்வங்களே அதிகமாக உள்ளன. மேலும், பங்காளி வழிபாட்டுத் தலைமை கூட்டுநிலையில் நிலையில் மதுரைவீரன் இடம்பெற்று வழிபடப்படும்பொழுது ஆண் தலைமைத் தெய்வங்களில் அதிகமாகக் கருப்பணசாமியே இடம்பெற்றுள்ளது.

பங்காளி வழிபாட்டில் மதுரைவீரனைத் தலைமைத் தெய்வமாகவும், துணைமை நிலையில் தனிநிலையாகவும் மதுரை, திண்டுக்கல், திருச்சி ஆகிய மூன்று மாவட்டங்களிலும் முக்கியமாக வழிபடப்படுகின்றான். கூட்டு நிலையில் மதுரை, திருச்சி பசும்பொன் மாவட்டங்களில் வழிபடப்படுகின்றான்.

பங்காளி வழிபாட்டில் முதல் மூன்று தகுதியை உடையவர்கள் (rankers) சக்கிலியர், வேளாளர், கவரா நாயுடு. மதுரைவீரன் வழிபாடு

அவன் பிறந்த சாதியில் வேரூன்றியுள்ளது. வருணாசிரமத்தின் அடித்தட்டில் தமிழக சாதிகளில் உயர்நிலையில் உள்ள வேளாளர் சாதியில் இவ்வழிபாடு 'பரவல்' (diffusion) அடைந்துள்ளது. தெலுங்கு மொழி பேசும் மக்களிடத்தில் இவ்வழிபாடு முதன்மை (சக்கிலியர், கவரா நாயுடு) பெற்றுள்ளது.

ஓரினவழிபாட்டுத் தலைமை நிலையில் கூட்டுநிலையில் வைத்துச் சக்கிலியச் சாதியினர் மட்டுமே மதுரைவீரனை வழிபடுகின்றனர்

மதுரை, திண்டுக்கல், திருச்சி, கோயம்புத்தூர் ஆகிய மாவட்டங்களில் உள்ள ஊர்களில் மதுரைவீரன் 'ஊர்ப் பொதுத் தெய்வமாக' வணங்கப்படுகிறான். மேலும் பிராமணர், சௌராஷ்டிரர், இசுலாமியர் ஆகியோரும் மதுரைவீரனை வழிபாடு செய்வது குறிப்பிடத்தக்கது. அவ்வூரில் வாழ்வதால் ஊர் நடைமுறைக்குக் கட்டுப்பட்டு வழிபாடு செய்கிறார்கள். கவுண்டர், கள்ளர், சேர்வை, கோனார், பண்டாரம், நாயுடு ஆகியோரும் மதுரைவீரனைத் தலைமைத் தெய்வமாகவும், துணைமைத் தெய்வமாகவும் வழிபாடு செய்கின்றனர்.

6.3. மதுரைவீரன் வழிபாட்டிடங்களும், வழிபடு உருவங்களும்

வீட்டறைக் கோயில் வழிபாட்டில் வழிபடு பொருள் அதிகமாகக் கன்னி மூலையிலேயே அமைந்துள்ளது. அதில் மதுரைவீரன் புகைப்படமே அதிகமாகப் பயன்படுத்தப்பட்டுள்ளது. மேலும், மதுரை மாவட்டத்தில்தான் இவ்வகைக் கோயில்கள் அதிகமான ஊர்களில் காணப்படுகின்றன.

திண்டுக்கல் அண்ணா மாவட்டம்தான் மேற்கூரை இல்லாத மண்மேடைக் கோயில்கள், மேற்கூரை உடைய சிமிண்ட் மேடைக் கோயில்கள், ஓடு வேய்ந்த சிமிண்ட் கட்டிடக் கோயில்கள், செவ்வக வடிவிலான மேல்தள காங்கிரீட் கோயில்கள் என மதுரைவீரன் வழிபாட்டிட வகைப்பாடுகளை அதிகமாகக் கொண்டுள்ளது. மேலும், மதுரைவீரனுக்கான வீட்டறைக் கோயில்கள், சிலைகள் அமைந்த

கும்மட்டம் உடைய கோயில்கள் ஆகியன அண்ணா மாவட்டத்தில்தான் அதிகமான தலைக்கட்டுகளுக்கு வழிபாட்டிடமாக அமைந்துள்ளன. எனவே, வகைப்பாடுகள் அதிகமாக அமைந்தும் அவற்றிற்கு அதிகத் தலைக்கட்டுகள் கொண்டும் விளங்குவது இம்மாவட்டமே.

மதுரைவீரனுக்கு அமைந்த வழிபாட்டிடங்கள் சரதியின் பொருளாதார நிலையை வெளிக் காட்டுவதோடு, அவர்களின் வழிபடு எண்ணங்களையும் வெளிப்படுத்துவதாக அமைகிறது. சிலைகள் அமைந்த கும்மட்டம் உடைய கோயில்கள் நிலக்கோட்டை கவராநாயுடு சாதியினர் நான்கு தலைக்கட்டுகளுக்கு அமைய, பழனி - சவகர்நகர் சக்கிலியச் சாதியினருக்கு அதிகமாக 150 தலைக்கட்டுகளுக்கு அமைந்துள்ளன. இங்கு சமூகத்தில் உயர்சாதியாகக் காணப்படும் நாயுடு பொருளாதார மேன்மை பெற்றிருப்பதைக் காணலாம். அதே சமயம் நாயுடு சாதியினர் வீட்டறைக் கோயில்களை அதிகத் தலைக்கட்டுகள் கொண்டு வழிபடுவதின் மூலம் வீரன் அச்சமூகத்தில் ஆழ வேரூன்றாத நிலையையும் வெளிக்காட்டுவதாக உள்ளது.

மதுரைவீரனுக்குச் சதுர வடிவ மேல்தள காங்கிரீட் கோயில்கள் திண்டுக்கல் அண்ணா மாவட்டத்தில்தான் அதிகமான ஊர்களில் அமைந்து உள்ளன. ஓடு வேய்ந்த மண்கட்டிடக் கோயில் மதுரைவீரனுக்கு அண்ணா மாவட்டத்தில் மட்டுமே அமைந்துள்ளது.

மதுரை மாவட்டத்தில் மட்டுமே மதுரைவீரனுக்கு கூரை வேய்ந்த மண் கட்டிடக் கோயில்கள், சிமிண்ட் ஓடு வேய்ந்த (ஆஸ்பெஸ்டாஸ்) சிமிண்ட் கட்டிடக் கோயில்கள், கூம்புடைய கோயில்கள், சிலைகள் இல்லாத கோபுரம் உடைய கோயில்கள், சிலைகள் அமைந்த கோபுரம் உடைய கோயில்கள் ஆகிய வகைப்பாடுகள் அமைந்துள்ளன. இவற்றில் சிலைகள் இல்லாத மற்றும் சிலைகள் உடைய கோபுர அமைப்புடையவை வேளாளர் மற்றும் கோனார் சாதியினருக்குச் சொந்தமானது. இதில் தாழ்ந்த சாதியினரின் வழிபடு தெய்வமான மதுரைவீரனை சமூக மதிப்புக் கொண்ட வேளாளர் மற்றும் கோனார் சாதியினர் ஆகமமரபை நோக்கி வீரன் வழிபாட்டை நகர்த்துவதை அறியமுடிகிறது.

மரங்களின் அடியில் மேற்கூரை இல்லாத மண்மேடைக் கோயில்களும், மேற்கூரை உடைய மண்மேடைக் கோயில்களும், மேற்கூரை இல்லாத சிமிண்ட் மேடைக் கோயில்களும் காணப்படுகின்றன. இவ்வகை அமைப்புகள் பழந்தமிழர் வழிபாட்டு நிலைகளை வெளிக்காட்டுவன.

பெரும்பாலான மதுரைவீரன் வழிபாட்டிடங்கள் கிழக்குத் திசை நோக்கியும் வழிபடுவோரின் குடியிருப்புகளுக்கு ஊடேயும் அமைந்துள்ளன.

மேற்கூரை உடைய மண்மேடைக் கோயில்கள், ஓடு வேய்ந்த சிமிண்ட் கட்டிடக் கோயில்கள், சதுரவடிவ மேல்தள காங்கிரீட் கோயில்கள், செவ்வக வடிவ மேல்தள காங்கிரீட் கோயில்கள், நிலைகள் இல்லா கும்மட்டம் உடைய கோயில்கள் ஆகிய மதுரைவீரன் வழிபாட்டிடங்களில் மட்டும், மூன்று கற்களை வீரன், பொம்மி, வெள்ளையம்மாளாகக் கொண்டுள்ளனர்.

மேற்கூரை இல்லாத மண்மேடைக் கோயில் வகைப்பாட்டில் அதிகத் தலைக்கட்டுகள் கொண்டு மதுரைவீரனை வழிபடுவது வேளார் சாதியினராவர்.

சக்கிலியச் சாதியினரின் மதுரைவீரன் வழிபாட்டிடங்களில்தான் மண் உருவங்கள் அதிகமாகவும், ஒருசில இடங்களில் மர உருவங்களும் காணப்படுகின்றன.

உருவங்களின் வகைப்பாட்டில் மிகுதியாகக் காணப்படும் கல்லுருவங்கள் அதிகமாக உயர்சாதிகளின் வழிபாட்டிலும், நகர்புறஞ் சார்ந்த கோயில்களிலும்தான் இடம்பெற்றுள்ளன. ஆய்வுக்கு உட்பட்ட மாவட்டங்களில் திண்டுக்கல் அண்ணா மாவட்டத்தில் அதிகமாக இடம் பெறுகின்றன. இம்மாவட்டத்தில் கற்பாறைகள் நிறையக் கிடைப்பதும் கல்லுருவங்கள் வழிபடுவதற்கு ஒரு காரணமாகும். மேலும், கல்லுருவங்கள் 'சாத்விக' நிலையை வெளிப்படுத்துகின்றன.

சுதைச் சிலைகளும், சமுதாயப்படி நிலையில், உயர்சாதிகளாகக் கருதப்படுபவர்களின் மதுரைவீரன் வழிபாட்டில் மட்டுமே காணப் படுகின்றன.

ஆய்வுக்கு உட்பட்ட மாவட்டங்களில் திருச்சி மாவட்டத்தில் தான் அதிகமாகச் சக்கிலியர் வழிபாட்டில் மதுரைவீரன் சிமிண்ட் உருவங்கள் காணப்படுகின்றன. மேலும், திருச்சி, கரூர் ஆகிய நகரங்களைச் சுற்றியுள்ள கிராமங்களில் மதுரைவீரனைப் பற்றிய வரலாற்று நிகழ்வுகளும் பாத்திரங்களும் சிமிண்ட்டால் செய்யப்பட்ட வழிபாட்டில் இடம்பெற்றுள்ளன. கரூர், திருச்சி ஆகிய இரண்டும் தொழிற்சாலைப் பெருக்கத்தினால் நகரியமாக்கப்பட்ட ஊர்கள் என்பது குறிப்பிடத்தக்கது.

ஆய்வு செய்த மதுரைவீரன் உருவங்கள் ஆயுதபாணியாக இருப்பதோடு அவற்றின் ஆடைகளும் அணிகலன்களும் போர் வீரனாகவே சித்தரிக்கின்றன. மேலும் பெரும்பான்மை உருவங்கள் 'தாமசத்' தன்மையை வெளிக்காட்டுகின்றன.

ஆய்வுக்கு உட்பட்ட பெரும்பாலான உருவங்கள் மதுரைவீரனைச் சைவ மதத்தோடு இணைக்க, விஷ்ணு வழிபாட்டை மேற்கொண்டுள்ள ஒருசில சாதியினர், தங்கள் வழிபாட்டில் அவனை வைணவனாகச் சித்தரித்து இருப்பதைக் காணமுடிகிறது.

மதுரைவீரன் உருவ நிலையில் வழிபடப்படும்போது அதிகப் பெரும்பான்மை இடங்களில் இரு மனைவிகளுடனே காட்சியளிக் கிறான். இரு மனைவிகளோடு மதுரைவீரன் மட்டுமே உள்ளதால் நாட்டார் தெய்வவழிபாட்டு இடங்களில் அவனை அடையாளங் காண்பது எளிதானது.

6.4. மதுரைவீரன் வழிபாட்டு முறைகள்

ஆய்வுக்கு உட்பட்ட மாவட்டங்களில் சகுனம் பார்த்தல், சித்திரை அல்லது வைகாசியில் திருவிழா நடத்துதல், காப்புக் கட்டுதல், கெடா வெட்டும் மாமன், மைத்துனர்கள், விரதம் கடைப்பிடித்தல், தீர்த்தம் எடுத்தல், மதுரைவீரனுக்காகக் கரகம் எடுத்தல், மதுரைவீரன்அழைப்பு, இரண்டுக்கு மேற்பட்ட பூசாரிகள் இடம்பெறுதல், சாமியாடிகள் தேர்ந்தெடுத்தல், வாய்கட்டிப் பூசை செய்தல், பொழுதுபோக்கு நிகழ்ச்சிகளில் மதுரைவீரன் நாடகமும் திரைப்படமும் இடம்பெறுதல், மறுபூசை செய்தல் ஆகியவை சக்கிலியரின் மதுரைவீரன் விழாக்களில் அதிகமாக உள்ளன.

தீர்த்தம் எடுத்தல் கோயம்புத்தூர் மாவட்டத்திலும், மதுரைவீரன் அழைப்பு திருச்சி மாவட்டத்திலும், வாய்கட்டிப் பூசை செய்தல் கோயம்புத்தூர் மற்றும் திருச்சி மாவட்டங்களிலும்தான் அதிக அளவில் இடம்பெற்றுள்ளன.

சக்கிலியர் தவிர பிறசாதியினர் மிக அதிகமாக மாசி மாதத்தில் விழாவும், பிறந்த வீட்டுப் பெண்களிடம் ஒருசில இடங்களில் பெண்ணடி வரியும் வசூலிப்பர்.

மதுரைவீரனைத் துணைக்கு அழைத்துப் போதல் வேளாளர் சாதியில் மட்டும் குறிப்பாக மதுரையில் அதிகமாக இடம்பெறுகிறது. இவ்வழிபாட்டுமுறை திண்டுக்கல், பசும்பொன் மாவட்டங்களிலும் உண்டு. மதுரைவீரன் வருணிப்பு அல்லது வருந்தி அழைத்தல் வேளாளர் சாதியில் ஒருசில இடங்களில் மட்டுமே நிகழ்கிறது.

'சக்கிலியர், காட்டு நாயக்கர், குருவிக்காரச்சாதி ஆகியோரிடம் மட்டும் பன்றிப்பலி நிகழ்கிறது. மேலும் இச்சாதிகள் பன்றியை மதுரை வீரனாகவே வழிபடுகின்றனர். திண்டுக்கல் அண்ணா மாவட்டத்தில் குஞ்சுவீரன்பட்டியில் வேளாளச் சாதியினர் மதுரைவீரன் வழிபாட்டின் போது மட்டும் பன்றிப்பலி கொடுத்து, அன்றைய உணவிலும் சேர்த்துக் கொள்வதை அறியமுடிகிறது. ஒருசில இடங்களில் பலியிடுதலில் மதுரைவீரன் மாறுகால், மாறுகை வாங்கப்பட்ட நிகழ்ச்சியைக் குறியீடாக நிகழ்த்துகிறார்கள். உடுமலைப் பேட்டையில் மட்டும் சக்கிலியர் பூசணிக்காய் பலி கொடுத்து, விலங்குகளைத் தவிர்த்து விடுகின்றனர். பலிச் சடங்குகள் மதுரைவீரன் கோபத்தையும் வேகத்தையும் தணிப்பதற்காகவே நிகழ்த்தப்படுகின்றன.

மதுரைவீரனுக்குப் போடப்படும் படையல் பொதுத்தன்மைக்கு உட்படவில்லை என்றாலும் மது மாமிச வகைகள் ஆய்வுக்கு உட்பட்ட சாதிகளின் படையலில் இடம் பெறுகின்றன. ஒருசில இடங்களில் மட்டும் சக்கிலியர், வேளாளர், கவரா நாயுடு, யானைக்காரப் பங்காளி வகைப்பிரிவு நாயுடு, கோனார் ஆகிய சாதியினர் சைவப் படையல் (சுத்தப் பூசை) போடுகின்றனர்.

ஆய்வுக்குட்பட்ட சாதிகளிடம் பூசாரி வாரிசு முறையில் பணிக்கு வருவதும், அதிகமாகச் சாமியாடிகள் அரிவாள் மேல் ஏறி சாமியாடு தலையும் செய்கின்றனர். மேல்சாதியரில் பிராமணரும் வேளாளர் சாதியினருக்குச் சொந்தமான மதுரைவீரன் வழிபாட்டிடத்தில் (மதுரை பந்தடி 4வது தெரு) பூசாரியாகப் பணிபுரிகின்றார்.

குழந்தை இல்லாதவர்களும் பயந்தவர்களும்தான் அதிகமாக வந்து மந்திரித்து திருநீறு வாங்கிச் செல்கின்றனர்.

மதுரைவீரனுக்கு நேர்த்திக் கடனுக்காக ஒருசில இடங்களில் முளைப்பாரி, மஞ்சள் நீர், மாவிளக்கு இடம்பெறுகின்றன. சில இடங்களில் உயர்சாதியினர் அவன் பெயரோடு தொடர்புடையது போன்ற பெயர்களைக் 'குறிப்பாக' இணைத்துக் குழந்தைகளுக்குச் சூட்டுவர்.

விழாத் தடை, திண்டுக்கல், மதுரை மாவட்டங்களில் மட்டுமே அதிகமாகக் கடைப்பிடிக்கப்படுகிறது. வேளாளர், முக்குலத்தோர், சக்கிலியர் ஆகிய சாதிகளில் இது அதிகமாகக் கடைப்பிடிக்கப்படுகிறது.

கோயம்புத்தூர் மாவட்டம் உடுமலைப்பேட்டை சக்கிலியர் வழிபாட்டில் மதுரைவீரனுக்குத் திருக்கல்யாணமும் பஞ்சாமிர்த அபிசேகமும் நடைபெறுகிறது

6.5. கலை வடிவங்களில் மதுரைவீரன்

வழிபாடானது கலைகளோடு மிக நெருங்கிய தொடர்புடைய தாகும் சமய வளர்ச்சிக்கு அடித்தளமாகவும் உள்ளது. கலைகள் வழிபாட்டை உறுதிப் படுத்துவதையும், அதன் புகழைப் பரப்புவதையும் உள்நோக்கமாகக் கொண்டிருக்கின்றன. மேலும், தகவல் தொடர்புச் சாதனங்களாக வழிபடு தெய்வம் பற்றிய உணர்வுகளை வெளிப்படுத்தும் வடிகால்களாகவும் விளங்குகின்றன. வழிபாட்டோடு இன்றளவும் இணைந்து கதைப்பாடல்களும் நாடகமும் உள்ளதோடு, அதன் வரிசையில் விஞ்ஞான வளர்ச்சியின் பரிமாணமான திரைப்படமும் காணப்படுகிறது.

ஆய்வுக்கு உட்பட்ட கலைவடிவங்களில் மதுரைவீரன் கதையின் பொதுவான கதை அம்சக் கூறுகளும் காணப்படுகின்றன. மதுரைவீரன் கதையும், மதுரைவீரன் அம்மானையும் ஒரு மூல இதில் பிரதி எடுத்தவரால் ஏட்டின் இரு பிரதிகள் எனலாம். இதில் பிரதி எடுத்தவரால் கதையின் அடிப்படை அமைப்புகளைப் பின்பற்றிச் சிற்சில மாற்றங்கள் செய்யப்பட்டுள்ளதை அறியமுடிகிறது. மதுரைவீர சுவாமி அம்மானையும் வீரையன் அம்மானையும் புலமை பெற்றுள்ள ஆசிரியரால் படைக்கப்பட்டுள்ளன. இதில் மதுரைவீர சுவாமி அம்மானைச் சாற்றுக் கவிகளோடு அமைந்து தமிழ்ப் பண்டிதக்கூட்டம் ஏற்றுக்கொண்ட படைப்பாகத் திகழ்வதோடு, அதைக் காப்பிய நோக்கில் உருவாக்கும் முயற்சியும் மேற்கொள்ளப் பட்டுள்ளது. குறிப்பாக, அரிச்சந்திரன் கதை, திருமலை மன்னர் கள்ளர்களுக்கு அளித்த தண்டனை மற்றும் சில கதைகள் கிளைக்கதைகளாக இணைந்து வருவதைக் காணலாம்.

மதுரைவீர சுவாமி அம்மானையும், வீரையன் அம்மானையும் சிவன், பார்வதி, முருகன், வீரபத்திரன் ஆகிய சைவசமயத் தெய்வங்களோடு மதுரைவீரனை இணைத்திருப்பது, அம்மதத்தோடு இணைக்கும் முயற்சியை வெளிக்காட்டுவதை அறியமுடிகிறது. மேலும், வீரையன் அம்மானை, காளியை இணைத்து நிகழ்வுகளை அமைத்திருப்பது படைப்பாளரின் 'சாக்த' மத ஈடுபாட்டை வெளிப்படுத்துவதாக அமைகிறது.

மதுரைவீர சுவாமி அம்மானை, மதுரைவீரனைக் குற்றம் குறையற்றவன் என்ற பண்புடையவனாகச் சித்தரிக்க முயற்சித்து, மாலை சுற்றிப் பிறந்தவன் மாறுகால், மாறுகை வாங்கப்படுபவன், கோட்டைக் குறிகாரன் மகளுடன் தகாத உறவு கொண்டிருப்பவன். பொம்மியை வலிந்து கூடாதவன் போன்ற நிகழ்வுகளை அமைத்துத் தெய்வ அம்சம் பொருந்திய, காவியத்தலைவனாகப் படைத்திருப்பதை அறியமுடிகிறது.

மக்கள் வழக்கில் உள்ள மதுரைவீரன் மாறுகால், மாறுகை வாங்கப் பட்ட இடம், தானாக அவன் கழுத்தை அறுத்துக்கொண்ட இடம். மீனாட்சி அம்மன் கோயிலில் முதல் பூசை பெறுதல், பொற்றாமரைக்

குளத்தருகே அவனுக்குச் சமாதி ஆகிய செய்திகள் யாவும் வீரனின் வழிபாட்டுப் பரவலால் பெருந்தெய்வங்களோடு இணைக்கச் செய்யும் மேல்நிலையாக்கத்தின் விளைவுகள் ஆகும்.

மதுரைவீரன் வழிபாடு மதுரையில் இருந்து திருச்சிக்கும் தென்பகுதிகளுக்கும் பரவிய விதம் பற்றி அறியமுடிகிறது. இதில் சுடலைமாடனோடு மதுரைவீரன் தென்பகுதியில் இணைக்கப் படுவதையும் அறிந்துகொள்ளமுடிகிறது.

மதுரைவீரன் கதையும் மதுரைவீரன் அம்மானையும் காம விருப்பம் உடையவனாக வீரனைச் சித்தரித்துக் காட்டியதை விட மதுரைவீர நாடகம் அதிக அளவில் உருவாக்கியிருக்கிறது. கதைப்பாடல்களின் சில நிகழ்ச்சிகள் நாடகம் மற்றும் திரைப்பட வடிவம் பெறும்போது இடம்பெறவில்லை. திருவிழாக்களில் நிகழ்கலை மதுரைவீர நாடகம் நடைபெறும்பொழுது சுப நிறைவு வேண்டும் என்பதால் மதுரைவீரனுக்கு மாறுகால், மாறுகை வாங்கப்படும் நிகழ்ச்சி இடம்பெறுவது இல்லை என்பதைத் தெரிந்து கொள்ளமுடிகிறது.

வாய்மொழி கதைப்பாடல் மற்றும் வானொலி வடிவ நாடகத்தில் நிகழ்கலை மற்றும் திரைப்பட மதுரைவீரனின் பாதிப்பை அறிந்து கொள்ள முடிகிறது. திரைப்படமானது உடைமை வர்க்கத்தினருக்கும், உழைக்கும் வர்க்கத்தினருக்கும், உயர் சாதிக்கும், தாழ்த்தப் பட்டவர்களுக்கும் இடையே தோன்றிய முரண்பாடுகளையும் போராட்டங்களையும் வெளிப்படுத்துகிறது. கீழ்ச்சாதிக்காரர்கள் தங்களது வலிமை, திறன், ஆற்றல் ஆகியவற்றால் மக்களிடையே செல்வாக்குப் பெற்றால், அவனால் தங்களது பதவிக்கும் செல்வாக்கிற்கும் ஆபத்து வந்துவிடக் கூடாதென்று எண்ணி, அவனை ஒழித்து விடுவதற்குப் பல முயற்சிகள் செய்துள்ளனர் என்பதைத் திரைப்படம் மறைமுகமாக வெளிப்படுத்துகிறது எனலாம். அதே சமயம் திருமலை மன்னரின் களங்கத்தைத் துடைத்துச் சமநிலை தேட முயன்றுள்ளது என்றும் கூறலாம்.

திரைப்படம் எடுக்கப்பட்ட காலம் பழமையான கருத்தை எதிர்த்துப் புதிய கருத்துகள் தோன்றிய காலக்கட்டம் குறிப்பாக, திராவிடர் கழகத்தில்

இருந்து பிரிந்து தி.மு.க. (திராவிட முன்னேற்றக் கழகம்) உருவாகி வளர்ந்து வந்த நேரம். எனவே, அதில் பணியாற்றிய கவிஞர் கண்ணதாசனும், எம்.ஜி.இராமச்சந்திரனும் தாங்கள் சார்ந்த இயக்கத்தின் கருத்தியல்களைப் பிரச்சாரம் செய்யவும் முயன்றுள்ளனர் என்பதை அறியமுடிகிறது. மேலும், மக்களிடையே கதாநாயக நடிகருக்கு உள்ள ஆளுமையும் பாதிக்கப்படாதவாறு உருவாக்கப் பட்டுள்ளது.

நாயக நடிகரின் ஆளுமை பாதிக்கப்படாதவாறு திரையாக்கத்தில் எம்.ஜி.இராமச்சந்திரனுக்கு மாறுகால், மாறுகை வாங்கப்பட்டதை மக்கள் ஏற்றுக்கொள்ள மாட்டார்களோ எனத் தயங்கி, அதை அனுதாபமாக மாற்ற ‘கடமையிலே உயிர் வாழ்ந்து கண்ணியமே கொள்கை என மடிந்த வீரா’ என்ற பாடல் வரிகளோடு முடித்திருப்பதன் மூலம் அறிந்துகொள்ளலாம். பாடல் வரிகளில் தி.மு.கழகத்தின் மூல முழக்கங்களான கடமை, கண்ணியம். கட்டுப்பாடு இடம்பெற்று வீரன் பாமரர்களின் வசமாக மாறவும் வழி வகுத்தது எனலாம். திரைப்படத்தில் வரும் ‘நரசப்பன்’ என்ற கதாபாத்திரம் அன்றைய பிரபல நடிகரின் நட்சத்திரத் தகுதியைக் கருதி, அவருக்காக உருவாக்கப்பட்ட கற்பனைப் பாத்திரமாக இடம்பெற்றுள்ளது. இத்திரைப்படத்தின் நிகழ்வுகள் சிலவற்றை அப்பட்டமாக நிகழ்கலை நாடகம் உள்வாங்கியுள்ளது.

மதுரைவீர சுவாமி அம்மானை மிக அதிக நிகழ்ச்சிகளை உடைய நூலாகத் திகழ்வதோடு, அதிக சிறப்புக்கூறுகளைக் கொண்டுள்ளது. குறைந்த நிகழ்ச்சிகளை உடையது வீரையன் அம்மானை என்றாலும் காளியைத் தொடர்புபடுத்திப் பல கூடுதலான ஆய்வுக்கு உட்பட்ட பிற படைப்புகளில் இடம்பெறாத சிறப்புக் கூறுகளை உடைய நூலாகத் திகழ்கிறது. கதை முழுமை பெற்றும் குறைந்த நிகழ்ச்சிகளை உடைய நூலான மதுரைவீரன் நாடகத்தில் ஒரு சில கூடுதல் கூறுகள் உள்ளன. மதுரைவீரன் திரைப்படம் தகவல் தொடர்புச் சாதனமாக, மக்களுக்கான ஊடகமாக இருப்பதால் அதற்கேற்ப கூடுதலான சிறப்புக் கூறுகளைக் கொண்டு அமைந்துள்ளது எனலாம்.

6.6. மதுரைவீரன் - ஓர் இடைநிலைத் தெய்வம்

மதுரைவீரனைச் சக்கிலியர் (55.4%) போன்ற தாழ்ந்த சாதியினர் மட்டுமின்றிச் சில உயர்சாதியினரும் குலதெய்வமாகக் கொண்டு உள்ளனர். அவர்கள் கவரா நாயுடு (11.6%) மற்றும் வேளாளர் (7.6%) ஆகியோர் ஆவார்கள்.

பொதுத்தெய்வ வழிபாட்டுத் தலைமை நிலையில் வேளாளர் சாதியின் நிர்வாகம் மற்றும் பூசாரித்தனத்தோடு கவராநாயுடு, ஆசாரியார், செங்குந்த முதலியார் ஆகியோரும் சில ஊர்களில் பூசாரிகளாகச் செயல்படுகின்றனர்.

சிலைகள் அமைந்த கும்மட்டம் உடைய கோயில்கள், சிலைகள் இல்லாத கோபுரமுடைய கோயில்கள், சிலைகள் அமைந்த கோபுரமுடைய கோயில்கள் ஆகியவை உயர்சாதியரான நாயுடு, கோனார், வேளாளர் ஆகியவர்களின் மதுரைவீரன் வழிபாட்டில் அமைந்துள்ளன.

உயர்சாதியினரின் வழிபாட்டில் 'கல்லுருவ' மதுரைவீரன் சிலைகள் அதிகமாக இடம்பெறுவதோடு 'சாத்விக' நிலையை வெளிப்படுத்துகின்றன.

உயர்சாதிகளின் வழிபாட்டில் மதுரைவீரனுக்குச் சைவப் படையல் இடம்பெறுகிறது. மேலும், பிராமணர் பூசாரியாகப் பணிபுரிகிறார்.

கோவை மாவட்டம் உடுமலைப்பேட்டை சக்கிலியர் இனத்தில் பெருந்தெய்வத்துக்குரிய திருக்கல்யாணம் நிகழ்த்துதல், பஞ்சாமிர்த அபிசேகம் செய்தல், பூசணிக்காய் பலி கொடுத்தல் போன்ற வழிபாட்டு முறைகள் காணப்படுகின்றன.

தாழ்ந்த சாதியினருக்கு உரித்தான மதுரைவீரன் வழிபாடு இன்று பிராமணர் அல்லாத உயர்சாதிகளிடத்தில் தலைமை நிலை பெறுவதோடு, அச்சாதியினரே பூசாரிகளாகவும் செயல்படுகிறார்கள். மேலும், அவர்கள் பெருமரபின் ஒருசில கூறுகளான கோபுரம் அமைத்தல், கல்லுருவச் சிலைகளை வழிபடுதல், பிராமணப் பூசாரி

அமர்த்துதல், சைவப் படையல் ஆகியவற்றை மதுரைவீரன் வழிபாட்டில் இடம்பெறச்செய்து வருகின்றனர்.

எனவே, மேலே தரப்பட்டுள்ள விளக்கங்களிலிருந்து பெருமரபின் சில வழிபாட்டுக் கூறுகளைப் பரவலாகப் பெற்று வரும் மதுரைவீரன், சிறுநெறி மரபில் இருந்து பெருநெறிக்கு வளர்ச்சியடைந்து வருவதால், 'நாட்டார் சிறு தெய்வமாகவும் உயர்சாதியினரின் பெருந்தெய்வமாக இல்லாமலும் இடைநிலைத் தெய்வமாக விளங்கி வருகிறான்' என்ற முடிவுக்கு வரலாம்.

6.7. எதிர்கால ஆய்வும் பயனும்.

மதுரைவீரன் வழிபாட்டின் ஆய்வுப் பயணத்தில் எதிர்கால ஆய்வுகளாக நிகழ்த்த வேண்டிய சிலவற்றை இங்கு சுட்டிக் காட்டலாம். தென்னக மாவட்டங்களில் மட்டுமே களப்பணி நிகழ்த்திய ஆய்வை விரிவுபடுத்தி, தமிழகம் முழுமைக்கும் மதுரைவீரன் வழிபாடு பற்றியச் செய்திகளைத் தொகுத்து, ஆய்வேட்டில் உள்ள இயல்களைத் தனித்தனியாக ஆய்வு செய்யலாம். எடுத்துக்காட்டாக, ஒரு குறிப்பிட்ட சாதியினர் மட்டும் மதுரைவீரன் வழிபாடு செய்வதைத் தமிழகம் முழுமைக்கும் பொருத்தி ஆய்வு செய்யலாம். அல்லது மதுரைவீரன் தொடர்பான இலக்கியக் கலைவடிவங்களை மட்டும் ஒப்பாய்வு செய்யலாம். அவற்றோடு திரைப்படம், நாடகம் ஆகியவற்றையும் ஒப்பிட்டு ஆராயலாம். மேலும், வழிபாட்டுப் பரவல் கொள்கையை உள்ளீடாகக் கொண்ட, வரலாற்று ஒப்பியல் அணுகுமுறையில் மதுரைவீரன் வரலாற்றை மீட்டுருவாக்கம் செய்யலாம்.

இவ்வாய்வின் மூலம் பொதுவாகத் தமிழக நாட்டார் மக்களின் வழிபாட்டை அறிந்து கொள்ளலாம். குறிப்பாக, நாட்டார் சமயமானது சமூக மதிப்பிற்கேற்ப மேல்நோக்கிய படிநிலை வளர்ச்சி பெறுவதை உணரலாம். சமூக, பொருளாதார, அரசியல் காரணங்களால் சமயம் மாற்றம் அடைவதைத் தெரிந்து கொள்ளலாம். சமயம் பற்றிய விரிவான ஆய்வுக்கும், நூலாக்கத்திற்கும் இத்தகைய ஆய்வுகள் பயன்படும்.

❖❖❖

துணைநூற் பட்டியல்

நூல்கள்

அருணாச்சலம். ப., சிலப்பதிகாரச் சிந்தனை, பாரி புத்தகப் பண்ணை, சென்னை, 1985.

அறவாணன், க.ப., அற்றைநாள் காதலும். வீரமும், தமிழ்க்கோட்டம், சென்னை. 1978.

.... மரவழிபாடு, பாரிநிலையம், சென்னை, 1984.

ஆனைமுத்து,வே., (ப.ஆ.) பெரியார் ஈ.வெ.ரா. சிந்தனைகள், தொ:1, சிந்தனையாளர் கழகம், திருச்சி, 1974,

இராகவையங்கார்,மு., ஆராய்ச்சித் தொகுதி, பாரி நிலையம், 1964.

.... தொல்காப்பியப் பொருளதிகார ஆராய்ச்சி, மானாமதுரை, 1960.

இராமசாமி, துளசி., நெல்லை மாவட்ட நாட்டுப்புறத் தெய்வங்கள், உலகத்தமிழாராய்ச்சி நிறுவனம், சென்னை, 1985.

இராமகிருஷ்ணன்,எஸ்., சமய வாழ்வில் வடக்கும் தெற்கும், நியூ செஞ்சுரி புக் ஹவுஸ் பிரைவேட் லிமிடெட், சென்னை, 1984.

இராமநாதன், ஆறு., நாட்டுப்புறப் பாடல்கள் காட்டும் தமிழர் வாழ்வியல், மணிவாசகர் நூலகம், சிதம்பரம், 1982.

இராமன், கே.வி., பாண்டியர் வரலாறு, தமிழ்நாட்டுப் பாடநூல் நிறுவனம், சென்னை, 1977.

எட்கர் தர்ஸ்டன்., தென்னிந்தியக் குலங்களும் குடிகளும், தொ: 2. (மொ.பெ. க.இரத்தினம்). தமிழ்ப் பல்கலைக்கழகம், தஞ்சாவூர், 1987.

264 மதுரைவீரன் வழிபாட்டு மரபும் வழக்காறுகளும்

கருப்பையா. இரா., குழுமாயி அம்மன் விழா, வீரம்மாள் பதிப்பகம், தக்கிரிப்பட்டி, 1991

கணபதிராமன், ச., திருநெல்வேலிப் பகுதியில் சிறுதெய்வ வழிபாடு, திருமகள் நூலகம் வெளியீடு, தூத்துக்குடி, 1986.

கணபதி ஸ்தபதி,வை., சிற்பச் செந்நூல். தொழில் நுட்பக் கல்வி இயக்கம் சென்னை.

கண்ணதாசன், அர்த்தமுள்ள இந்துமதம், தொ:1 வானதி பதிப்பகம், சென்னை, 1991.

காசிநாதன், நடன. & பிறர் திருமலை நாயக்கர் செப்பேடுகள், தமிழ்நாடு அரசு தொல்பொருள் ஆய்வுத்துறை, சென்னை, 1994.

காந்தி, க., தமிழர் பழக்க வழக்கங்களும் நம்பிக்கைகளும், உலகத் தமிழராய்ச்சி நிறுவனம், சென்னை, 1980.

குட்டி உபாத்தியாயர்., மதுரைவீர நாடகம், சிரோன்மணி விலாச அச்சுக்கூடம், பிடாரித்தாங்கல், 1895.

குளத்தூரான், க., தஞ்சை நகரிய சக்திக் கோயில்கள், எட்டாம் உலகத்தமிழ் மாநாடு, தமிழ்ப் பல்கலைக்கழகம், தஞ்சாவூர், 1994.

கேசவராஜ், நடுகல்வழிபாடு, சர்வோதய இலக்கியப் பண்ணை, மதுரை, 1978.

கேசவன், கோ., கதைப்பாடல்களும் சமூகமும், தோழமை வெளியீடு, கும்பகோணம், 1985.

கைலாசபதி, க., சமூக இயலும் இலக்கியமும், நியூ செஞ்சுரி புக் ஹவுஸ் பிரைவேட் லிமிடெட், சென்னை, 1991.

.... பண்டைத் தமிழர் வாழ்வும் வழிபாடும். நியூ செஞ்சுரி புக் ஹவுஸ் பிரைவேட் லிமிடெட், சென்னை, 1991.

சக்திவேல், எம்., பூசாரிப்பாட்டு, சண்முகானந்தா புக் டிபோ, சென்னை.

சக்திப்பெருமாள்.,	தமிழ் நாடக வரலாறு, வஞ்சிக்கோ பதிப்பகம், மதுரை, 1979.
சதாசிவப் பண்டாரத்தார். தி.வை.,	கல்வெட்டுகளால் அறியப்பெறும் உண்மைகள், தொல்காப்பியர் நூலகம், சிதம்பரம், 1963.
சண்முகம்,மு, (பதி.ஆ.)	தமிழ் நூல் விவர அட்டவணை, (1867-1900), தொ:1, மூன்றாம் பகுதி, தமிழ்நாட்டு அரசினர் தமிழ் வளர்ச்சி மன்ற வெளியீடு, சென்னை.
சண்முக சுந்தரம்.சு.,	சுடலைமாடன் வழிபாடு - சமூக மானிடவியல் ஆய்வு. காவ்யா வெளியீடு. பெங்களூர், 1993
....	நாட்டுப்புற இயல், மணிவாசகர் பதிப்பகம், சென்னை, 1975.
.... (பதி. ஆ.)	மதுரைவீரன் கதை, பூம்புகார் பிரசுரம் பிரஸ், சென்னை, 1973.
சரசுவதி வேணுகோபால்.,	நட்டுப்புறவியல் கோட்பாட்டு ஆய்வுகள். தாமரை வெளியீடு, மதுரை, 1991,
சாமி, பி.எல்.,	தமிழ் இலக்கியத்தில் தாய்த்தெய்வ வழிபாடு, நியூசெஞ்சுரி புக் ஹவுஸ் பிரைவேட் லிமிடெட், சென்னை, 1986.
....	சங்க நூல்களில் முருகன், சேகர் பதிப்பகம், சென்னை, 1990.
சாமிநாதையர், உ.வே., (பதி.ஆ.)	குறுந்தொகை, சென்னை, 1937.
....	சிலப்பதிகார மூலமும் அரும்பதவுரையும் அடியார்க்கு நல்லாருரையும், சென்னை, 1968.
....	பத்துப்பாட்டு மூலமும் நச்சினார்க்கினியர் உரையும், சென்னை, 1974.
....	பரிபாடல் மூலமும் பரிமேலழகருரையும், சென்னை, 1968.

266 மதுரைவீரன் வழிபாட்டு மரபும் வழக்காறுகளும்

சிவகாமி,ச., அனுமன் ஆய்வும் வழிபாடும், கொங்கு, 1972.

சிவசுப்பிரமணியன்,ஆ., மந்திரம் சடங்குகள், நியூ செஞ்சுரி புக் ஹவுஸ் பிரைவேட் லிமிடெட், சென்னை, 1988.

.... (பதி.ஆ.) பூச்சியம்மன் வில்லுப்பாட்டு, நியூ செஞ்சுரி புக் ஹவுஸ் பிரைவேட் லிமிடெட், சென்னை, 1989.

சீனிவாசன், இரா., சக்தி வழிபாடு, ஜெயகுமாரி ஸ்டோர்ஸ், நாகர்கோவில், 1975.

சுதாகர், ம.வி., பத்துப்பாட்டு மூலமும் தெளிவுரையும், வர்த்தமானன் பதிப்பகம், சென்னை, 1990.

சுப்பிரமணியன், கா., சங்க காலச் சமுதாயம், நியூ செஞ்சுரி புக் ஹவுஸ் பிரைவேட் லிமிடெட், சென்னை, 1987.

சுப்பிரமணியன்,நா. & கௌசல்யா சுப்பிரமணியன் இந்தியச் சிந்தனை மரபு. சவுத் ஏசியன் புக்ஸ், சென்னை. 1993.

சுவீரா ஜெயஸ்வால், வைணவத்தின் தோற்றமும் வளர்ச்சியும், (மொ.பெ., கி.அநுமந்தன், ஆர்.பார்த்தசாரதி) நியூ செஞ்சுரி புக் ஹவுஸ் பிரைவேட் லிமிடெட், சென்னை,1987.

சோமசுந்தரனார், பொ.வே. (பதி.ஆ) கலித்தொகை, கழக வெளியீடு. சென்னை, 1975.

ஞானசேகரன், தே. நாட்டார் சமயம் தோற்றமும் வளர்ச்சியும், கியூரி பப்ளிகேஷன்ஸ், மதுரை, 1992.

தமிழவன், நாட்டுப்புற நம்பிக்கைகள், சர்வோதய இலக்கியப் பண்ணை, மதுரை, 1976.

திருநாவுக்கரசு, க.த., தமிழர் நாகரிக வரலாறு. முதல் பகுதி, தொல்காப்பியர் நூலகம், சென்னை, 1962.

திருமாவளவன்,வே.சா. மதுரை வீரன் கதைகள் ஓர் ஆய்வு. புதுவை, 1991.

துரைசாமிபிள்ளை, ஔவை., பதிற்றுப்பத்து மூலமும் உரையும், திருநெல்வேலி தென்னிந்திய சைவ சித்தாந்த நூற்பதிப்புக் கழகம், 1968.

தெய்வச் சிலையார், தொல்காப்பியம் சொல்லதிகாரம் உரை, கழக வெளியீடு, சென்னை, 1963.

தேவநேயன், ஞா., பண்டைத் தமிழர் நாகரிகமும் பண்பாடும். நேசமணி பதிப்பகம், வடஆற்காடு. 1966.

நச்சினார்க்கினியர், தொல்காப்பியம் பொருளதிகார உரை. திருநெல்வேலி தென்னிந்திய சைவ சித்தாந்த நூற்பதிப்புக் கழகம், சென்னை, 1975.

நடராசன், தி.சு., திறனாய்வுக் கொள்கைகள், அன்னம் வெளியீடு, சிவகங்கை, 1990.

நாராயணசாமி ஐயர்., நற்றிணை - மூலமும் உரையும், சைவ பின்னத்தூர். வித்தியாபாநு பாலனயந்திரசாலை, சென்னை.

நிர்வாக அதிகாரி, தேவஸ்தான வெளியீடு, ஸ்ரீகள்ளழகர் கோயில் வரலாறு, திருமாலிருஞ்சோலை, 1968.

பக்தவச்சலபாரதி.சீ., பண்பாட்டு மானிடவியல், மணிவாசகர் பதிப்பகம், சிதம்பரம், 1990

பட்டாபிராமன்,துரை., கல்வெட்டுகளில் புறப்பொருள் இலக்கணம், அண்ணாமலைப் பல்கலைக்கழகம், சிதம்பரம். 1990.

பரந்தாமனார். அ.கி., மதுரை நாயக்கர் வரலாறு, பாரி நிலையம், சென்னை, 1960.

பரமசிவன், தொ., அழகர் கோயில், மதுரை காமராசர் பல்கலைக் கழகம், மதுரை, 1989.

.........................., தெய்வங்களும் சமூக மரபுகளும், நியூ செஞ்சுரி புக் ஹவுஸ் பிரைவேட் லிமிடெட்,சென்னை, 1995.

பரிமணம், அ.மா., வீரையன் அம்மானை, சரசுவதி மகால் நூல்நிலையம், தஞ்சாவூர், 1979.

பாலசுப்ரமணியம்.இரா., நாட்டுப்புற வாழ்வியல், சத்யா வெளியீடு, மதுரை, 1990.

268 மதுரைவீரன் வழிபாட்டு மரபும் வழக்காறுகளும்

பாலசுப்ரமணியன், எஸ்.ஆர்., முற்காலச் சோழர் கலையும் சிற்பமும், தமிழ் வெளியீட்டுக் கழகம், சென்னை, 1966.

புகழேந்திப் புலவர்., மதுரைவீர சுவாமி கதை, பி.இரத்தின நாயகர் அண்ட் சன்ஸ், சென்னை, 1951.

பெருமழைப்புலவர்., அகநானூறு,களிற்றியானை நிரை. திருநெல்வேலி தென்னிந்திய சைவ சித்தாந்த நூற்பதிப்புக்கழகம், சென்னை, 1970.

........................., அகநானூறு, மணிமிடைப்பவளம், நித்திலக் கோவை, திருநெல்வேலி சைவ சித்தாந்த நூற்பதிப்புக் கழகம், 1970.

........................., ஐங்குறுநூறு உரை, சைவ சித்தாந்த நூற் பதிப்புக் கழகம், சென்னை, 1966.

........................., பரிபாடல் மூலமும் உரையும், திருநெல்வேலி தென்னிந்திய சைவ சித்தாந்த நூற்பதிப்புக் கழகம், சென்னை, 1969.

பேராசிரியர். பொருளதிகாரம் பேராசிரியர் உரை, திருநெல்வேலி தென்னிந்திய சைவ சித்தாந்த நூற்பதிப்புக் கழகம். சென்னை, 1975.

போசு,செ.& வேதாசலம்,வெ.. திருமலை மன்னர்- கையேடு, தமிழ்நாடு அரசு தொல்பொருள் ஆய்வுத்துறை, சென்னை, 1984.

மணிமேகலைப் பிரசுர ஆசிரியர்குழு. மதுரைவீரன் கதை, மணிமேகலைப் பிரசுரம், சென்னை, 1992.

மிருணாள் சென், சினிமா ஒரு பார்வை, (மொ.பெ.. சிவக்குமார் பிறர்). சென்னை புக் ஹவுஸ், சென்னை, 1980.

முத்துத்தேவர், பி., மூவேந்தர் குல தேவர் சமூக வரலாறு, காக்கவீரன் வெளியீட்டகம், ஒத்தக்கடை கருமாத்தூர் (உசிலம்பட்டி), 1982.

முத்தையாபிள்ளை, எஸ். (பதி.ஆ.) தெய்வீகத்தன்மை பொருந்திய மதுரைவீரசுவாமி அம்மானை, கோபால் நாயகர் சன், கோல்டன் பதிப்பு, சென்னை, 1929.

வரதராசன், மு., இலக்கிய மரபு, பாரி நிலையம், சென்னை, 1979.

.........................., திருக்குறள் தெளிவுரை, சைவ சித்தாந்த நூற்பதிப்புக் கழகம், சென்னை, 1949.

வானமாமலை, நா., தமிழர் பண்பாடும் தத்துவமும், நியூ செஞ்சுரி புக் ஹவுஸ் பிரைவேட் லிமிடெட், சென்னை, 1990.

வித்தியானந்தன், சு., தமிழர் சால்பு, பாரிபுத்தகப் பண்ணை, சென்னை, 1971.

விநாயகமூர்த்தி, அ. (பதி.ஆ.) மதுரைவீரன் அம்மானை, கூடல் பப்ளிஷர்ஸ், மதுரை, 1978.

வில்டியூரெண்ட், உலக மதங்கள் ஒரு தத்துவப் பார்வை, (மொ.பெ., வாசுகி பெரியார்தாசன்), நியூ செஞ்சுரி புக் ஹவுஸ் பிரைவேட் லிமிடெட், சென்னை, 1992.

வேதாசலம், வெ. இயக்கி வழிபாடு, அன்னம் வெளியீடு, சிவகங்கை, 1989.

லூர்து, தே. நாட்டார் வழக்காறுகள், மணிவாசகர் பதிப்பகம், சிதம்பரம், 1988.

ஸ்ரீ குமார், சிற்பரத்தினம் (மொ.பெ., நாவல்பாக்கம் ஸ்ரீதேவநாதாச்சாரியார்), தஞ்சை சரசுவதி மகால் வெளியீடு, 1961.

கட்டுரைகள்

அய்யாச்சாமி, ர.. 'சென்னைநகர்' (தமிழ் நாட்டுப்புற இயல் ஆய்வு. தொ.ஆ. ச.வே.சுப்பிரமணியன்), உலகத் தமிழாராய்ச்சி நிறுவனம், சென்னை, 1979. ப.34.

அரங்கசாமி, துரை, 'நடுகல்லிலிருந்தோ தெய்வமும் கோவிலும்', (மொ.ஆ..) பேராசிரியர் ரா.பி.சேதுப்பிள்ளை வெள்ளிவிழா மலர், 1961. ப.247.

அழகர்சாமி.இரா.. 'சிறுதெய்வம் விளக்கம்', நாட்டுப்புறவியல் ஆய்வுக்கோவை, தொ:2, இந்தியத் தமிழ் நாட்டுப்புறவியல் கழகம், அண்ணாமலை நகர், 1987, பக்.640-648.

270 மதுரைவீரன் வழிபாட்டு மரபும் வழக்காறுகளும்

ஆனந்தகுமார், பா., 'மதுரைவீரன் கதைப்பாடல் ஒரு கண்ணோட்டம்', தாமரை, நவம்பர் 1990, பக். 45-48.

இரகுநாதாச்சாரியார், 'பல்லி', கலைமகள், தொ:6, 1934, பக். 35-42.

இராமச்சந்திரன், நா., 'சமூகக் கதைப்பாடல்கள்' : ஒரு வரையறை நாட்டார் வழக்காற்றியல் ஆய்வுக் கழக இதழ், பக்.71-85.

காந்தி, க., 'புலிப்பல் தாலி அணியும் வழக்கம்', ஆய்வுக்கோவை. 14:3, இந்தியப் பல்கலைக் கழகத் தமிழாசிரியர் மன்றம், 1987, பக்.107-112.

கேசவராஜ்., 'நடுகல் வழிபாடு-சிறுதெய்வ வழிபாடு', ஆய்வுக்கோவை, 13:3, பாண்டிச்சேரி, 1981, பக். 115-120.

சண்முக சுந்தரம்,சு., 'தமிழக நாட்டுப்புறப் பாடல்கள்' (நாட்டுப்புற இயல் கருத்தரங்க மலர், பதி. ஆ. ச.வே.சுப்பிரமணியன்), பூம்புகார் வெளியீடு, சென்னை, 1978, ப. 304.

சவரிமுத்து, சா., 'கதைப்பாடல்களின் நோக்கமும் விளைவும்', உலகத் தமிழாராய்ச்சி நிறுவனக் கருத்தரங்குக் கட்டுரை. சென்னை, 1992.

சிவசுப்பிரமணியன்.ஆ., 'தமிழக நாட்டார் சமய ஆய்வு' நாவாவின் ஆராய்ச்சி காலாண்டாய்விதழ். அக்டோபர் 1989. பக். 199-212.

ஞானசேகரன், தே., 'பாவனை மனிதப் பலி' ஆய்வுக்கோவை 19:3, அண்ணாமலைநகர். 1987, பக்.305-310.

தங்கத்துரை, சு., 'தீப்பாய்ந்தம்மன் கோயில்', நாட்டுப் புறவியல் ஆய்வுக்கோவை, தொ:2 இந்தியத் தமிழ் நாட்டுப்புறவியல் பக்.717-726 கழகம், அண்ணாமலை நகர், 1987.

தனஞ்செயன், ஆ., 'மானிடவியல் நோக்கில் சுறாமுள் வழிபாடு', நாவாவின் ஆராய்ச்சி காலாண்டாய்விதழ் ஜனவரி 1990, பக்.23-38.

நடேசன், அ.,	'சமுதாயக் கதைப்பாடல்களில் நிமித்தங்கள்', ஆய்வுக்கோவை. 16:3, 1984, பக்.320-325.
நீலகண்டபிள்ளை, தா.,	'சுடலைமாடன் வழிபாடு', நாட்டுப்புறவியல் ஆய்வுக்கோவை, தொ:2, இந்தியத் தமிழ் நாட்டுப்புறவியல் கழகம், அண்ணாமலைநகர், 1987, பக்.680-688.
நீலமோகன், ந.,	'மதுரைவீரன் கதைப்பாடல்களில் வாழ்வியல் சடங்குகள்', கேரளப் பல்கலைக் கழகத் தமிழ்த் துறை ஆய்வு இதழ், 49, 1989-1990, பக். 69-73.
.........................,	'மதுரைவீரன் வழிபாட்டு உருவங்கள் - வகையும் செய்முறையும்' கேரளப் பல்கலைக் கழகத் தமிழ்த் துறை ஆய்வு இதழ், 50,1990-1991, பக்.51-55.
.........................,	'மதுரைவீரன் வழிபாடு, மூன்றாம் கருத்தரங்கு தமிழிலக்கிய ஆய்வுக் கோவை, தொ:2, அனைத்திந்தியத் தமிழ் இலக்கியக் கழகம், 1989, பக்.82-87.
பக்தவச்சலபாரதி, சீ.,	'நாட்டார் திருவிழாவின் அமைப்பியல்', நாவாவின் ஆராய்ச்சி காலாண்டாய் விதழ். அக்டோபர் 1993, பக்.173-188.
பார்த்தசாரதி, இந்திரா.,	'படமாடும் கோயில்களும், நடமாடும் நம்பர்களும்' தினமணி, 29.3.92.
பிரபாகரன், வீரா ஜீவா.,	'உதிரம் கொடுக்கும் குதிரை', தினமணிச்சுடர், 11.9.93, பக்.24-25.
மதிவாணன், ஒப்பில்லா.,	'சமூகமும் சமுதாயமும்', ஆய்வுக்கோவை, 21:2,1985, பக்.354-359.
முத்துச்சாமி, செ.,	'பொம்மநாயக்கர் வரலாறு', ஆய்வுக்கோவை, 12:3,1980, பக்.255-260.
முத்தையா. இ.,	'நள்ளிரவுச் சடங்குகள் - சமூகப் பண்பாட்டு மானிடவியல் பார்வை', நாவாவின் ஆராய்ச்சி காலாண்டாய்விதழ், ஜனவரி 1989, பக்.27-46.

ராமையா, வா.,	'கலையும் கற்பனையும்', தினமணிச்சுடர், 28.3.92, ப.5.
ராண்டார் கை.,	'அன்றைய சென்னைப் பிரமுகர்கள் - டி.பி. ராசலட்சுமி', தினமணி கதிர், 16.2.92. பக். 6-9.
வானமாமலை, நா.,	'தமிழ்நாட்டுக் கதைப்பாடல்களில் சோகமுடிவு', (நாட்டார் வழக்காற்றியல் ஆய்வுகள், தொ:1, பதி.ஆ., தே.லூர்து), பாரிவேள் பதிப்பகம், திருநெல்வேலி, 1981, பக். 83-118.
வேலுச்சாமி, மா.,	'கரகாட்டம் -வகைகளும் சமயச் சார்பும்': தமிழக நாட்டுப்புறவியல் ஆய்வுக்கழக விழாக் கருத்தரங்கு, 10.8.1986.
.....................,	'சிறுதெய்வ ஆய்வில் மேற்கொள்ளப்படும் ஆய்வு முறையியல்' (நாட்டுப்புறவியல் ஆய்வு முறைகள், பதி. ஆ.. ஆறு. இராமநாதன்), தமிழ்ப் பல்கலைக்கழகம், தஞ்சாவூர், 1991. பக்.247-272.
ராஜகோபால், வைரம்.,	'அறிவோமா ஆன்மீகம்?', தினமலர் கதைமலர், 23.10.93, ப.3.
.....................,	'அறிவோமா ஆன்மீகம்?', தினமலர் கதைமலர், 5.2.94, ப.31.
லூர்து. தே.,	'ஐயனார் வழிபாடு: சமூக உறவும் மோதலும்', நாட்டார் வழக்காற்றியல் ஆய்வுக்கழக இதழ், தொ:1 திருநெல்வேலி, 1987, பக். 87-99.

அகராதிகள்

கதிரைவேற்பிள்ளை,நா.,	தமிழ் மொழியகராதி, ஏசியன் எஜுகேசனல் சர்வீஸ், புதுதில்லி, 1984,
கந்தையாபிள்ளை,ந.சி., (தொ.ஆ)	செந்தமிழ் அகராதி, ஆசிரியர் நூற்பதிப்புக் கழகம், சென்னை, 1957.
கழகப் புலவர் குழுவினர்,	கழகத் தமிழ் அகராதி, சைவ சித்தாந்த நூற்பதிப்புக்கழகம், திருநெல்வேலி, சென்னை.

கோபால கிருட்டிணக் கோன், இ.மா., மதுரைத் தமிழ்ப் பேரகராதி, தொ:1, தொ:2, மதுரை, 1956.

சிங்காரவேலு முதலியார், ஆ. அபிதான சிந்தாமணி, ஏசியன் எஜுகேசனல் சர்வீஸ், புதுதில்லி, 1991.

சுப்பிரமணியன், பா.ரா.. (பதி.ஆ.) தற்கால புதிய தமிழ் அகராதி, க்ரியா வெளியீடு, சென்னை, 1992.

பவானந்தம் பிள்ளை,க., தற்காலத் தமிழ்ச் சொல்லகராதி,மாக்மில்லன் கம்பெனி வெளியீடு, சென்னை, 1952.

பிங்கல முனிவர், பிங்கல நிகண்டு, சைவ சித்தாந்த நூற்பதிப்புக் கழகம், சென்னை, 1968.

கலைக்களஞ்சியங்கள்

தமிழ்ப் பல்கலைக் கழக வெளியீடு வாழ்வியற் களஞ்சியம், தொ:7,8, தஞ்சாவூர், 1991.

பெரியசாமித் தூரன், ம.ப., (பதி.ஆ.) கலைக்களஞ்சியம், தொ:1, தொ:6, தமிழ்வளர்ச்சிக் கழகம். சென்னை, 1954.

ஆய்வேடுகள்

ஆனந்தகுமார், பா., தமிழ் - மலையாள நாட்டுப்புறக் கதைப்பாடல் தலைவர்கள்-ஓர் ஒப்பீடு. எம்ஃபில் ஆய்வேடு, மதுரை காமராசர் பல்கலைக்கழகம், 1985.

சின்னப்பா. க., திருமங்கல வட்டாரச் சிறுதெய்வ வழிபாடு பிஎச்.டி பட்ட ஆய்வேடு. ம. கா. பல்கலைக்கழகம், மதுரை.

வேலுச்சாமி, மா., 'மதுரை மாவட்டக் கிராம சமுதாயங்கள்' சிலவற்றுள் காணப்படும் நாட்டுப்புறச் சமயம் ஒப்பாய்வு, ம.கா.பல்கலைக் கழக பிஎச்.டி.ஆய்வேடு, 1983.

ஒலி, ஒளிப்பேழைகள்

அங்குவிலாஸ் கம்பெனியாரின் மதுரைவீரன் நாடகம், திண்டுக்கல். 7.10.1985.

திண்டுக்கல் பாலகவி வேங்கடாச்சலன் குழுவினரின் வானொலி வடிவ மதுரைவீர நாடகம், ஒலிபரப்பு நிலையம், மதுரை, 19.10.91 முதல் 16.11.91 வரை.

பி.முத்து (42), வாய்மொழி உடுக்கடி மதுரைவீரன் கதைப்பாடல், அண்ணா மாவட்டம், தாடிக்கொம்பு - அப்பணம்பட்டி. 28.6.1993.

ஏக்நாத் வீடியோ விஸன், மதுரைவீரன் திரைப்படம், சென்னை, 1992.

ENGLISH

Arunachalam, M., **Ballad Poetry,** Gandhividyalayam, Thiruchitrambalam, 1976.

Bhaktacharyya, N.N., **Ancient indian Rituals and their Social Contents,** Monohar Book Service, 1975.

Black Burn, Stuart, H., "The folk Hero and Class Inter est in Tamil Heroic Ballads", **New Dimensions in the study of Tamil Culture,** N.Vanamamalai 60th Birth-day Felicitation Volume, Makkal Pathipagam, Madras, 1978, pp.68-90.

Bowra, C.M., **Heroic Poetry,** Macmillan., Lon don, 1966.

Brendda Beck, E.F., "**The Hero in a contemporary local Tamil Epic**", Journal of Indian Folkloristics, Vol.1, No.1, January -June, 1978.

Chidambaranatha Chettiar, A., **English-Tamil Dictionary, Vol.1,** Madras University, 1975.

Frazer, J.G., **Golden Bough,** After math, Macmillan, London,

Gupta, M.G., **History of Political Thoughts,**

Henry whitehead **The Village Gods of South India,** Smit Publications, Delhi, 1976.

Kosambi, D.D., **The Culture and Civilization of Ancient in Historical out-line,** Vikas Publishing House Pvt. Ltd., New Delhi.

Lakshmanan Chettiar, S.M.L., **Folklore of Tamilnadu,** National Book Trust, New Delhi, 1973.

Maria Leach., (ed.)	**Standard Dictionary of Folklore,** Mythology and Legend, New English Library, London, 1975.
Metzger, M., (ed.)	**The Readers Digest Bible (illustrated Edition),** Reader's Digest Association Limited, America, 1995.
Niranjon Ghosh.,	**Concept and Iconography of India, Burdwass, 1979.**
Richard M.Dorson., (ed.)	**Folklore and Flok life,** chicago and London, 1972.
Sircar, D.c., (ed.)	**Studies in the Religious life of Ancient and Medieval India,** University of Calcutta, 1968.
Srigundicha.,	**Jagannathpuri,** Sri Jagannath Temple Managing committee, Puri, 1989.
Thaninayakam, X.S.,	**Nature in Ancient Tamil poetry,** Tamil Literature Society, Tuticorin, 1953.
Vaiyapuri Pillai, S., (ed.)	Tamil Lexicon, University of Madras, 1982.
William Benton., (ed.)	**Encyclopaedia Britannica, Vol.No.23,** A New Survery of Universal Knowledge, 1967.
World Book,	**Encyclopaedia,** Vol.3, Chicago, 1980.

பின்னிணைப்பு எண் — 1
தகவலாளர் பட்டியல்

மதுரை மாவட்டம்

வ. எண்	பெயர்	சாதி	ஊர்	பேட்டி நாள்
1.	என்.சி.இராமச்சந்திரன்	மஞ்சனக்கார யாதவர்	மதுரை-மஞ்சனக்காரத் தெரு,	18-11-92
2.	அழகம்மாள்	இந்து வண்ணார்	பெரியகுளம்- டி.கல்லுப்பட்டி	06-07-93
3.	எஸ்.அய்யாத்துரைபிள்ளை	கொடிகால் பிள்ளை	சோழவந்தான்	11-08-93
4.	எஸ்.ராஜீப்பிள்ளை	சைவ வேளாளர்	மதுரை பெரியமதுரைவீரன் கோவில் (விளாம்பட்டி -வசிப்பு)	13-08-93
	கோவில் (விளாம்பட்டி-வசிப்பு)			
5.	எ.அமாவாசை	காட்டு நாயக்கர்	சோழவந்தான்	14-08-93
6.	எஸ்.சின்னசுப்பன்	இந்து சக்கிலியர்	சோழவந்தான்	17-08-93
7.	எஸ்.பொன்னம்மாள்	அம்பலகாரர்	சோழவந்தான்	17-08-93
8.	எம்.மருதமுத்து	மருத்துவர்	சின்னமனூர்	19-08-93
9.	எம்.ரவி	வேளாளர்	தேனி-அல்லி நகரம்	24-08-93
10.	கே.சங்கர்	ஆயவண்ணார்	வீரபாண்டி	24-08-93

11.	ஜி.வெங்கடாசலம்	கவரா நாயுடு (ஏனியல்வார்)	தேனி-அல்லி நகரம்	25-08-93
12.	எம்.சித்திரம் பிள்ளை	இல்லத்து பிள்ளைமார்	கருப்பட்டி	29-08-93
13.	ஆர்.குருநாதபிள்ளை	வேளாளர்	மதுரை-தலையாரி குருநாதன் கோவில்	30-08-93
14.	எ.தங்கம்	வேளாளர்	மதுரை-செட்டி குருநாதன் கோவில்	30-08-93
15.	ம.பெரியகருப்பத் தென்கொண்டார்	ஈசநாட்டுக் கள்ளர்	குள்ளபுரம்	06-09-93
16.	கோவிந்த தொண்டைமான்	ஈசநாட்டுக்கள்ளர்	பெரியகுளம்	17-09-93
17.	எஸ்.சின்னமருதவீரன்	தொட்டியச் சக்கிலியர்	புல்லக்காபட்டி	17-09-93
18.	கே.பரட்டையா பிள்ளை	வீரகுடி வேளாளர்	தாதப்ப நாயக்கன்பட்டி	20-09-93
19.	பி.முத்துராஜ்	நாயுடு	நல்லகருப்பன் பட்டி	21-09-93
20.	பி.அழகர்சாமி	தொட்டியச்சக்கிலியர்	போடி-சக்கமநாயக்கன் பட்டி	26-09-93
21.	பி.அழகர்சாமி	தொட்டியச்சக்கிலியர்	உப்பார்பட்டி	26-09-93
22.	டி.மருதமுத்துப்பிள்ளை	வெள்ளாளப்பிள்ளை	போடி	26-09-93
23.	எஸ்.ஹரிஹரன்	பிராமணர் (பூசாரி)	மதுரை-பந்தடி 4வது தெரு,	29-09-93
24.	பி.இராமு	கொண்டையங் கோட்டை மறவர்	மறவர் பட்டி	18-02-94
25.	எம்.வீரமுனி	அகமுடைய சேர்வை	மறவர் பட்டி	18-02-94
26.	எம்.எஸ்.இராமமூர்த்தி	சௌராஷ்டிரர்	மதுரை புதுமகாளிப்பட்டி	29-09-93

திண்டுக்கல் அணணா மாவட்டம்

27.	கனகராஜ் நாயுடு	கவராநாயுடு	அம்மைநாயக்கனூர்- இடையர்பட்டி	12-4-92
28.	சி.பழனிச்சாமி	தொட்டியச்சக்கிலியர்	அம்மையநாயக்கனூர்- மாலையகவுண்டன்பட்டி	26-07-92
29.	வி.இராமசாமித் தேவர்	சிறுதாலிகட்டி மறவர்	அம்மையநாயக்கனூர்- இடையர்பட்டி	01-08-92
30.	ஆர்.நல்லம்மாள்	ஆசாரி	கொடைரோடு-ஜெகநாதபுரம்	07-11-92
31.	செங்கோல் மேரி	பறையர் (கிருத்துவர்)	கொடைரோடு-ஜெகநாதபுரம்	07-11-92
32.	கே.மருதமுத்து	மணியார்	கொடைரோடு-இராஜதானிக்கோட்டை	07-11-92
33.	எஸ்.புயல்வீரன்	வடுக வண்ணார்	கொடைரோடு-இராஜதானிக்கோட்டை	17-11-92
34.	பி.கருப்பணபிள்ளை	சோழிய வெள்ளாளர்	குருந்தம்பட்டி	25-11-92
35.	பி.காளியப்பன்	முத்துராஜா	திண்டுக்கல்	04-12-92
36.	எஸ்.வீரச்சாமி	கவரா நாயுடு	இடையர்பட்டி	18-12-92
37.	பாண்டியம்மாள்	அம்மா பள்ளர்	அம்மைநாயக்கனூர் எ.புதூர்	19-12-92
38.	சி.சுப்புராஜ்	கவரா நாயுடு	அம்மையநாக்கனூர்	28-12-92
39.	ஜி.இராமசாமி நாடார்	நாடார்	கொளிஞ்சிப்பட்டி	25-06-93

40.	ஜி.இராதாகிருஷ்ணன்	கவராநாயுடு	நிலக்கோட்டை	26-06-93
41.	.ஜி.வெள்ளைச்சாமி	சிறுதாலிகட்டி கோனார்	அப்பணம்பட்டி	28-06-93
42.	ஜி.வெள்ளைச்சாமி	சிறுதாலிகட்டி கோனார்	அப்பணம்பட்டி	28-06-93
43.	ஜி.வெள்ளைச்சாமி	சிறுதாலிகட்டி கோனார்	அப்பணம்பட்டி-கிழக்குத்தோட்டம்	28-06-93
44.	ஆ.இராஜப்ப கவுண்டர்	குறும்பக் கவுண்டர்	எழுவனம்பட்டி	29-06-93
45.	எஸ்.சுந்தராம்பாள்	சோழிய வெள்ளையர்	நத்தப்பட்டி	02-07-93
46.	ஆர்.அழகர்சாமி	வண்ணர்	திண்டுக்கல் ஆர்.வி.நகர்	06-07-93
47.	எ.முத்துச்சாமி	கோனார்	திண்டுக்கல் கோட்டைமாரியம்மன் கோவில்	26-08-93
48.	எ.முத்துச்சாமி	கோனார்	திண்டுக்கல் வண்டிக்காளியம்மன் கோவில்	26-08-93
49.	கே.இராஜமோகன்	வேளாளர்	திண்டுக்கல்-கோபால சமுத்திரம்	26-08-93
50.	மு.மாணிக்கம்	நாடார்	சாணார்பட்டி	31-08-93
51.	எம்.ஆறுமுகம்	தொட்டியச்சக்கிலியர்	தாண்டிக்குடிமலை	24-09-93
52.	டி.பாலசுப்பிரமணியன்	நாயுடு	பழனி-டான்சி	07-02-94
53.	ஆர்.பழனிச்சாமி	சக்கிலியர்	பழனி-சத்யா நகர் 7வது வார்டு	07-02-94

54.	வி.வேலன்	சக்கிலியர்	பழனி-சவகர் நகர்	07-02-94
55.	வி.பழனி	சக்கிலியர்	ஊராளிபட்டி	01-03-94
56.	எம்.பிச்சைபிள்ளை	காராள வேளாளர்	சிறுநாயக்கன் பட்டி	02-03-04
57.	எஸ்.தாயுமானவ பிள்ளை	சோழிய வேளாளர்	சொக்குபிள்ளைபட்டி	04-03-94
58.	எம்.பெருமாள்	பறையர்	கல்கோட்டை	04-03-94
59.	வி.கந்தசாமி	சக்கிலியர்	மஞ்சநாயக்கன்பட்டி	06-03-94
60.	கே.பழனிச்சாமி	செங்குந்த முதலியார்	கணக்கன்பட்டி	06-03-94
61.	கே.கருப்பணன்	சக்கிலியர்	கணக்கன்பட்டி 1வது வார்டு	06-03-94
62.	வி.ரெங்கராசன் நாயக்கர்	கவுரா நாயுடு	கொடைரோடு	12-03-94
63.	எம்.மலுக்கைய கவுண்ட்	குறும்பக் கவுண்டர்	குளத்தூர்	13-03-94
64.	எஸ்.சின்னக்காளை	சக்கிலியர்	கதிர்நாயக்கன்பட்டி	20-03-94
65.	வி.நடராசன்	சோழிய வேளாளர்	பழனி-சத்தியா நகர்	07-04-94
66.	எம்.இளஞ்செழியன்	பள்ளர்	முருகன்பட்டி	09-04-94

திருச்சி மாவட்டம்

67.	இராஜாராம்	வேளாளர்	குளித்தலை	06-10-93
68.	எம்.இராமகிருஷ்ணன்	கவரா நாயுடு	குளித்தலை	06-10-93
69.	பி.சின்னு பூசாரி	அகமுடைய சேர்வை	மணப்பாறை	06-10-93
70.	ஸ்ரீரங்கம்	சக்கிலியர்	திருச்சி-பொன்மலை	10-10-93
71.	கே.சுப்பிரமணியன்	சக்கிலியர்	திருச்சி-செங்குளம் காலனி	10-10-93
72.	ஜி.ராஜு	கம்மாளர்	திருச்சி-செங்குளம் காலணி	10-10-93
73.	பி.கருப்பன்	சக்கிலியர்	திருச்சி-உறையூர்	16-10-931
74.	டி.பாஸ்கர சேதுராஜ்	நிர்வாக அதிகாரி	திருச்சி-வெக்காளியம்மன்கோவில்	16-10-93
75.	டி.பெரியநாயகம்	முத்துராஜா	திருச்சி-உறையூர்	16-10-93
76.	பி.இராஜேந்திரன்	சோழிய வேளாளர்	திருச்சி-பெரியகடை வீதி	16-10-93
77.	வி.பழனி	சக்கிலியர்	கரூர்-பெரியகுளத்துப்பாளையம்	31-10-93
78.	பழனிச்சாமி	சக்கிலியர்	கரூர்-பெரிய வரப்பாரளயம்	31-10-93
79.	கே.மாரியப்பன்	வேளாளர்	கரூர்-கடம்பன்குறிச்சி	31-10-93
80.	ஆர்.இரங்கல்	சக்கிலியர்	கரூர்-பூலாம்பாளையம்	07-11-93

81.	எம்.முத்துச்சாமி	சக்கிலியர்	கரூர்-பூலாம்பாளையம்	07-11-93
82.	கே.முத்துச்சாமி	குறவர்	கரூர்-மண்மங்கலம்	07-12-93
83.	எம்.இராஜமாணிக்கம்	கோனார்	கரூர்-இரயில்வே காலனி	07-11-93
84	எம்.காளியப்பன்	சக்கிலியர்	வெள்ளியனை	04-12-93
85.	எஸ்.கோவிந்தராஜன்	நாயுடு	கரூர்-தான்தோன்றி மலை	04-12-93
86.	ஆர்.இராமசாமி	வேளார்	மாமரத்துப்பட்டி	04-12-93
87.	கணேசன்	பண்டாரம்	தொட்டியம்	20-12-93

கோயம்புத்தூர் மாவட்டம்

88	கே.கந்தன்	சக்கிலியர்	உடுமலைப்பேட்டை	16-02-94
89.	கே.கந்தசாமி	சக்கிலியர்	பொள்ளாச்சி-குமரன்நகர்	16-02-94
90.	பழனியம்மாள்	சக்கிலியர்	உடுமலைப்பேட்டை	16-02-94
91.	எம்.தண்ணாசி	சக்கிலியர்	பொள்ளாச்சி-காந்தி நகர்	16-02-94
92.	பி.சுப்பன்	சக்கிலியர்	வேட்டைக்காரன் புதூர்	16-02-94

பெரியார் மாவட்டம்

93	பழனி	சக்கிலியர்	அவல்பூந்துறை	22-11-93
94.	செங்கோடன்	சக்கிலியர்	பெரியார் நகர்- 'இ' பிளாக்	22-11-93
95.	செங்கோடன்	சக்கிலியர்	பெரியார் நகர்	22-11-93

இராமநாதபுரம் மாவட்டம்

96.	கே.நம்பி	குருவிக்காரச்சாதி	இராமநாதபுரம்-அண்ணா நகர்	29-01-94
97.	பி.சின்னப்பன்	காட்டு நாயக்கர்	பரமக்குடி	29-01-94

பசும்பொன் தேவர் மாவட்டம்

98.	சுபானு	இந்து வேளாளர்	அச்சம்பத்து (வசிப்பு)	28-07-92
99.	ம.இராஜுப்பிள்ளை	காராளவேளாளர்	அச்சம்பத்து (வசிப்பு)	20-02-94

தொண்டைமான் புதுக்கோட்டை மாவட்டம்

100	கே.சீத்தாபதி	ரவுத்து நாயுடு	அம்மையநாயக்கனூர் (வசிப்பு)	19-11-92

பின்னிணைப்பு எண் —2
மதுரைவீரன் வழிபாட்டு அழைப்பிதழ்

ஸ்ரீ மதுரைவீரன் சுவாமி துணை

அருள்மிகு மதுரைவீரன் சுவாமி திருக்கல்யாண திருவிழா

அழைப்பிதழ்

இறையன்பர்களே!

நிகழும் மங்களகரமான ஆங்கிரஸ வருடம் சித்திரை மாதம் 7-8ஆம் நாள் (20-04-93) (21-04-93) செவ்வாய், புதன் ஆகிய தேதிகளில் எங்களது குல தெய்வமாகிய

அருள்மிகு மதுரைவீரன் சுவாமி திருக்கல்யாணத்தை

ஹரிஜனங்கள் செய்ய இருப்பதால் கனதனவான்களாகிய தாங்கள் மேற்படி திருவிழாவை அதிவிமரிசையாக நடத்த தங்களால் இயன்ற பொருளுதவி தந்து உதவுமாறு பணிவுடன் கேட்டுக் கொள்கிறோம்.

இங்ஙனம்,

கோவில் நிர்வாகிகள்

வெங்கடாசலம்பிள்ளைபுரம், 6வது வட்டம்,
பழனி ரோடு, உடுமலை.

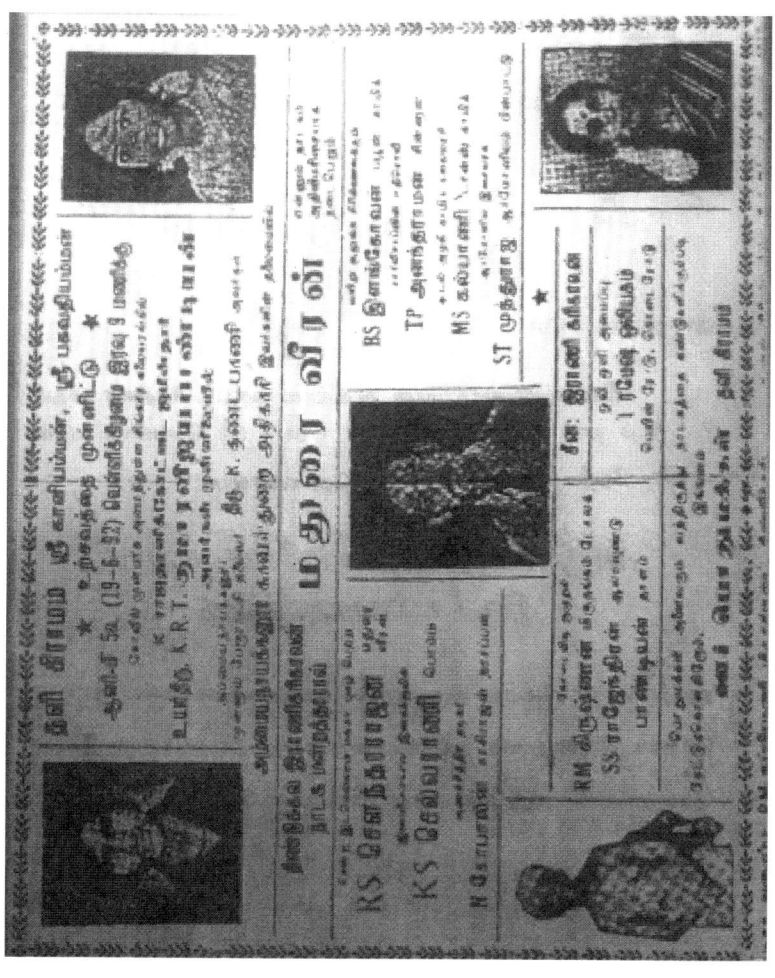

பின்னிணைப்பு எண் – 3

மதுரைவீரன் வழிபாட்டுப் பாடல்கள்
(அச்சில் வராதவை)
(1) மதுரைவீரன் கவசம்

சித்த கணபதியே செல்வகணபதியே சரணம்
அறுபடையில் ஓடி விளையாடும் அழகு சண்முகா சரணம்
சக்கம்மா தாயின் மந்திர வாளேந்திய மாவீரனே சரணம்
மக்கள் இடர்தீர அமரம் புரிந்த
வீரனடி நெஞ்சே குறி

பொன்னாள் கிரீடம் வைக்கும் தலையில்
நீண்ட முடியினை நீல வர்ணசாமி காக்க
நெற்றியிலே ஜவ்வாது பொட்டு அணியும்
ஜால வீரன் எனது நெற்றியினை காக்க
புருவத்தை புன்னகை வீரன் காக்க

என் கண்ணையும் கண்விழியும் கண்ணிமையும்
பணிவு வீரன் காக்க
மணிக்கவச குண்டலமும் வார்காதில் வேல்முருகும் கொண்ட
உனது இரு செவியினை நித்தமும் எனது இரு கண்களால்
காண்கிறேன்.

எனது இரு செவியினைச் செல்வவீரன் காக்க
என் இரு கன்னத்தையும் சந்தனவீரன் காக்க
மூக்கினை மூர்க்க வீரன் காக்க
நாசிகள் இரண்டையும் நல்வீரன் காக்க
மீசைதனை மீசையன் காக்க
நாசிகள் இரண்டையும் நல்வீரன் காக்க
உதட்டிலே சுருட்டு வைத்து இழுக்கும் சுந்தரவீரன்
என்னிதழைக் காக்க
முப்பத்திரு பல்லையும் முத்துவீரன் காக்க

நாவிற் சரசுவதி துணையோடு இருந்து எனது நாக்கினை
நல்வீரன் காக்க
எனது ஐம்புலன்களையும் ஐயன் வீரையன் காக்க
என் இளங்கழுத்தை இனிய வீரன் காக்க
என் இருவளம் பெறும் தோள்கள் வல்லவீரன் காக்க
என் இரு கைகளையும் அக்கிவீரன் காக்க
கற் பதித்த மோதிரங்கள் விரல்களில் அணிந்திருக்கும்
தீரமுள்ள வீரன் எனது இரு விரல்களையும் காக்க
நெஞ்சிலே குடிகொண்டு வாழும் வீரன் எனது நெஞ்சினைக் காக்க

வயிற்றினைத் தவசி வீரன் காக்க
வட்டக் குதத்தை வல்லவீரன் காக்க
ஆண், பெண் குறியினைச் சொத்தைவீரா,
பெரிய சுடலைவீரன் காக்க
தொடையழகைப் பட்டு பீதாம்பரம் உடுத்திய பெரியவீரன் காக்க
பின் அழகு முதுகைப் பொம்மியின் மணாளன் காக்க
கெட்டப் பகுதியினை உன்பக்கத்தில் என்றும்
வீற்று இருக்கும் பைரவவீரன் காக்க
முன் முழங்கால் அழகினை மாயாண்டி காக்க
பின் முழங்கால் அழகினை வெள்ளையம்மாள்
மதுரைவீரன் காக்க
எனது இரு பின் குதிங்காலை தேவக்குழந்தையான
மீனாட்சிதாசன் காக்க

என் இருபாதக பாதத்தில் உள்ள இரு ஐவிரல்தனையும்
நகமும் சதையும் அருகு பெருகி மாவீரன் காக்க
இவை எல்லாம் அழிந்து பிரியும் உடலை மாறுகால் மாறுகை
உடைய எனது இஷ்டதேவதையான மதுரைவீரன் சுவாமியே
நித்தமும் நித்தமும் நிழல் போல்வந்து என்னைக் காக்கவேண்டும்.

11-7-1992.   இயற்றியவர்: ஏ.கே.சிவநாத்.

(மதுரை பெரிய மதுரைவீரன் கோயிலில் இருந்து
எழுதப்பட்டது).

(2) காசிதனில் நீ பிறந்தாய் இந்த

கலியுகத்தில்தான் வளர்ந்தாய் – இந்தக்
காராள வம்சத்தைக் காப்பேன், காப்பேன் என்று
அந்த கடிவாளக் குதிரை விட்டு
கணப்பொழுதில் வந்திடப்பா.

28-07-1992   பாடியவர் : சுபானு (48),
அச்சம்பத்து, மதுரை மாவட்டம்.

(3) **மதுரைவீரன் அஷ்டோத்திரச் சுருக்கம்.**

ராஜாதி ராஜனே நம
ஸ்ரீ வீராதி வீரனே நம
சூராதிசூரனே நம
சுத்த வீராயா நம
தர்ம வீராய நம
கருணையின் வடிவே நம
தேவியின் பாலனே நம
மதுரைவீர சுவாமியே நம
பொம்மி யம்மையே நம
வெள்ளை யம்மையே நம

26-6-1993   ஓதுபவர்   ஜி.இராதாகிருஷ்ணன்,
நிலக்கோட்டை,
திண்டுக்கல் மாவட்டம்.

(4) **மதுரைவீரன் வருணிப்பு (மயான பூசை)**

மண்டையில் சோறு வாங்கி
மயானத்தில் பூசை செய்ய வேண்டும்
போதை வெறிக்காரன்
பொல்லாத மாங்கிறுக்கன்
பச்சரிசி பொங்கலடா
பறவை கீறி சூட்டானடா

வரப்புத் தலகாணியும்
பாய் மடை பஞ்சு மெத்தையும்
போய் அழைக்கின்றோம்
பொல்லாத மாங்கிறுக்கனை
காசி ராசா மகனே
கண்மணியே மதுரைவீரா
மாலையிட்டுப் பிறந்ததினால்
மன்னருக்கு ஆகாது
கொடிகட்டிப் பிறந்ததினால்
கோபுரத்துக்கு ஆகாது.

26-9-1993   பாடியவர் : பி.அழகர்சாமி (65),
                  போடி - பட்டாளம்மன் கோயில் தெரு,
                  சக்கமநாயக்கன் பட்டி,
                  மதுரை மாவட்டம்.

(5) மதுரைவீரனை அழைத்துப் பேயோட்டும் பாடல்

எங்கே நல்ல இருக்கனப்பா இதமான
உன்னைக் காணோமய்யா
எங்க மருதமுத்து வீரனெங்க எங்கப்பன்
வீரனெங்க சாமி வீரனெங்க
எங்க மாமதுரை தங்கம் எங்க தங்கம் எங்க வீரா தங்கம் எங்க
எனக்குக் கழுச்சு நல்ல புதுசு இல்ல புதுசு இல்ல வீரா தங்கம் எங்க
எங்கப்பன் திரவியத்தை உன்னை திரவியத்தை
வீரா காணோமடா எங்கப்பா காணோமடா
உன்னை பாடாத நேரமப்பா, நேரமய்ய வீரா நேரமய்யா
எனக்குப் பசி எனக்கு எங்கப்பன்
பசி எனக்கு வீரா தீராதப்பா எங்கப்பா தீராதப்பா
நீ எங்க நல்ல இருக்கையப்பா இருக்கையில்ல வீரா
இருக்கையில்ல
உன்ன இதமாக எங்கப்பன் இதமான
உன்ன காணம்மப்பா வீரா காணோம்மப்பா

நீ மீனாட்சி கோயிலிலே கோயிலிலே வீரா கோயிலிலே
அப்பன் வெளிவாச நீதான் வெளிவாச
உன் காவலப்பா வீரா காவலப்பா நீதான் காவலப்பா
இன்னம் கச்ச நல்ல வரிஅறியா வரிஅறியா வரிஅறியா
உன் கருப்புச்சட்டை வீரா கருப்புச்சட்டை
கொஞ்சம் சுங்குவிடு வீரா சுங்குவிடு எங்கப்பா சுங்குவிடு
உனக்கு முந்தாணி தொங்கலிலே தொங்கலிலே வீரா
தொங்கலிலே உனக்கு நோவேண்டி – வீரா
அச்சாரமாம் சாமி அச்சாரமாம்
உனக்கு இடதுபுறம் தொங்கலிலே
சாமி தொங்கலிலே வீரா தொங்கலிலே ஆ தொங்கலிலே
உனக்கு எமனோட வீரா எமனோடா சாமி உனக்கு
அச்சாரமாம் சாமி அச்சாரமாம்
உனக்கு ஈட்டி நல்ல சமுதாடு சமுதாடு அல்ல வீரா சமுதாடல்லா
உனக்கு இடைவாளும் எங்கப்பன் இடைவாளும்
உந்த மாது சக்கதேவி தந்த தேவிதந்த வீரா தேவிதந்த
உனக்கு மந்திரதீபம் எங்க தீபம் எங்க வீரா தீபம் எங்க
உன்னை மேகமடா உன் குதிரை உன் குதிரை வீரா உன் குதிரை
எங்கப்பன் மின்னலய்யா மின்னலய்யா வீரா உன் சவுக்கு
உனக்கு நாலு நல்ல கடிவாளம் வீரா கடிவாளாம்மா
உனக்கு நல்ல பாம்பாம் வீரா நல்ல பாம்பாம்
உனக்கு அஞ்சுவேலி தானே அஞ்சு வேலி.

(ஆ)

மருதமுத்து வீரன் எங்க கண்ணம்மா
மாமதுரை தங்கம் எங்க கண்ணம்மா
உன்னைக் கூப்பிட்டு அழைப்பேனம்மா வீரையா
உனக்கு ஆடு வெட்டி கோழி வெட்டி வீரையா
பூசை படைப்பனப்பா வீரையா
எங்க புண்ணியராம் உந்தனுக்கு வீரையா

வட்டியிலே சாராயமா வீரையா
உனக்கு வாலமீன சுடுதடி வீரையா
கின்னியிலே சாராயமா வீரையா
உனக்கு கெளுத்தி மீனு சுடுதடி வீரையா
உனக்கு தேங்காய் உடச்சு வச்சு வீரையா
நான் திருவிளக்கு ஏற்றி வச்சு வீரையா
நீ பொம்மன நாயக்கருட வீரையா
நீ போர் புரிந்த தங்கமடா வீரையா
போர் புரிந்த தங்கமடா வீரையா
உன்னைக் கூப்பிட்டத கேக்கலையா வீரையா
எங்க வெள்ளப்பூ வாகனனை வீரையா
உன்னை வலிஞ்சு நா கேட்கலையா வீரையா
மல்லிக்கப்பூ வாகனனே வீரையா
நான் மறந்தா மறக்கமாட்டேன் வீரையா
சித்திரங்கள் மூணு போதும் வீரையா
நான் சீமையிலே தாங்கமாட்டேன் வீரையா
சீமையிலே தாங்கமாட்டேன் வீரையா.

31-8-1993

பாடியவர் : மாணிக்கம் (75),
சாணார்பட்டி,
திண்டுக்கல் மாவட்டம்.

(6) மதுரைவீரன் கதை இராட்டினக் கோலாட்டப் பாடல்
(எட்டு பேர் பின்னி, பின்பு பிரித்து எடுப்பது போன்று ஆடுவது)

அல்லல்போம் வல்வினைபோம்
அன்னை வயிற்றில் பிறந்த தொல்லைபோம்
போகாத் துயரம் போல் நல்ல
குணமதிகமா மதுரை கோபுரத்தின் சீர்மேவும் கணபதியே
கைதொழுவேன் காப்பு.

மானே மரகதமே எந்தன் வஞ்சியரை ஓர் அஞ்சுகமே
தேனே அமிர்தகுணம் அதை செப்புகிறேன் கேளாய்-இப்புவியில்

ஆதி சிவனருளால் காசி ஆண்டிடும் மன்னன் ஆரும் நகர்தனிலே
நீதியுடன் பிறந்த அன்று நேரிழைக்கு மன்னர் கூறிடவே
மெத்த மனம் மகிழ்ந்து மன்னன் வேகமாய் மறையோரை-
தானழைத்து

பக்தியுடன் தொழுது எந்தன் பாலன் பிறந்த பலாபலனைப்
பார்த்து உரையுமென்றார் அந்த பாகமுடி மன்னர் கூறிடவே
நேர்த்தியுடன் மறையோர் சாஸ்திர நீளத்தைப் பார்த்து
எடுத்துரையார்

மைந்தன் கழுத்தினிலே கொடிமாலை விழுந்து இருக்குதய்யா
அந்த சுதன் இருந்தால் உமக்கு ஆகாதுதான்
இந்தப் பாலகனைக் கொண்டு போய்
கானகத்தில் வைத்து கொப்பென வாவென செப்பிடவே
மஞ்சில் விழுந்தழுது காசி மன்னனும் தேவியும்தான் புலம்பி
ஜோசியர் சொற்படிக்கு என்னை சொர்ண
தாம்பாளத்தில் வைத்தெடுத்து
தாசியர் ஆரல் செய்ய
சேனை தன்னுடன் மந்திரிமார்கள் சூழ
வந்து வனத்தில் வைத்து போக
மங்கையர் நான் அங்கு இருக்கையிலே
ஐந்தலை நாகமது என் ஆதரவா அருகில் நின்று
ஜோதி வெயில் மறைக்க நான் துயரத்துடனே போய்
புலம்பையிலே
மாதியசக்கிலிச்சி கண்டு மைந்தனை நீள எடுத்து அணைத்து
சீராய் முலை கொடுத்து என்னை சேரவே வளர்த்தெடுத்தார்
பாரோர் அறிந்திடவே தமிழ்ப் பள்ளியில் என்னைப் படிக்க
வைத்தார்.
நூலின் நுழையமதை அதை நுண்மையுடன் காரும் என்மகனே
என்று அனுப்பி வைத்தாள்
பெண்ணே நினைந்திலவேன் வந்தேன் காவலுக்கு என்று
சொன்னான் துரைவீரன் அந்தத் தோகையரும்

பொம்மி தான் நினைந்து நன்றாச்சு காரியங்கள்
என்று நாயகி மெத்தமாய் அமர்ந்து
சிரித்து விளையாடி பொம்மி சித்தமாய் கீழவே
சேர்ந்தணைந்து இருக்கும் தருணத்திலே
பொம்மி ஏகாந்தமாக எடுத்துரைப்பாள்
பொழுது விடியுதுகான் என்று போய்
விரையும் எந்தன் நாயக்கர் மகள் தொழுது அனுப்பி வைத்தாள்

அந்தத் தோகையர்த் திடம் சொல்லிவிட்டு வேகமாய் நடந்து வந்து
மனைதனில் தந்தையர்முன் நலியாமல் நிற்கிறதைக் கண்டு
நாதியன் மாதிகன்தான் மகிழ்ந்தான் – தனா தனதனனா

வீரையன் பரிமீதில் பொம்மி என்னும்
மெல்லியரை தூக்கிவைத்து வல்லபமகாய்
காரி புரவியின் மேல் தானும் மெத்த கன்னியருக்குப் பின்னிருந்து
உன்னிதமாகப் பஞ்சகல்யாணிப் பரியை நடவென்று
பாதையை இடது கையால் மேவிப் பிடித்து
அஞ்சாமல் வந்து நின்று கோட்டை அருகில் காரிப் பரியைத்
தந்திரத்துடன் அடித்தான் தாண்டியே குதிக்குமாம் தலைப்புரவி
கொண்டார் ஆரண்யமும் கொல்லிமலை கூடவே கருங்கல்
வழியே
நாடி நடந்து கண்டோர் மகிழ்ந்திடவும் தொட்டியமும் கடந்து
முசிறி வழி கண்துள் ஆமூர் வழியாகக் காவிரி ஆற்றில் வந்து
இறங்கிக் கூடாரமடித்து
தாமிருபேரும் இருந்து பலகாரம் சாப்பிட்டு
இளப்பாரி முத்துசாமி வீரையன்
இளமையில் பொம்மியுடனே
தானும் மெத்தையில் ஏகாந்தமாய் இருக்கையிலே
அழகதிரோன் உதித்தான் – அப்போ அரண்டு
பொம்மணன் விழித்தெழுந்தான் – தனா தன தன னா
வேட்டைகள் ஆடிட வேணும் என்று
தீரன் சுண்டு வில்லம்பு கையில் கொண்டு
தாட்டிகமே கொண்டதுரை வீரன்

கையில் சந்திராயுதம் எடுத்தான் தீரன்
சக்கரம் வளதடி கட்டாரி கையில்தான்
சொருகினான் இடையில் சூரி
திக்கில் உள்ள பேய்முனிகள் அஞ்ச
துஷ்ட தேவதைகள் கதவடைத்துக் கெஞ்ச
அஞ்சலென்ற பட்சிகளைச்சாடி - தானும்
அன்னாங்கள் பிடித்து விளையாடி
வந்து முனி கானகத்தை விட்டு வந்து
அன்னம் பால்பழம் சாப்பிட்டு

20-12-1993.

பாடியவர் : மருதப்பிள்ளை (80),
தொட்டியம்,
திருச்சி மாவட்டம்.

பின்னிணைப்பு எண் – 4

மந்திர வசிய சக்கரங்கள்

அ. மதுரைவீரன் கவசம்

ஓம் மதுரை வீரப்பாத உம்முடைய மதுராபுரிப் பட்டணத்தில் அமர்ந்திருக்கும் மகபெரு பருவத்திற்கொப்பாது அல்லித்துரை யனழகா, நீ கண்ணுறுக் குஞ்சூரி கச்சையில் வரிஞ்சி கட்டி, மாடறுக்குஞ்சூரி மடியில் வரிஞ்சிக் கட்டி சப்பாத்து கால்மாட்டி எழுந்தருளி வரவேண்டும். கண்ணி ரத்தங் குடிக்கக் கால் நாழி செல்லுமடா. மாட்டுரத்தங் குடித்த மதக்கமோ செல்லுமடா. கண் ரத்தங் கடைக்கண்ணாற் பீறிடவே உனக்கு உதிரம் பளபளன்ன உதிரவாய் கொப்பளிக்க நீ வெள்ளைப் புரவியேறி வெளிப்பட்டு வரவேண்டும். அண்டம் நடுங்க ஆகாசந் திடுக்கிடவே பூமி நடுங்க பூலோகந் திடுக்கிடவே கண்டது பேய்களெல்லாம் கைகட்டி யேவல் செய்ய அடங்காத ராசதுரை ஆளடிமை கொண்டவனே! உனக்கு ஈடுமில்லை, வாழ்வுமில்லை, வன் பில்லி, சூனியம், வாய் கட்டு மந்திரம் பில்லி பிசாசுகளையெல்லாம் சத்துரு சம்மாரம் பண்ணி, எதிர்த்து வந்த பேரை மண்டைக் குடைச்சலும் மாறாத தலைநோயில் வேதனைகள் செய்து என் பக்கத்தில் நீயிருக்க எமமும் ஜாமமும் எந்நேர வேலையிலும் இரசித்துக் கொள்ளும் மதுரை மீனாட்சியம்மன் பாதத்தானை சுவாகா.

ஆ. மதுரைவீரன் விஞ்சை

ஓம் ஜகமுக வசியநசி, உருலக்ஷம் ஜெபிக்கச் சித்தியாகும். இதற்கு சக்கரம் குஷ இதை குளக்கரையிலிருந்து செபஞ் செய்யவும். அது முடிந்தவுடன் கடைசியில் 108-உரு ஊது வத்தி சாம்பிராணி இரண்டு எலுமிச்சம் பழமறுத்து மூன்று மூலையெறியவும், முடிந்தவுடன்

புகையிலையில் பூச்சி விழுதலுக்கு அந்திக் குச்சியில் எழுதிக் காட்டவும். மூன்று மூலையில் பயிரில் பூச்சி பிடித்திருந்தால் அதில் குத்தவும். ஒரு மூலை சும்மா விடவும். உணிகளுக்கும் இப்படியே செய்யவும். சகலத்திற்கும் பிரயோசிக்கவும். பிசாசுக்கு 1008 உரு ஜெபித்துக் கட்டவும், விஷங்களுக்கு மந்திரித்தூதவும். சகல விஷமுந்தீரும். இதை கிராண காலத்தில் செபிக்க மகா நன்மையாகும்.

இயற்றியது : எ.நடேச தம்பிரான்,
மலையாள மாந்திரீக சமஸ்த தேவர்கள் வசியம்,
பக். 26-28.

பின்னிணைப்பு எண் –5

மதுரைவீரன் எந்திரங்கள் மதுரை வீரன் சக்கரம்

பேய் பிசாசு ஆடாத முனியை ஓட்ட இந்த மந்திரத்தால் கழுப்பு சுற்ற இந்த சக்கரத்தால் பலவிதமான தோஷங்கள் நிவர்த்தியாகும்,

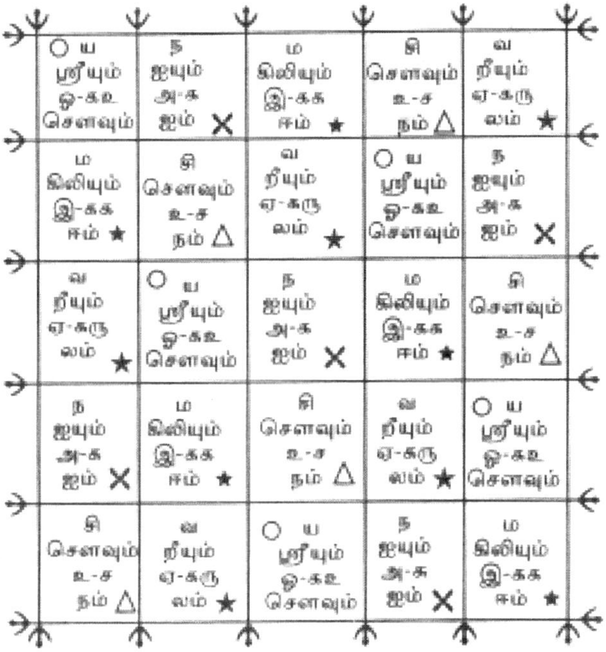

○ ய ஸ்ரீயும் ஓ-கஉ சௌவும்	ந ஐயும் அ-க ஐம் ✕	ம கிலியும் இ-கக ஈம் ★	சி சௌவும் உ-ச நம் △	வ ரீயும் ஏ-கரு லம் ★
ம கிலியும் இ-கக ஈம் ★	சி சௌவும் உ-ச நம் △	வ ரீயும் ஏ-கரு லம் ★	○ ய ஸ்ரீயும் ஓ-கஉ சௌவும்	ந ஐயும் அ-க ஐம் ✕
வ ரீயும் ஏ-கரு லம் ★	○ ய ஸ்ரீயும் ஓ-கஉ சௌவும்	ந ஐயும் அ-க ஐம் ✕	ம கிலியும் இ-கக ஈம் ★	சி சௌவும் உ-ச நம் △
ந ஐயும் அ-க ஐம் ✕	ம கிலியும் இ-கக ஈம் ★	சி சௌவும் உ-ச நம் △	வ ரீயும் ஏ-கரு லம் ★	○ ய ஸ்ரீயும் ஓ-கஉ சௌவும்
சி சௌவும் உ-ச நம் △	வ ரீயும் ஏ-கரு லம் ★	○ ய ஸ்ரீயும் ஓ-கஉ சௌவும்	ந ஐயும் அ-க ஐம் ✕	ம கிலியும் இ-கக ஈம் ★

செபிக்கும் வகை ஸ்ரீயும்-ஐயும்-கிலியும்-ரீயும் சகல கிரகமும் நிவாரணியாய நிவாரணியாய சுவாகா...உருவு 1008 செபிக்க சித்தியாகும்.

(பூசை சாமான்கள்)

அவல் கடலை-சுண்டல்-கஞ்சா-மாஜினம்-கரி-ரொட்டி- கள்ளு சாராயம்- தேங்காயுடைத்து- வெத்திலை பாக்கு - சுருட்டு அருகம்பில் வாழைப்பழம்- மெலாம் பழம் - தேவையான வஸ்துக்கள் வைத்து சாம்பிராணி புகை கற்பூரம் பொருத்தவும். இந்தச் சக்கரத்தை செப்புத்தகட்டில் எழுதி 108 தரம் செபித்துக் கட்டவும் எவ்வித தோஷமானாலும் சூரியனைக் கண்ட பனிபோல் நீங்கும்.

ஆதாரம் - மலையாள மாந்திரீகம்,பக்.36-37.

மதுரைவீரன் பஞ்சாக்ஷர மாரணம்

கிலியும், சௌவும், றீயும், ஸ்ரீயும், ஐயும் என் -சத்ரு இன்னானை மார்-மார்-மசி-சுவாகா உருவு 108 செபிக்கவும்.

தேங்காய் சூடம் சாம்பிராணி புகைத்து வெற்றிலை பாக்கு கள்ளு, சாராயம், கரி, ரொட்டி, எலுமிச்சம்பழம், ஊமத்தங்காய், ஆட்டுத்தும்மட்டிக்காய்.

ம கிலியும் இ-கக ஈம் ★	சி சௌவும் உ-ச நம் △	வ றீயும் ஏ-கரு லம் ★	○ ய ஸ்ரீயும் ஓ-கஉ சௌவும்	ந ஐயும் அ-க ஐம் ✕
வ றீயும் ஏ-கரு லம் ★	○ ய ஸ்ரீயும் ஓ-கஉ சௌவும்	ந ஐயும் அ-க ஐம் ✕	ம கிலியும் இ-கக ஈம் ★	சி சௌவும் உ-ச நம் △
ந ஐயும் அ-க ஐம் ✕	ம கிலியும் இ-கக ஈம் ★	சி சௌவும் உ-ச நம் △	வ றீயும் ஏ-கரு லம் ★	○ ய ஸ்ரீயும் ஓ-கஉ சௌவும்
சி சௌவும் உ-ச நம் △	வ றீயும் ஏ-கரு லம் ★	○ ய ஸ்ரீயும் ஓ-கஉ சௌவும்	ந ஐயும் அ-க ஐம் ✕	ம கிலியும் இ-கக ஈம் ★
○ ய ஸ்ரீயும் ஓ-கஉ சௌவும்	ந ஐயும் அ-க ஐம் ✕	ம கிலியும் இ-கக ஈம் ★	சி சௌவும் உ-ச நம் △	வ றீயும் ஏ-கரு லம் ★

இவையாவும் காவு கொடுக்கவும். கடைசி முடிவில் உதிர சாதம் காவு கொடுக்கவும் நன்று.

ஆதாரம் - மலையாள மாந்திரீகம், ப.41.

மதுரைவீரன் பூஜை எந்திரம்

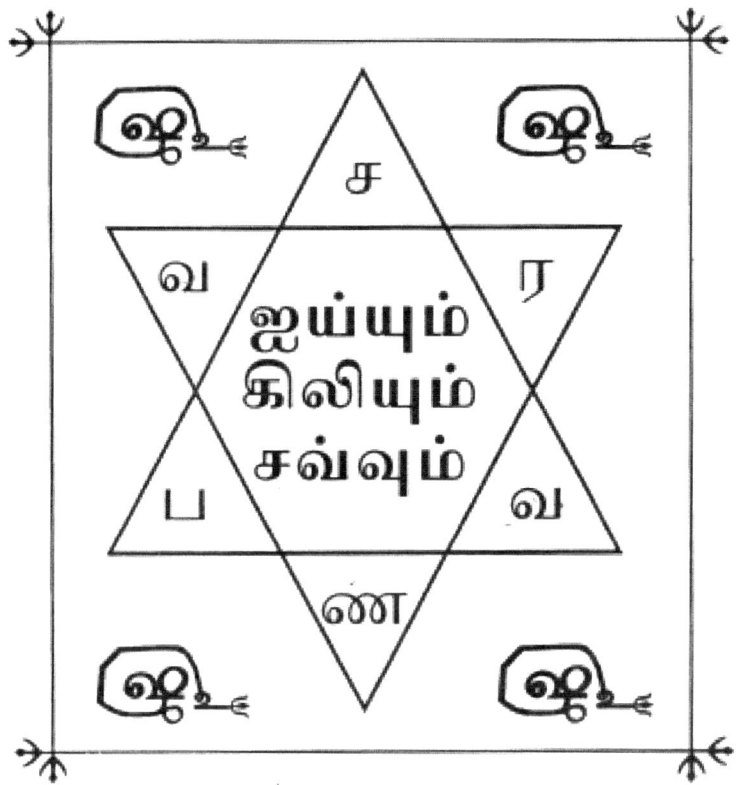

மேற்கண்ட சக்கரத்தை வெள்ளித்தகட்டிலெழுதி தூபதீப நைவேத்தியங் கொடுத்து கீழ்சொல்லிய மூலமந்திரத்தை நாள் ஒன்றுக்கு 68 உரு காலை மாலை முப்பது நாள் ஜெபித்துக் கொண்டு வர சித்தியாகும். பின்பு சகல தோஷமும் பேய் பிசாசுகள் விலக, மந்திரிக்க நீங்கும். மால் மூலமந்திரம் அரி-ஓம்-ஜெயவீரா அநுகூலா ஆதிபராக்கிரம பாலா வசிய வசிய உனக்கின்பமான போது எனக்கின்பமாகும் சுவாகா.

ஆதாரம் -மலையாள மாந்திரீக அரிச்சுவடி பக்.34-35.

மதுரைவீர சுவாமி பூஜை யந்திரம்

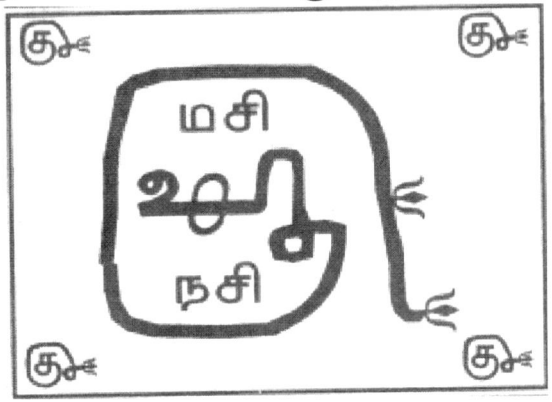

உடற்கட்டு மந்திரம்.

ஓம் என்மேனி ஈஸ்வரனார் இருபுஜங்களும் பரமேஸ்வரிகாவல் உன்னிதமான உடலும் முப்பத்திரண்டு உருவமும் ஓம் என்ற அட்சரங்காலால் சென்னியில் வீரபத்திரன் காவல் சிறப்புடனிருந்து சித்தமே மகிழ்ந்து பொன்னிறமாக நிற்க சுவாஹா சுத்தவயிரவன் சுற்றிலுங் காவல் சுவாஹா.

அட்டதிக்கு பந்து

பூரண துவாரா பந்தா பந்து அக்கினி துவாரா பந்தா பந்து திரணத்துவாரா பந்தா பந்து வருணத்துவாரா பந்தா பந்து வாயுத்துவாரா பந்தாபந்து குபோத்துவாரா பந்தாபந்து ஈசானிய துவாராபந்தா பந்து பாராளத்துவாரா பந்தா பந்து ஐயணா உக்கிரானா பந்தா பந்து பேர்மாறாடா சூர்ப்பா மந்தா ஓங்காகா. ஹிரம்நமசிவ. இவ்விதமாக ஒன்பது தரம் சொல்லி பூஜை ஆரம்பிக்கவும்.

மூல மந்திரம்

ஓம் முஷ்கி வாக்கு வரே சப்க்காதாளம் அமஷ்கி அரிவீர பங்கீ மதுரை வீர பிரளி ஆங்கார ஆங்கார அம் அம்மா அஜுர் ஜிம்ஜிம் நீலி நீஜம் மசி நசி. உருவு 108 ஜபிக்கவும் மஹா நைவேத்யம்.

இம்மந்திரம்

(T.J.N.ரிஜிஸ்தர் செய்தது)

பின்னிணைப்பு எண் – 6
மதுரைவீரன் நிழற்படங்கள்

களப்பணி காட்சிகள்

மதுரைவீரன் புகைப்படம்
(அம்மையநாயக்கனூர்)

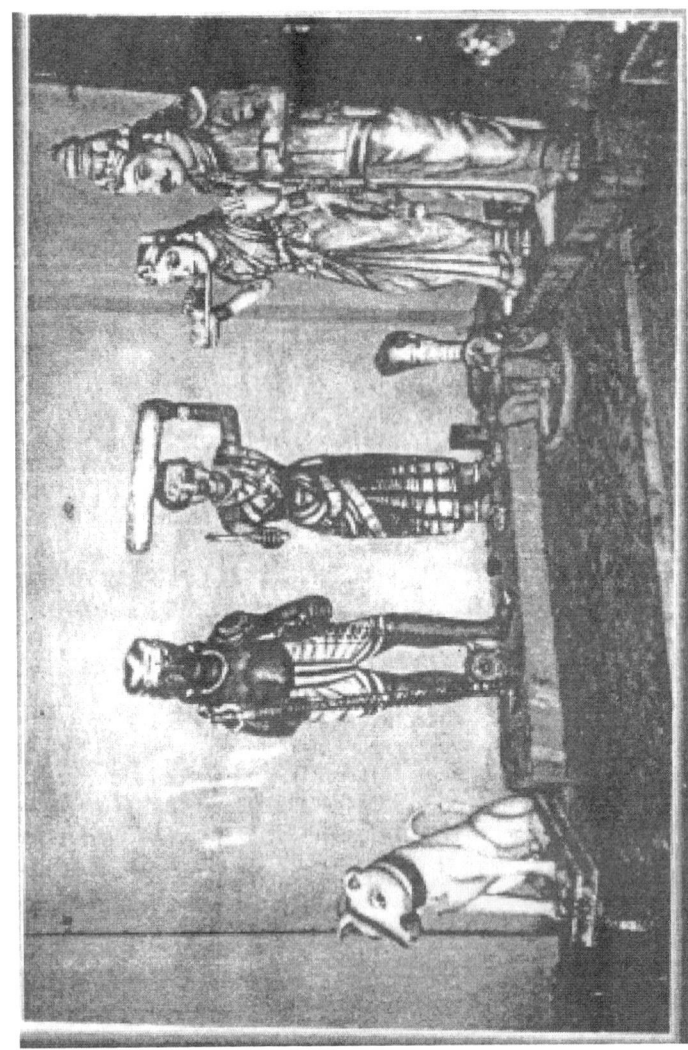

கதையில் மதுரைவீரன் கதைக் காட்சி (திருச்சி – பொன்மலை – கணேசபுரம்)

மதுரைவீரன் சாமியாடி
(எழுவனம்பட்டி – மதுரை மாவட்டம்)

உடுக்கை அடித்துப் பாடும் பூசாரி
[மாணிக்கம் (75), சாணார்பட்டி – திண்டுக்கல் மாவட்டம்]

நூலாசிரியர் குறிப்பு

த. கண்ணா கருப்பையா

திண்டுக்கல் மாவட்டம், அம்மையநாயக்கனூரைச் சேர்ந்த இந்நூலாசிரியர் திருநெல்வேலி, மதுரை திரவியம் தாயுமானவர் இந்துக் கல்லூரியின் வெ.ப.சு. தமிழியல் ஆய்வுத் துறையில் இணைப் பேராசிரியர். இருபத்தைந்து ஆண்டுகளுக்கும் மேலாக அனுபவமுடையப் பேராசிரியராகப் பணியாற்றி வருபவர். 'மதுரைவீரன் வழிபாட்டு மரபும் வழக்காறுகளும்', 'தவம் கலையும் காலம்', 'தொ.பரமசிவனின் ஆய்வு முறையியல்', 'கலை இலக்கியச் சொல்லாடல்' ஆகிய ஆய்வு நூல்களின் ஆசிரியர். ம.தி.தா. இந்துக் கல்லூரித் தமிழ்த்துறை வெளியிட்ட 'மனோன்மணியம் சுந்தரனார்; கலையும் கருத்தியலும்' என்ற நூலையும் தொகுத்துப் பதிப்பித்துள்ளார். இந்நூலாசிரியரின் மறுப்பதிப்பு நூலிது. கலை இலக்கியப் பெருமன்றத்தின் 'ஏலாதி', தமிழ்நாடு மாநில மகளிர் ஆணையத்தின் 'செந்தமிழ்த் திலகம்' ஆகிய விருதுகளையும் பெற்றுள்ளார். தமிழ்நாடு மாநில மகளிர் ஆணைய விருதிற்கானத் 'திருநங்கையர்' குறித்த இவரது ஆய்வுக் கட்டுரை இளங்கலை மாணவர்களுக்குக் கல்லூரியில் பாடமாகவும் இடம் பெற்றிருந்தது. திருநெல்வேலி, மனோன்மணியம் சுந்தரனார் பல்கலைக் கழகம், சதக்கத்துல்லா அப்பா கல்லூரி, குற்றாலம் பராசக்தி மகளிர் கல்லூரி, மதுரை பாத்திமா கல்லூரி, மதுரைக் கல்லூரி, விருதுநகர் செந்தில் குமார் நாடார் கல்லூரி, கோயம்புத்தூர் கொங்கு நாடு கலை அறிவியல்

கல்லூரி ஆகியவற்றில் முதுகலை, இளங்கலைப் பாடத்திட்டக் குழு உறுப்பினராகவும் வல்லுநராகவும் பணியாற்றியுள்ளார். காந்தி கிராமக் கிராமியப் பல்கலைக்கழகம், மனோன்மணியம் சுந்தரனார் பல்கலைக்கழகம், கேரளப் பல்கலைக்கழகம், கோயம்புத்தூர் அவினாசிலிங்கம் பல்கலைக்கழகம் மற்றும் கல்லூரிகள், புத்தகக் கண்காட்சிகள் ஆகியவற்றில் ஆய்வுப் பொழிவாற்றியுள்ளார். செம்மொழித் தமிழாய்வு மத்திய நிறுவனத்தின் ஆய்வுத்திட்டத்தில் தேர்வாகி அதில் பங்களித்து ஆய்வேட்டையும் உரிய முறையில் ஒப்படைத்துள்ளார். தேசிய, பன்னாட்டுக் கருத்தரங்குகளை ஒருங்கிணைத்ததோடு அந்நிகழ்வுகளில் எழுபதிற்கும் மேலதிக ஆய்வுக் கட்டுரைகளை எழுதி வெளியிட்டுள்ளார். கூடவே இலக்கியச் சிற்றிதழ்களிலும் தனது திறனாய்வுக் கட்டுரைகளை வெளியிட்டுள்ளார். பல்வேறு பல்கலைக்கழகங்கள், கல்லூரிகளில் முனைவர் பட்டப் புறநிலைத் தேர்வாளர், பதிப்பாசிரியர், வானொலி, தொலைக்காட்சி சிறப்புரையாளர், மதுரை ஐந்தமிழ் ஆய்வு மன்றத்தின் இணைச் செயலாளர் எனப் பங்களித்து வருவதோடு முனைவர் (JRF உட்பட) முதுமுனைவர் (PDF) பட்ட ஆய்வு மாணவர்களையும் உருவாக்கியுள்ளார்.! திண்டுக்கல் மாவட்டம், அம்மைய நாயக்கனூரில் 'நாகரத்னா கல்வி அறநிலையம்' வழி கல்விப்புல மேம்பாட்டு நல உதவிகளையும் நூல் வெளியீடுகளையும் சிறப்புற நிகழ்த்தி வருகிறார்.

குறிப்பு